'या पुस्तकामध्ये विचार करण्याजोगे बरेच काही आहे. असा दृष्टिकोन बाळगण्याशिवाय गत्यंतर नाही... ज्यात अपयश येणे निश्‍चित आहे अशा 'पॅक्स अमेरिकना'चा पोलीस होण्याची अमेरिका निवड करेल का, की इतर देशांसोबत मिळून एका जास्त सुरक्षित, जास्त न्याय्य आणि टिकाऊ भवितव्याच्या दिशेने वाटचाल करू लागेल, हा इथे कळीचा मुद्दा आहे.'

— राष्ट्राध्यक्ष मिखाईल गोर्बाचेव्ह

'काळाच्या कसोटीवर उतरेल असे धाडस, सूज्ञपणा आणि अनुकंपायुक्त लिखाण... स्टोन आणि कुझनिक यांच्या मायदेशावरची कठोर टीका आणि त्याची भावनापूर्ण प्रशंसा.'

— राजदूत अकबर अहमद, द थिसल अँड द ड्रोन
या पुस्तकाचे लेखक

'अखेर, नजीकच्या अमेरिकन इतिहासामधल्या सर्वमान्य कथेला आव्हान देण्याची हिंमत असलेले पुस्तक...

— बिल माहर, द न्यू न्यू रूल्स या पुस्तकाचे न्यू यॉर्क टाइम्सच्या यादीतले लोकप्रिय लेखक आणि एचबीओच्या रीअल टाइम कार्यक्रमाचे सूत्रसंचालक

'या शतकातील सर्वांत महत्त्वाची ऐतिहासिक कथा.'

— मार्टिन शेर्विन, पुलित्झर पारितोषिक विजेते, अमेरिकन प्रॉमिथियस
या पुस्तकाचे सहलेखक

'एक धाडसी, आढावायुक्त अभ्यास जो परराष्ट्रधोरणविषयक अनेक मिथके नष्ट करणारा आहे... या वाचल्याशिवाय राहता येऊ नये अशा, डाव्या विचारसरणीच्या प्राथमिक पुस्तकाकरता तुमच्या बुकशेल्फमध्ये जागा करा.'
— **डग्लस ब्रिंकले,** द ग्रेट डिल्यूज या पुस्तकाचे न्यू यॉर्क टाइम्सच्या यादीतले लोकप्रिय लेखक

हॉवर्ड (झिन) यांना हे पुस्तक वाचायला खूप आवडले असते... वाचायलाच हवे असे हे आहे : अतिशय सुंदर, एक उत्तम कलाकृती!'
— **डॅनियल एल्सबर्ग,** सिक्रेट्स : 'ए मेमॉयर ऑफ व्हिएतनाम अँड द पेंटागॉन पेपर्स' या पुस्तकाचे राष्ट्रीय पातळीवरचे लोकप्रिय लेखक

'इतके खिळवून ठेवणारे, डोळे उघडणारे आणि विचारप्रवर्तक असे इतिहासावरचे पुस्तक तुम्ही कधीही वाचले नसेल... याची शिफारस किती करावी हा माझ्यापुढे प्रश्न आहे.'
— **ग्लेन ग्रीनवाल्ड,** द गार्डियन

'अत्यंत विचारप्रवर्तक ... उत्साहवर्धक.'
— **कर्कस रिव्ह्यूज**

'स्टोन आणि कुझनिक यांनी गेल्या नव्वद वर्षांमधल्या अमेरिकन परराष्ट्रधोरणाबद्दलच्या अनिवार्य अशा जवळ जवळ सगळ्यांच गोष्टी घेतल्या आहेत आणि त्या एकत्र मांडल्या आहेत.'
— **जॉन श्वार्झ,** मायकेलमूर.कॉम

'अभूतपूर्व असे महान पुस्तक... (हे पुस्तक) मिथकांना भेदत, बहुतेक अमेरिकनांना अनपेक्षित असलेली सत्य परिस्थिती सादर करते – आणि त्याला दस्तैवजीकृत तथ्यांचा आधार देते.'
— **डेव्हिड स्वॉनसन,** वॉर इज ए लाय पुस्तकाचे लेखक

'वाचायलाच हवे असे! अमेरिकेचे परराष्ट्रधोरण ज्या गृहीतकांच्या दावणीला बांधलेले असते, त्यातल्या अनेक गृहीतकांना हे पुस्तक गदागदा हलवते.'
— **बिल फ्लेचर,** ब्लॅककॉमेंटेटर.कॉम

'ऑलिव्हर स्टोन आणि पीटर कुझनिक यांनी असे काम केले आहे, जे बहुतेकांना अशक्य वाटले असते. त्यांनी विसाव्या शतकातला अमेरिकेचा राजकीय इतिहास लिहिला आहे. अमेरिका जाणीवपूर्वक घेतल्या गेलेल्या निर्णयांद्वारे एक साम्राज्य कसे बनली आणि हे साम्राज्य टिकवण्याची धडपड कुठलाही पक्ष सत्तेवर आला तरी कशी चालूच राहील ही गोष्ट हा इतिहास नेमकेपणाने सांगतो. हा एक अतिशय चाणाक्ष आढावा आहे.'

— **लॉईड सी. गार्डनर,** द रोड टू तहरीर स्क्वेअर या पुस्तकाचे लेखक

'इतिहासाच्या नावाने आवश्यकतेपेक्षा अधिक वेळा समोर ठेवल्या जाणाऱ्या मिथकांचे विचारप्रवर्तक खंडन. स्टोन आणि कुझनिक आपल्याला स्मरण करून देतात, की जोवर अमेरिकन लोकांमध्ये सत्याचा सामना करण्याची हिंमत येत नाही, तोवर ते त्यांच्या भ्रमामध्ये अडकूनच राहतील.'

— **लॉरेन्स एस. विट्नर,** वन वर्ल्ड ऑर नन : अ हिस्टरी ऑफ द वर्ल्ड न्यूक्लिअर डिसआर्मामेंट मूव्हमेंट थ्रू १९५३ या पुस्तकाचे लेखक

'स्टोन आणि कुझनिक अमेरिकन इतिहासाच्या सर्वांत दुःखदायक बाजूंवर एक धाडसी टीकात्मक दृष्टी देतात. आण्विक धोक्यावरचा त्यांचा दृष्टिकोन विशेषकरून लख्ख प्रकाश पाडणारा आहे.'

— **रॉबर्ट जे लिफ्टन,** थॉट रिफॉर्म अँड सायकॉलॉजी ऑफ टोटॅलिझम या पुस्तकाचे लेखक

'स्टोन आणि कुझनिक दिशाभूल करणाऱ्या मिथकांचे पापुद्रे एक-एक करून दूर करतात... काही लोकांना आश्चर्याचा धक्का बसेल, काही लोकांना राग येईल. बहुतेकांना आपला देश पुष्कळच नीट समजून येईल.'

— **जेफ मॅडरिक,** टेकिंग अमेरिका या पुस्तकाचे लेखक

'स्टोन आणि कुझनिक यांनी जी सखोल आव्हाने उभी केली आहेत, ती टाळून किंवा त्यावर आगपाखड करून पुढे जाण्याऐवजी गंभीर लोकांनी त्यांचा सामना करण्याची वेळ आहे. हे दोघे सर्व योग्य प्रश्न विचारत (आणि त्यांची उत्तरेही देत) आहेत.'

— **गार अल्पेरोवित्झ,** द डिसिजन टू यूस, द अ‍ॅटॉमिक बॉम्ब या पुस्तकाचे लेखक

'द अनटोल्ड हिस्टरी ऑफ द युनायटेड स्टेट्स या पुस्तकाचे अतिशय मोठे योगदान म्हणजे पारंपरिक शहाणपणाला सुरुंग लावणे, वाचकांना जगातल्या अमेरिकेच्या भूमिकेचा पुनर्विचार करण्याचे आव्हान देणे हे आहे... अमेरिकन इतिहासाच्या अभ्यासकांच्या दृष्टीने हे अतिशय मौल्यवान पुस्तक आहे.'
— **कॅरोलिन आयसेनबर्ग,** ड्रॉइंग द लाइन : द अमेरिकन डिसिजन टू डिव्हाइड जर्मनी, १९४४-१९४९ या पुस्तकाच्या लेखिका

'मोहक आणि विचारप्रवर्तक पुस्तक. हे धाडसी आणि सुस्पष्ट विचारांचे लेखन... हा एक मैलाचा दगड आहे. या प्रकारची, म्हणजेच लोकांचा आणि लोकांसाठी लिहिलेला टीकात्मक इतिहास प्रकारची पुस्तके आश्चर्यकारकरीत्या कमी लिहिली जातात. शक्य तितक्या जास्तीत जास्त लोकांनी हे वाचायला हवे.'
— **ब्रूस क्युमिंग्ज,** द कोरियन वॉर या पुस्तकाचे लेखक

'सुंदर चित्रण, चांगली विरुद्ध मांडणी आणि वाचनीय लेखन.'
— **मेरिलिन यंग,** द व्हिएतनाम वॉर्स या पुस्तकाच्या लेखिका

'आपल्या काळातल्या सर्वांत महत्त्वाच्या पुस्तकांपैकी एक. हा देश जगामध्ये नेहमीच एक चांगली शक्ती असत आला आहे, या लोकप्रिय भ्रमातून ऑलिव्हर स्टोन आणि पीटर कुझनिक आपल्याला ओढून काढतात.'
— **मार्जोरी कोहन,** काऊबॉय रिपब्लिक : सिक्स वेज द बुश गँग हॅज डिफाइड द लॉ या पुस्तकाच्या लेखिका

'अमेरिकेच्या परराष्ट्रधोरणावर दुसऱ्या महायुद्धानंतर लिहिले गेलेले सर्वांत सर्वसमावेशक आणि मर्मभेदक टीकात्मक लिखाण.'
— **ऍलन लिच्टमान,** व्हाइट प्रोटेस्टंट नेशन या पुस्तकाचे लेखक

'The Concise Untold History Of The United States'
या इंग्रजी पुस्तकाचा अनुवाद

अमेरिकेचा
न सांगितला गेलेला
संक्षिप्त इतिहास

ऑलिव्हर स्टोन । पीटर कुझनिक

अनुवाद
प्रशांत तळणीकर

मेहता पब्लिशिंग हाऊस

◆ *या पुस्तकातील लेखकाची मते, घटना, वर्णने ही त्या लेखकाची असून त्याच्याशी प्रकाशक सहमत असतीलच असे नाही.*

THE CONCISE UNTOLD HISTORY OF THE UNITED STATES by OLIVER STONE & PETER KUZNICK
Marathi Language Translation copyright © 2021 by Mehta Publishing House
Copyright © 2012 by Secret History, LLC
All rights reserved.
Published by arrangement with the original publisher, Gallery Books, a division of Simon & Schuster, Inc.
Translated into Marathi Language by Prashant Talnikar

अमेरिकेचा न सांगितला गेलेला संक्षिप्त इतिहास / इतिहासपर

अनुवाद : प्रशांत तळणीकर
authors@mehtapublishinghouse.com
मराठी अनुवादाचे व प्रकाशनाचे हक्क मेहता पब्लिशिंग हाऊस, पुणे.

प्रकाशक : सुनील अनिल मेहता, मेहता पब्लिशिंग हाऊस,
१९४१, सदाशिव पेठ, माडीवाले कॉलनी, पुणे – ४११०३०.

मुखपृष्ठ : मेहता पब्लिशिंग हाऊस

प्रथमावृत्ती : नोव्हेंबर, २०२१

P Book ISBN 9789392482793
E Book ISBN 9789392482809
E Books available on :play.google.com/store/books
www.amazon.in
https://books.apple.com

आमची मुले – तारा, मायकेल, शॉनस, लेक्सी, सारा आणि अस्मारा
यांना– आणि त्यांना व सर्वच मुलांना जे अधिक चांगले जग मिळायला हवे,
त्या जगाला अर्पण.

ऋणनिर्देश

एवढ्या मोठ्या पटावरच्या प्रकल्पाकरता मोठ्या संख्येने लोकांचा पाठिंबा, साह्य आणि संयमाची आवश्यकता असते. माहितीपटाच्या बाजूने आम्ही पुढील लोकांचे आभार मानू इच्छितो – आर्थिक पाठबळ मिळवण्याबद्दल आणि कसोटीच्या वेळी आपले मानसिक संतुलन ढळू न दिल्याबद्दल फर्नांडो सुलिचिन; आमचे सुरुवातीपासूनचे सूत्रसंचालक राहिल्याबद्दल आणि जगभरातल्या संग्रहालयांतून माहिती गोळा केल्याबद्दल रॉब विल्सन आणि तारा ट्रेमेन; चार वर्षे आणि त्यातल्या अनेक रात्री उशिरापर्यंत जागून, आणि वेगवेगळ्या कालावधींमध्ये एलियट आईजमन, अलेक्सिस चॅवेझ तसेच शॉन स्टोन यांच्या साथीने संकलन केल्याबद्दल अलेक्स मार्क्वेझ; श्रवणाच्या बाबतीत क्रेग आर्मस्ट्राँग, अॅडम पीटर्स आणि बड कार – आणि वायली स्टेटमन; प्रशासनाच्या बाबतीत इवान बेट्स आणि सुझी गिल्बर्ट, आणि जादूने पैशांची व्यवस्था करण्याबद्दल स्टीव्हन पाईन्स. शोटाइम कंपनीने आपल्या दोन वेगवेगळ्या मालकत्वांच्या कालावधीमध्ये दिलेल्या पाठिंब्याबद्दल तिचे अनेकानेक आभार – त्यात डेव्हिड नेव्हिन्स यांचे त्यांच्या ज्ञानाबद्दल आणि ब्रायन लोर्ड, जेफ जेकब्ज, सायमन ग्रीन व केव्हिन कूपर यांचे त्यांच्या मदतीबद्दल आभार.

पुस्तकाच्या बाजूला, आम्ही पीटरच्या अमेरिकन विद्यापीठाच्या इतिहास विभागातील सहकारी आणि पदवी विद्यार्थ्यांचे अतिशय ऋणी आहोत. मॅक्स पॉल फ्रीडमन यांनी अमेरिकेच्या परराष्ट्र धोरणाच्या आपल्या तज्ज्ञतेचा लाभ आम्हाला देऊ केला आणि अतिशय काळजीपूर्वक या पुस्तकाचे संपूर्ण हस्तलिखित वाचून

काढून आमच्या काही अन्वयार्थांना आव्हान दिले आणि आम्हाला अनेक लहानमोठ्या चुकांपासून वाचवले. आमच्या या कथेमध्ये अमेरिका-सोव्हिएत युनियन आणि अमेरिका-रशिया संबंध एवढ्या ठळकपणे येत असल्याने रशियन इतिहासकार अँटोन फेद्याशिन यांच्या ज्ञानाचा आम्ही खूप उपयोग करून घेतला आहे. आमच्या प्रश्नांची उत्तरे देणे आणि गोष्टी आम्हाला बरोबर समजल्या आहेत याची खात्री करून घेण्याकरता आमचे रशियन भाषेतील स्रोत तपासून पाहणे, ही कामे त्यांनी अतिशय तत्परतेने केली. इतिहासाच्या त्यांच्या-त्यांच्या अभ्यास क्षेत्राशी निगडित प्रश्नांची उत्तरे मोकळ्या मनाने देणाऱ्या पीटरच्या अन्य सहकाऱ्यांमध्ये प्रा. मुस्तफा अक्सकल, रिचर्ड ब्रेटमन, फिल ब्रेनर, इरा क्लाइन, ॲलन लिच्टमन, एरिक लोहर आणि ॲना नेल्सन यांचा समावेश आहे.

पदवीच्या विद्यार्थ्यांपैकी एरिक सिंगर आणि बेन बेनेट यांच्यावाचून आमचे चाललेच नसते. त्यांनी त्यांच्या संशोधन आणि लेखन कार्यामधून खूप वेळ काढून आम्हाला विविध संशोधन कामांमध्ये मदत केली. एरिक इतर कुणालाही न सापडणारी बारीक माहिती शोधून काढण्यात तज्ज्ञ होता. बेनने इतर अनेक कामांसोबतच या पुस्तकाला एक महत्त्वाचा आयाम देणारी छायाचित्रे मिळवण्याचे काम स्वतःच्या शिरावर घेतले. प्रस्तुत प्रकल्पावर मोठ्या प्रमाणामध्ये काम करणाऱ्या इतर सद्य आणि माजी पीएच. डी. विद्यार्थ्यांमध्ये रिबेक्का डीवोल्फ, सिंडी ग्युएली, व्हिन्सेंट इन्तोंदी, मॅट पेम्बलटन, तेरुमी रॅफर्टी-ओसाकी आणि जे विक्सेलबॉम हे आहेत. डॅनियल चिप्रियानी, नगुयेत नगुयेन, डेव्हिड ओन्क्स्ट, ॲलन पित्रोबॉन, एरि सेरोटा आणि कीथ स्किलिन यांनी अतिरिक्त संशोधनात्मक साह्य आणि उपयुक्त माहिती पुरवली.

या प्रवासामध्ये असंख्य मित्रमैत्रिणी आणि सहकाऱ्यांनीदेखील अतिशय मौल्यवान साह्य केले. डॅनियल एल्सबर्ग यांनी बारकावे, सूचना, चिकित्सक वाचन आणि उत्साहपूर्ण पाठिंबा या बाबतीत फारच उत्तम मदत केली. या इतिहासाच्या बहुतेक भागांच्या बाबतीत त्यांच्याइतके ज्ञान अन्य कुणालाही नव्हते. ज्यांनी आपला बहुमूल्य वेळ आणि ज्ञान मुक्त हस्ते दिले, आमच्या प्रश्नांची उत्तरे दिली आणि आम्हाला संदर्भ दस्तऐवज सुचवले त्यामध्ये गार आल्पेरोवित्झ, रॉबर्ट बर्कोवित्झ, बिल बर, बॉब ड्रेफस, कॅरोलिन आयसेनबर्ग, हॅम फिश, मायकेल फ्लिन, इरिना ग्रुडझिन्स्का ग्रॉस, ह्यू गस्टरसन, अनिता कोन्डोयानिदी, बिल लॅनौएत, मिल्टन लायटनबर्ग, रॉबर्ट जे लिफ्टन, अर्जुन माखिजानी, रे मॅकगव्हर्न, रॉजर मॉरीस, सातोको ओका नोरिमात्सु, रॉबर्ट नॉरीस, रॉबर्ट पॅरी, लिओ रिबफो, जोनाथन शेल, पीटर डेल स्कॉट, मार्क सेल्डन, मार्टी शेरविन, चक स्ट्रोझियर, जेनाईन वेडेल आणि लॅरी विटनर यांचा समावेश आहे.

हा प्रकल्प पूर्ण होण्याकरता जो वेळ लागला त्यादरम्यान आम्हाला आमचे चार सर्वांत मोठे पाठीराखे गमावण्याचे दुःख भोगावे लागले. ते म्हणजे हॉवर्ड झिन, बॉब ग्रिफिथ, चार्ली वायनर आणि उदय मोहन.

बार्बरा कोपेल यांनी छायाचित्रे आणि त्यांच्या शीर्षकांच्या बाबतीत मदत केली. एरिन हॅमिल्टन यांनी चिलीबद्दल अतिशय मोलाची माहिती पुरवली. अमेरिकन विद्यापीठ ग्रंथालयाच्या मॅट स्मिथ आणि क्लेमेंट हो यांनी स्रोत शोधण्यामध्ये आणि अन्य प्रकारे खूपच मदत केली.

आम्ही आमचे दोन्ही प्रकल्प पूर्ण करण्याच्या घाईमध्ये असताना आमच्या सहसा अवाजवी विनंत्या पूर्ण करण्याकरता गॅलरी बुक्सच्या कर्मचारीवृंदाने शक्य ते सर्व काही केले. विशेषतः आमचे संपादक जेरेमी रुबी-स्ट्रॉस आणि त्यांचे सहायक हीथर हंट या दोघांचे आम्ही अतिशय ऋणी आहोत. त्याचबरोबर लुईस बर्के, जेन बर्गस्ट्रॉम, जेसिका चिन, एमिली ड्रम, एलिसा रिव्हलिन, एमिलिया पिसानी, त्रिशिया बॉक्झकोव्स्की, सॅली फ्रँकलिन, जेन रॉबिन्सन, लॅरी पेकारेक आणि दाविना मॉक यांचेदेखील आम्ही आभार मानू इच्छितो.

पीटरची मुलगी लेक्सी आणि त्याची पत्नी सिम्की कुझनिक यांनी संशोधन आणि तळटीपा लिहिण्यात मदत केली आणि सिम्कीने एखाद्या संपादकाच्या कौशल्याने आणि कवीच्या नजरेने या हस्तलिखिताचे असंख्य खर्डे संयमपूर्वक वाचले.

प्रकरण एक

इ. स. २००० मध्ये जॉर्ज बुश आणि अल गोर यांच्यातील अध्यक्षीय निवडणुकीमध्ये अमेरिकन लोकांवर भविष्याबद्दलच्या दोन सर्वस्वी वेगळ्या दृष्टिकोनांपैकी एक निवडण्याचा भयंकर प्रसंग आला. फार कमी लोकांना हे माहीत आहे, की बरोबर शंभर वर्षांपूर्वी अमेरिकन जनतेपुढे नेमका असाच एक निवड करण्याचा प्रसंग आला होता. त्या वेळी युनायटेड स्टेट्स ऑफ अमेरिका एक प्रजासत्ताक व्हावे की साम्राज्य, यामध्ये त्यांना निवड करायची होती.

तेव्हाचे रिपब्लिकन पक्षाचे अध्यक्ष विल्यम मॅकिन्ले यांच्या अमेरिकेच्या भविष्याबद्दलच्या दृष्टीमध्ये 'मुक्त व्यापार' आणि जागतिक साम्राज्य या गोष्टींचा समावेश होता. याउलट डेमॉक्रॅट पक्षाध्यक्ष विल्यम जेनिंग्ज ब्रायन हे साम्राज्यवादाच्या उघड उघड विरोधी होते.

त्या वेळी एक तिसरा पर्यायही असण्याकडे फार कमी लोकांचे लक्ष गेले होते आणि तो पर्याय होते समाजवादी उमेदवार युजीन व्ही. डेब्स. समाजवादी चळवळ नव्या नोकरदारवर्गाचे प्रतिनिधित्व करत होती. या समाजवाद्यांच्या दृष्टीने साम्राज्य या शब्दाचा केवळ एकच अर्थ होता – शोषण.

मॅकिन्ले यांनी त्यांच्या प्रचारामध्ये वेगाने वाढणारी अर्थव्यवस्था आणि १८९८च्या युद्धात स्पेनवर मिळवलेल्या विजयावर भर दिला होता. अमेरिकेला टिकून राहण्याकरता विस्तार करणे आवश्यक आहे, असे त्यांचे मत होते.

ब्रायन हे नेब्रास्का राज्याचे लोकानुनयी नेते होते आणि त्यांना 'महान सामान्य मनुष्य' असे म्हटले जात असे. ते उद्योगसम्राट आणि बँकर्सचे शत्रू होते. मॅकिन्ले यांचा दृष्टिकोन विनाश घडवून आणेल अशी त्यांना खात्री होती. ते थॉमस जेफर्सन यांचे एक वाक्य नेहमी सांगत असत, 'प्रत्येक अमेरिकन व्यक्तीच्या मनामध्ये जर सर्वात जास्त रुजलेले एखादे तत्त्व असेल, तर ते म्हणजे इतरांवर विजय मिळवण्याच्या वृत्तीपासून आपण दूर राहायला हवे हे.'

फिलिपिन्स, ग्वाम, पॅगो पॅगो, वेक अँड मिडवे आयलंड्स, हवाई आणि

१९०० च्या अध्यक्षीय निवडणुकीमध्ये रिपलिकन विल्यम मॅकिन्ले हे अमेरिकन साम्राज्यवादाचे उद्‌गाते आणि पूर्व अमेरिकेतले प्रशासनाचे खंदे समर्थक (डावीकडे) आणि डेमोक्रॅट विल्यम जेनिंग्ज ब्रायन हे मध्य-पश्चिम अमेरिकेतील लोकानुनयी आणि साम्राज्यवादाच्या स्पष्टपणे विरोधात असलेले नेते (उजवीकडे) एकमेकांसमोर ठाकले होते. मॅकिन्ले यांच्या विजयामुळे ब्रायन यांनी सांगितलेल्या अमेरिकन साम्राज्याच्या धोक्याच्या सूचना दुर्दैवाने दुर्लक्षिल्या जाणार होत्या)

प्युअर्टो रिको– अशा अनेक परदेशी वसाहतींवर कब्जा करून झाल्यावर आणि क्युबावर जवळपास नियंत्रण मिळवल्यावर अमेरिका मानवजातीला आपली सर्वांत मौल्यवान देन दाखवण्याच्या बेतात होती.

उत्तर अमेरिका खंडामध्ये हातपाय पसरून आपले 'नियत कर्तव्य' अमेरिकेने आता पूर्ण केले आहे असे बहुतांश अमेरिकनांना वाटत असतानाच अब्राहम लिंकन आणि अँड्र्यू जॉन्सन या दोघांचेही सेक्रेटरी ऑफ स्टेट राहिलेल्या विल्यम हेन्री सेवर्ड यांनी अमेरिकन साम्राज्याचे यापेक्षाही भव्य असे दृश्य त्यांच्या समोर ठेवले. त्यांनी हवाई, कॅनडा, अलास्का, व्हर्जिन आयलंड्स, मिडवे आयलंड, तसेच सॅन्टो डॉमिंगो, हैती आणि कोलंबियाचा काही भाग मिळवण्याचे स्वप्न आपल्यापुढे ठेवले. आणि या स्वप्नाचा बराचसा भाग पुढे खरोखर प्रत्यक्षात उतरणार होता.

पण सेवर्ड असे स्वप्न पाहत असताना युरोपियन साम्राज्यांनी मात्र प्रत्यक्ष कृती करण्यास सुरुवात केली. एकोणिसाव्या शतकाच्या अखेरच्या तीस वर्षांमध्ये ब्रिटनने यात आघाडी घेऊन ४.७५ दशलक्ष चौरस मैलांचा प्रदेश गिळंकृत करून टाकला. हे क्षेत्र अमेरिका देशापेक्षा खूपच जास्त होते. प्राचीन रोमनांप्रमाणेच ब्रिटनचीदेखील अशी श्रद्धा होती, की मानवजातीला सुसंस्कृत करणे हेच आपले जीवितकार्य आहे. फ्रान्सने ३.५ दशलक्ष चौरस मैल भाग मिळवला. जर्मनीने उशिरा सुरुवात करूनही एक दशलक्ष चौरस मैल भूभाग स्वत:कडे घेतला. फक्त स्पेनचे साम्राज्य या वेळी उतरणीला लागलेले होते.

१८७८ पर्यंत युरोपियन साम्राज्ये आणि त्यांच्या पूर्वीच्या वसाहतींनी मिळून पृथ्वीच्या एकूण भूभागापैकी ६७ टक्के भूभाग स्वतःच्या नियंत्रणाखाली आणला होता. १९१४ पर्यंत तर तब्बल ८४ टक्के भूभाग त्यांच्या अखत्यारीमध्ये होता. १८९०च्या दशकापर्यंत युरोपियनांनी ९० टक्के आफ्रिका खंड घेतला. त्यामध्ये बेल्जियम, ब्रिटन, फ्रान्स आणि जर्मनी यांचा सिंहाचा वाटा होता.

अमेरिका ही पिछाडी भरून काढायला आतुर झाली होती आणि बहुतेक अमेरिकन स्थलांतरितच असल्याने त्यांच्या दृष्टीने साम्राज्य ही संकल्पना जरी द्वेषमूलक असली, तरी एव्हाना इथे चोर जहागिरदारांची सद्दी सुरू झाली होती. विशेषतः ज्यांच्याकडे प्रचंड जमिनी, खासगी सैन्ये आणि कर्मचाऱ्यांचे मोठे ताफे होते त्या ''४००'' या नावाने प्रसिद्ध असलेल्या अमीर-उमरावांची सद्दी सुरू झाली होती. जे. पी. मॉर्गन, जॉन डी. रॉकफेलर आणि विल्यम रँडॉल्फ हर्स्ट यांसारखे लोक अतिशय सामर्थ्यशाली झाले होते.

१८७१ मध्ये पॅरिस समाज (कम्युन) जन्माला घालणाऱ्या क्रांतिकारी कामगारांचे भय निर्माण झालेल्या भांडवलदार वर्गाने अमेरिकेतले आततायी पुरोगामी लोक अशाच प्रकारे वागून इथली व्यवस्था बिघडवून टाकतील अशी भीती घालायला सुरुवात केली. या पुरोगामी किंवा कम्युनवादी लोकांना 'कम्युनिस्ट' असेदेखील म्हटले जात असे आणि ही गोष्ट १९१७च्या रशियन क्रांतीच्या पन्नास वर्षे आधीची आहे.

जे गुल्ड यांची पंधरा हजार मैल लांबीची रेल्वेलाइन चोर उमरावांच्या वाईट बाजूचे एक मोठे प्रतीकच बनली. मी 'कामकरी वर्गातल्या अर्ध्या लोकांना ठार मारण्याकरता उरलेल्या अर्ध्या लोकांना कामावर ठेवू शकतो,' या त्यांच्या बढाईखोर वक्तव्यामुळे त्या वेळी गुल्ड कदाचित अमेरिकेतले सर्वांत तिरस्करणीय व्यक्ती असावेत.

१८९३च्या 'काळ्या शुक्रवारी' वॉल स्ट्रीटला जो दणका बसला त्यामुळे देशातील आजवरची सर्वांत वाईट मंदी सुरू झाली. सर्वत्र गिरण्या, कारखाने, खाणी मोठ्या संख्येने धडाधड बंद पडल्या. चाळीस लाख कामगारांवर बेरोजगारीची कुऱ्हाड कोसळली. या वेळी बेकारी २० टक्क्यांवर जाऊन पोहोचली.

युजीन डेब्स यांच्या नेतृत्वाखालच्या अमेरिकन रेल्वे युनियनने जॉर्ज पुलमन यांच्या पॅलेस कार कंपनीने केलेल्या कामगारकपात आणि पगारकपातीच्या प्रत्युत्तरादाखल देशातल्या सगळ्याच रेल्वे कंपन्या बंद पाडल्या. मग या कंपन्यांच्या मालकांच्या बाजूने उभे राहण्याकरता केंद्रीय सुरक्षा दल पाठवण्यात आले. डझनांनी कामगारांना जीव गमवावा लागला आणि डेब्स यांना सहा महिने तुरुंगात जावे लागले.

देशातील समाजवादी, कामगार युनियनचे नेते आणि सुधारणावाद्यांनी आरोप केला, की कामगारवर्गापैकी सगळ्यांचा उपयोग करून न घेतल्यामुळे भांडवलशाहीची ही चक्राकार मंदी उद्भवली आहे. न्यू यॉर्क शहरातील गरीब जनतेच्या हालअपेष्टांची छायाचित्रे प्रथमच प्रसिद्ध करून आद्य छायाचित्रकार जेकब राइस यांनी देशाला जबर धक्का दिला. कष्टकरी वर्गाचे नेते अमेरिकेतील शेती आणि कारखान्यांमधील माल लोक विकत घेऊ शकतील अशाप्रकारे देशांतर्गत संपत्तीचे पुनर्वाटप करावे, अशी मागणी करू लागले.

पण राज्यकर्ते किंवा "४००" मंडळींनी हा एक प्रकारचा समाजवाद असल्याचा प्रतिवाद केला. ते म्हणाले, की अमेरिकेला परदेशी साम्राज्यांशी स्पर्धा करून जगाच्या व्यापारावर आधिक्य मिळवणे आवश्यक आहे, जेणेकरून अमेरिकेमधले वाढत जाणारे उत्पादन परदेशातील लोक घेऊ लागतील व त्यातून देशातल्या सगळ्यांनाच जास्त वाटा मिळत राहील. व्यापार, स्वस्त कामगारशक्ती आणि स्वस्त संसाधनांच्या रूपात खरा नफा हा परदेशातूनच मिळेल.

यात सर्वांत आकर्षक ठिकाण होते चीन. त्या प्रचंड मोठ्या बाजारपेठेचा लाभ घ्यायचा, तर अमेरिकेला आधुनिक, वाफेच्या इंजिनावर चालणारे नौदल आणि जगभर आपले तळ उभारणे आवश्यक आहे. त्याद्वारे हाँगकाँग बंदर ताब्यात असल्यामुळे ब्रिटिश साम्राज्याला जी सवलत उपलब्ध आहे, तिच्याशी स्पर्धा करणे अमेरिकेला शक्य होऊ शकेल. रशिया, जपान, फ्रान्स आणि जर्मनी हे सगळेच देश त्या दृष्टीने प्रयत्न करत होते.

उद्योगपतींनी मध्य अमेरिकेमध्ये एक कालवा काढण्याकरता दबाव आणायला सुरुवात केली, कारण त्यामुळे त्यांना आशिया खंडाचे दार उघडू शकत होते.

१८९८ मध्ये जागतिक चढाओढीच्या या वातावरणामध्ये अमेरिकेने हवाई बेटे आपल्या ताब्यात घेतली. नंतर जवळजवळ शंभर वर्षांनी अमेरिकेच्या संसदेने एका ठरावाद्वारे 'मूळ रहिवासी हवाईयन' लोकांची त्यांना 'स्वयंनिर्णयाचा' हक्क न दिल्याबद्दल क्षमा मागितली.

फ्लोरिडाच्या समुद्रकिनाऱ्यापासून शंभर मैलांपेक्षा कमी अंतरावरच्या क्युबामध्ये भ्रष्ट स्पॅनिश राज्यकर्त्यांविरुद्ध उठाव झाला आणि प्रत्युत्तरादाखल राज्यकर्त्यांनी बहुसंख्य क्युबन जनतेला छळछावण्यांमध्ये डांबले, ज्यात ९५,००० लोक विविध रोगांना बळी पडले. तिथला संघर्ष आणखीनच पेटला तेव्हा मॉर्गन आणि रॉकफेलर यांच्यासारख्या अमेरिकेतल्या प्रभावशाली बँकर्स आणि उद्योगपतींनी राष्ट्राध्यक्षांना काहीतरी कृती करण्याची मागणी केली, कारण क्युबामध्ये त्यांनी कोट्यवधी डॉलर्सची गुंतवणूक केली होती.

राष्ट्राध्यक्ष मॅकिन्ले यांनी 'यूएसएस मेन' ही युद्धनौका हवाना बंदराच्या

दिशेने पाठवली आणि क्युबातल्या अमेरिकन हितसंबंधांवर अमेरिकेचे लक्ष आहे असा संदेश स्पॅनिश राज्यकर्त्यांना दिला.

फेब्रुवारी १८९८ मध्ये एके रात्री हवेचे तापमान ३७ अंशावर गेले असताना 'यूएसएस मेन' जहाजामध्ये अचानक स्फोट झाला आणि २५४ नौसैनिक ठार झाले. हा स्फोट स्पेनने घडवून आणल्याचा आरोप केला गेला. विल्यम रँडॉल्फ हर्स्ट यांच्या न्यू यॉर्क जर्नल आणि जोसेफ पुलित्झर यांच्या न्यू यॉर्क वर्ल्ड या दोन वर्तमानपत्रांच्या नेतृत्त्वाखाली अमेरिकेतील ''पीत वृत्तपत्रांनी'' एकच राळ उठवली आणि जवळपास युद्धाचे वातावरण निर्माण केले.

जर्नलने घोषणा केली : ''विसरू नका 'मेन'. धिक्कार असो, स्पेन!'' हे वाचून कोट्यवधी लोकांची अशी पक्की समजूत झाली, की स्पेन ही उतरणीला लागलेली कॅथॉलिक सत्ता तिचे साम्राज्य टिकवून ठेवण्याकरता कुठल्याही थराला जाऊ शकते. मॅकिन्लेंनी जेव्हा युद्धाची घोषणा केली, तेव्हा हर्स्ट यांनी त्याचे श्रेय आपल्याकडे घेतले आणि लोकांना विचारले : ''कसे काय वाटले जर्नलचे युद्ध?''

टेडी रूझवेल्ट यांनी प्रतीकात्मकरीत्या सॅन युआन टेकडीवर केलेल्या चमकदार चढाईच्या रूपातच मुख्यत: ज्याचे स्मरण केले जाते, ते हे स्पेन-अमेरिका युद्ध तीन महिन्यांमध्ये संपुष्टात आले. सेक्रेटरी ऑफ स्टेट जॉन हे यांनी त्याचे वर्णन ''सुरेख, छोटेसे युद्ध'' असे केले. मृत्यू पावलेल्या सुमारे पाच हजार पाचशे अमेरिकन सैनिकांपैकी चारशेपेक्षाही कमी सैनिक प्रत्यक्ष युद्धामध्ये मारले गेले. बाकीचे सर्व जण प्रत्यक्षात रोगराईला बळी पडले होते.

सोळा वर्षांचा स्मेडली डार्लिंग्टन बटलर याने आपले वय खोटे सांगितले आणि नौसेनेमध्ये आपले नाव नोंदवले. पुढे जाऊन तो अमेरिकेचा सर्वात प्रसिद्ध लष्करी हिरो ठरणार होता. जागतिक साम्राज्य म्हणून अमेरिकेचा उदय होण्याच्या सुरुवातीच्या काळापर्यंत चाललेल्या त्याच्या लष्करी कारकिर्दीमध्ये त्याने दोन सन्मानपदके मिळवली.

या विजयानंतर अमेरिकेतील उद्योगपतींनी क्युबावर धाड घातली आणि मिळेल तिथे मालमत्ता बळकावल्या. त्यामुळे क्युबा मूलत: एक संरक्षित प्रदेश म्हणून उरला. युनायटेड फ्रूट कंपनीने वीस लाख एकर जागा साखरनिर्मितीकरता अडवून ठेवली. १९०१ वर्ष उजाडेपर्यंत बेथ्लहेम स्टील आणि अन्य अमेरिकन उद्योगांनी क्युबातील खनिजांच्या ८० टक्क्यांपेक्षा जास्त खनिजांवर ताबा मिळवला.

त्यानंतर सुमारे सत्तर वर्षांनी, म्हणजे १९७६ मध्ये नौदलाने केलेल्या एका अधिकृत, पण फारशी चर्चा न झालेल्या तपासामध्ये असे आढळून आले, की 'मेन' युद्धनौका बुडण्याचे संभाव्य कारण वातावरणातील उष्णतेमुळे एक बॉयलर

फुटला, हे होते. हा बॉयलर फुटल्यामुळे नौकेतील दारूगोळ्याच्या साठ्याचा स्फोट झाला होता. व्हिएतनाम आणि इराकमधील दोन युद्धांप्रमाणेच, इथेही अमेरिकेने चुकीच्या माहितीच्या आधारे युद्ध केले, कारण तिला युद्ध हवे होते.

मात्र या विजयाच्या झगमगाटामध्ये न्हात असतानाच अमेरिका एका आणखी मोठ्या संकटात सापडली. तिने स्पेनकडून अतिपूर्वेकडे फिलिपिन बेटांच्या रूपात एक अवाढव्य पण दुर्दशेत असलेला भूप्रदेश आपल्या ताब्यात घेतला. चीनकडे जाणाऱ्या जहाजांना इंधन भरण्याकरता हे स्थान आदर्श आहे असे मानले गेले होते. २००३ मध्ये बगदादवरील हल्ल्यांच्या वेळेप्रमाणेच तिथेही सुरुवातीला यश मिळत गेले. कमोडोर जॉर्ज डेवी याने मे १८९८ मध्ये मनिलाच्या उपसागरामध्ये स्पॅनिश सैन्याचा धुव्वा उडवला होता. एका साम्राज्यवादविरोधी मनुष्याने म्हटले की : ''डेवीने एक मानवी जीव आणि आपल्या सगळ्या संस्थांची किंमत मोजून मनिला जिंकले.''

बोस्टनमध्ये १८९८ मध्ये स्थापन करण्यात आलेल्या ॲंटि-इम्पिरियलिस्ट लीगने अमेरिकेला फिलिपिन्स आणि प्युअर्टो रिको बळकावण्यापासून रोखण्याचा प्रयत्न केला. या लीगचे मार्क ट्वेनदेखील सदस्य होते. त्यांचा एक प्रश्न प्रसिद्ध झाला : ''आपण अंधारामध्ये जगणाऱ्या लोकांना आपली संस्कृती देण्याचे काम सुरू ठेवावे, की त्या बिचाऱ्यांना जरा आराम करू देत?''

राष्ट्राध्यक्ष मॅकिन्ले यांनी यातला पहिला पर्याय निवडला आणि अंतिमत: हे देश अंकित करून घेतले. त्यांनी घोषणा केली, की 'फिलिपिनी लोकांना आपल्या पंखाखाली घेऊन, ज्यांच्यासाठीच येशू ख्रिस्ताने देखील मरण पत्करले त्या आपल्या मानव बंधूभगिनींना शिक्षण देणे, त्यांचा विकास करणे, त्यांना सुसंस्कृत करणे आणि ख्रिश्चन करणे आणि देवाच्या आशीर्वादाने त्यांच्याकरता शक्य ते सर्व चांगले करणे याशिवाय आम्ही दुसरे काहीच करू शकत नव्हतो.''

मात्र मॅकिन्ले यांच्यासमोर एक मोठी अडचण उभी राहिली - खुद्द फिलिपिनी लोक. स्पेनच्या तावडीतून मुक्त होताच एमिलिओ अगिनाल्डो यांच्या जहाल नेतृत्वाखाली फिलिपिनी लोकांनी १८९९ मध्ये त्यांचे स्वत:चे प्रजासत्ताक राज्य स्थापन केले आणि क्युबन बंडखोरांप्रमाणेच अमेरिकेकडून आपल्या स्वतंत्र अस्तित्वाला मान्यता मिळण्याची अपेक्षा धरली. वास्तविक त्यांच्या या मित्राकडून त्यांनी जरा जास्तच अपेक्षा ठेवली होती. आणि आता ते त्यालाच प्रतिकार करत होते. एका निदर्शनाच्या वेळी मनिलाच्या रस्त्यांवर अमेरिकन लोकांना ठार मारण्यात आले. अमेरिकेच्या पीत प्रकाशनांनी या रानटीपणाविरुद्ध प्रतिशोध घेण्याचा नारा लावला. वॉटरबोर्डिंग, म्हणजे हातपाय बांधून आणि नाक-तोंड आच्छादित करून पाणी ओतणे, यासह विविध प्रकारे लोकांचा सर्रास छळ सुरू

क्युबातील एका उसाच्या शेतात सुरू
असलेली नांगरणी

न्यू ऑर्लिन्समधील युनायटेड फ्रूट कंपनीच्या
कार्यालयाची इमारत. अमेरिकन
उद्योगपतींकरता स्पेन-अमेरिका युद्ध खूप
लाभदायक ठरले. क्युबातील युद्ध
संपल्यानंतर युनायटेड फ्रूटने क्युबातील १.९
दशलक्ष एकर जागा प्रति एकर वीस सेंट्स
या दराने घेऊन टाकली.

झाला. उठाववाद्यांना किंवा फिलिपिन्सचे गव्हर्नर जनरल विल्यम हॉवर्ड टाफ्ट
यांनी म्हटल्याप्रमाणे, ''आमचे छोटे, ब्राउन भाऊ'' यांना 'बोलते करण्याकरता'
बेडकांप्रमाणे अंग फुगेपर्यंत खारे पाणी पाजले जाऊ लागले. एका अमेरिकन
सैनिकाने घरी लिहिलेल्या पत्रात म्हटले, की ''आम्हाला सगळ्यांना 'निगर्स'ना
ठार मारायचे होते... सशांची शिकार करण्यापेक्षा हे माणसांना गोळ्या घालणे
खूप सरस आहे.''

हे एक क्रूर युद्ध होते. बंडखोरांनी जेव्हा समर बेटावर अमेरिकन सैनिकांना
अचानक हल्ला करून ठार मारले, तेव्हा कर्नल जेकब स्मिथ याने त्याच्या
सैनिकांना आज्ञा दिली, की वय वर्षे दहाच्या पुढच्या प्रत्येकाला ठार करा आणि

या बेटाला किर्र रान करून टाका.''

साडेतीन वर्षे चाललेल्या या गनिमी युद्धावरून चार हजारांपेक्षा अधिक अमेरिकन सैनिक घरी परतू शकले नाहीत. वीस हजार फिलिपिनी बंडखोर ठार झाले, तर दोन लाख नागरिक मृत्यू पावले. त्यातले अनेक जण कॉलऱ्याला बळी पडले होते. पण युद्धासंबंधी वर्तमानपत्रांमधल्या खोट्यानाट्या बातम्यांमुळे अमेरिकेतल्या लोकांची अशी समजूत झाली, की आपण मागासलेल्या लोकांना सभ्यता शिकवली आहे.

या युद्धानंतर अमेरिकन समाज जास्तच निष्ठूर होऊन गेला. अँग्लो-सॅक्सन वर्चस्ववादाची, सुप्त साम्राज्यवादाचे समर्थन करणारी शिकवणूकदेखील देशांतर्गत सामाजिक संबंधांमध्ये विष कालवत होती. दक्षिणेकडच्या वर्णवर्चस्ववादी लोकांनी अशाच प्रकारचे दावे करत अमेरिकेच्या यादवी युद्धाचा निकाल उलट फिरवण्याची मोहीम सुरू केली आणि गोऱ्यांचे वर्चस्व आणि त्यांना इतरांपासून वेगळे करण्यासंबंधी नवे जिम क्रो कायदे संमत केले.

चीनमध्ये अशाच प्रकारे स्वातंत्र्याचा जागर होऊन १८९८ ते १९०१ या कालावधीत 'बॉक्सर बंड' झाले. राष्ट्रवादी चिनी लोकांनी संतप्त होऊन उठाव केला आणि धर्मप्रसारकांना ठार मारायला, तसेच सगळ्या परदेशी आक्रमकांना हाकलून लावायला सुरुवात केली. मॅकिन्ले यांनी युरोपियन आणि जपानी लोकांना

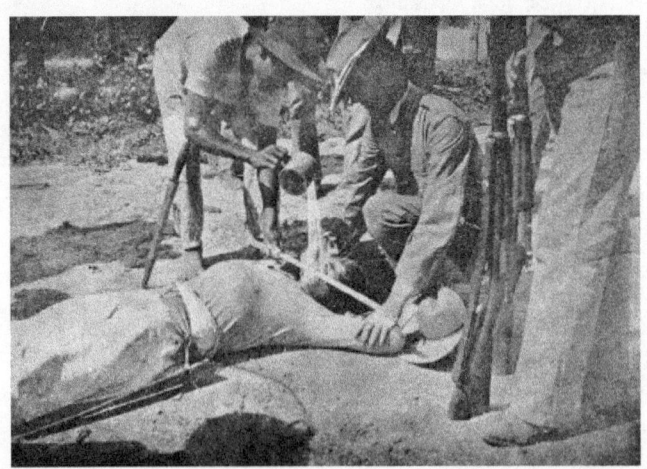

फिलिपिन्समधील स्पेन-अमेरिका युद्धादरम्यान सर्रास अत्याचार सुरू होते. आज आपण ज्याला वॉटरबोर्डिंग म्हणतो, त्या छळतंत्राचा वापर अमेरिकेच्या सैनिकांनी तेव्हा केला होता. एका वार्ताहराने लिहिले होते, ''आमच्या सैनिकांनी लोकांना 'बोलते करण्याकरता' त्यांच्या शरीरामध्ये मिठाचे पाणी भरले.''

या बंडखोरांचा बीमोड करण्याकरता मदत म्हणून पाच हजार अमेरिकन सैनिक पाठवले.

आक्रमण करणाऱ्या सैन्यामध्ये लेफ्टनंट स्मेडली बटलर होता आणि बीजिंगमध्ये अमेरिकन सैनिकांच्या एका तुकडीचे नेतृत्व करत होता. तिथे त्याला विजयी युरोपियन लोक चिनी लोकांना कसे वागवत होते हे प्रत्यक्ष पाहायला मिळाले. त्याला ते पाहून शिसारी आली.

अशा प्रकारे, २००८ प्रमाणे, १९००ची अमेरिकन निवडणूकदेखील अमेरिकेचे सैनिक अनेक देशांमध्ये युद्धात गुंतलेले असताना झाली. त्या वेळी हे सैनिक चीन, क्युबा आणि फिलिपिन्समध्ये गुंतलेले होते. आणि तरी, स्पेनवरील विजयाच्या दिव्य तेजात न्हात असलेल्या मॅकिन्ले यांनी १८९६च्या निवडणुकीपेक्षा जास्त मतांनी ब्रायन यांचा पराभव केला. समाजवादी युजीन डेब्स यांना जेमतेम एक टक्क्यापेक्षाही कमी मते मिळाली. व्यापार आणि साम्राज्य यांचा समावेश असलेले मॅकिन्लेंचे स्वप्न अमेरिकेन जनतेला पसंत होते हे यातून स्पष्टच झाले.

१९०१ मध्ये मॅकिन्ले लोकप्रियतेच्या शिखरावर असताना एका अराजकतावाद्याने त्यांची हत्या केली. मारेकऱ्याने फिलिपिन्समध्ये अमेरिकेने केलेल्या अत्याचाराचा

मृत फिलिपिनींचे देह. फिलाडेल्फियाच्या एका वार्ताहराने लिहिले, की सैनिकांनी या फिलिपिनींना एका पुलावर उभे केले, गोळ्या घातल्या आणि जनतेला ते दिसावेत याकरता त्यांची प्रेते नदीच्या प्रवाहामध्ये सोडून दिली.

निषेध केला होता. नवे राष्ट्राध्यक्ष थिओडोर रूझवेल्ट हे आणखीनच बेडर साम्राज्यवादी होते आणि त्यांनी मॅकिन्लेंची विस्तारवादी धोरणे पुढे चालू ठेवली. कोलंबियाचा एक प्रांत असलेल्या पनामामध्ये उठाव घडवून आणून रूझवेल्ट यांनी नव्याने प्रस्थापित झालेल्या पनामा सरकारसोबत एक करार केला आणि क्युबाला ज्याप्रमाणे अमेरिकेचे हस्तक्षेप करण्याचे हक्क मान्य करायला भाग पाडले गेले होते, तसेच हक्क इथेही संपादन करून पनामा कालव्याचे संपूर्ण क्षेत्र भाडेपट्टीने घेऊन टाकले. हा कालवा बांधायला खूप त्रास झाला आणि अखेर तो १९१४ मध्ये सुरू करण्यात आला.

नंतरच्या काही वर्षांमध्ये, मागास समजल्या जाणाऱ्या आणि ज्यांना एव्हाना 'बनाना रिपब्लिक्स' असे संबोधले जाऊ लागले होते, अशा देशांमध्ये अमेरिकेचे मरीन्स (सैनिक) वारंवार पाठवले गेले. त्यांचे काम अमेरिकेच्या व्यावसायिक हितसंबंधांचे रक्षण करणे हे होते. या देशांमध्ये, विरोध करणाऱ्या कामगार व शेतकऱ्यांना अमेरिकेचे व्यावसायिक हितसंबंध स्वीकारायला लावू शकतील अशा हुकूमशहांना गादीवर बसवण्याची आवश्यकता होती, मग ते क्रूर का असेनात.

क्युबा, होंडुरास, निकाराग्वा, डॉमिनिक रिपब्लिक, हैती, पनामा, ग्वाटेमाला, मेक्सिको ही ठिकाणे अमेरिकेने बळजबरीने ताब्यात घेतली. यातल्या अनेक ठिकाणांवर अमेरिकेचा कब्जा कित्येक वर्षांपर्यंत आणि काही बाबतींत तर कित्येक दशके राहिला.

स्मेडले बटलर यांच्याइतका इतर देशांमध्ये हस्तक्षेप करण्याचा प्रत्यक्ष अनुभव इतर कुणालाही नव्हता. एव्हाना ते मरीन कोअरमध्ये मेजर जनरल पदावर पोहोचले होते. त्यांच्या हाताखालचे लोक त्यांच्यावर खूप प्रेम करत आणि होंडुरासमध्ये असताना झालेल्या एका जखमेमुळे ते त्यांना 'ओल्ड जिमलेट आय' असे म्हणत असत. त्यांच्या प्रदीर्घ आणि अत्यंत नावाजलेल्या कारकिर्दीच्या शेवटी त्यांनी त्यांच्या लष्करी सेवेवर एक दृष्टिक्षेप टाकला. 'वॉर इज अ रॅकेट' या त्यांच्या पुस्तकामध्ये त्यांनी लिहिले, 'मी आयुष्याची तेहतीस वर्षे आणि चार महिने कृतीशील लष्करी सेवेमध्ये व्यतीत केली आणि तीही या देशाच्या सर्वांत चपळ अशा मरीन कोअर या दलामध्ये. मी सेकंड लेफ्टनंट ते मेजर जनरल या दरम्यानच्या एकूण एक कमिशन्ड रँकवर काम केले. या कालावधीत मी माझा बहुतांश वेळ मोठे उद्योग, वॉल स्ट्रीट आणि बँकर मंडळींचा 'उच्च दर्जाचा गुंड' म्हणून काम करत होतो. थोडक्यात, मी भांडवलशाहीकरता एक धाकदपटशा करणारा आणि संघटित टोळी चालवणारा गुन्हेगार होतो. त्या वेळी मला अशी शंका होती, की मी निव्वळ एका गुन्हेगारी टोळीमध्ये काम करतो आहे की काय, पण आता माझी त्याबद्दल पूर्ण खात्री झालेली आहे. लष्करी सेवेतील सगळ्याच

जनरल स्मेडले बटलर यांनी फिलिपिन्स, चीन आणि मध्य अमेरिकेमध्ये लढाया केल्या. त्यांनी लिहिले, की ते मोठे उद्योग, वॉल स्ट्रीट आणि बँकर मंडळींचा 'उच्च दर्जाचा गुंड' होते ... भांडवलशाहीकरता संघटित टोळी चालवणारा गुन्हेगार होते.

लोकांप्रमाणे, सेवेतून बाहेर पडेपर्यंत मला स्वतःचा असा काही विचारच नव्हता... १९१४ मध्ये मी मेक्सिकोला, विशेषत: टॅम्पिकोला, अमेरिकेच्या तेलविषयक हितसंबंधांच्या दृष्टीने सुरक्षित करण्यास मदत केली. नॅशनल सिटी बँकेच्या लोकांना पैसे वसूल करण्याच्या दृष्टीने हैती आणि क्युबा सुखकर करण्यास मी मदत केली. वॉल स्ट्रीटच्या भल्याकरता अर्धा डझन मध्य-अमेरिकन प्रजासत्ताक देशांवर बलात्कार करण्यास मी मदत केली. गुंडगिरीची ही जंत्री खूप मोठी आहे. १९०९-१९१२ या काळात ब्राऊन ब्रदर्सच्या आंतरराष्ट्रीय बँकिंग व्यवसायाकरता निकाराग्वा 'शुद्ध' करण्यामध्ये मी मदत केली. १९१६ मध्ये अमेरिकेच्या साखर उद्योगाकरता मी डॉमिनिकन रिपब्लिकमध्ये दिवे लावले. स्टँडर्ड ऑईल कंपनीला चीनमध्ये प्रवेश करताना धक्काही न लागावा याकरता मी मदत केली. त्या काळात, आताचे तरुण सैनिक ज्याला 'उत्तम टोळी' म्हणतील, अशी उत्तम टोळी माझ्याकडे होती. आता मागे वळून पाहताना मला असे वाटते, की मी अल कॅपोनलासुद्धा चार उपयुक्त गोष्टी सांगू शकलो असतो. त्याने त्याची टोळी चालवून चालवून किती ठिकाणी चालवली, तर अमेरिकेतल्या एका शहराच्या तीन भागांमध्ये. मी तीन खंडांमध्ये टोळी चालवली आहे.'

त्या काळामधल्या त्यांच्या स्पष्टवक्तेपणामुळे बटलर यांना खूप मोठी किंमत मोजावी लागणार होती, कारण मरीन कोअरचे कमांडंट म्हणून बढतीच्या बाबतीत त्यांच्याकडे दुर्लक्ष केले गेले. १९३१ मध्ये मग त्यांनी तणावपूर्ण वातावरणामध्ये ही कोअर सोडून दिली.

बटलर यांच्या म्हणण्याप्रमाणे 'युद्ध म्हणजे रॅकेट' होते, गुन्हेगारी कृत्य

होते, तर पहिले जागतिक महायुद्ध ही मानवी इतिहासातल्या ठकबाजीच्या सगळ्यात वाईट घटनांपैकी एक घटना होती. या कहाणीबद्दलचे एक तुलनेने फारसे ज्ञात नसलेले तथ्य म्हणजे पहिले महायुद्ध सुरू होण्याच्या किंचित आधी ब्रिटिश साम्राज्यातील बँका अत्यंत वाईट प्रकारे अडचणीत आल्या होत्या. स्वत:च्या देशातील उत्पादनामध्ये गुंतवणूक करण्याऐवजी, अधिकाधिक संख्येने जगभरातील अर्थव्यवस्थांचा घास घेऊन तग धरणे हा ब्रिटनचा आर्थिक साचा मोडकळीला आला होता. त्यामुळे मंदीची चक्रे एकापाठोपाठ एक येत राहिली आणि जात राहिली.

त्याउलट, नव्याने एक झालेले जर्मन साम्राज्य मुक्त व्यापाराची कास सोडून, वसाहतवादावर फारसा अवलंबून नसेल असा देशांतर्गत औद्योगिक पाया वाढवण्याच्या कामाला लागले होते आणि त्यासाठी आपल्या बाजारपेठांच्या जतनाच्या उपाययोजना करू लागले होते. याबाबतीत ते युरोपखंडातील देशांचे नेतृत्व करत होते.

स्टील, वीज, रासायनिक ऊर्जा, शेती, लोखंड, कोळसा आणि कापडनिर्मितीमध्ये जर्मनी स्पर्धा करू लागला होता. त्याच्या बँका आणि रेल्वे प्रगतिपथावर होत्या आणि आधुनिक नौदले चालवण्याकरता आवश्यक ठरत असलेले नवे धोरणात्मक इंधन, म्हणजेच तेल मिळवण्याच्या लढाईमध्ये जर्मनीची व्यापारी जहाजे ब्रिटनच्या जहाजांपेक्षा वेगाने श्रेष्ठ ठरत चालली होती. एव्हाना अमेरिका आणि रशियावर तेलाच्या आयातीकरता मोठ्या प्रमाणावर अवलंबित्व आलेल्या इंग्लंडला काहीही करून मध्यपूर्वेमध्ये नवे संभाव्य तेलसाठे शोधणे निकडीचे होऊन गेले होते. मध्यपूर्वेचा भाग तेव्हा खिळखिळ्या झालेल्या ऑटोमन साम्राज्याचा भाग होता.

आणि जेव्हा जर्मनांनी या ऑटोमन साम्राज्यामध्ये एका मैत्री कराराद्वारे हे तेल आयात करण्याकरता बगदादपासून बर्लिनपर्यंत रेल्वेमार्ग तयार करायला सुरुवात केली, तेव्हा ब्रिटनने त्याला कडाडून विरोध केला. कारण नजीकच्या इजिप्त आणि भारतातील त्यांच्या साम्राज्यांचे हितसंबंध यामुळे धोक्यात येणार होते. बाल्कन देशांमधल्या, विशेषत: सर्बियातल्या तीव्र असंतोषाची बर्लिन-बगदाद रेल्वेमार्ग पूर्ण होण्यात खीळ घालण्यामध्ये मदतच झाली.

खरे सांगायचे तर सर्बियामध्ये घडलेल्या एका किरकोळ प्रकरणामुळे घटनांची अशी काही मालिका सुरू झाली, की तिची परिणती पहिल्या महायुद्धामध्ये झाली. झाले असे, की १९१४च्या कडक उन्हाळ्यामध्ये ऑस्ट्रो-हंगेरियन साम्राज्याचे वारसदार आर्चड्यूक फ्रॅन्झ फर्डिनांड आणि त्यांची पत्नी यांची सारायेवोतील एका रस्त्यावर हत्या झाली. नंतर परिस्थिती झपाट्याने चिघळत गेली आणि विविध प्रतिस्पर्धी आर्थिक साम्राज्यांमध्ये गुंतागुंतीचे परस्पर सहकार्य करारमदार अस्तित्वात येऊन अखेर मानवी इतिहासातील तोवरच्या सर्वांत मोठ्या युद्धाला तोंड फुटले.

हे युद्ध म्हणजे अगदी अथपासून इतिपर्यंत सर्वसामान्य लोकांच्या आकलनापलीकडच्या पातळीवरचा एक नरसंहार होता. १९१५ साली मार्ने इथल्या पहिल्याच लढाईत ब्रिटन, फ्रान्स आणि जर्मनी या तिघांचेही प्रत्येकी पाच लाख सैनिक मारले गेले. हे महायुद्ध सर्वांच्या अपेक्षेपेक्षा जास्त काळ चालले. सोमे इथल्या लढाईमध्ये एकाच काळ्या दिवशी ब्रिटनचे साठ हजार सैनिक ठार झाले. १९१६ मध्ये व्हर्दुनच्या लढाईमध्ये फ्रान्स आणि जर्मनीचे मिळून एकूण तब्बल दहा लाख सैनिक ठार झाले.

जर्मनीच्या धडधडत्या मशिनगन्स आणि तोफांसमोर आपल्या सैनिकांना वारंवार चढाई करायला सांगून अंतिमत: फ्रान्सने पंधरा ते तीस वर्षे वयोगटातील आपली निम्मी लोकसंख्या गमावली. पूर्व आघाडीवरचे बोलीमोव गाव घेण्याचा अयशस्वी प्रयत्न केल्यानंतर एप्रिल १९१५ मध्ये वायप्रसच्या दुसऱ्या लढाईत जर्मनीने पहिल्यांदा विषारी वायूचा वापर केला आणि सुमारे चार मैल लांबीच्या पट्ट्यातील खंदकांमध्ये मोर्चे सांभाळणाऱ्या फ्रेंच सैनिकांना विषारी वायूने वेढून टाकले. वॉशिंग्टन पोस्टने दिलेल्या वृत्तानुसार, यामुळे फ्रेंच सैनिक अक्षरश: वेडे झाले किंवा मग आत्यंतिक वेदनामय स्थितीत गुदमरून मरून पडले. या सैनिकांचे मृतदेह हिरवे, पिवळे किंवा काळे पडले होते.

सप्टेंबरमध्ये लूस इथे असाच विषारी वायूचा प्रयोग करून ब्रिटनने प्रतिशोध घेतला, पण त्याच वेळी वारा उलट दिशेने फिरला आणि विषारी वायू ब्रिटिश खंदकांमध्येच परत येऊन पसरला. परिणामत: त्यात जर्मन सैनिकांपेक्षा खुद्द ब्रिटनचेच जास्त सैनिक मरण पावले. १९१७ मध्ये जर्मनीने ब्रिटिशांविरुद्ध आणखीनच भयानक अशा मस्टर्ड गॅस अस्त्राचा वापर केला. ही घटनादेखील पुन्हा एकदा वायप्रसमध्येच घडली.

कादंबरीकार हेन्री जेम्स लिहितात : जग हळूहळू प्रगती करते आहे, असे जे आपण प्रदीर्घ काळापासून समजत होतो, 'रक्त आणि अंधकाराच्या खाईमध्ये मानवी संस्कृतीच्या झालेल्या कडेलोटामुळे ते उघडे पडले आहे.'

आशा आणि सुसंस्कृतपणा या हेन्री जेम्स यांच्या युद्धपूर्व आदर्शांचे मूर्तिमंत रूप म्हणजे वुड्रो विल्सन. १९१२ मध्ये राष्ट्राध्यक्ष म्हणून प्रथम निवडून आल्यानंतर त्यांनी जर्मनी, ऑस्ट्रिया, हंगेरी आणि तुर्कस्तान या मध्यवर्ती सत्तांच्या विरोधात दोस्त राष्ट्रांप्रती (ब्रिटन, फ्रान्स, इटली, जपान आणि रशिया) सहानुभूती प्रदर्शित केली. बहुतांश अमेरिकन जनतेच्या मनातल्या भावनेचाच हा पुनरुच्चार होता. मात्र त्यांनी युद्धामध्ये सहभाग घेतला नाही. ते म्हणाले, 'आम्हाला तटस्थ राहायला हवे. अन्यथा आमची जी मिश्र जनता आहे, तिच्यातच आपसांत युद्ध सुरू होईल.'

अमेरिकन सैनिक कॅम्प डिक्स, न्यू जर्सी इथे विषारी वायू विरोधी प्रशिक्षण घेताना. शतकानुशतके मानवी संस्कृतीने बंदी घालूनही पहिल्या जागतिक महायुद्धामध्ये रासायनिक युद्धनीती मोठ्या प्रमाणावर वापरली गेली. विषारी वायुहल्ल्यांमध्ये हजारो सैनिक मरण पावले.

'यांनी आपल्याला युद्धापासून दूर ठेवले,' या घोषणेच्या बळावर १९१६ मध्ये ते पुन्हा निवडून आले, पण लवकरच ते घूमजाव करणार होते.

विल्सन हे मोठे रोचक गृहस्थ होते. याआधी ते प्रिन्स्टन विद्यापीठाचे अध्यक्ष आणि न्यू जर्सीचे गव्हर्नर होते. आई आणि वडील अशा दोन्ही बाजूंनी प्रेसबायटेरीयन धर्मगुरूंचा वारसा लाभलेल्या विल्सन यांनी प्रखर नैतिकता आणि काही वेळा स्वाभिमानयुक्त ताठरता या गोष्टी दाखवून दिल्या होत्या.

अमेरिकेची जागतिक पटलावर एक निश्चित भूमिका आहे, या ध्येयवेड्या भावनेला त्यांची मान्यता होती आणि इतर देशांना आपण लोकशाही शिकवायला हवी, अगदी जे देश ती स्वीकारण्यास तयार नाहीत त्यांनाही ती द्यायला हवी, असे त्यांना ठामपणे वाटत होते. त्यांच्या दक्षिण अमेरिकन पूर्वजांच्या गोऱ्या लोकांच्या वर्णवर्चस्वाबद्दलच्या कल्पनादेखील त्यांना मान्य होत्या आणि त्यानुसार देशाच्या संघराज्याची पुनर्रचना करण्याच्या दृष्टीने त्यांनी पावले उचलली होती. आफ्रिकन-अमेरिकन लोकांच्या एका शिष्टमंडळाने जेव्हा त्यांना एक निवेदन सादर केले, तेव्हा ते उत्तरले : 'तुम्हाला वेगळे काढले जाते ही तुमच्यासाठी शरमेची गोष्ट नव्हे, उलट त्यात तुमचा फायदाच आहे.'

जुने साम्राज्यवादविरोधी नेते विल्यम जेनिंग्ज ब्रायन आता विल्सन यांचे सेक्रेटरी ऑफ स्टेट म्हणून काम करत होते. त्यांनी युद्धामध्ये अमेरिका तटस्थ

असल्याची भावना टिकवण्याचा प्रयत्न केला खरा, पण त्याचाच एक भाग असलेल्या भांडखोर देशांच्या जहाजांमध्ये प्रवास करण्यापासून अमेरिकन नागरिकांना रोखण्याचे त्यांचे प्रयत्न विल्सन यांनी धुडकावून लावले.

आपल्या श्रेष्ठ नाविक शक्तीच्या बळावर जवळ जवळ शतकभर अटलांटिक समुद्रावर सत्ता गाजवलेल्या ब्रिटनने उत्तर युरोपची नाकेबंदी करायला सुरुवात केली होती. अत्यंत परिणामकारक अशा यू-बोटींद्वारे जर्मनीने याला प्रत्युत्तर दिले. त्यामुळे भर समुद्रातील सत्तासमतोल त्यांच्या बाजूने झुकेलसे वाटू लागले. मे १९१५ मध्ये एका जर्मन यू-बोटीने ब्रिटिश जहाज ल्युसितानिया बुडवले. त्यात १,२०० लोक मरण पावले, ज्यामध्ये १२८ अमेरिकन होते. हा एक खूप मोठा धक्का होता आणि अनेकांनी अमेरिकेने युद्धात उडी घेण्याची मागणी केली, पण सुरुवातीला केल्या गेलेल्या दाव्यांत विपरीत असे आढळून आले, की हे जहाज खरोखरच तटस्थतेच्या कायद्याचा भंग करून ब्रिटनकडे मोठ्या प्रमाणावर शस्त्रे घेऊन चालले होते.

ब्रायन यांनी विल्सनना ब्रिटिशांनी जर्मनीची चालवलेली सागरी नाकेबंदी आणि जर्मनीने केलेला हा हल्ला, या दोन्हींचाही निषेध करावा अशी मागणी केली. कारण या दोन्ही गोष्टी म्हणजे तटस्थतेच्या हक्कांची पायमल्ली होती. विल्सन यांनी जेव्हा असे करण्यास नकार दिला, तेव्हा आता विल्सन हळूहळू युद्ध करण्याच्या दिशेने चालले आहेत, अशी भीती वाटून ब्रायन यांनी निषेधार्थ राजीनामा दिला. त्यांची भीती खरी होती. विल्सन यांची खात्री पटत चालली होती की, अमेरिकेने जर युद्धामध्ये उडी घेतली नाही, तर तिला युद्धपश्चात जगाच्या जडणघडणीमध्ये भूमिका नाकारली जाईल.

अखेर १९१७ च्या जानेवारी महिन्यात त्यांनी अमेरिकन संसदेसमोर उद्देशून नाट्यमयरीत्या एक भाषण केले. जॉर्ज वॉशिंग्टननंतर पहिल्यांदाच एखाद्या राष्ट्राध्यक्षांनी असे केले होते. आपल्या भाषणात विल्सन यांनी स्वयंनिर्णय, सागरी स्वातंत्र्य आणि कुठल्याही गुंतागुंतीच्या मैत्री करारांविनाचे खुले जग या अमेरिकेच्या मूळ तत्त्वांच्या आधारे 'विजय मिळवण्याविना शांततेची' मागणी केली. या तत्त्वांवर आधारित जगामध्ये शांतता लागू करायची, तर तिच्या केंद्रस्थानी एक राष्ट्रसंघ किंवा राष्ट्रांची साखळी असणे आवश्यक होते. विल्सन यांचा आदर्शवाद नेहमीच शंकास्पद राहिला होता, कारण त्यांचे राजकारण सातत्याने त्याला छेद देणारे होते. या युद्धातली अमेरिकेची तटस्थता प्रत्यक्षात एक तत्त्व होती, तिची कृती तशी नव्हती.

जे. पी. मॉर्गन आणि स्टँडर्ड ऑइलचे मालक रॉकफेलर हे अमेरिकेतील यादवी युद्धानंतर अमेरिकेच्या अर्थव्यवस्थेचे दोन आधारस्तंभ होते. १९१३ मध्ये

मॉर्गन यांचे निधन झाले, पण त्यांचे पुत्र जे. पी. मॉर्गन ज्युनिअर यांनी १९१५ ते १९१७ या कालावधीत अप्रत्यक्षपणे ब्रिटिश साम्राज्याचे अमेरिकन बँकर म्हणून काम केले. त्यानंतर अमेरिकाच युद्धात उतरली.

सुरुवातीला अमेरिका अमेरिकन बँकर्सना भांडखोर देशांना कर्जे देण्यास मज्जाव करत असे, कारण त्यामुळे अमेरिकेच्या तटस्थपणाला छेद गेला असता, पण सप्टेंबर १९१५ मध्ये आपल्या पहिल्या कार्यकाळात विल्सन यांनी ब्रायन यांचा सल्ला झुगारून आपली भूमिका फिरवली. मग त्या महिन्यात मॉर्गन यांनी ब्रिटन आणि फ्रान्सला ५०० दशलक्ष डॉलर्सचे कर्ज दिले. १९१७ साल उजाडेपर्यंत ब्रिटिश वॉर ऑफिसने हाऊस ऑफ मॉर्गन आणि वॉल स्ट्रीटवरच्या इतर बँकांकडून जवळजवळ २.५ अब्ज डॉलर्सचे कर्ज घेतले होते. याउलट जर्मनीला फक्त २७ दशलक्ष डॉलर्सचे कर्ज देण्यात आले होते.

१९१९ पर्यंत, म्हणजेच युद्ध संपल्यावर, ब्रिटन अमेरिकेच्या ४.७ अब्ज डॉलर्सच्या कर्जात बुडाला होता. आजच्या किमतीला हे कर्ज ६१ अब्ज डॉलर्स होते. मॉर्गन हे ब्रिटिश साम्राज्याचे अमेरिकेतील एकमेव खरेदी प्रतिनिधीदेखील झाले. त्यात त्यांनी खरेदीच्या ऑर्डर्समध्ये २० अब्ज डॉलर्स गुंतवले आणि खरेदी केलेल्या एकूणएक वस्तूच्या किमतीवर २ टक्के दलाली (कमिशन) मिळवली. यात त्यांनी ड्यू पॉन्ट केमिकल्स, रेमिंग्टन आणि विन्चेस्टर आर्म्स अशा कंपन्यांचे मालक असलेल्या त्यांच्या मित्रांवर मेहेरनजर केली.

समाजवादी युजीन डेब्स हे सातत्याने कामगारांना युद्धाला विरोध करायला सांगत राहिले. ते म्हणाले, 'भांडवलशहांना त्यांची युद्धे स्वतःच लढू द्या आणि स्वतःचीच प्रेते सर्वांसमोर मांडण्याची वेळ त्यांच्यावर येऊ द्या, म्हणजे मग या पृथ्वीतलावर पुन्हा म्हणून युद्धच होणार नाही.'

आर्थिक कारणांमुळे असो किंवा आदर्शांच्या कारणांमुळे असो, पण एप्रिल, १९१७ मध्ये वुड्रो विल्सन यांनी अमेरिकन काँग्रेसला युद्ध घोषित करायला सांगितले. ते म्हणाले, 'हे जग लोकशाहीकरता सुरक्षित करणे आवश्यकच आहे.' सहा संसद सदस्यांनी (सिनेटर) याच्या विरुद्ध मतदान केले. त्यात विस्कॉन्सिनचे रॉबर्ट ला फॉले यांचा समावेश होता. त्याचबरोबर हाऊस ऑफ रिप्रेझेन्टेटिव्हजमधील मॉन्टानाच्या जीनेट रॅंकिन या संसदेमध्ये निवडून आलेल्या पहिल्या महिला सदस्यांसह पन्नास जणांनीदेखील विरोधात मतदान केले.

विरोधी पक्षाने विल्सन यांना 'वॉल स्ट्रीटच्या हातातले बाहुले' असे म्हणून त्यांच्यावर हल्ला चढवला. 'आपण अमेरिकेच्या राष्ट्रध्वजावर डॉलरचे चिन्ह लावतो आहोत,' नेब्रास्काचे सिनेटर जॉर्ज नॉरिस म्हणाले. विरोधी पक्षाने प्रचंड प्रमाणावर रान उठवले, पण अखेर विल्सन यांच्याच मनाप्रमाणे झाले.

मात्र दहा लाख स्वयंसेवकांना पुढे येण्याचे सरकारने आवाहन करूनदेखील खंदक युद्धपद्धतीच्या भयानकतेबद्दलच्या बातम्यांमुळे लोकांचा उत्साह खूप कमी झाला होता आणि पहिल्या सहा आठवड्यांमध्ये फक्त त्र्याहत्तर हजार पुरुषांनी लष्करात काम करण्याची तयारी दर्शवली. त्यामुळे संसदेला सक्तीची सैन्यभरती करणे भाग पडले.

१९१८ साल उजाडले आणि मध्यवर्ती सत्ता दोस्तराष्ट्रांचा पराभव करून खरोखरच युद्ध जिंकण्याची चिन्हे दिसू लागली. त्यामुळे अमेरिकन बँकर्सना प्रचंड मोठे आर्थिक नुकसान सोसावे लागण्याचा धोका निर्माण झाला. अमेरिकन लोकांनी 'लिबर्टी बॉण्ड' मोहिमांना राष्ट्रकर्तव्य समजून भरभरून प्रतिसाद दिला. जॉन डेवी आणि वॉल्टर लिपमन यांच्यासह देशातले प्रमुख पुरोगामी नेते विल्सन यांच्या बाजूने उभे राहिले. पण मध्य-पश्चिम अमेरिकेतील ला फॉले आणि नॉरिस प्रभृती रिपब्लिकन सदस्य यांच्या हे लक्षात आले होते, की युद्ध करणे म्हणजे देशांतर्गत अर्थपूर्ण सुधारणांना तिलांजली देण्यासारखे आहे.

आणि देशाच्या इतिहासातले काही अत्यंत जुलमी कायदे पास करून संसदेने याची खात्रीच पटवून दिली. हे कायदे म्हणजे हेरगिरी कायदा, १९१७ आणि राजद्रोह कायदा, १९१८. या दोन्ही कायद्यांमुळे लोकांची मुस्कटदाबी होऊ लागली आणि विरुद्ध मताच्या लोकांबद्दल एक असहिष्णुतेचे वातावरण निर्माण झाले.

युद्धाच्या विरोधात असलेल्या विद्यापीठ प्राध्यापकांना एक तर नोकरीवरून काढून टाकण्यात आले किंवा मग त्यांना धाक दाखवून गप्प करण्यात आले. स्पष्ट विरोध करणाऱ्यांना तुरुंगामध्ये डांबण्यात आले. यात 'इंडस्ट्रियल वर्कर्स ऑफ द वर्ल्ड (आयडब्ल्यूडब्ल्यू)' या संघटनेचे नेते 'बिग बिल' हेवूड यांचाही समावेश होता. युजीन डेब्स वारंवार विरोध व्यक्त करत राहिले आणि अखेर जून १९१८ मध्ये त्यांना अटक करण्यात आली. ते म्हणत असत, 'संपूर्ण इतिहासामध्ये युद्धे ही मुलूख जिंकण्याकरता आणि लुटालूट करण्याकरता करण्यात आली आहेत आणि युद्ध म्हणजे थोडक्यात हेच आहे... मालकवर्ग नेहमी युद्धे पुकारत आला आहे आणि प्रजा नेहमी लढाया लढत आली आहे.'

शिक्षा होण्यापूर्वी डेब्स यांनी न्यायालयामध्ये अतिशय बहारदार भाषण केले. 'न्यायाधीश महोदय, अनेक वर्षांपूर्वी मी सर्व सजीवांशी आपले नाते आहे हे जाणले आणि हे पक्के ठरवून टाकले, की पृथ्वीवरच्या वाईटातल्या वाईट जिवापेक्षा मी तसूभरदेखील चांगला नाही. मी त्या वेळी म्हणालो आणि आजही पुन्हा म्हणतो, जोवर समाजामध्ये खालचा वर्ग अस्तित्वात आहे, तोवर मी त्याच वर्गात आहे, जोवर समाजात गुन्हेगार घटक आहे, तोवर मी त्याचा एक भाग

विस्कॉन्सिनचे रॉबर्ट ''फायटिंग बॉब''ला फॉले ज्यांनी अमेरिकेने पहिल्या महायुद्धामध्ये पडण्याच्या विरोधात मतदान केले होते, त्या सहा संसद सदस्यांपैकी एक होते.

आहे आणि जोवर एकही व्यक्ती तुरुंगात असेल, तोवर मी मुक्त नाही.'

न्यायाधीशांनी डेब्स यांना दहा वर्षांच्या तुरुंगवासाची शिक्षा सुनावली. त्यातील १९१९ ते १९२१ ही तीनच वर्षे त्यांनी पूर्ण केली.

विल्सन यांच्या परवानगीने न्यायखात्याने आयडब्ल्यूडब्ल्यूचा (या लोकांना 'वॉबलीज' म्हणजे डळमळीत लोक असे म्हणत असत) खात्मा केला. 'ओव्हर देअर' या त्या वेळी हिट झालेल्या गाण्याच्या तालावर काही अमेरिकन लोक युद्धावर निघाले असताना या वॉबलीजनी 'ऑनवर्ड ख्रिश्चन सोल्जर्स' या गाण्याचे 'ख्रिश्चन्स ॲट वॉर' या नावाने विडंबन करून ते प्रसिद्ध केले. त्या विडंबनगीताचा शेवट 'हिस्टरी विल से ऑफ यू : 'दॅट पॅक ऑफ गॉड डॅम्नड फूल्स' (इतिहास तुमच्याबद्दल म्हणेल : तो मूर्ख लोकांचा कळप)' असा होता.

त्यांच्या एकशेपासष्ट लोकांवर सैन्यभतरतीमध्ये अडथळे आणणे आणि सैनिकांना सैन्य सोडण्यास चिथावणी देणे, असे गुन्हे दाखल करण्यात आले. बिग बिल हेवूड यांनी क्रांतिकारी रशियाला पलायन केले आणि मग अन्य लोकही त्यांच्या मागोमाग गेले.

जर्मन-अमेरिकन लोकांशी विशेषपणे शत्रुत्वपूर्ण वर्तन केले गेले. आपल्या शिक्षकांना एकनिष्ठतेची शपथ घ्यायला लावत बहुतेक शाळांनी आपल्या अभ्यासक्रमातून जर्मन भाषा वगळली आणि वाद्यवृंदांनी त्यांच्या ताफ्यातील जर्मन संगीतकारांना काढून टाकले. नंतर २००३ मध्ये इराकवरच्या आक्रमणाला फ्रेंचांनी विरोध केल्यावर संतापून ज्याप्रमाणे परदेशांचा तिरस्कार करणाऱ्या काँग्रेस

१९१७ च्या हेरगिरी कायद्यांतर्गत अमेरिकेने सक्तीच्या सैन्यभरतीचा निषेध करणाऱ्या शेकडो लोकांना तुरुंगात टाकले. त्यात आयडब्ल्यूडब्ल्यूचे नेते ''बिग बिल'' हेवूड आणि समाजवादी युजीन डेब्स यांचाही समावेश होता. वरील छायाचित्रामध्ये युजीन डेब्स हे १९१२ मध्ये शिकागोमध्ये लोकांसमोर भाषण करताना दिसत आहेत. डेब्स यांनी कामगारांना युद्धाला विरोध करण्याचे आवाहन केले व म्हणाले, ''भांडवलशहांना त्यांची युद्धे स्वतःच लढू द्या आणि स्वतःचीच प्रेते सर्वांसमोर मांडण्याची वेळ त्यांच्यावर येऊ द्या, म्हणजे मग या पृथ्वीतलावर पुन्हा म्हणून युद्धच होणार नाही.''

सदस्यांनी फ्रेंच फ्राइजला 'फ्रीडम फ्राइज' असे नाव दिले, त्याचप्रमाणे पहिल्या महायुद्धामध्ये हॅम्बर्गरचे नाव बदलून 'लिबर्टी सँडविच' ठेवले गेले होते आणि सॉयरक्राउट या जर्मन पदार्थाला 'लिबर्टी कॅबेज' म्हटले जाऊ लागले. जर्मन गोवर 'लिबर्टी मीझल्स' झाला, तर जर्मन शेफर्ड कुत्री 'पोलीस डॉग्ज' म्हणवली जाऊ लागली.

युद्धकाळामध्ये अर्थव्यवस्था स्थिर करण्याच्या, अनिर्बंध स्पर्धेला आळा घालण्याच्या आणि 'मृत्यूचे व्यापारी' म्हणून संबोधल्या जाणाऱ्या शस्त्रास्त्र निर्मात्यांना नफ्याची हमी देण्याच्या मुद्द्यांवर मोठ्या कंपन्या आणि सरकार यांच्यामध्ये अभूतपूर्व संघर्ष झडला.

युद्ध पुकारून एक वर्षापेक्षा जास्त काळ लोटल्यावर अखेर अमेरिकन सैनिक मे १९१८ मध्ये युरोपात येऊन दाखल झाले. त्यानंतर सहाच महिन्यांमध्ये युद्ध संपणार होते. युरोपमध्ये आल्यावर अमेरिकन सैन्याने संत्रस्त फ्रेंच फौजांना मार्ने नदीच्या काठाने बाजी पलटण्यात मदत केली. मनुष्यबळ आणि औद्योगिक सामर्थ्यामुळे अमेरिकेच्या उपस्थितीचा युद्धावर मोठाच मानसशास्त्रीय परिणाम झाला आणि जर्मनांचे मनोधैर्यही खच्ची झाले, अखेर त्यांनी शरणागती पत्करली.

११ नोव्हेंबर १९१८ रोजी हे प्रदीर्घ आणि कंटाळवाणे युद्ध अखेर संपुष्टात

आले. यातील हानी छाती दडपून टाकणारी होती. फ्रान्समध्ये डेरेदाखल झालेल्या वीस लाख अमेरिकन सैनिकांपैकी १,१६,००० पेक्षा जास्त सैनिक मरण पावले आणि २,०४,००० जखमी झाले. युरोपियन बाजूची हानी तर खरोखरच कल्पनेपेक्षा पलीकडची होती. त्यांचे सुमारे ८० लाख सैनिक आणि ६ ते १० लाख नागरिक ठार झाले. यातल्या नागरिकांपैकी बहुतांश लोक रोगराई आणि उपासमारीने मरण पावले होते. पण दुसऱ्या महायुद्धाप्रमाणेच या युद्धातही रशियाइतके नुकसान अन्य कुठल्याही जनतेचे झाले नाही. त्यांचे १७ लाख लोक ठार, तर जवळ जवळ ५० लाख लोक जखमी झाले.

जे लोक वाचले, ते एका नव्या जागतिक व्यवस्थेमध्ये जगू लागले. ब्रिटन आणि फ्रान्स अतिशय दुर्बल झाले होते. जर्मन साम्राज्य कोसळले होते. पन्नासहून अधिक वर्ष जुने ऑस्ट्रो-हंगेरियन साम्राज्य संपुष्टात आले होते आणि त्यामुळे पूर्व युरोपमध्ये पुनर्रचनेच्या बाबतीत एकच गोंधळ माजला होता, तर अरब, तुर्की, कुर्द, आर्मेनियन, मुस्लिम, ख्रिश्चन व ज्यू लोकांचा समावेश असलेले सहाशे वर्ष जुने महान बहुभाषिक ऑटोमन साम्राज्य खिळखिळे होऊन गेले होते.

ऑक्टोबर १९१७ मध्ये रशियात बोल्शेविक म्हणून ओळखल्या जाणाऱ्या क्रांतिकारकांचा गूढ गट ब्रेड, जमीन आणि शांततेचे आश्वासन देत सत्तेवर आला. पहिले महायुद्ध नावाच्या खाटिकखान्यामध्ये सैन्याची कत्तल झाल्यामुळे आणि त्याचबरोबर या युद्धाच्या भीषणतेमुळे उद्विग्न झालेले सैनिक व कामगारांचा विश्वास गमावून बसल्याकारणाने झार निकोलस दुसरा याची राजवट मोडकळीला आली होती.

हे बोल्शेविक लोक जर्मन-ज्युईश बुद्धिवंत कार्ल मार्क्सच्या विचारांनी प्रेरित होऊन माणसामाणसांत सामाजिक आणि आर्थिक समानतेची मागणी करत होते. सत्तेवर आल्यावर त्यांनी ताबडतोब रशियन समाजाची पार मुळापासून पुनर्रचना करायला सुरुवात केली. त्यांनी बँकांचे राष्ट्रीयीकरण केले, जमीनजुमल्याचे गरीब शेतकऱ्यांमध्ये वाटप केले, कारखाने कामगारांच्या ताब्यात देऊन टाकले आणि चर्चच्या मालकीच्या मालमत्ता जप्त केल्या.

मार्च १९१८ मध्ये, म्हणजेच पहिले महायुद्ध संपण्याच्या आठ महिने आधी, तसेच अमेरिकन सैन्य फ्रान्समध्ये सक्रिय होण्याच्या दोन महिने आधी बोल्शेविक नेते व्लादिमिर लेनिन यांनी जर्मनीसोबत एक शांतता करार केला आणि रशियन सैन्य युद्धातून काढून घेतले. यामुळे वुड्रो विल्सन आणि दोस्तराष्ट्रे संतप्त झाली.

भांडवलशाही आणि साम्राज्यवादाची जुनी, गुप्तपणे कार्य करण्याची पद्धत नष्ट करून इतिहासाच्या कचऱ्याच्या टोपलीत टाकण्याचा बोल्शेविकांनी चंग

७ नोव्हेंबर, १९१७ रोजी व्लादिमिर लेनिन आणि बोल्शेविक लोकांनी रशियाचा ताबा घेतला आणि जगाच्या इतिहासाचा प्रवाहच नाट्यमयरीत्या बदलून गेला. जागतिक स्तरावर साम्यवादी क्रांतीच्या लेनिनच्या स्वप्नाने जगभरातील कामगार आणि शेतकऱ्यांच्या मनाचा ठाव घेतला. त्यामुळे वुड्रो विल्सन यांच्या भांडवलशाहीवादी लोकशाहीच्या स्वप्नाला एक थेट आव्हान मिळाले.

बांधला होता. गंमत म्हणजे ते जागतिक क्रांतीची स्वप्ने दाखवत होते. त्यामुळे बुडापेस्ट, म्युनिक आणि बर्लिनमध्ये उठाव झाले. बेल्जियम, ब्रिटन आणि फ्रान्स ही उर्वरित युरोपियन साम्राज्येदेखील डगमगू लागली.

सुमारे १२५ वर्षांपूर्वी झालेल्या फ्रेंच राज्यक्रांतीनंतर युरोपवर इतका जबर धक्का आणि बदल पचवण्याची वेळ पहिल्यांदाच आली होती. रशियन क्रांतीच्या प्रेरणेने सहा खंडांमधल्या वसाहतींमध्ये राहणाऱ्या दडपशाहीग्रस्त जनतेमध्ये आशेची एक लाट पसरली.

एका धडाकेबाज कृतीद्वारे लेनिन यांच्या रेड गार्ड्सनी जुने परराष्ट्र विभाग कार्यालय उलथेपालथे केले आणि तिथे जी काही कागदपत्रे सापडली ती प्रसिद्ध करून टाकली. त्यात युरोपियन दोस्तराष्ट्रांसमवेत केलेल्या गुप्त करारांचे एक मोठे जाळेच होते, ज्यांद्वारे युद्धोत्तर जगाचा नकाशा विविध प्रभावक्षेत्रांमध्ये वाटून घेण्यात आला होता. २०१०मध्ये विकिलीक्सने राजनैतिक तारांचा मजकूर उघड केल्यावर अमेरिकेची जी प्रतिक्रिया झाली होती, त्याच प्रकारे जुन्या राजनैतिक शिष्टाचाराचा हा भंग दोस्तराष्ट्रांना संतप्त करणारा ठरला. युद्धानंतर देशांना 'स्वयंनिर्णय' करण्याचा हक्क देण्याची वुड्रो विल्सन यांची मागणी किती पोकळ होती हे आता उघड झाले होते.

लेनिन यांच्या या कृतीने सटपटले असले, तरी विल्सनना ब्रिटिश आणि फ्रेंचांनी गुप्तपणे जे काही करारमदार केले होते, त्याची आधीपासूनच माहिती होती आणि त्याबद्दल त्यांना त्या देशांबद्दल घृणादेखील आली होती. मात्र तरीही त्यांनी या दोन्ही साम्राज्यांच्या वतीने लढण्याकरता अमेरिकन फौजा युद्धामध्ये उतरवल्या होत्या.

बोल्शेविकांविरुद्ध परंपरावादी सनातन्यांनी अत्यंत आक्रमक प्रतिक्रांती सुरू केली होती. नव्या रशियावर आता सर्वच बाजूंनी स्वतंत्र सैन्ये चालून येत होती. यामध्ये पश्चिमेकडून रशियन आणि कोसॅक मूळ रहिवासी, झेक बहुसंख्य गट, सर्ब, ग्रीक आणि पोलिश लोक, युक्रेनमध्ये फ्रेंच लोक आणि अतिपूर्वेला सुमारे सत्तर हजार जपानी लोकांचा समावेश होता. प्रत्युत्तरादाखल लेनिन यांचे क्रांतीतले सहनेते लिऑन ट्रॉट्स्की यांनी अत्यंत निर्ममतेने जवळपास पन्नास लाख सैनिकांची लाल सेना (रेड आर्मी) उभारली. माजी लॉर्ड ऑफ ॲडमिरल्टी आणि अतिशय स्पष्टवक्ते, तसेच प्रभावी नेते असलेले विन्स्टन चर्चिल उद्गारले, 'बोल्शेविझमचा पाळण्यामध्येच गळा घोटायला हवा.'

अदमासे चाळीस हजार ब्रिटिश सैनिक रशियामध्ये उतरले. बाकू येथील तेलाच्या साठ्यांचे रक्षण करण्याकरता त्यांच्यापैकी काहींना कॉकेशसमध्ये पाठवले गेले. १९२० साल उजाडेतो बहुतांश संघर्ष संपुष्टात आला असला तरी १९२३ पर्यंत काही-काही ठिकाणी चकमकी होतच राहिल्या. पुढे साठ वर्षांनी जे घडणार होते, त्याची जणू पूर्वछाया म्हणून मध्य आशियामध्ये मुस्लिमांचे उठाव होऊ लागले आणि ते १९३०च्या दशकापर्यंत ते चालूच राहिले.

सुरुवातीला आक्रमक फौजांमध्ये सहभागी होण्याच्या बाबतीत विल्सन यांची चलबिचल होत होती व त्यांनी रशियातील नवी राजवट उलथून टाकण्याच्या कल्पनेला नकार दिला, पण अंतिमत: त्यांनी तेरा हजार अमेरिकन सैनिक पाठवले आणि बोल्शेविक-विरोधी सैन्याला शस्त्रास्त्रे व अर्थसाह्यही दिले. संसद सदस्य रॉबर्ट ला फॉले यांनी या कृतीला विल्सन यांच्या आदर्शवादाची थट्टा, असे म्हणून त्यावर जोरदार टीका केली.

प्रतिक्रांतिकारकांना एकत्र येण्यासाठीची प्रमुख गोष्टच हाती लागू नये, म्हणून जुलै १९१८ मध्ये लेनिन यांनी युद्धपूर्व युरोपच्या कार्यपद्धतीला एक जबरदस्त झटका दिला आणि झार व त्याच्या कुटुंबीयांच्या हत्येचे आदेश दिले. देशाच्या खोल अंतर्भागामध्ये अज्ञातवासामध्ये असलेल्या या राजपरिवाराला सरसकट गोळ्या घालण्यात आल्या आणि नंतर एका तळघरामध्ये क्रूरपणे बायोनेटने भोसकून संपवण्यात आले.

'चेका' हे लेनिनचे गुप्त पोलिस दल बोल्शेविकांच्या शिल्लक राहिलेल्या

बऱ्याच शत्रूंना टिपून काढण्यात यशस्वी झाले. 'लाल दहशतीच्या' बहुतांशी अतिरंजित अनेक कहाण्या पाश्चात्य देशांपर्यंत पोहोचवण्यात आल्या. आणि जेव्हा विल्सन यांनी अमेरिकन फौजेला १९२० पर्यंत रशियातच थांबण्याची परवानगी दिली, तेव्हा अमेरिका-सोव्हिएत संबंधांची जी नुकतीच सुरुवात होऊ घातली होती, त्यात मोठ्या प्रमाणावर विष कालवले गेले. १९३३ मध्ये फ्रँकलिन रूझवेल्ट अमेरिकेचे राष्ट्राध्यक्ष होईपर्यंत अमेरिकेने सोव्हिएत रशियाला मान्यताच दिली नव्हती.

डिसेंबर १९१८ मध्ये पॅरिस शांतता परिषदेसाठी विल्सन जेव्हा युरोपमध्ये आले, तेव्हा त्यांच्याभोवती त्यांच्या कौतुकाने विभोर झालेल्या लोकांचा गराडा पडला. पॅरिसमध्ये सुमारे वीस लाख लोकांनी त्यांचा जयजयकार केला. ते रोममध्ये गेले, तेव्हा त्यांच्या रस्त्यावर प्राचीन रोमन परंपरेनुसार सुवर्णधूळ पसरण्यात आली होती. इटालियन लोकांनी त्यांना 'शांततेचा देव' अशी पदवी

सप्टेंबर १९१९ मध्ये बर्कले, कॅलिफोर्निया इथल्या ग्रीक थिएटरमध्ये भाषण करताना राष्ट्राध्यक्ष वुड्रो विल्सन. ''यांनी आपल्याला युद्धापासून दूर ठेवले'' या घोषणेच्या बळावर १९१६ मध्ये पुन्हा निवडून आलेल्या विल्सन यांनी १९१७ मध्ये युद्धोत्तर जगाच्या जडणघडणीमध्ये अमेरिकेला हातभार लावण्याची संधी देण्याच्या आशेने पहिल्या महायुद्धामध्ये उडी घेतली. या आणि अन्य कृतींद्वारे विल्सन यांनी अमेरिकेच्या राष्ट्राध्यक्ष कार्यालयावर आणि देशावरही अशी काही छाप सोडली, की ती त्यांच्या आधीचे शेवटचे काही किंवा त्यांच्या नंतर झालेल्या राष्ट्राध्यक्षांपेक्षा खूपच मोठी होती.

देऊन टाकली.

१२ जानेवारी १९१९ रोजी पॅरिसमध्ये सत्तावीस देश एकत्र आले. विल्सन तिथले स्टार होते. आता जग पुन्हा नव्याने घडवण्यात येणार होते. विल्सन यांना वाटले ते 'ईश्वराचे खासगी माध्यम' आहेत आणि शांतता परिषद त्यांच्या दैवी जीवितकार्याचा सर्वोच्च क्षण आहे. तो त्यांच्या आयुष्यातला खरोखरच सुवर्णक्षण होता, पण बॅबिलॉनमध्ये अलेक्झांडर, रोममध्ये सीझर आणि युरोपच्या युद्धभूमीवर नेपोलियन यांच्याप्रमाणेच, तोपर्यंत त्यांनी यशाचे सर्वोच्च शिखर ओलांडलेले होते.

विचारसरणीच्या दृष्टीने सुमारे शतकभर आधी झालेल्या फ्रेंच राज्यक्रांतीतील लढायांच्या धर्तीवर पहिल्या महायुद्धाचा नवा अन्वयार्थ लावताना विल्सन यांनी दावा केला, की हे युद्ध मानवजातीमध्ये बदल घडवण्याकरता आहे. सर्व युद्धांना कायमस्वरूपी पूर्णविराम देणारे हे युद्ध आहे. त्या वर्षी अमेरिकन सिनेटसमोर केलेल्या भाषणात ते म्हणाले, की जागतिक मंचावरील अमेरिकेची वाटचाल

पॅरिस शांतता परिषदेच्या ठिकाणी डावीकडून : ब्रिटनचे पंतप्रधान डेव्हिड लॉइड जॉर्ज, इटलीचे पंतप्रधान व्हिटोरियो ऑरलँडो, फ्रान्सचे पंतप्रधान जॉर्जेस क्लेमेन्श्यू आणि विल्सन. परिषदेमध्ये विल्सन यांच्या १४ कलमांमध्ये वापरलेले बहुतांश शाब्दिक अवडंबर दोस्तराष्ट्रांनी नाकारले. युद्धोत्तर जगामध्ये ते लोक प्रतिशोध, नव्या वसाहती आणि नाविक वर्चस्व साध्य करण्यावर ठाम होते.

'आपण ठरवलेल्या योजनेनुसार नव्हे, तर ईश्वराच्या हस्तक्षेपानुसार झालेली आहे... आपल्या जन्माच्या वेळी आपण हेच स्वप्न पाहिले होते. अमेरिका खरोखरच (जगाला) मार्ग दाखवेल.' विल्सन यांच्या मते अमेरिकेची दृश्य नियती आता केवळ एक खंडीय विस्तार उरलेली नाही. मानवतेप्रती तिच्यावर सोपवण्यात आलेले ते एक दैवी जीवितकार्य आहे. मानवजातीला वाचवण्याची ही संकल्पना त्यानंतरच्या सगळ्या युद्धांमध्ये अमेरिकेच्या राष्ट्रीय मिथकासाठी आवश्यक ठरली.

लेनिन यांच्या क्रांतीच्या आवाहनाला प्रतिवाद करण्याच्या प्रयत्नात एक वर्षापूर्वी, म्हणजे युद्ध ऐन भरात असताना, विल्सन यांनी आंतरराष्ट्रीय लोकशाहीवादी तत्त्वे जाहीर केली होती. त्यामध्ये मुक्त व्यापार, खुले समुद्र आणि देशादेशांमधील खुले करार यांचा समावेश होता आणि ही तत्त्वे नव्या आंतरराष्ट्रीय शांततेचा पाया असतील अशी अपेक्षा त्यांनी व्यक्त केली होती. यालाच त्यांनी '१४ कलमे' असे नाव दिले होते.

विल्सन यांच्या १४ कलमांच्या आधारावर जर्मनांनी शरणागती पत्करली. दोस्तराष्ट्रांकरवी तुकडे होण्यापासून विल्सन आपले रक्षण करतील, असे त्यांना वाटले. त्यांनी सम्राट कैसर यांना विरोध करून आपली शासनपद्धत बदलून प्रजासत्ताक पद्धतदेखील अवलंबली. कैसर मग ताबडतोब अज्ञातवासामध्ये निघून गेला. आता अमेरिका ही जगातील नवी प्रबळ शक्ती झाली होती. १९१४ मध्ये अमेरिका ३.७ अब्ज डॉलर्स कर्जात बुडलेला देश होती, पण तरीही १९१८ मध्ये ती धनको देश बनली. दोस्तराष्ट्रे तिचे ३.८ अब्ज डॉलर्स देणे लागत होती.

पण असे असले, तरी मध्ययुगापासून अस्तित्वात असलेल्या जुन्या बहुराष्ट्रीय साम्राज्यांना विल्सन यांच्या आदर्शवादामध्ये काडीचाही रस नव्हता. त्यांना प्रतिशोध हवा होता, पैसा हवा होता आणि वसाहती हव्या होत्या. ब्रिटनचे पंतप्रधान लॉइड जॉर्ज यांच्या लक्षात आले, की अमेरिकेमध्ये 'एक झोपडीदेखील' नष्ट झाली नव्हती. दहा लाखांहून अधिक सैनिक गमावलेल्या फ्रान्सचे पंतप्रधान जॉर्जेस क्लेमेन्स्यू म्हणाले, 'मि. विल्सन यांच्या १४ कलमांमुळे मी कंटाळून गेलो आहे. खुद्द ईश्वरानेदेखील दहाच कलमे सांगितली आहेत!' या मनोभूमिकेमुळे विल्सन यांच्या नीट न लिहिल्या गेलेल्या चौदा कलमांपैकी अनेक कलमे व्हर्सायच्या तहामधून वगळली गेली.

ब्रिटन, फ्रान्स आणि जपान यांनी आशिया आणि आफ्रिकेतील माजी जर्मन वसाहती आपसांत वाटून घेतल्या आणि ऑटोमन साम्राज्याच्या विरुद्ध बंड करणाऱ्या अरबांना स्वयंनिर्णयाचा हक्क देऊ असे गोड आश्वासन देऊन त्यांच्या तोंडाला पाने पुसली. विन्स्टन चर्चिल आणि त्यांच्या परराष्ट्र विभागाने ऑटोमन

साम्राज्याचे विभाजन केले आणि मेसोपोटेमियासारखी नवी उपराष्ट्रे निर्माण केली. मेसोपोटेमियाला काहीतरी नाव द्यायचे म्हणून 'इराक' नाव दिले गेले.

पॅलेस्टाइनमध्ये भविष्यात कधीतरी ज्यूंचा देश निर्माण करण्याची शक्यतादेखील ब्रिटिश परराष्ट्र सचिव आर्थर बाल्फोर यांनी ज्यू बँकर लॉर्ड रॉथ्स्वाईल्ड यांना लिहिलेल्या एका पत्रामध्ये प्रस्थापित करण्यात आली होती. लीग ऑफ नेशन्सने पॅलेस्टाइन भूमीवर एक संरक्षित क्षेत्र स्थापन केले, ज्यात सुमारे ८५ टक्के स्थानिक जनता पॅलेस्टिनियन अरब होती आणि ८ टक्क्यांपेक्षा कमी जनता ज्यू होती.

या नव्या वसाहतींना 'जनादेश' असे नाव देऊन जुन्या साम्राज्यांनी आपली ही कृत्ये 'पावन' करून घेतली. जर्मनांनी त्यांच्या वसाहतींचे क्रूरपणे शोषण केले होते, तर दोस्तराष्ट्रांनी त्यांच्या वसाहतींना मानवतेने वागवले, असे उद्गार काढून विल्सन यांनी एका परीने या गोष्टीला मान्यताच देऊन टाकली. फ्रेंच इंडोचायनाच्या (भारत, चीन, कंबोडिया इ. देशांतील फ्रेंचांच्या वसाहती) रहिवाशांना विल्सन यांच्या या मूल्यमापनामुळे जबर धक्का बसला.

तरुण हो ची मिन्ह यांनी एक टक्सेडो सूट आणि बोलर हॅट भाड्याने घेऊन परिधान केले आणि ते विल्सन यांना भेटायला गेले. त्यांच्या हातात व्हिएतनामला स्वातंत्र्य देण्याची मागणी करणारे विनंतीपत्र होते. त्या वेळी तिथे उपस्थित असलेल्या तिसऱ्या जगातील इतर नेत्यांप्रमाणेच हो यांच्याही हे लक्षात आले, की स्वातंत्र्य फक्त सशस्त्र संघर्ष केला तरच मिळेल, वुड्रो विल्सन यांच्या कृपेने नव्हे.

पॅरिसला लेनिन यांना आमंत्रण नव्हते, पण तिथल्या बैठकांवर रशियाची एक गडद छाया होती. लेनिन यांनी विल्सन यांची संभावना "तोंडदेखले" अशी केली. ते म्हणाले, "फक्त खरेखुरे क्रांतिकारकच विश्वास ठेवण्यायोग्य असतात!" आणि सदस्य राष्ट्रे परिषदेमध्ये बसलेली असताना साम्यवाद्यांनी बव्हेरिया व हंगेरी ताब्यात घेतले आणि त्यानंतर बर्लिन आणि इटलीला धडका द्यायला सुरुवात केली.

जागतिक क्रांतीची लेनिन यांची हाक तिसऱ्या जगात, चीन आणि लॅटिन अमेरिका यांसारख्या अति दूरच्या प्रदेशांमध्ये ऐकली गेली.

भविष्यामध्ये युद्ध होऊ न देण्याकरता त्यांच्या मते जी आवश्यक होती त्या लीग ऑफ नेशन्सवरच संपूर्णपणे आपले लक्ष केंद्रित केलेले विल्सन, त्यांनी जाहीर प्रचार केला होता त्या प्रकारचा दंडविरहित करार मान्य करून घेण्यात अपयशी ठरले.

ब्रिटन आणि फ्रान्स यांनी कुटिलपणे विल्सन यांच्या स्वयंनिर्णयाच्या संकल्पनेचा

फ्रेंच इंडोचायनाच्या हो ची मिन्ह यांनी एक टक्सेडो सूट आणि बोलर हॅट भाड्याने घेऊन परिधान केले आणि ते व्हिएतनामला स्वातंत्र्य देण्याची मागणी करणारे विनंतीपत्र घेऊन विल्सन व अमेरिकन शिष्टमंडळाला भेटायला पॅरिस शांतता परिषदेच्या ठिकाणी गेले. तिथे उपस्थित असलेल्या तिसऱ्या जगातील इतर नेत्यांप्रमाणेच हो यांच्याही हे लक्षात आले, की स्वातंत्र्य फक्त सशस्त्र संघर्ष केला तरच मिळेल, वसाहत करणाऱ्या देशांच्या कृपेने नव्हे.

जर्मनीविरुद्ध वापर केला आणि त्या देशातल्या लाखो नागरिकांना त्याच्या नव्या आक्रसलेल्या सीमांच्या बाहेर अधांतरी ठेवले. युद्धखोरीच्या दोषासंबंधीच्या प्रसिद्ध कलमाद्वारे व्हर्सायच्या तहाने युद्धाला सुरुवात करण्याचा संपूर्ण दोष जर्मनीच्या शिरावर टाकला, इतर वसाहतवादी साम्राज्यांवर नाही, आणि जर्मनीला सांगितले की त्याने या युद्धाची नुकसानभरपाई म्हणून दोस्तराष्ट्रांना जवळ जवळ ३३ अब्ज डॉलर्स द्यावेत. ही रक्कम जर्मनीने अपेक्षिलेल्या रकमेच्या दुपटीपेक्षाही जास्त होती.

विल्सन यांच्या शिष्टमंडळामध्ये एक आघाडीचे नाव होते थॉमस लमाँट. हे गृहस्थ हाऊस ऑफ मॉर्गनचे एक प्रमुख भागीदार होते आणि विल्सन यांचा त्यांच्यावर खूपच विश्वास होता. लमाँट यांनी याची खात्री करून घेतली, की जर्मनीकडून ब्रिटन आणि फ्रान्सला मिळणाऱ्या पैशांतून त्या दोघांनी युद्धामध्ये टिकून राहण्यासाठी वॉल स्ट्रीटकडून घेतलेले भरमसाट कर्ज परत करणे त्यांना शक्य होईल. याचा अर्थ प्रत्यक्षात आंतरराष्ट्रीय वित्तपुरवठ्याचा जो एक सर्वस्वी नवा डोलारा उभा केला गेला होता, तो जर्मनीकडून मिळणाऱ्या युद्धाची नुकसानभरपाईनामक डळमळीत पायावर उभा केला गेला होता. यामुळे लवकरच

THE GAP IN THE BRIDGE.

डिसेंबर १९१९ मधल्या पंच मासिकातील या व्यंग्यचित्रामध्ये दाखवल्याप्रमाणे, अमेरिकन संसदेने लीग ऑफ नेशन्समध्ये अमेरिकेचा सहभाग नाकारल्यामुळे ही लीग बहुतांशी निरर्थक ठरली. युद्धादरम्यान संभाव्य साम्राज्यवादविरोधक दोस्तराष्ट्रांना गप्प करण्याद्वारे विल्सन यांनी लीगचा पराभव निश्चित होण्यामध्ये हातभार लावला होता.

जर्मनी आर्थिक खाईमध्ये पडणार होता आणि त्यातूनच ॲडॉल्फ हिटलरचा जन्म होणार होता.

पुढच्या काही वर्षांमध्ये अमेरिकन काँग्रेसने तथाकथित मृत्यूच्या व्यापाऱ्यांच्या कटकारस्थानांची चौकशी केली. हे व्यापारी म्हणजे असे उद्योगपती आणि बँकर्स होते, ज्यांनी युद्धामध्ये कल्पनेपलीकडे नफा मिळवला होता. या चौकशीमध्ये कुणालाही शिक्षा झाली नाही आणि काहीही सिद्ध झाले नाही; पण पहिल्या महायुद्धाबद्दल सर्वसामान्य जनतेच्या मनामध्ये एक संशयाची भावना मात्र कायम राहिली. काँग्रेसमधील नेत्यांसह अनेकांना असे वाटत होते, की बँकर्स आणि युद्धामध्ये नफा कमावणाऱ्या इतर लोकांच्या भल्याकरता केल्या गेलेल्या या आर्थिक सव्यापसव्यामध्ये लाखो लोकांचा बळी दिला गेला आहे. या भावनेतील कटुता खूपच तीव्र होती.

विल्सन परिषदेहून परतले, तेव्हा अमेरिकेत कामगारांमध्ये प्रचंड असंतोष आणि सुधारणांबद्दलची तगमग खदखदत होती. उदाहरणार्थ, १९१४ या वर्षामध्ये औद्योगिक अपघातांमध्ये तब्बल ३५,००० कामगार मरण पावले. १९१९ या एकाच वर्षी चाळीस लाखांपेक्षा जास्त कामगार संपावर गेले. त्यामध्ये ३,६५,००० स्टील कामगार, ४,५०,००० खाण कामगार आणि १,२०,००० वस्त्रोद्योग

१९१९ मध्ये चाळीस लाखांपेक्षा जास्त अमेरिकन कामगार वेतनवाढ, चांगल्या सोयीसुविधा आणि संघटना स्थापन करण्याचा हक्क अशा मागण्यांकरता संपावर गेले. सिएटलच्या सार्वत्रिक संपामधल्या शेजारील पत्रकामध्ये दर्शवल्याप्रमाणे कामगारांच्या या तीव्र स्वरुपाच्या बंडखोरीमागील प्रेरणेला रशियातील क्रांतीचा हातभार लागला होता.

कामगारांचा समावेश होता. सिएटलमध्ये सार्वत्रिक संपामुळे अवघे शहर ठप्प झाले. बोस्टनमध्ये तर पोलिसदेखील संपावर गेले. त्यामुळे वॉल स्ट्रीट जर्नलने लिहिले, 'लेनिन आणि ट्रॉटस्की येत आहेत.'

प्रत्युत्तरादाखल राष्ट्राध्यक्ष विल्सन, लेनिनच्या संदेशाचे अवमूल्यन करण्याच्या इच्छेने म्हणाले, की साम्यवाद हा युरोपियन वेडगळपणा आहे, अमेरिकन नव्हे.

१९१९च्या तथाकथित 'लाल उन्हाळ्यामध्ये' (रेड समर) शिकागोमध्ये आणि वॉशिंग्टन डी. सी.सह इतर अनेक शहरांमध्ये वांशिक दंगलींचा उद्रेक झाला आणि परिस्थिती हाताबाहेर गेली. त्यामुळे कायदा व सुव्यवस्था राखण्याकरता लष्कर बोलावण्यात आले.

जागतिक शांततेची आपली कल्पना राबवली जाण्याकरता लीग ऑफ नेशन्स स्थापन व्हावी आणि अमेरिकेने व्हर्सायच्या तहाला मान्यता द्यावी असे सांगत राष्ट्राध्यक्ष विल्सन देशभर दौरे करत होते. पुरोगामी रिपब्लिकनांनी विल्सन यांच्या लीग ऑफ नेशन्सची, ही येनकेनप्रकारे क्रांतीच्या चळवळी दडपून आपल्या साम्राज्यवादी मनसुब्यांची पाठराखण करणारी लीग ऑफ इंपिरियलिस्ट्स आहे, असे म्हणून हेटाळणी केली. टीकाकारांनी विल्सन यांच्या दोन्ही प्रस्तावांमध्ये काही बदल करण्याची मागणी केली, पण विल्सन यांना एका शब्दाचाही बदल मान्य नव्हता.

याच सुमारास त्यांची प्रकृती बिघडली आणि प्युएब्लो, कोलोरॅडो इथे सप्टेंबर १९१९ मध्ये केलेल्या आपल्या अंतिम भाषणाच्या वेळी ते कोसळले. त्यांना हृदयविकाराचा जबरदस्त झटका आला आणि उर्वरित आयुष्य ते बिछान्याला खिळून राहिले.

नोव्हेंबर १९१९ मध्ये अटर्नी जनरल ए. मिचेल पाल्मर यांनी देशभरातल्या पुरोगामी आणि कामगार संघटनांवर धाडींचे सत्र सुरू केले आणि त्याकरता फेडरल एजन्ट्सना कामाला लावले. या मोहिमेचे प्रमुख होते न्यायखात्याच्या (जस्टिस डिपार्टमेंट) रॅडिकल विभागाचे चोवीस वर्षांचे संचालक जे. एडगर हूव्हर. तीन ते दहा हजार असंतुष्टांना अटक करण्यात आली आणि त्यातल्या अनेकांना कुठलेही आरोप न ठेवता कित्येक महिने तुरुंगात टाकले गेले. रशियात जन्मलेल्या एमा गोल्डमन यांच्यासह शेकडो परदेशी जन्मलेल्या चळवळकर्त्यांना देशाबाहेर हाकलले गेले. नागरी स्वातंत्र्याचा दुरुपयोग वाढत चालला आहे आणि असंतोष हा बिगर-अमेरिकन प्रकार आहे असे समजले जाऊ लागले.

संसदेने (सिनेट) सात मतांनी व्हर्सायचा तह नामंजूर केला. लीग ऑफ नेशन्स स्थापन झाली खरी, पण त्यात अमेरिका नसल्यामुळे ती अपूर्ण होती. उद्ध्वस्त मनाने विल्सन यांनी १९२४ मध्ये या जगाचा निरोप घेतला.

१९२०च्या दशकाच्या सुरुवातीच्या काळापर्यंत जेफर्सन, लिंकन आणि विल्यम जेनिंग्ज ब्रायन यांची अमेरिका अस्तित्वात राहिली नव्हती. तिची जागा मॉर्गन, वॉल स्ट्रीटवरचे बँकर्स आणि महाकाय कंपन्यांच्या विश्वाने घेतली होती. विल्सन यांना जगामध्ये आमूलाग्र बदल घडवून आणण्याची आशा होती, पण त्यांची कामगिरी खूपच कमी सकारात्मक राहिली. स्वयंनिर्णयाला पाठिंबा देत औपचारिक साम्राज्याला विरोध करताना त्यांनी इतर देशांच्या अंतर्गत बाबींमध्ये वारंवार हस्तक्षेप केला. त्यात रशिया, मेक्सिको आणि संपूर्ण लॅटिन अमेरिकेचा समावेश होता. ते एकीकडे सुधारणांना प्रोत्साहन देत असले, तरी लोकांचे जीवन खरोखर सुखकर करू शकतील अशा मूलभूत आणि काही बाबतीत क्रांतिकारी बदलांबाबत मात्र त्यांच्या मनामध्ये खोलवर कुठेतरी एक अविश्वास होता. मानवी बंधुत्वभावाची भलामण करतानाच, गौरेतरवर्णीयांना ते हीन समजत आणि त्यांनी अमेरिकन शासनाचे वांशिक विभाजन केले. एकीकडे लोकशाही आणि कायद्याचे राज्य यांची महती गाता-गाता दुसरीकडे त्यांनी नागरी स्वातंत्र्याच्या उघडपणे चाललेल्या गळचेपीकडे काणाडोळा केला.

आदर्शवाद, लष्करवाद, हपापलेपणा आणि मुत्सद्देगिरी यांचे खास अमेरिकन मिश्रण ज्या काळात अमेरिकेला एक नवे साम्राज्य बनवण्याकडे घेऊन जात होते, त्या काळाचा विल्सन यांचे अपयश हा कळस होता. १९०० मध्ये लोकांनी विल्यम जेनिंग्ज ब्रायन यांना नाकारून विल्यम मॅकिन्ले यांच्या व्यापार आणि समृद्धीच्या स्वप्नावर पसंतीचा शिक्का उठवला, आणि असे करताना अमेरिकेच्या साम्राज्यवादी चढायांना अधिकृत मान्यता दिली. १९०० सालच्या निवडणुकीने अमेरिकेला खरोखरच अशा एका मार्गावर नेले, जिथून परत फिरणे अशक्य होते.

प्रकरण दोन

युद्धसमाप्तीनंतर सैनिक परत आले, त्या वेळी राष्ट्राध्यक्षपदाचे रिपब्लिकन उमेदवार वॉरन जी. हार्डिंग जनतेला 'सामान्य परिस्थितीत' परत आणण्याचे आश्वासन देत होते आणि अमेरिकेच्या इतिहासातील सर्वांत परंपरावादी कालखंडाची ती सुरुवात होती. पण टी-पॉट डोम नावाने प्रसिद्ध झालेल्या प्रकरणाने त्यांच्या शासनाचा घास घेतला. या प्रकरणात असे उघडकीला आले, की अंतर्गत व्यवहार सचिव (इंटिरिअर सेक्रेटरी) सार्वजनिक जमिनींवर डल्ला मारणाऱ्या मोठ्या तेल कंपन्यांकडून त्याबदल्यात पैसे घेत असत. १९२०चे दशक राजकीय परंपरानिष्ठतेच्या जोडीला धाडसी सांस्कृतिक प्रयोगांचे दशक ठरत होते. सांस्कृतिक प्रयोग म्हणजे मूलत: जुनी अभावाची संस्कृती विरुद्ध नवी समृद्धतेची संस्कृती अशी गोष्ट होती. या दशकाला पुढे जाऊन 'रोअरिंग ट्वेन्टीज' किंवा 'धमाकेदार विशी' असे नाव देण्यात आले होते.

नैतिक सुधारणावाद्यांना भय वाटत होते, की पहिल्या महायुद्धात भाग घेतलेल्या सैनिकांना जे (मुखमैथुनाचे) 'फ्रेंच तंत्र' माहीत झाले होते, त्यामुळे ते लोक मुखमैथुनाची ही नवी भूक - आणि त्याबरोबरच तत्संबंधी रोग – अमेरिकन मुलींवर लादू लागतील. स्वैराचारी फ्रेंचांनी अमेरिकन सैनिकांकरता वेश्यागृहे सुरू करण्याची तयारी दर्शवली होती. त्यांच्या स्वत:च्या सैनिकांकरता त्यांनी ही सेवा सुरू केली होती आणि यामागे त्यांची कल्पना होती की, यामुळे सैनिकांच्या आरोग्याचा दर्जा आणि मनोधैर्य या दोन्हींचे रक्षण होईल. पण अमेरिकन अधिकाऱ्यांनी ही कल्पना ठामपणे नाकारली. इकडे देशामध्ये नैतिकतेच्या प्रचारकर्त्यांनी युद्धकालीन चिंतामय वातावरणाचा उपयोग करून घेत देशभरातले सर्व कुंटणखाने बंद पाडले होते. यामुळे वेश्या साहजिकच भूमिगत झाल्या होत्या आणि आपल्या संरक्षणाकरता त्यांना गुंड आणि दलालांना शरण जाणे भाग पडले होते.

१९१९ मध्ये अठरावी घटनादुरुस्ती मंजूर झाली आणि अमेरिकेमध्ये मद्यनिर्मिती आणि विक्रीवर बंदी आली. महिलांचे मद्यपानविरोधी गट, काही प्रोस्टेस्टंट गट,

पुनर्जन्म झालेली कू क्लक्स क्लान संघटना आणि काही पुरोगामी लोक यांचा या सुधारणेला पाठिंबा होता. पण शतकाच्या उत्तरार्धामध्ये सुरू करण्यात आलेल्या अंमली पदार्थविरोधी लढ्यात झाले, तसेच तेव्हाही झाले आणि इच्छुकांना दारू हवी तेव्हा उपलब्ध होत राहिली. आणि हा दारूबंदीचा संघर्ष इटालियन, आयरिश आणि ज्युईश स्थलांतरितांचे प्राबल्य असलेल्या एका नव्या गुन्हेगारी वर्गाला प्रचंड नफा मिळवून देणारा ठरला.

स्मेडले बटलर यांनी पहिल्या महायुद्धामध्ये काही अत्यंत भयंकर हिंसक घटना पाहिल्या होत्या आणि त्यापाठोपाठ आलेला भ्रष्टाचारदेखील. पण एव्हाना लष्करी सेवेतून त्यांना रजेवर सोडण्यात आले होते आणि फिलाडेल्फियाच्या रस्त्यांवर नेमण्यात आले होते. बटलर यांनी सहाशे अवैध गुत्ते बंद केले. यात शहराच्या उच्चभ्रू लोकांची वर्दळ असलेले दोन गुत्तेदेखील होते आणि त्या लोकांनी बटलर यांना तिथून काढून टाकण्याची व्यवस्था केली. बटलर यांनी लिहिले, 'फिलाडेल्फियाची साफसफाई करण्याचे काम मी युद्धभूमीवर ज्या लढाया लढलो त्यांच्यापेक्षा खूपच अवघड होते.'

नवीन अमेरिकन जीवनपद्धतीमध्ये ज्या अन्य अन्यायकारक गोष्टी होत्या, त्यामध्ये परदेशातून कायमस्वरूपी अमेरिकेत येणाऱ्या लोकांसंबंधीच्या कायद्यांमधल्या सुधारणांचा समावेश होता. या सुधारणांनुसार दक्षिण आणि पूर्व युरोपातून येणाऱ्या लोकांकरता निश्चित संख्या ठरवून देण्यात आली होती (कोटा) आणि ती कठोरपणे पाळली जाऊ लागली. त्याचबरोबर जपान, चीन आणि पूर्व आशियातील लोकांना तर संपूर्णपणे मज्जाव करण्यात आला.

युद्धोत्तर अमेरिकेमध्ये ज्यू-विरोध फोफावला होता. काही लोक ज्यूंना साम्यवाद आणि कट्टरतावादाशी जोडत असत. इतर लोकांच्या मते हॉलिवूड, उद्योगव्यवसाय आणि शिक्षणक्षेत्रामध्ये ज्यू लोकांचा वाजवीपेक्षा जास्त प्रभाव पडत चालला होता. १९२५ मध्ये हार्वर्डमध्ये पहिल्या वर्षाला प्रवेश घेणारे २८ टक्के विद्यार्थी ज्यू वंशाचे होते, हे प्रमाण १९३३ मध्ये १२ टक्क्यांवर आणले गेले. अन्य नामांकित विद्यापीठांनीदेखील हार्वर्डचीच री ओढली.

आणखी एक उपाययोजना म्हणजे 'अवांछित' लोकांना नाहीसे करणे. १९११ मध्ये न्यू जर्सीचे गव्हर्नर आणि सुप्रजननशास्त्रप्रेमी वुड्रो विल्सन यांनी शिक्षा झालेले गुन्हेगार, अपस्माराचे रोगी आणि मनोदुर्बल लोकांची नसबंदी करण्याचा अधिकार देणाऱ्या कायद्यावर स्वाक्षरी केली होती. पुढच्या काही दशकांमध्ये सुमारे साठ हजार अमेरिकनांची नसबंदी करण्यात आली आणि त्यातले एक तृतीयांशपेक्षा जास्त लोक कॅलिफोर्नियाचे रहिवासी होते. लैंगिकदृष्ट्या सक्रिय (प्रजननक्षम) स्त्रियांना यामध्ये प्रामुख्याने लक्ष्य केले गेले होते. ॲडॉल्फ

हिटलरने अमेरिकेतील घडामोडींवर बारीक लक्ष ठेवले होते आणि आपली 'सर्वश्रेष्ठ वंश' (मास्टर रेस) विषयक नीतिधोरणे अमेरिकेतील अशा कार्यक्रमांवर बेतलेली आहेत असा दावा केला होता. मात्र अमेरिकनांनी हे काम अर्धवट सोडल्याबद्दल त्याने अमेरिकेवर टीकाही केली होती. तो याच्या पुढे जाणार होता. खूप खूप पुढे.

१९२० ते १९२५ या कालखंडामध्ये ३० ते ६० लाख अमेरिकन लोक वंशवादी, ज्यू-विरोधी आणि कॅथलिक-विरोधी असलेल्या कू क्लक्स क्लान संघटनेचे सदस्य झाले. इंडियाना, कोलोरॅडो, ओरेगॉन, ओक्लाहोमा आणि अलाबामा या पाच राज्यांमध्ये राजकारणात या संघटनेचा दबदबा होता आणि त्यांनी १९२४ च्या डेमोक्रॅटिक पक्षाच्या मेळाव्याला आपले शेकडो प्रतिनिधी पाठवले होते. आता विचार केला, तर १९२५ मध्ये पस्तीस हजार क्लान सदस्यांचा वॉशिंग्टन डी. सी. मध्ये मोर्चा निघाला होता आणि त्यांची निदर्शने पाहण्याकरता अडीच लाख लोक जमा झाले होते ही गोष्ट थक्क करते.

देशाच्या मध्यभागामध्ये द्वेषाचे गडद ढग पसरले. भविष्यात एक मोठा चित्रपट तारा झालेले हेन्री फोंडा त्या वेळी चौदा वर्षांचे होते. ते वडिलांच्या छापखान्यामध्ये बसलेले असताना ओमाहा, नेब्रास्का इथे जमावाने एका व्यक्तीची केलेली हत्या पाहिल्याचे त्यांना आठवते. 'मी असे भयानक दृश्य कधी पाहिलेच नव्हते. आम्ही छापखाना बंद केला आणि निःशब्द होऊन घरी निघून गेलो. माझ्या तळहातांना घाम फुटला होता आणि डोळ्यांमध्ये अश्रू होते. दोराच्या एका टोकाला लोंबणाऱ्या त्या तरुण कृष्णवर्णीय मनुष्याची प्रतिमा माझ्या डोळ्यांपुढून हलतच नव्हती.'

शेकडो आफ्रिकन-अमेरिकनांची हीच गत होणार होती. बरेचदा अगदी व्यवस्थित पूर्वप्रसिद्धी देऊन आणि पोस्टकार्डे तसेच ध्वनिमुद्रित स्वरूपात स्मृती जतन करून केलेल्या या सामूहिक हत्या म्हणजे मानवी शरीराच्या विटंबनेचे विकृत विधी झाले होते, ज्यात हात-पाय तोडणे, लिंगच्छेद करणे आणि स्मृतिचिन्हांच्या रूपात मृताच्या शरीराचे विविध अवयव जपून ठेवणे, असे प्रकार घडू लागले होते.

जिकडे-तिकडे ब्लॅकवूड्स बायबल कॉलेजेस निघाली. प्रचंड बुद्धिवादविरोधी वातावरण तयार झाले. १९२५ मध्ये, शाळेत डार्विनचा उत्क्रांतीचा सिद्धांत शिकवला म्हणून टेनेसीमधल्या जॉन थॉमस स्कोप्स नामक शाळाशिक्षकाविरुद्ध खटला दाखल झाला, त्याला दोषी ठरवण्यात आले आणि दंड ठोठावण्यात आला.

पहिल्या महायुद्धानंतर त्यातले दोन खरे विजेते देश अमेरिका आणि जपान

यांची चलती सुरू झाली. अमेरिकेत अर्थव्यवस्था नीट करण्याच्या आणि नफ्याची खात्री करण्याच्या प्रयत्नात बँकर्स, उद्योजक आणि सरकारी अधिकारी यांची अभूतपूर्व अशी हातमिळवणी झाली. १९२५ साल उजाडेतो अमेरिका जगाच्या एकूण तेल उत्पादनाच्या ७० टक्के तेल उत्पादन करू लागली होती. युद्धादरम्यान दोस्तराष्ट्रांची नौदले, विमाने, रणगाडे आणि अन्य स्वयंचलित वाहने याच तेलावर चालली होती. जागतिक अर्थव्यवस्थेचा केंद्रबिंदू लंडनहून न्यू यॉर्ककडे सरकला. अमेरिकेच्या अर्थव्यवस्थेचा आकार तिच्या नजीकच्या प्रतिस्पर्ध्यांपेक्षा कितीतरी मोठा होऊन गेला.

क्रूर, निर्दयी युद्धामुळे नकारात्मक आणि भ्रमनिरास झालेले लोक यापूर्वी कधीच जगले नव्हते अशा प्रकारचे जीवन जगण्याचा कसोशीने प्रयत्न करू लागले होते.

उधारीवर वस्तू घेण्याची सोय, रेडिओ, चित्रपटगृहे, तसेच लोकांच्या आशा व स्वप्नांचाच नव्हे तर भयगंड आणि असुरक्षिततेच्या भावनेचा देखील स्वार्थासाठी उपयोग करण्याच्या भांडवलशाही कलेमध्ये तरबेज झालेला जाहिरात व्यवसाय, यांच्यामुळे एक नवा इहवाद उदयाला आला होता. हेन्री फोर्ड यांनी १९२७ मध्ये जास्त आकर्षक अशी मॉडेल-ए कार बनवायला सुरुवात करण्यापूर्वी तब्बल दीड कोटी मॉडेल-टी कार विकल्या.

आफ्रिकन-अमेरिकन लोकांचे प्राबल्य असलेल्या दक्षिणेत जन्मलेले जॅझ संगीत अफाट लोकप्रिय झाले. आखूड स्कर्ट, बॉब केलेले केस आणि परंपरांना छेद देणारे वर्तन करणाऱ्या स्त्रिया (फ्लॅपर्स) कुत्री-मांजरी पाळणे, दारूचे गुत्ते, न्यू यॉर्कमधील हार्लेम इथे झालेला वैचारिक, सामाजिक आणि कलात्मक कल्लोळ (हार्लेम रेनेसाँ), विविध खेळ आणि मूक किंवा बोलपटाच्या स्वरुपातले नवे चित्रपट यांनी सर्वत्र धुमाकूळ घातला.

तरुण, बंडखोर लेखक पुढे येऊ लागले. इ. इ. कमिंग्ज, जॉन दोस पॅसोस, टी. एस. इलियट, अर्नेस्ट हेमिंग्वे, एझरा पाऊंड, विल्यम फॉकनर, लॉरेन्स स्टॉलिंग्स, सिन्क्लेअर लेविस, युजीन ओ'नील, विला कॅथर, लँग्स्टन ह्युजेस आणि डाल्टन ट्रम्बो यांच्यासारख्यांच्या लिखाणामध्ये नव्या प्रकारची अभिव्यक्ती दिसून आली. अमेरिकन संस्कृतीच्या उथळपणाचे दुःख करत यातले अनेक जण युरोपात जाऊन स्थायिक झाले.

एफ. स्कॉट फिट्झजेराल्ड यांनी १९२० मध्ये लिहिले, ''एक नवी पिढी उदयाला आली ... तिला मोठे झाल्यावर दिसले, की सर्व देव मरण पावले आहेत, सर्व युद्धे लढून झाली आहेत आणि मानवामधल्या सगळ्याच श्रद्धा मुळापासून हलल्या आहेत.'' पॅरिसच्या रहिवासी जर्ट्रूड स्टाईन या समलिंगी

लेखिका हेमिंग्वे आणि त्यांच्या मद्यधुंद मित्रांना म्हणाल्या, ''या युद्धामध्ये लढलेले तुम्ही सगळे तरुण, तुमच्या पिढीला काही आगापिछाच उरलेला नाही.''

१९२० चे दशक जसजसे पुढे जाऊ लागले, तसतसा समृद्धीचा पाया अधिकाधिक डळमळीत होऊ लागला. अभूतपूर्व कर्जे, अव्वाच्या सव्वा सट्टेबाजी (स्पेक्युलेशन) आणि जर्मनीकडून मिळणारी युद्धाची नुकसानभरपाई अशा कमकुवत पायांवर ती उभी होती. या संपूर्ण दशकामध्ये कृषी उत्पादन कमी झाले. वाहनउद्योग आणि रस्तेबांधणीची कामे मंदावली. गृहनिर्माण क्षेत्रातील गुंतवणूक खालावली आणि गरीब व श्रीमंतांमधली दरी एकदम रुंदावली. ज्या गोष्टींमध्ये नफा मिळण्याची अपेक्षा असेल, त्यांच्यामागे भांडवल धावू लागले.

जर्मनीमध्ये, त्या देशाने देणे असलेल्या नुकसानभरपाईला हातभार म्हणून जर्मन परराष्ट्र मंत्री वॉल्थर रॅथेनाऊ या नामांकित ज्यू उद्योगपतीने साम्यवादी रशियासोबत आर्थिक, राजनैतिक आणि लष्करी संबंधदेखील वाढवले. व्हर्सय तहामध्ये याच दोन देशांना वेशीबाहेर ठेवण्यात आले होते. युद्धामध्ये उद्ध्वस्त झालेले आपापले देश पुन्हा उभे करण्याच्या हेतूने हे दोन देश एकत्र येऊन त्यांच्यामध्ये एक जवळीक निर्माण होऊ लागली होती. पण यामुळे फक्त इंग्लंड आणि फ्रान्सच नव्हे, तर जर्मनीतील गुंडप्रवृत्तीच्या 'फ्रायकॉर्प्स' या उजव्या गटाच्या लोकांचेही पित्त खवळले होते. जर्मनीला युद्धाची नुकसानभरपाई द्यावी लागण्याच्या प्रकारामुळे हा उजवा गट तसाही खवळलेला होता. त्यांनी १९२२ मध्ये रॅथेनाऊची हत्या केली.

जर्मनीमध्ये इतिहासातील सर्वांत वाईट महागाई त्या देशाच्या अर्थव्यवस्थेला ग्रासून बसली. 'मेड इन जर्मनी' या कवडीमोल शिक्क्याखाली तयार होणाऱ्या एकचाकी ढकलगाड्या लोक जळण म्हणून जाळू लागले.

१९२३ साल उजाडेतो दिवाळखोर जर्मनीकडे फ्रान्स आणि ब्रिटनला नुकसानभरपाईची रक्कम देण्याकरता पैसेच नव्हते. त्यामुळे त्या दोन देशांनी अमेरिकन सरकारला त्यांच्या अब्जावधी डॉलर्सच्या युद्धकालीन कर्जांमध्ये सवलत मागितली. यावर 'अजिबात नाही,' असे उत्तर कठोर शिस्तीचे नवे रिपब्लिकन राष्ट्राध्यक्ष कॅल्विन कूलिज यांनी त्यांना दिले.

१९२४ साल उजाडले आणि युरोपच्या अर्थव्यवस्था कडेलोटाच्या काठावर येऊन पोहोचल्या. त्या वेळी आणि चार वर्षांनी पुन्हा, मॉर्गन आणि त्यांच्या मित्रांच्या नेतृत्वाखालील बँकर्स आणि उद्योगपतींच्या आयोगांनी जर्मन अर्थव्यवस्थेचे गाडे रुळावर आणण्याकरता योजना आखल्या. त्यामुळे जर्मनीला तिच्या देय रकमा नियमितपणे, पण जरा सुसह्य पद्धतीने देता येणे शक्य होण्याची खात्री होणार होती. खरे तर याचा अर्थ अमेरिका जर्मनीला फ्रान्स आणि ब्रिटनला

नुकसानभरपाई देण्याकरता कर्ज देत होती आणि ते दोन देश त्या पैशांतून त्यांनी अमेरिकेकडून युद्धकाळात घेतलेल्या कर्जाची परतफेड करू शकणार होते. या प्रकारामध्ये बँकांचे मालक गब्बर झाले आणि लोक गरीबच राहिले. जर्मनी दरवर्षी प्रचंड नुकसानभरपाई देत असूनही १९३३ पर्यंत अशी स्थिती होऊन बसली, की १९२४ मध्ये ती दोस्तराष्ट्रांचे जेवढे पैसे देणे लागत होती, त्यापेक्षाही जास्त आता देणे लागत होती. पश्चिमेकडे असे आर्थिक संकटाचे वातावरण आणि पूर्वेकडे साम्यवादी क्रांतीचे वातावरण, यामुळे जगामध्ये एक नवा राक्षस जन्माला आला. त्याचे नाव होते नाझीवाद.

१९२२ मध्ये जर्मनीच्या अतिरिक्त इटलीमध्येदेखील स्वतंत्रपणे बेनिटो मुसोलिनी आणि त्याचा फॅसिस्ट पक्ष सत्तेवर आला आणि त्याने इटलीतील रस्त्यारस्त्यांवर तिथल्या साम्यवाद्यांना यमसदनाला धाडले.

आणि १९२५ साल संपत आले, तेव्हा ब्रिटनकडून घेतलेले युद्धकर्ज परत करण्याकरता मॉर्गन बँकेने मुसोलिनीच्या सरकारला १० कोटी डॉलर्सचे कर्ज दिले. मुसोलिनीच्या कामगारांना दडपणाऱ्या धोरणांवर मॉर्गन अतिशय खुश होते.

१९२३ मध्ये पहिल्या महायुद्धात लष्करात साधा कॉर्पोरल म्हणून लढलेल्या ॲडॉल्फ हिटलरच्या नेतृत्वाखाली नाझींनी म्युनिक शहरावर कब्जा केला. त्याच्या अनुयायांमध्ये सामान्य नागरी जीवनाशी जुळवून घेणे जमत नसलेल्या माजी सैनिकांचा समावेश होता. साम्यवाद्यांचा उठाव दडपण्यासाठी त्यांचे हात शिवशिवत होते आणि त्यांना फक्त संधी हवी होती. पुढे चालून हेच लोक हिटलरच्या धडक कृतिदलाचा कणा बनले. या फसलेल्या बंडामधील त्याच्या भूमिकेबद्दल हिटलरला नऊ महिने तुरुंगवास मिळाला. या काळात त्याने त्याचा दृष्टिकोन पक्का केला. जर्मन लष्कराने खरे तर युद्ध जिंकलेच होते, पण देशातल्या राजकारण्यांनी त्याच्या पाठीत खंजीर खुपसला, या त्याच्या आक्रस्ताळ्या प्रतिपादनाला अधिकाधिक समर्थक मिळू लागले होते. १९२९ मध्ये मध्यवर्ती बँका अचानक आलेल्या महामंदी या संकटात सापडल्या, तेव्हा हिटलरच्या मनसुब्यांना प्रचंड बळ मिळाले.

१९२० ते १९४४ या कालावधीमध्ये बँक ऑफ इंग्लंड या खासगी बँकेचे प्रमुख असलेले मॉँटेग्यू नॉर्मन हे एक पराकोटीचे साम्यवादविरोधी आणि ज्यूविरोधी व्यक्ती होते. आपली हत्या होणे टाळण्याकरता ते नेहमी गुपचूप प्रवास करत असत. वॉल स्ट्रीटवर सट्टेबाजांनी समभागांच्या किमती धडाधड वाढवायला सुरुवात केली होती आणि तिला वेसण घालण्याकरता त्यांनी न्यू यॉर्क फेडरल रिझर्व्ह बँकेच्या गव्हर्नरांना व्याजदर वाढवायला सांगितले. विरोधाभासाची गोष्ट म्हणजे दोनच वर्षांपूर्वी व्याजदर कमी करण्याकरता आधीच्या गव्हर्नरांचे मन

वळवण्यात हे नॉर्मनच आघाडीवर होते आणि आता ज्या सट्टेबाजीमुळे संपूर्ण व्यवस्थेलाच सुरुंग लागला होता, ती त्या व्याजदर कमी करण्याच्या निर्णयामुळेच फोफावली होती. मॉर्गन यांचे वरिष्ठ भागीदार थॉमस लमाँत यांच्या मते नॉर्मन ही "मला भेटलेली सर्वांत सूज्ञ व्यक्ती" होती.

पण पुढे २००८ मध्ये घडले, त्याचप्रमाणे अमेरिकन शेअरबाजाराने प्रचंड नफा मिळवून अर्थव्यवस्थेची लूट करण्याच्या हेतूने आपला पैसा आणि पत, उत्पादनाऐवजी सट्टेबाजीकडे वळवले होते आणि त्याकरता भरमसाट कर्जे घेतली होती.

इंग्लंड आणि अमेरिकेच्या बँकांनी त्यांचे व्याजदर वाढवल्यामुळे जगभरातील कर्जांना तत्काळ ओहोटी लागली आणि "कधीही बुडू शकणार नाहीत एवढ्या मोठ्या" अमेरिकन बँका गर्भगळित झाल्या. ऑस्ट्रिया आणि जर्मनीतल्या मोठमोठ्या बँकांचीही तीच गत झाली.

या पडझडीमुळे अमेरिकेने जर्मनीला दिलेली कर्जे संपुष्टात आली आणि १९३१-३२च्या हिवाळ्यामध्ये जर्मनीतले उद्योगधंदे पूर्ण जमीनदोस्त झाले. बेरोजगारी ३० टक्क्यांवर जाऊन पोहोचली आणि लाखो संतप्त तरुण रस्त्यांवर आले. भांडवलशहा आणि परंपरावादी राजकारण्यांना आता साम्यवादी उठाव होईल की काय, अशी भीती वाटायला लागली. आणि जर्मनीचा सर्वांत विखारी साम्यवादविरोधक असलेल्या हिटलरला सत्ताधारी वर्गाने सरकारमध्ये सामील होण्याचे आमंत्रण दिले. तोवर एका कडव्या आणि लहानशा पक्षाचा प्रतिनिधी असलेला हिटलर जानेवारी १९३३ मध्ये जर्मनीचा चॅन्सेलर (पंतप्रधान) झाला.

आपल्या खिळवून ठेवणाऱ्या भाषणांमध्ये हिटलरने अनेक जर्मनांच्या हृदयाला हात घातला आणि जो स्वाभिमान ते जणू विसरूनच गेले होते, तो त्यांना पुन्हा मिळवून देण्याचे आश्वासन दिले.

पण हिटलर सत्तेवर आल्यानंतर अनागोंदी माजली. जर्मनीचे संसद भवन, राईश्टाग, गूढ रीतीने जळून भस्मसात झाले. हिटलरने याकरता तत्काळ कम्युनिस्टांना जबाबदार धरले आणि अनेक साम्यवाद्यांची छळछावण्यांमध्ये रवानगी करण्यात आली.

त्यानंतर हिटलरने ताबडतोब पुन:सशस्त्रीकरणाची एक मोठी मोहीम सुरू केली. त्याची जाहीर घोषणा त्याने १९३५ मध्ये केली. आणि ह्यालमर शाख्त त्याचा अर्थमंत्री होताच त्याला माँटेग्यू नॉर्मन यांच्याकडून अत्यंत आवश्यक असलेल्या कर्जाचा ओघ सुरू झाला. १९३४ मध्ये नॉर्मन यांनी मॉर्गन यांच्या एका भागीदाराला सांगितले होते, "हिटलर आणि शाख्त हे दोघे जर्मन समाजाची भक्कम तटबंदी आहेत... ते साम्यवादाविरुद्ध आपल्या समाजव्यवस्थेच्या वतीने

लढत आहेत.'

अनेक अमेरिकन बँकर्सना हे पटले आणि त्यांचे मित्र शाख्त यांच्यावर त्यांनी विश्वास टाकला. त्याचबरोबर हिटलर किमान काही प्रमाणात तरी युद्धाची नुकसानभरपाई करेल, तसेच जर्मन साम्यवाद्यांना चिरडून टाकेल अशी त्यांना आशा वाटली.

त्या वेळी अमेरिका स्वतःदेखील भयंकर संकटात सापडलेली होती. रिपब्लिकन हर्बर्ट हूव्हर महामंदीवर मात करण्याचा अयशस्वी प्रयत्न करत धडपडत होते.

''बोनस आर्मी'' म्हणून ओळखले जाणारे वीस हजारांपेक्षा जास्त किंवा सुमारे चाळीस हजार संतप्त माजी सैनिक वॉशिंग्टनमध्ये गोळा झाले. १९४५ मध्ये त्यांना युद्धात भाग घेतल्याबद्दल जी बोनस रक्कम देय होणार होती, ती त्यांनी ताबडतोब देण्याची मागणी सरकारकडे केली. वॉशिंग्टनमध्ये अनाकोस्टिया फ्लॅट्स या ठिकाणी त्यांनी एक तंबूंचे शहर उभारले. हे लोक आपल्या बायका-मुलांसह तिथे आले होते. रोज परेड करत आणि 'मद्यपान निषिद्ध' या नियमाचे कठोर पालन करत ते पूर्ण लष्करी शिस्तीत तिथे राहू लागले.

जनरल स्मेडले बटलर या सैनिकांना नैतिक पाठिंबा देण्याच्या हेतूने तिथे आले. ''हा देश राहण्याच्या लायकीचा कुणी केला आहे, हे मी जाणतो!'' ते त्या सैनिकांना म्हणाले. ''तुम्ही लोकांनीच. अनेक लोक जेव्हा तुम्हाला 'भटके-निराधार' म्हणून तुमची अवहेलना करतात, तेव्हा मला भयंकर संताप येतो. १९१७ आणि १८ मध्ये तर त्यांनी तुम्हाला असे काही म्हटले नव्हते. मी तुम्हाला खात्रीने सांगतो, अमेरिकावादाचे – शुद्ध अमेरिकावादाचे – मी पाहिलेले हे सर्वांत महान निदर्शन आहे.'' सगळ्या माजी सैनिकांनी त्यांच्याशी बोलण्याकरता त्यांच्याभोवती गराडा घातला. त्या दिवशी दुपार होईपर्यंत बटलर त्या लोकांच्या तंबूंमध्ये बसून त्यांच्या सुखदुःखाच्या आणि युद्धात झालेल्या जखमांच्या जुन्या कहाण्या ऐकत राहिले.

पोलिसांशी जेव्हा या निदर्शकांच्या चकमकी उडू लागल्या, तेव्हा राष्ट्राध्यक्ष हूव्हर यांनी जनरल डग्लस मॅकऑर्थर यांना फक्त परिस्थिती शांत करण्याचे आदेश दिले. पण बोनस आर्मी म्हणजे साम्यवादी उठावाचे बिनीचे शिलेदारच आहेत, अशी खात्री असलेल्या मॅकऑर्थर यांनी राष्ट्राध्यक्षांचे आदेश धाब्यावर बसवले आणि या माजी सैनिकांना रणगाडे, बंदुकांच्या संगिनी आणि अश्रुधूर यांचा वापर करून पार पळता भुई थोडी करून टाकली. मॅकऑर्थर यांच्या सुरस कारकिर्दीत असे या एकाच वेळी घडले असे नाही.

मॅकऑर्थर यांच्या सहायकांमध्ये अमेरिकेचे भावी लष्करप्रमुख ड्वाईट आयसेनहॉवर आणि जॉर्ज पॅटन हे दोघेही होते. या सर्वांनी निदर्शक माजी सैनिकांना पाठलाग

करून नदीच्या पलीकडे पिटाळून लावले आणि त्यांनी उभारलेली तात्पुरती वस्ती जाळून भस्मसात केली. यादवीनंतर अमेरिकन सैनिकांनी जाणूनबुजून इतर अमेरिकन सैनिकांवर हल्ला चढवून त्यांना जायबंदी करण्याची ही पहिलीच वेळ होती.

पण जेव्हा पुढच्या वर्षी बोनस आर्मी पुन्हा वॉशिंग्टनमध्ये मोर्चा घेऊन आली, तेव्हा व्हाईट हाऊसमध्ये नवीन राष्ट्राध्यक्ष होते. रूझवेल्टने फर्स्ट लेडी एलेनॉर रूझवेल्ट यांना या माजी सैनिकांना दिवसातून तीन वेळा गरम-गरम जेवण आणि कॉफी देण्यास मदत करण्याकरता पाठवले. एक माजी सैनिक उद्गारला, "हूव्हरने लष्कर पाठवले, तर रूझवेल्टने त्याच्या पत्नीला पाठवले." पुढे काही दिवसांनी बोनस आर्मीने आपले संघटनात्मक अस्तित्व संपवण्याच्या बाजूने मतदान केले. नव्या राष्ट्राध्यक्षांनी अनेक माजी सैनिकांना सिव्हिलियन कॉन्झर्वेशन कोअरमध्ये कामावर नियुक्त केले.

मार्च १९३३ मध्ये आपले प्रसिद्ध पहिले भाषण देताना फ्रँकलिन डेलॅनो रूझवेल्ट यांनी संपूर्ण देश आपल्यामागे गोळा करताना म्हटले, "आपण ज्या एकमेव गोष्टीला भ्यायला हवे ती म्हणजे खुद्द भीती." त्यांच्या विलक्षण आयुष्याचे ते सूत्रच होते. प्रत्यक्षात भयंकर मोठे संकट त्यांच्यासमोर आ वासून उभे होते. बेरोजगारी २५ टक्के झाली होती. ढोबळ राष्ट्रीय उत्पादन ५० टक्क्यांनी कमी झाले होते. शेतकरी त्यांचे ६० टक्के उत्पन्न गमावून बसलेले होते. औद्योगिक उत्पादन ५० पेक्षा जास्त टक्क्यांनी घसरले होते. १९३० ते १९३२ या दोन वर्षांत अमेरिकेतल्या २० टक्के बँका बंद पडल्या होत्या. गावागावांत भुकेल्या लोकांच्या ब्रेडसाठी रांगा लागल्या होत्या. बेघर लोक दिवसभर रस्तोरस्ती भटकत आणि रात्री ज्यांना "हूव्हरविल" म्हटले जाई, अशा मोठमोठ्या झोपडपट्ट्यांमध्ये झोपत असत. अगतिक लोकांच्या मदतीसाठी काहीही व्यवस्था उरलेली नव्हती. जिकडेतिकडे दारिद्र्य पसरले होते.

रूझवेल्ट यांनी सर्वसमावेशकतेचा संदेश देऊन अमेरिकन लोकांना एकत्र केले. हिटलरच्या बरोबर विरुद्ध हे धोरण होते. ते म्हणाले, "निव्वळ आर्थिक लाभाच्या पलीकडे जाऊन आपण जितक्या जास्त प्रमाणामध्ये उदात्त मूल्ये अंगीकारू तेवढ्याच प्रमाणात आपण पुन्हा उठून उभे राहू शकू."

त्याच धर्तीवर पुढे जात त्यांनी म्हटले, "सगळ्या बँकिंग, कर्जे आणि गुंतवणुकीवर करडी नजर ठेवणे" आणि "इतर लोकांच्या पैशांवर चाललेल्या सट्टेबाजीला पायबंद घालणे" या गोष्टी करणे आवश्यक आहे. त्यांनी एका 'नव्या करारा'ची घोषणा केली. वास्तविक कुणी ब्र देखील न उच्चारता ते बँकांचे राष्ट्रीयीकरण करू शकले असते, पण त्याऐवजी त्यांनी जास्त पारंपरिक कृतीचा मार्ग अवलंबला. त्यांनी बँकांकरता चार दिवसांची राष्ट्रीय सुट्टी जाहीर केली,

दि. ४ मार्च, १९३३ रोजी फ्रँकलिन डेलॅनो रूझवेल्ट आणि हर्बर्ट हूव्हर, रूझवेल्ट यांच्या शपथविधीसाठी जाताना. या शपथविधी समारंभानंतर एक आशेचे वातावरण निर्माण झाले. रूझवेल्ट यांच्या सुरुवातीच्या काळाबद्दल बोलताना विल रॉजर्स म्हणाले होते, ''त्यांनी जर कॅपिटॉल जाळून टाकली, तर आम्ही जयघोष करू आणि म्हणू, 'चला, कसा का होईना, पण निदान अग्नी तर प्रज्ज्वलित झाला''.

राष्ट्राध्यक्ष म्हणून पहिल्यांदा पूर्ण दिवसाकरता कार्यालयात आले असताना तो दिवस त्यांनी देशातल्या सर्वोच्च बँकर मंडळींशी चर्चा केली आणि तत्काळ बँकिंग कायद्यावर स्वाक्षरी केली. या कायद्याचा मसुदा बहुतांशी बँकर लोकांनी स्वतःच तयार केला होता. कुठलेही टोकाचे बदल न करताच बँकिंग व्यवस्था मूलतः पुनःप्रस्थापित झाली. आणि आपल्या सामाजिक वर्गाचा विश्वासघात केल्याचे आरोप होऊनदेखील रूझवेल्ट यांनी खुद्द भांडवलदारांच्याच तावडीतून भांडवलशाहीला वाचवले.

अनिर्बंध भांडवलशाही चालणार नाही हे ओळखून रूझवेल्ट यांनी राष्ट्रीय सरकारचे अधिकार उपयोगात आणण्यास सुरुवात केली. पदावरच्या पहिल्या शंभर दिवसांत त्यांनी शेती वाचवण्याकरता ॲग्रिकल्चर ॲडजस्टमेन्ट्स ॲडमिनिस्ट्रेशन स्थापनेचा कायदा, तरुणांना वने आणि वनरायांमध्ये काम देण्याकरता सिव्हिलियन कॉन्झर्व्हेशन कोअर, राज्यांना संघराज्यीय मदत देण्याकरता फेडरल इमर्जन्सी रीलिफ ॲडमिनिस्ट्रेशन कायदा, मोठ्या आकाराचे सार्वजनिक बांधकाम प्रकल्प सुरू करण्याकरता पब्लिक वर्क्स ॲडमिनिस्ट्रेशन कायदा आणि आर्थिक पुर्नउभारणीला

फेब्रुवारी १९३३ मध्ये एका बँकेवर मोर्चाने आलेले लोक. १९३० ते १९३२ या कालावधीत सुमारे एक पंचमांश अमेरिकन बँका बुडाल्या. रूझवेल्ट यांचा शपथविधी होईतोवर सर्वत्र बँकिंग व्यवहार एकतर पूर्णपणे थांबले होते किंवा मग खूपच मर्यादित झाले होते.

चालना देण्याकरता नॅशनल रिकव्हरी ॲडमिनिस्ट्रेशन (एनआरए) कायदा असे विविध कायदे मंजूर केले. त्याचबरोबर गुंतवणूक व व्यापारी बँकिंग यांना परस्परांपासून वेगळे करणारा ग्लास-स्टीगॉल बँकिंग कायदादेखील अमलात आणला आणि बँकांमधील ठेवींकरता संघराज्यीय विमा योजना सुरू केली.

त्यांनी दारूबंदीचा कायदादेखील मागे घेतला आणि म्हणाले, "बिअरचा एक प्याला घेण्याची ही उत्तम वेळ आहे."

रूझवेल्ट यांनी दूरदृष्टी असलेल्या लोकांचा एक संघ तयार केला. त्यात रूझवेल्ट यांचे प्रमुख मदतनीस हॅरी हॉपकिन्स होते, राष्ट्रीय युवक प्रशासक ऑब्रे विल्यम्स होते, रेक्सफोर्ड टगवेल, ॲडॉल्फ बर्ले होते आणि अंतर्गत व्यवहार सचिव हॅरॉल्ड आइक्स होते. सामर्थ्यशाली आणि मंत्रिमंडळामध्ये नियुक्त झालेल्या पहिल्या महिला कामगार सचिव फ्रॅन्सेस पर्किन्स यादेखील या संघामध्ये होत्या. हा संघ नवे मध्यस्थ (न्यू डीलर्स) म्हणून प्रसिद्ध झाला.

हेन्री वॉलेस हे आयोवा राज्यातले तरुण जनुकशास्त्रज्ञ त्यांच्यामध्ये प्रमुख होते. ते एका रिपब्लिकन शेतकरी कुटुंबात जन्माला आले होते आणि हे कुटुंब

युद्धआघाडीच्या दिवसांपासून जमीन कसत होते. त्यांचे वडील हॅरी यांनी कृषी सचिव म्हणून वॉरन हार्डिंग्ज आणि कॅल्विन कूलीज या दोन राष्ट्राध्यक्षांसोबत काम केले होते.

देशातल्या उद्ध्वस्त झालेल्या कृषी क्षेत्राला पुन्हा सावरण्याकरता जे काही करणे आवश्यक असेल ते करा, असे रूझवेल्ट यांनी वॉलेसना सांगून टाकले. वॉलेस यांचे मार्ग वादग्रस्त होते, जसे अति उत्पादन थांबवण्याकरता त्यांनी शेतकऱ्यांना कापसाच्या उभ्या पिकाचा २५ टक्के भाग नष्ट करण्याकरता पैसे दिले. ६० लाख डुकरांची पिले ठार करण्याचे आदेशदेखील त्यांनी दिले. गरजू अमेरिकन जनतेला कृषी खात्यातर्फे डुकराचे मांस, चरबी आणि साबण पुरवले जाण्याची त्यांनी खात्री केली, पण संतप्त शेतकऱ्यांनी त्यांच्यावर चौफेर हल्ला चढवला. मग त्यांनी आपल्या या कृतिकार्यक्रमाच्या समर्थनार्थ रेडिओचा सहारा घेतला. या कार्यक्रमाला "परस्परावलंबित्वाची घोषणा" असे घोषित करत त्यांनी आपले तत्त्वज्ञान लोकांपुढे मांडले. ते म्हणाले, "अनियंत्रित कठोर व्यक्तिवाद, हा कदाचित संपूर्ण पश्चिम अमेरिका खंड जिंकून घेण्याकरता खुला होता तेव्हा आर्थिकदृष्ट्या समर्थनीय असला असता, पण आता हा देश पूर्णपणे भरला आहे आणि प्रगल्भ झालेला आहे. आता आपल्यासमोर लढण्याकरता इंडियन्स नाहीत... आपल्याला सुनियंत्रित अर्थव्यवस्था, सारासार विवेक आणि सामाजिक सभ्यतेच्या दिशेने नेणारे नवे मार्ग तयार करणे आवश्यक आहे."

अखेर वॉलेस यांची योजना खूपच यशस्वी ठरली. कापसाचे भाव दुप्पट झाले. कृषी उत्पन्न १९३२ ते १९३६ या काळात ६५ टक्क्यांनी वाढले. मका, गहू आणि डुकरांचे भाव स्थिर झाले. आणि शेतकरी वॉलेस यांचे खंदे समर्थक बनले.

"सप्टेंबर १९३३ मध्ये १ कोटी एकर कापसाच्या शेतीवर नांगर फिरवणे आणि ६० लाख डुकरांच्या पिलांची कत्तल करणे, या गोष्टी कुठल्याही सूज्ञ समाजामध्ये आदर्श कृती ठरू शकत नाहीत. जागतिक मुत्सद्देगिरीच्या अतर्क्य अभावामुळे १९२० ते १९३२ या कालखंडामध्ये करणे भाग पाडलेल्या या आणीबाणीच्या कृती आहेत," असा जो चुकीचा संदेश आपल्या धोरणांबद्दल जनतेत गेला, ते पाहून हायब्रीड मक्याची त्यांनीच विकसित केलेली एक जात परिपूर्ण करण्यामध्ये अनेक वर्षे घालवलेल्या आणि जगामध्ये शांतता नांदण्याकरता विपुल अन्नपुरवठा आवश्यक आहे, असा ठाम विश्वास असलेल्या वॉलेस यांना प्रचंड धक्का बसला.

मंदी ओढवून घेण्याकरता उद्योगांना जबाबदार धरणाऱ्या जनतेने रूझवेल्ट यांचे अतिशय उत्साहाने स्वागत केले. ते यातून सावरण्याचा मार्ग नक्की काढतील

पब्लिक वर्क्स ॲडमिनिस्ट्रेशन — पीडब्ल्यूए — खात्याचे कामगार न्यू जर्सीमध्ये एका माध्यमिक शाळेच्या बांधकामावर विटा वाहताना. पीडब्ल्यूए आणि सीसीसी ही दोन्ही खाती रूझवेल्ट यांनी त्यांच्या पदावरील पहिल्या शंभर दिवसांमध्ये जी महत्त्वाकांक्षी पुनर्वसन योजना लोकांपुढे मांडली होती, तिचा एक भाग होती.

सिव्हिलियन कॉन्झर्वेशन कोअर — सीसीसी — चे कर्मचारी इडाहोच्या बोईस नॅशनल फॉरेस्टमध्ये काम करताना.

अशी लोकांना आशा वाटली. पण ते काहीसे गूढ व्यक्ती होते. कधी ते मोठा उदारमतवादीपणा दाखवत एकामागून एक सरकारी कार्यक्रम सुरू करत असत, तर कधी अंदाजपत्रकामध्ये संतुलन राखण्याचा प्रयत्न करणारे परंपरावादी म्हणून समोर येत. काही लोकांना ते युजीन डेब्स-नॉर्मन थॉमस यांच्या परंपरेतले समाजवादी वाटत असत, तर काही लोक त्यांना फॅसिस्ट किंवा कॉर्पोरेटवादी समजत व देश आणि कॉर्पोरेट शक्तींचा मिलाफ करण्याला त्यांचे समर्थन आहे असे मानत. त्यांनी सुरू केलेला एनआरए नावाचा औद्योगिक पुनर्वसनाचा (इंडस्ट्रियल रिकव्हरी) कार्यक्रम उत्पादन, स्पर्धा आणि किमान वेतनाच्या दराचे नियमन करणारा होता, पण त्यातल्या काही भागाला इटालियन फॅसिझमचा वास होता.

प्रत्यक्षात रूझवेल्ट हे आदर्शवादी कमी आणि व्यवहारी जास्त होते. पण तरीसुद्धा, मोठ्या उद्योगांचा त्यांच्याबाबतीत गैरसमजच झाला. वॉल स्ट्रीटला विरोध करण्यात त्यांचे राजकीय चातुर्य असले तरी त्यामुळे परंपरावादी रिपब्लिकनांचे दीर्घकालीन शत्रुत्व त्यांनी ओढवून घेतले. या लोकांनी रूझवेल्ट यांच्या चलनवाढीला पूरक धोरणांना घटनाबाह्य ठरवून त्यावर हल्ला चढवला. हा पैसा म्हणजे ''छापखान्यात छापलेले चलन'' आहे, असे ते लोक म्हणू लागले. त्याहीपेक्षा वाईट म्हणजे, रूझवेल्ट यांनी सोन्याच्या प्रमाणातील (गोल्ड स्टँडर्ड) अमेरिकेचे सदस्यत्व मागे घेतले. देशांतर्गत पुनर्वसनाला चालना देण्याकरता त्यांनी परदेशी व्यापार आणि त्यातून मिळणाऱ्या नफ्यावर पाणी सोडले. अमेरिकेच्या जेमतेम १,४०,००० सैनिकांच्या छोट्याशा सैन्यालादेखील कात्री लावण्याकरता त्यांनी पावले उचलली.

१९३४ मध्ये निवृत्त जनरल स्मेडले बटलर पुन्हा एकदा रंगमंचावर प्रविष्ट झाले आणि हाऊसच्या विशेष समितीसमोर त्यांनी अन-अमेरिकन, म्हणजेच अमेरिकेला न शोभणाऱ्या कृतींबद्दल धक्कादायक माहिती सादर केली.

बटलर यांनी जे. पी. मॉर्गनपुत्र जॅक आणि धनाढ्य अशा ड्यू पाँट घराण्यासह रूझवेल्टविरोधी सर्व बड्या हस्तींवर आरोप केला की, रूझवेल्ट यांना राष्ट्राध्यक्षपदावरून खाली खेचण्याकरता सगळ्या असंतुष्ट माजी सैनिकांना उठाव करायला लावण्याच्या कामी आपल्याला नेमण्याचा प्रयत्न हे लोक करत आहेत.

प्रसारमाध्यमांनी या आरोपाची ''द बिझनेस प्लॉट'' – एक गंडप्रणित कारस्थान, म्हणून हेटाळणी केली. हेन्री ल्यूस यांचे टाइम मासिक यात सर्वांत पुढे होते. पण बटलर यांची साक्ष ऐकल्यानंतर हाऊसचे भावी सभापती मॅसेच्युसेट्सचे जॉन मॅकॉर्मॅक यांच्या नेतृत्वाखालील हाऊस समितीने असा अहवाल दिला, की जनरल बटलर यांनी केलेल्या सर्व संबंधित विधानांचे सत्यापन करण्यात समितीला

यश आले असून, आम्ही असा निष्कर्ष काढला आहे, की अमेरिकेमध्ये एक फॅसिस्ट संस्था स्थापन करण्याच्या प्रयत्नांवर 'चर्चा करण्यात आली आहे, तत्संबंधी नियोजन करण्यात आले आहे आणि याला आर्थिक पाठबळ पुरवणाऱ्यांना जर आणि जेव्हा ही गोष्ट गरजेची वाटली असती, त्या वेळी ती योजना अमलातही आणली गेली असती.''

विचित्र गोष्ट म्हणजे या समितीने यात गोवण्यात आलेल्यांपैकी अनेकांना त्यांची बाजू मांडण्याकरता बोलावलेदेखील नाही. त्यात १९२८ च्या राष्ट्राध्यक्षपदाच्या निवडणुकीतील पराभूत उमेदवार अल् स्मिथ, मॉर्गन उद्योगसमूहाचे थॉमस लमाँत, लष्करप्रमुख जनरल डग्लस मॅकऑर्थर आणि विविध कॉर्पोरेट उच्चपदस्थ, तसेच माजी अमेरिकन लिजन कमांडर आणि एनआरएचे प्रमुख यांचा समावेश होता. या फॅसिस्ट उठावाची खळबळजनक आणि भयसूचक शक्यता नोबेल पारितोषिक विजेते लेखक सिन्क्लेअर लुईस यांनी त्यांच्या 'इट कान्ट हॅपन हिअर' या प्रचंड खपलेल्या कादंबरीद्वारे लोकप्रिय केली. या कादंबरीमध्ये बटलर यांनी त्यांच्या आरोपात उल्लेख केलेल्या घटनांशी मिळत्याजुळत्या अनेक घटना होत्या.

आणि नंतर, मीट जॉन डो या फ्रँक काप्रा यांच्या अतिशय लोकप्रिय ठरलेल्या चित्रपटामध्येदेखील असेच एक कटकारस्थान दाखवले गेले.

उजव्या विचारसरणीच्या अमेरिकन लिबर्टी लीगचे प्रवक्ते बनलेल्या अल् स्मिथ यांनी रूझवेल्ट यांच्यावर जहरी टीका केली. ''जगामध्ये एकच राजधानी असू शकते, वॉशिंग्टन किंवा मॉस्को... जगामध्ये अमेरिकेतील स्वच्छ, शुद्ध आणि ताजी हवा असू शकते किंवा मग कम्युनिस्ट रशियातला कुबट वास. जगामध्ये एकच झेंडा असू शकतो, स्टार्स अँड स्ट्राइप्स किंवा सोव्हिएत युनियनचा ईश्वरविहीन झेंडा.''

स्मेडले बटलर यांच्या सुनावणीचे वृत्त एखाद्या कोपऱ्यामध्ये छापून प्रसारमाध्यमे तिचे महत्त्व कमी करू शकली असती, पण हाऊस ऑफ मॉर्गन आणि चार ड्यू पाँट भावांना अमेरिकन इतिहासातील सर्वात विलक्षण संसदीय सुनावणीकरता खरोखरच पाचारण केले गेले. ही सुनावणी होती नॉर्थ डाकोटाच्या जेराल्ड नाय या पुरोगामी रिपब्लिकन सदस्याच्या नेतृत्वाखालच्या सिनेट समितीची, जी चौकशी करत होती शस्त्रास्त्रे व युद्धसामग्री उद्योगाची. चौकशीचे विषय होते कल्पनातीत पातळीवरची युद्धकालीन नफेखोरी आणि पहिल्या महायुद्धामध्ये जर्मन शत्रूशी हातमिळवणी करणे.

आणखी एक युद्ध होणार याची जाणीव होऊन नाय यांनी शस्त्रास्त्र उद्योगाचे राष्ट्रीयीकरण करण्याला आणि युद्ध सुरू होण्याच्या दिवशी दहा हजार डॉलर्सपेक्षा जास्तीच्या उत्पन्नावर अठ्ठ्याण्णव टक्के कर आकारायला पाठिंबा दिला. १९३६

साल उजाडेतो चौकशी अंतिम टप्प्यावर पोहोचली होती आणि त्या वेळी हाऊस ऑफ मॉर्गन व वॉल स्ट्रीटवरच्या इतर कंपन्यांना साक्षीकरता बोलावले गेले.

दोस्तराष्ट्रांना दिलेली अफाट कर्जे वसूल करण्याकरता मॉर्गन आणि इतर कंपन्यांनी अमेरिकेला युद्धात ढकलले हे खरे आहे का? यावर मॉर्गन ज्युनिअर, थॉमस लमाँट आणि इतर भागीदारांनी हा एक कल्पनाविलास असल्याचे सांगितले आणि म्हटले, की अमेरिकेने पहिल्या महायुद्धामध्ये उतरण्यात काहीही विशेष फायदा नव्हता, कारण दोस्तराष्ट्रांना पैसा आणि साधनसामग्री पुरवण्याद्वारे अमेरिकन उद्योग तसेही उत्तम व्यवसाय करतच होते.

एका संशयी सिनेटरने या बँकर मंडळांना प्रश्न केला, ''ग्रेट ब्रिटन जर युद्ध हरले असते, तर त्याने त्याची कर्जे परत केली असती असे तुम्हाला वाटते का?'' एका बँकरने उत्तर दिले, ''होय, तो युद्ध हरला असता, तरी त्याने परतफेड केली असती.'' पण इथे तुम्ही-आम्ही एक प्रश्न विचारायला हवा, की मोडकळीला आलेल्या आणि दिवाळखोर ब्रिटनने खरोखरच कर्जांची परतफेड केली असती का?

नाय आणि त्यांच्या समितीला युद्धकालीन नफेखोरीला आळा घालण्यात जरी अपयश आले, तरी जनतेला याबाबत जागृत करण्यात नक्कीच यश आले आणि त्यांनी आणखी एक अस्वस्थ करणारा प्रश्न उभा केला, जो इतिहासकारांना अजूनही छळतो आहे – जर्मनीला आर्थिक आणि लष्करी पुनर्संजीवनी देण्यामध्ये अमेरिकन उद्योगांच्या हातभाराबद्दल काय म्हणावे?

दुसरे महायुद्ध हा अजूनही अमेरिकन इतिहास आणि दंतकथांमध्ये सर्वांत शौर्याचा कालखंड आहे. पुस्तके, टीव्ही कार्यक्रम आणि सेव्हिंग प्रायव्हेट रायन सारखे चित्रपट या आधुनिक प्रसारमाध्यमांनी हिटलरच्या नाझी राजवटीला पराभूत करण्यामध्ये अमेरिकेने बजावलेल्या भूमिकेचे भरपूर कौतुक केलेले आहे. पण हावेपोटी – आणि काही वेळा फॅसिस्ट प्रवृत्तींबद्दल सहानुभूतीपोटीदेखील - अनेक प्रमुख अमेरिकन उद्योगपती आणि नागरिकांनी जाणूनबुजून थर्ड राईशला मदत केली, हे सत्य ते विसरतात किंवा मग त्याकडे दुर्लक्ष किंवा काणाडोळा करतात.

थॉमस वॉटसन यांच्या नेतृत्वाखालच्या आयबीएम कंपनीने १९२०च्या दशकाच्या सुरुवातीच्या वर्षांमध्ये जर्मन कंपनी डीहोमागमध्ये नियंत्रणात्मक मालकीहक्क खरेदी केले होते आणि नाझींनी तिथे सत्ता हस्तगत केल्यावरही ते आपल्याच हातात ठेवले.

१९३७ मध्ये आपल्या पंचाहत्तराव्या वाढदिवशी वॉटसन यांनी 'ग्रँड क्रॉस ऑफ द जर्मन ईगल' हा पुरस्कार स्वीकारला. आयबीएमच्या जर्मन उपकंपनीने नाझी सरकारला त्याच्या जनगणनेच्या माहितीचे वर्गीकरण तक्ते तयार करण्याकरता

रिपब्लिकन सिनेटर जेराल्ड नाय १९३४ मध्ये करण्यात आलेल्या अमेरिकन शस्त्रास्त्रे उद्योगाच्या चौकशीच्या प्रमुखपदी होते. या चौकशीमध्ये अमेरिकन शस्त्रास्त्रे व युद्धसामग्री कंपन्यांच्या हीन कार्यपद्धती आणि प्रचंड प्रमाणातल्या युद्धकालीन नफेखोरीचा पर्दाफाश झाला. ''समितीने दररोज ज्या लोकांच्या साक्षी ऐकल्या, ते त्यांच्या अशा कृतींचे समर्थन करण्यासाठी धडपडत होते ज्यांमध्ये ते लोक अनीतीपूर्ण आंतरराष्ट्रीय व्यावसायिक यापलीकडे काहीही नसल्याचे आढळून आले होते. जगाला आपसात लढण्याकरता शस्त्रपुरवठा करण्याचा खेळ खेळून आपली तुंबडी भरण्याचा त्यांचा आटापिटा चालला होता,'' ते म्हणाले. या चौकशीमध्ये उघडकीला आलेल्या अधिक घृणास्पद तपशीलांपैकी एक म्हणजे अमेरिकन शस्त्रास्त्र कंपन्या नाझी जर्मनीला शस्त्रपुरवठा करत होत्या.

आपली कार्ड पंचिंग मशिन्स पुरवून जी मदत केली होती, त्याबद्दल त्यांना हा पुरस्कार देण्यात आला होता. पुढे जाऊन हे तंत्रज्ञान इतर अनेक गोष्टींसोबतच ज्यू लोकांचा शोध घेण्यात खूप उपयुक्त ठरले आणि त्याहीनंतर ऑश्विट्झला जाणाऱ्या रेल्वेगाड्या वेळेत धावण्यामध्येही साह्यभूत ठरले.

त्याहीपेक्षा मोठ्या पातळीवर, जनरल मोटर्सच्या आल्फ्रेड स्लोन यांनी ॲडम ओपेल या त्यांच्या जर्मन उपकंपनीद्वारे जर्मन लष्करासाठी गाड्या आणि मालवाहू वाहने बनवली. जर्मनीने पोलंडवर आक्रमण करण्याच्या पूर्वसंध्येला स्लोन म्हणाले, त्यांची कंपनी ''किरकोळ आंतरराष्ट्रीय भांडणांचा'' काहीही परिणाम न होण्याइतकी मोठी आहे.

हेन्री फोर्ड यांच्या जर्मन उपकंपनीने मिशिगनमधील आपल्या मुख्य कंपनीच्या संमतीने संपूर्ण युद्धकाळामध्ये जर्मनीच्या सैन्याकरता लष्करी गाड्या तयार केल्या. तत्पूर्वी हेन्री फोर्ड यांनीच एक लेखमाला प्रसिद्ध केली होती, जी नंतर एका पुस्तकाच्या स्वरूपात प्रकाशित झाली. या पुस्तकाचे नाव होते 'द इंटरनॅशनल ज्यू: द वर्ल्ड्स फोरमोस्ट प्रॉब्लेम' (शब्दशः – आंतरराष्ट्रीय ज्यू : जगापुढची सर्वांत मोठी समस्या). हिटलरने त्याच्या म्युनिकमधील कार्यालयात फोर्ड यांचे

हेन्री फोर्ड लिखित 'द इंटरनॅशनल ज्यू' या ज्यूविरोधी लेखसंग्रहाची जर्मन आवृत्ती. हे पुस्तक भावी नाझी नेत्यांनी मोठ्या प्रमाणावर वाचले होते.

तैलचित्र टांगले होते आणि १९३१ मध्ये डेट्रॉईट न्यूजला दिलेल्या मुलाखतीत तो म्हणाला होता, "हाईनरिक फोर्ड यांना मी माझे प्रेरणास्रोत मानतो."

१९३९ मध्ये जेव्हा युरोपियन युद्ध घोषित झाले, तेव्हा फोर्ड आणि जीएम यांनी त्यांच्या जर्मन कंपन्यांमधील गुंतवणूक काढून घेण्यास नकार दिला (नंतर त्यांनी याचा इन्कार केला होता). या दोघांनी उलट युद्धकालीन उत्पादनाच्या दृष्टीने कारखाने सुसज्ज करण्याच्या आदेशाचे पालनही केले आणि त्याच वेळी अमेरिकन सरकारने केलेल्या तशाच मागणीला देशांतर्गत मात्र विरोध केला.

फोर्ड, जनरल मोटर्स, स्टँडर्ड ऑईल, अल्को, आयटीटी, जनरल इलेक्ट्रिक, शस्त्रनिर्मिती ड्यू पाँट, इस्टमन कोडॅक, वेस्टिंगहाऊस, प्रॅट अँड व्हिटनी, डग्लस एअरक्राफ्ट, युनायटेड फ्रूट, सिंगर आणि इंटरनॅशनल हार्वेस्टर या कंपन्या १९४१ पर्यंत जर्मनीसोबत व्यापार करतच होत्या.

शत्रूराष्ट्राशी व्यापार या कायद्यांतर्गत अमेरिकन सरकारने यातल्या बहुतेक व्यापारांना बेकायदेशीर घोषित केले असतानाही अनेक मोठ्या कंपन्यांनी जर्मनीमध्ये आपले कामकाज सुरू ठेवण्याकरता विशेष परवाने मिळवले. एकीकडे अमेरिकन सैनिक युद्धभूमीवर मरत होते आणि दुसरीकडे गोठवलेल्या बँक खात्यांमध्ये नफ्याच्या प्रचंड रकमा साठत चालल्या होत्या.

जर्मन उद्योगांशी असलेल्या संबंधातून फायदा होणारे आणखी एक गृहस्थ म्हणजे प्रेस्कॉट बुश, अमेरिकेचे भविष्यातील राष्ट्राध्यक्ष जॉर्ज एच. डब्ल्यू. बुश यांचे वडील आणि जॉर्ज डब्ल्यू. व जेब बुश यांचे आजोबा. १९४२ मध्ये

त्यांच्या अनेक बँक खात्यांपैकी पाच खाती अमेरिकन सरकारने गोठवली होती.

१९४३ साल उजाडेपर्यंत अर्धाअधिक जर्मन कामगारवर्ग वेठबिगार झाला होता. नाझी लोक या लोकांना ''परदेशी कामगार'' म्हणत असत. त्यांच्यावर थेट नियंत्रण नसले, तरी फोर्डला त्यांचा खूप फायदा झाला आणि त्यांच्या नावावरील गुप्त निधीच्या रूपात युद्धानंतर कंपनीने कोट्यवधी डॉलर्सची कमाई केली.

आय. जी. फार्बेन या रासायनिक कंपन्यांच्या संघाशी (कार्टेल) असलेल्या सहकार्य करारामुळेदेखील फोर्डला लाभ झाला. याच कार्टेलने ऑश्विट्झमध्ये 'बुना रबर कारखाना' सुरू केला होता आणि हजारो लोक ज्यामुळे मरण पावले, तो झिकलॉन बी विषारी वायू याच कारखान्यामध्ये तयार करण्यात येत होता. फार्बेनने ऑश्विट्झ छळछावणीतील ८३,००० सक्तीच्या कामगारांना या कारखान्यामध्ये कामावर ठेवले होते आणि फोर्ड-वेर्के या उपकंपनीची १५ टक्के मालकी स्वत:कडे ठेवली होती.

ऑगस्ट १९४२ पर्यंत मृत्यूछावण्यांची माहिती अमेरिकन अधिकाऱ्यांना समजलेली होती, पण त्यांनी जनतेला त्याबद्दल काहीही सांगितले नाही. रब्बी स्टीफन वाईज यांनी १९४२च्या शेवटी अखेर या गोष्टीला वाचा फोडली. ही बातमी न्यू यॉर्क टाइम्स वर्तमानपत्राच्या दहाव्या पानावर दिली गेली आणि त्याबद्दल फारशी काही चर्चा झाली नाही.

युद्धानंतर आयबीएमने तिचा सगळा गुप्त नफा लढा देऊन पदरात पाडून घेतला. आणि फोर्ड व जीएम यांनी त्यांच्या जर्मन कंपन्या पुन्हा आपल्यामध्ये विलीन करून घेतल्या. एवढेच नव्हे, तर दोस्तराष्ट्रांनी केलेल्या बॉम्बहल्ल्यांमध्ये त्यांचे जे युरोपियन कारखाने नष्ट झाले होते किंवा त्यांचे नुकसान झाले होते, त्याबद्दल नुकसानभरपाई मिळावी म्हणून न्यायालयात धाव घेऊन ती मिळवण्याइतका बेरडपणाही दाखवून दिला. जीएमच्या बाबतीत बोलायचे तर ही रक्कम ३३ दशलक्ष डॉलर्स होती.

या कंपन्यांनी मग युद्धकाळातल्या या नतद्रष्ट कृतीमधल्या स्वत:च्या सहभागाचे पुरावे नष्ट करण्याकरता पावले उचलली. असंख्य कागदपत्रे, विशेषत: पूर्वी नाझींच्या ताब्यात असलेल्या प्रदेशांमधली कागदपत्रे अचानक जळाली किंवा गहाळ झाली. या गुप्त हातमिळवणीच्या विषयावर अजूनही कुणाला बोलायला मनाई आहे. असे व्यवहार करण्याकरता बँका आणि वकिली संस्थांची गरज होती.

या ताकदवान संस्थांपैकी अनेक संस्था बलाढ्य कॉर्पोरेट वकिली संस्था सुलिवन अँड क्रॉमवेल हिच्या ग्राहकसंस्था होत्या. आणि सुलिवन अँड क्रॉमवेल संस्थेचे व्यवस्थापकीय संचालक होते जॉन फॉस्टर डलेस, तर त्यांचे भागीदार होते त्यांचे भाऊ अॅलन डलेस. पुढे चालून जॉन फॉस्टर डलेस अमेरिकेचे

सेक्रेटरी ऑफ स्टेट झाले आणि ॲलन डलेस सीआयएचे प्रमुख झाले. सुलिवन अँड क्रॉमवेलच्या ग्राहकांमध्ये अत्यंत महत्त्वाची अशी बँक फॉर इंटरनॅशनल सेटलमेंट्स (बीआयएस) ही देखील होती. १९३० मध्ये ही बँक अमेरिका व जर्मनीदरम्यान पहिल्या महायुद्धातील नुकसानभरपाईची रक्कम हस्तांतरित करण्याकरता स्वित्झर्लंडमध्ये सुरू करण्यात आली होती.

युद्ध घोषित झाल्यानंतरही बँकेने थर्ड राईशला आपल्या वित्तीय सेवा देणे सुरू ठेवले. नाझींच्या युरोपातील आक्रमणांमध्ये लुटलेले बव्हंशी सोने बीआयएसच्या लॉकर्समध्ये येऊन पडले होते आणि त्यामुळे सामान्यपणे व्यवहारांवर बंदी आलेल्या खात्यांमध्ये अडकून पडला असता असा सगळा पैसा नाझींना सहज वापरता आला. अनेक नाझी आणि त्यांच्या समर्थकांचा यात वरिष्ठ पातळीवरून सहभाग होता. त्यात ह्यालमर शाख्त आणि वॉल्थर फुन्क हेही होते. न्युरेम्बर्ग खटल्यामध्ये हे दोघेही अडकले होते, पण शाख्त यांची निर्दोष मुक्तता झाली. बँकेचे अध्यक्ष आणि अमेरिकन वकील थॉमस मॅकिट्रिक यांनी स्वित्झर्लंड 'तटस्थ' असल्याच्या नावाखाली ही सर्व व्यवहार प्रक्रिया पार पाडली.

बँकेने नाझींची हस्तक म्हणून काम केल्याचा दावा करत रूझवेल्टचे अर्थसचिव (सेक्रेटरी ऑफ ट्रेझरी) हेन्री मॉर्गन्थाउ यांनी युद्धसमाप्तीनंतर सदर बँक बंद करण्याचा अयशस्वी प्रयत्न केला. चेज बँकेने, थर्ड राईशचे मध्यस्थ असलेल्या विची फ्रान्स या उपराष्ट्रासोबत काम करणे चालूच ठेवले. युद्धकाळात या बँकेतल्या ठेवी दुप्पट झाल्या.

१९९८ मध्ये या बँकेकडे दुसऱ्या महायुद्धाच्या काळापासून गोठवलेली खाती असल्याचा दावा करत ज्यू नरसंहारामधून (होलोकॉस्ट) वाचलेल्या लोकांनी बँकेला कोर्टात खेचले, पण मॉर्गन बँक, चेज बँक, युनियन बँकिंग कॉर्पोरेशन आणि बीआयएस या चार प्रमुख बँकांनी नाझींसोबतच्या त्यांच्या हातमिळवणीवर धुक्याचा पडदा टाकण्यात यश मिळवले.

विल्यम रँडॉल्फ हर्स्ट ही वृत्तपत्रव्यवसायातील एक बडी हस्ती. स्पेन-अमेरिका युद्ध घडवून आणल्याबद्दल त्यांना खूप अभिमान वाटत होता. ते अद्याप हयात होते. त्यांना हिटलरचे खूप कौतुक वाटत असे आणि त्याला भेटायला ते जर्मनीला गेले होते. तीसच्या संपूर्ण दशकात त्यांच्या वर्तमानपत्रांनी सोव्हिएत रशियाला खलनायक ठरवले आणि नाझींना "सौहार्दपूर्ण" दाखवणारे लेख प्रकाशित केले.

१९२०च्या दशकामध्ये जॅक डेम्प्सी, बेब रूथ आणि चार्ली चॅप्लिन यांच्या बरोबरीने ज्याचे देशात खूप कौतुक झाले होते, तो अमेरिकेचा हिरो चार्ल्स लिंडबर्ग 'अमेरिका फर्स्ट' या चळवळीचा पोस्टर बॉय झाला.

हिटलरने नुकताच फ्रान्सचा फडशा पाडलेला असताना लिंडबर्गला अंतिमत:

हिटलरचा पराभव होण्याची भीती वाटली आणि त्याने अमेरिकन जनतेला कळकळीने सांगितले: ''हिटलरचा सर्वनाश झाला, तर युरोपमध्ये सोव्हिएत रशियन फौजांना बलात्कार, लुटालूट आणि रानटी वर्तन करायला रान मोकळे मिळेल आणि त्यामुळे पाश्चिमात्य संस्कृती कदाचित मृत्युपंथाला लागेल.''

लिंडबर्गला हिटलरचे प्रचंड आकर्षण होते आणि तो जवळपास जर्मनीला स्थलांतरच करण्याच्या बेतात होता. त्याच्या या वरकरणी शांततावादामध्ये रूझवेल्ट यांना काहीतरी काळेबेरे असल्याचा संशय आला. १९४० मध्ये एकदा ते उद्गारले, ''मी जर समजा उद्या मरणार असेन, तर मी तुम्हाला सांगू इच्छितो की लिंडबर्ग हा एक नाझी असल्याबद्दल माझ्या मनात कुठलीही शंका नाही.''

बहुतांश अमेरिकन जनतेला फॅसिझमची घृणा वाटत होती आणि लोकांनी लिंडबर्गचे उजव्या विचारसरणीचे विचार नाकारले, मात्र पहिल्या महायुद्धाची भीषणता त्यांच्या अद्याप लक्षात असल्यामुळे युरोपच्या युद्धांपासून अमेरिकेने दूरच राहावे असे त्यांचे मत होते.

या अलगाववाद्यांमध्ये (आयसोलेशनिस्ट) जनरल स्मेडले बटलरसुद्धा सामील झाले. अर्थात अमेरिकेने दुसऱ्या महायुद्धामध्ये उडी घेण्यापूर्वीच १९४० मध्ये त्यांचे निधन झाले.

अमेरिकेच्या दृष्टिकोनातून १९३०च्या दशकातील मंदीच्या ऐन भरामध्ये, जेव्हा सर्वांच्या मनामध्ये एक नैतिक गोंधळ माजला होता, जग पार उलटेपालटे होऊन गेले होते आणि स्मेडले बटलरसारखा कलंदर मनुष्यदेखील अलगाववादी झाला होता, अमेरिकन उद्योगांवर कामगारांचा विश्वास उरला नव्हता, तेव्हा एक जगड्व्याळ असा एक अदृश्य जागतिक संघर्ष सुरू होता. मूलत: तो डावे आणि उजवे यांच्या दरम्यानचा संघर्ष होता. एका बाजूला साम्यवाद किंवा कम्युनिझम, तर दुसऱ्या बाजूला कडवा राष्ट्रवाद किंवा फॅसिझम. या दोन टोकांच्या मध्ये अमेरिका एक छोटी महाशक्ती होती. जन्म घेण्याच्या बेतात असलेल्या बाळाप्रमाणे वेदना सहन करणारे, जन्मू पाहणारे एक साम्राज्य होती. ती गोंधळलेली होती, चिंताक्रांत होती, भ्यायलेली होती. काय होणार होते अमेरिकेचे?

आता मागे वळून पाहताना असे म्हणता येईल, की स्पॅनिश यादवीमध्ये अमेरिकेने हस्तक्षेप न करण्यामुळे (नंतर रूझवेल्ट यांनी ही एक घोडचूक असल्याचे म्हटले होते) देशात फॅसिझम आणि कम्युनिझम या दोन टोकांच्या मधली बधिर तटस्थता निर्माण झाली आणि त्यामुळे अमेरिकन जनतेच्या मनामध्ये तिच्या हितविषयी एकच गोंधळ उत्पन्न झाला होता.

दुसऱ्या महायुद्धासोबत फॅसिझमच्या दिशेची झेप संपुष्टात आली हे आपण पाहिले, पण साम्यवादाशी सुरू असलेली झटापटीची कुस्ती मात्र पुढची अनेक

दशके अमेरिकेच्या मेंदूला कवटाळून बसली. १९३१ मध्ये अमेरिकेतील बेरोजगारी जेव्हा २५ टक्क्यांच्या जवळ जाऊन पोहोचली, तेव्हा अगतिक झालेल्या अमेरिकन जनतेची रोजगाराच्या संधी शोधण्याकरता अमेरिकेतल्या सोव्हिएत कार्यालयांसमोर झुंबड उडाली.

गरीब लोकांच्या डोळ्यांमध्ये जग आहे त्यापेक्षा चांगले असू शकते, अशी एक खूप मोठी आशा होती. डावीकडे झुकलेली काँग्रेस, ऊर्जेने भारलेली पुरोगामी जनता आणि रूझवेल्ट यांच्या रूपात एक प्रतिसाद देणारा राष्ट्राध्यक्ष या संयुगामुळे सामाजिक प्रयोग केले जाण्याचा अमेरिकेच्या इतिहासातला सर्वांत उत्तम कालखंड अस्तित्वात आला होता. दोस पॅसोस आणि क्लिफर्ड ओडेट्स यांच्या उत्कट कामामध्ये, डोरोथी लँज यांच्या नमुनेदार फोटोंमध्ये, कम्युनिस्ट सिडनी बुकमान लिखित 'मि. स्मिथ गोज टू वॉशिंग्टन'ने दिलेल्या संदेशामध्ये, यिप हारबर्गने लिहिलेल्या ''ओव्हर द रेनबो'' आणि वूडी गुथरीच्या ''द लँड इज युवर लँड'' या गाण्याच्या शब्दांमध्ये आणि नोबेल पारितोषिक विजेते लेखक जॉन स्टाइनबेक लिखित 'द ग्रेप्स ऑफ रॅथ' या त्या काळातल्या महान कादंबऱ्यांपैकी एक असलेल्या कादंबरीमध्ये ही गोष्ट सहज दिसून येते. सामान्य अमेरिकन मनुष्याची गडद आशा स्टाइनबेकच्या कादंबरीमध्ये आढळते.

१९३५ ते १९३९ या काळात लाखो लोकांनी एक तर सरळसरळ कम्युनिस्ट पक्षाचे सदस्यत्व स्वीकारले किंवा मग साम्यवादाचा दाखवण्याचा चेहरा असलेल्या तत्कालीन लोकप्रिय गटांमध्ये सहभाग घेतला. या काळामध्ये कम्युनिस्ट पक्षाने रूझवेल्ट यांच्यासह सर्वच पुरोगामी डेमोक्रॅट मंडळींना फॅसिस्टांच्या आक्रमकपणाविरुद्ध सोव्हिएत युनियनची साथ देण्याचे आवाहन केले होते.

कम्युनिस्टांनी फॅसिझमविरुद्धच्या संघर्षामध्ये फक्त नेतृत्वच केले नाही, तर सीआयओच्या मोठ्या औद्योगिक कामगार संघटना उभ्या करण्याकरता कार्यकर्तेही पुरवले. काळाच्या पुढे जाऊन ते आफ्रिकन-अमेरिकन लोकांच्या नागरी हक्कांसाठीदेखील लढले. अनेक लोकांच्या दृष्टीने कम्युनिस्ट लोक देशाच्या सदसद्विवेकबुद्धीचे प्रतिनिधित्व करत होते.

कम्युनिस्टांबद्दल सहानुभूती बाळगणाऱ्या लोकांमध्ये देशातले मोठमोठे लेखक होते, जसे शेरवुड अँडरसन, जेम्स फॅरेल, रिचर्ड राइट, ओडेट्स, ह्युजेस, हेमिंग्वे, दोस पॅसोस, स्टाइनबेक आणि लुईस. नावाजलेले लेखक आणि समीक्षक एडमंड विल्सन यांनी या काळात रशियाला भेट दिली आणि म्हणाले, त्यांना असे वाटले, की ते ''विश्वाच्या नैतिक शिखरावर उभे आहेत, जिथे कधीच अंधार पडत नाही.'' १९३२ मध्ये त्यांनी लिहिले, ''माझ्या पिढीतल्या, मोठ्या उद्योगांच्या सद्दीमध्ये लहानाचे मोठे झालेल्या आणि त्यांच्या रासवटपणाचा नेहमीच

कॅमडेन, न्यू जर्सी इथे बेरोजगारांनी काढलेला मोर्चा. १९३४ सालाने टोलेडो, मिनिआपोलिस आणि सॅन फ्रॅन्सिस्को इथे झालेले मोठे संप पाहिले आणि कापड उद्योगातल्या कामगारांचा देशव्यापी संपही पाहिला. आपल्या नेतृत्वाकरता कामगार त्या वेळी जहाल गटांकडे वळले होते. बेरोजगारांच्या संघटनांनी संप मोडण्याचे काम करण्याऐवजी बेरोजगार असलेल्या कामगारांना संपाला पाठिंबा देण्याकरता रस्त्यांवर आणले.

मिसुरीच्या न्यू माद्रिद काउंटी इथल्या हायवे क्र. ६० वर गोळा झालेले, कामावरून कमी करण्यात आलेले कूळ शेतकरी. मंदीच्या काळात आफ्रिकन-अमेरिकनांना होत असलेला आर्थिक बाबतीतला त्रास वंशवाद आणि वर्णभेदामुळे आणखीनच असह्य झाला.

तिरस्कार करत आलेल्या लेखक आणि कलावंतांसाठी ... ही वर्षे नैराश्याची नव्हे तर मेंदूला चालना देणारी होती. एक प्रचंड आणि मूर्ख बनावट डोलारा अचानक आणि अनपेक्षितरित्या कोसळल्यावर आम्हाला हर्षवायू झाल्याशिवाय राहिला नाही. त्यामुळे आम्हा लोकांना स्वातंत्र्याची एक अनोखी जाणीव झाली आणि कधी नव्हे ते बँकर लोक मार खात असतानाही आपण पुढे जात राहू शकत आहोत या जाणिवेने एक नवी शक्ती प्राप्त झाल्याची भावना आम्हाला मिळाली.''

कम्युनिझम हे अमेरिकेपुढील प्रश्नांचे उत्तर होते का? रशियाबद्दलची जनमानसातील समजूत अद्यापही भीतिदायकच होती.

नव्या करारांतर्गत (न्यू डील) ''काळजी घेणारी भांडवलशाही''चे प्रतीक असलेल्या हेन्री वॉलेस यांनी, नागरिकांना सार्वत्रिक आरोग्यसेवा, मोफत शिक्षण आणि सवलतीत घरे देणाऱ्या सोव्हिएत सामाजिक कार्यक्रमांचे आपण चाहते आहोत असे घोषित केले. मात्र रूझवेल्ट यांच्या रिपब्लिकन विरोधकांना यामुळे तीव्र धक्का बसला. १९३८ मध्ये वॉलेस रूझवेल्ट यांचे तर्कसुसंगत वारसदार म्हणून टाइम मासिकाच्या मुखपृष्ठावर झळकले, तेव्हा तर परिस्थिती आणखीनच गंभीर झाली. इतर अनेक अमेरिकनांप्रमाणेच वॉलेस सोव्हिएत युनियनच्या यशावरच जास्त लक्ष देत होते. स्टालिनप्रणीत दडपशाहीची अद्यापही बहुतांशाने दडवून ठेवण्यात आलेली घृणास्पद क्रूरता ते लक्षात घेत नव्हते. नंतर जेव्हा वॉलेसना सत्य कळले, तेव्हा त्यांनी तिचा धिक्कार केला.

सोव्हिएत युनियन ही एक धडाडती, सरकार पुरस्कृत आणि शून्य बेरोजगारी असलेली अर्थव्यवस्था आहे, एवढेच लोक पाहत होते. १९२८ पासून ही अर्थव्यवस्था पंचवार्षिक योजनांवर आधारलेली होती आणि त्यामध्ये मोठे, सर्वांना दिसून येणारे प्रकल्प उभे राहत होते – धरणे, स्टील कारखाने, कालवे इ. आणि याकरता विज्ञान आणि तंत्रज्ञानाचा वापर केला जात होता. भांडवलशाहीतल्या एकमेकांना मारून पुढे जाण्याच्या नीतीच्या तुलनेत या प्रकारच्या बुद्धिपुरस्सर नियोजनाकडे पुरोगाम्यांचा पूर्वीपासूनच ओढा होता. भांडवलशाहीमध्ये आपला जास्तीत जास्त वैयक्तिक नफा मिळवण्याच्या दृष्टीनेच प्रत्येक व्यक्ती निर्णय घेत होती.

१९२०च्या दशकाच्या अखेरीस पूर्वाश्रमीचे बोल्शेविक अंमलबजावणीकर्ते जोसेफ स्टालिन हे हत्या आणि क्रूरतेच्या सुनियोजित मार्गाने पुढे आले होते. काही लोक त्यांना ''लाल झार'' म्हणत असत. दुसऱ्या एखाद्या देशामध्ये असते, तर स्टालिन यांनी एखाद्या राजाप्रमाणे स्वत:ला सरळ दैवी अवतार घोषित केले असते आणि कुठलाही विरोध न होता सुखेनैव सत्ता गाजवली असती. खरोखरच, अनेकदा ते साम्यवादाचा एखाद्या राजदंडाप्रमाणे वापर करत पारंपरिक झारसारखेच जास्त वागत असत.

१९३०च्या दशकामध्ये सोव्हिएत युनियनमधून अस्वस्थ करणाऱ्या बातम्या गुपचूप बाहेर येत होत्या, पण अमेरिकन पुरोगाम्यांनी सहसा त्यांवर विश्वास ठेवला नाही. यात तिथले दुष्काळ आणि उपासमार, राजकीय खटले आणि दडपशाही, गुप्त पोलिस, निर्दय तुरुंग आणि पारंपरिक विचारप्रणाली यासंबंधीच्या बातम्या असत. स्टालिनच्या जुलमी राजवटीमध्ये १३ कोटीपेक्षा जास्त लोकांच्या हत्या झाल्या. शेतीचे सामूहिकीकरण करण्याच्या सक्तीविरुद्ध लढणाऱ्या कुलकांना (श्रीमंत व जमीनदार शेतकरी) एक तर ठार मारले गेले किंवा मग अन्नपाण्यावाचून तडफडत जिवंत ठेवले गेले. संघटित धर्माची गळचेपी करण्यात आली. वैज्ञानिकांना पकडून तुरुंगात टाकण्यात आले. १९१७च्या रशियन राज्यक्रांतीशी एकनिष्ठ असलेल्या लष्करी अधिकाऱ्यांना मोठमोठ्या बनावट खटल्यांमध्ये गोवून संपवण्यात आले. ही एक मागास अशी हुकूमशाहीच होती. तिचा कार्ल मार्क्सच्या स्वप्नांशी काहीही संबंध नव्हता.

स्टालिनचा असा पक्का समज होता, की अंतिमतः पाश्चात्त्य देश एक होऊन क्रांतिकारक रशियाला चिरडून टाकण्याचा प्रयत्न करतील. १९१८ मध्ये त्यांनी हेच केले होते. मात्र त्याने परदेशांतील रशियन हितसंबंधांचे रक्षण केले तरी त्याच्या मुख्य चिंतेचा विषय मायदेशामध्ये आपले नियंत्रण टिकवून ठेवण्याचाच होता. त्याचे युद्ध जगाशी नसून त्याच्याच लोकांविरुद्ध होते.

हिटलर त्याच्या नाझी विचारप्रणालीशी गूढरम्यरीत्या समर्पित होता, पण त्याविरुद्ध स्टालिन अत्यंत भयगंडग्रस्त होता आणि हिटलरच्या तुलनेत, मार्क्स, लेनिन आणि १९२९ मध्ये त्याने ज्याला देशाबाहेर हाकलले त्या लिऑन ट्रॉट्स्की या तिघांनी शिकवलेल्या साम्यवादाचा त्याने फारसा अभ्यास केलेला नव्हता. ट्रॉट्स्कीचे मत होते, की बहुसंख्य शेतकरी आणि छोटासा औद्योगिक पाया असलेला सोव्हिएत संघ आर्थिकदृष्ट्या खूपच मागासलेला होता आणि तो तग धरून राहणे अशक्य आहे, चहूबाजूंनी द्वेष करणारे देश असताना तर नक्कीच नाही. बोल्शेविकांचे सामाजिक बदलाचे स्वप्न प्रत्यक्षात आणण्याकरता जगभरामध्ये कायमस्वरुपी क्रांती आणण्याची त्याची मागणी होती.

पण याच्या उत्तरादाखल स्टालिनने 'एकाच देशांतर्गत समाजवाद' हे धोरण मांडले आणि हा एक देश म्हणजे त्याला अभिप्रेत सोव्हिएत संघ हाच होता. आणि जेव्हा १९४० मध्ये अखेर स्टालिनने निर्भीडपणे बोलणाऱ्या आणि आदर्शवादी ट्रॉट्स्कीला आपल्या हस्तकांकरवी मेक्सिको सिटीमध्ये डोक्यात कुऱ्हाड घालून कायमचे गप्प केले, तेव्हा पाश्चात्त्य जगामध्ये फार थोड्या लोकांच्या हे लक्षात आले, की आंतरराष्ट्रीय साम्यवाद आणण्याच्या क्रांतिकारी चळवळीचा हा खरोखर शेवट आहे.

ट्रॉटस्की किंवा लेनिन यांच्या विपरीत स्टालिन हा काही खरा साम्यवादी नाही, हे अखेर उघड झाले. माओ झेडाँग चीनमध्ये अंतिमत: जितका साम्यवादी बनला, त्यापेक्षा रशियामध्ये स्टालिन काही जास्त साम्यवादी नव्हता. आपल्या प्रखर राष्ट्रवादी ध्येयांचा पाठपुरावा करणारा स्टालिन, त्याच्याशी शत्रुत्व भाव बाळगून असलेल्या भांडवलशाही देशांमध्ये घेरलेला होता. जर्मनीशी नव्याने होऊ घातलेल्या युद्धाच्या भीतीने हिटलरला थांबवण्याकरता सगळ्यांना एक करण्यासाठी आटापिटा करूनही जेव्हा काही झाले नाही, तेव्हा स्टालिन हिटलर सोबत 'ना आक्रमण' करार करून मोकळा झाला. आता मागे वळून पाहता जर्मनीबद्दल स्टालिनचेच आडाखे बरोबर होते, अमेरिकेचे नाही. तरीही त्याला मानवी इतिहासातील सर्वांत जास्त रक्तपात झालेल्या युद्धासाठी सज्ज व्हावे लागले.

पाश्चात्त्य जगाने फक्त स्टालिनचीच प्रतिमा राक्षस म्हणून रंगवली असे नाही (तो राक्षसच होता), तर खुद्द रशिया हा देशही जग गिळंकृत करायला निघालेला तितकाच अदम्य राक्षस आहे, अशा मुळातच वेदनादायक गैरसमजुतीची पुस्तीदेखील त्याला जोडली. यामुळे स्टालिनच्या हातून मृत्यू पावलेले जवळपास वीस कोटी लोकही राक्षसच होते असे चित्र उभे राहिले.

पण सत्य असे आहे, की आपल्याला ज्या जागतिक क्रांतीची भीती वाटत होती, तिचा प्रसार १९३० च्या दशकात साम्यवादविरोधी फॅसिस्ट लोकच करत होते, स्टालिन नव्हे. उलट स्टालिन त्या वेळी मागासलेल्या रशियाला नाझींशी एकटे लढण्याच्या दृष्टीने सक्षम करण्याकरता औद्योगिक महाशक्ती बनवण्याच्या प्रयत्नात होता आणि त्याकरता अफाट मानवी किंमतही देत होता. आणि याच गोंधळ आणि संशयामुळे पाश्चात्त्य देश, विशेषत: अमेरिका आणि सोव्हिएत संघ यांच्यामध्ये भविष्यातल्या तीव्र आणि घातक गैरसमजुतींचा पाया तयार झाला. त्यातूनच मग दुसरे महायुद्ध संपल्यानंतर तितकेच महाभयंकर असे कोल्ड वॉर किंवा शीतयुद्ध सुरू झाले.

१९३०च्या दशकातल्या उलथापालथीत अमेरिका अलगाववाद आणि सलगी, आधी कम्युनिस्ट रशियाचा तिरस्कार आणि भीती, आणि नंतर तिच्याशी मैत्री आणि साहचर्य यांच्यामध्ये ठेचकाळत राहिली. पण पुढे मात्र तिरस्कार आणि भीतीचा पडदा पुन्हा पडला.

दुसऱ्या महायुद्धातल्या नृशंसतेमुळे आणि नंतर लगेचच उघडकीला आलेल्या भयंकर कथांमुळे मानवी जाणिवेमध्ये एका नव्या निराशावादाने शिरकाव केला. फॅसिझम, युद्ध आणि मोठे उद्योग यांच्या बुटाखाली ज्याच्या सगळ्या आशाआकांक्षा चुरडल्या जात राहिल्या, त्या सामान्य माणसाला आंधळ्यांच्या जगामध्ये आपल्या एकाच डोळ्याने तग धरण्याचा मार्ग शोधावा लागला.

प्रकरण तीन

सँग्रे डी क्रिस्तो किंवा "ख्रिस्ताचे रक्त (ब्लड ऑफ क्राइस्ट)" पर्वतरांगेचा प्रदेश अमेरिकेतल्या सर्वांत दुर्गम आणि सर्वांत मागासलेल्या प्रदेशांपैकी एक आहे. १६ जुलै १९४५ या दिवशी एकांतातील एका शेतावरल्या घरामध्ये जगातले सर्वोच्च शास्त्रज्ञ सकाळच्या थंडीमध्ये अस्वस्थ अवस्थेत जमले होते. त्यांच्यापैकी अनेक जण युरोपियन होते. तिथून जवळच अंधारामध्ये एका स्टीलच्या मनोऱ्यावर काहीतरी लटकत होते. तो बाँब होता.

तीन वर्षांच्या मेहनतीनंतर आता ते त्याची चाचणी घेण्याकरता सिद्ध झाले होते. या चाचणीला 'ट्रिनिटी' असे सांकेतिक नाव देण्यात आले होते. यामागची प्रेरणा होती रॉबर्ट ओपनहायमर यांचे आवडते कवी जॉन डॉने. आपल्या काळातले एक अत्यंत नावाजलेले शास्त्रज्ञ असलेले ओपनहायमर साहित्याचेसुद्धा प्रेमी होते आणि अमेरिकेच्या नैर्ऋत्येच्या वाळवंटाचेही. तसे ते शांतताप्रेमी गृहस्थ होते. कर्मधर्मसंयोगाने संपूर्ण मानवी इतिहासामध्ये सर्वांत जास्त विध्वंसक अस्त्र निर्माण करण्याच्या कामी समन्वय साधण्याचे कार्य त्यांच्या हातून घडले एवढेच काय ते.

तिथून काही मैलांवर या प्रकल्पाचे लष्करी प्रमुख, ब्रिगेडियर जनरल लेस्ली ग्रोव्हज हे वाट पाहात थांबले होते. व्हर्जिनिया प्रांतात युद्धखात्याचे भव्य नवीन मुख्यालय उभारणीमध्ये हेच प्रमुख होते. या मुख्यालयाचे नाव होते पेंटॅगॉन. अविश्वासू नागरी शास्त्रज्ञांवर विसंबून राहणे ग्रोव्हजना अजिबात आवडलेले नव्हते. इथे त्यांची संपूर्ण कारकीर्द पणाला लागली होती.

गेल्या काही मिनिटांमध्ये उलटमोजणी सुरू झाली आणि सर्वत्र शांतता पसरली... १०, ९, ८, ७, ६, ५, ४, ३, २, १. बरोब्बर ५ वाजून २९ मिनिटे आणि ४५ सेकंदांनी बाँबचा स्फोट झाला. या स्फोटातून निर्माण झालेला प्रकाशाचा लोळ सूर्यापेक्षाही प्रखर होता. स्फोटाचे निरीक्षण करता-करता ओपनहायमर यांना भगवद्गीता या हिंदू ग्रंथातील एक ओळ आठवली - "आता मीच मृत्यू बनलो आहे, त्रैलोक्याचा विध्वंस करणारा बनलो आहे." हे भयंकर अस्त्र

अमेरिकेला एका विलक्षण प्रवासाच्या मार्गावर नेऊन ठेवणार होते. तिच्या संस्थापकांनी ज्या भूमीमध्ये आश्रय शोधला होता, त्या भूमीला एक लष्करी देश बनवण्याच्या दिशेचा हा प्रवास असणार होता.

दुसऱ्या महायुद्धाच्या अखेरीस जपानी आक्रमणामध्ये जीव गमवावा लागण्याच्या बेतात असलेल्या लाखो तरुणांचे प्राण वाचवण्याकरता केवळ नाइलाजाने अमेरिकेने अणुबाँब टाकले, असे अमेरिकेतल्या कित्येक पिढ्यांना शिकवले गेले. प्रत्यक्षात याची कथा खूपच जास्त गुंतागुंतीची, रोमांचक आणि त्याहीपेक्षा जास्त अस्वस्थ करणारी आहे.

अनेक अमेरिकन लोक दुसऱ्या महायुद्धाकडे वळून पाहताना, अमेरिका आणि तिच्या दोस्तराष्ट्रांनी ज्यात जर्मन नाझीवाद, इटालियन फॅसिझम आणि जपानी लष्करवाद यांवर विजय मिळवला असे एक "चांगले युद्ध" म्हणून भावुक, हळवे होऊन बघत असतात. त्यांच्याइतके नशीबवान नसलेले इतर लोक मात्र दुसऱ्या महायुद्धाकडे मानवी इतिहासातले सर्वांत जास्त रक्तपात झालेले भयंकर युद्ध म्हणून पाहतात.

हे युद्ध संपेपर्यंत त्यात सहा ते साडे सहा कोटी लोकांची आहुती पडली होती. त्यात अंदाजे अडीच कोटींपेक्षा जास्त सोव्हिएत लोक, एक ते दोन कोटी चिनी लोक, ६० लाख ज्यू, ६० लाखांपेक्षा जास्त जर्मन, ३० लाख ज्यू नसलेले पोलिश लोक, २५ लाख जपानी आणि १५ लाख युगोस्लाव लोकांचा समावेश होता. ऑस्ट्रिया, ब्रिटन, फ्रान्स, इटली, हंगेरी, रुमानिया आणि अमेरिकेचे प्रत्येकी अडीच ते पाच लाख लोक मरण पावले.

पहिल्या महायुद्धाच्या तुलनेत दुसरे महायुद्ध हळूहळू सुरू झाले आणि मग त्याची व्याप्ती आणि तीव्रता वाढत गेली. यात बंदुकीच्या पहिल्या फैरी १९३१ साली झाडल्या गेल्या. झपाट्याने औद्योगिकीकरण होत असलेल्या जपानने त्याचे क्वान्टुंग सैन्य मांचुरियामध्ये घुसवून चिनी सैन्याची धूळदाण केली, तेव्हाची ही गोष्ट होती.

इकडे युरोपमध्ये, पहिल्या महायुद्धात झालेल्या दारुण पराभवाचा प्रतिशोध घेण्याकरता नाझी नेता ॲडॉल्फ हिटलर याच्या नेतृत्वाखाली जर्मनीने युद्धाची जमवाजमव सुरू केली होती.

हिटलरचा मित्र, इटलीचा फॅसिस्ट नेता बेनिटो मुसोलिनी याने ऑक्टोबर १९३५ मध्ये इथिओपियावर आक्रमण केले. पण अमेरिका, ब्रिटन आणि फ्रान्स यांनी याचा निषेध करण्याचे फारसे कष्ट घेतले नाहीत. परिणामी, हिटलरने असा निष्कर्ष काढला की प्रमुख पाश्चात्त्य देशांमध्ये युद्ध करण्याची फारशी धमक नाही.

मार्च १९३६ मध्ये जर्मन सैन्याने लष्करविरहित केल्या गेलेल्या ऱ्हाइनलँडवर कब्जा केला. तोवरचा तो हिटलरचा सर्वांत मोठा जुगार होता आणि तो यशस्वी ठरला. त्याने म्हटले, ''आमच्या फौजा आत शिरल्यानंतरचे ४८ तास माझ्या आयुष्यातले सर्वांत तणावपूर्ण होते. आमची लष्करी ताकद इतकी तोकडी होती, की जरा जरी विरोध झाला असता तरी सर्व संपले असते. फ्रान्सने त्यावेळी जर ऱ्हाइनलँडमध्ये आपले लष्कर आणले असते, तर आम्हाला पायात शेपूट घालून माघार घ्यावी लागली असती.''

स्पॅनिश यादवी युद्धाला मिळालेला थंडा आंतरराष्ट्रीय प्रतिसाद तर आणखीनच निराशाजनक होता. जुलै १९३६ मध्ये जेव्हा जनरल फ्रॅन्सिस्को फ्रँकोचे लष्कर स्पॅनिश प्रजासत्ताकाच्या निवडून आलेल्या सरकारला खाली खेचून आपली फॅसिस्ट राजवट प्रस्थापित करायला बाहेर पडले, तेव्हा तिथे चकमकींना तोंड फुटले. स्पॅनिश सरकारने पुरोगामी धोरणे आणि उद्योगांवरच्या घट्ट नियंत्रणांमुळे अमेरिकन अधिकारी आणि कॉर्पोरेट नेत्यांचे शत्रुत्व ओढवून घेतले होते.

अनेक अमेरिकन कॅथलिक लोक फ्रँकोच्या समर्थनार्थ रस्त्यांवर आले. हिटलर आणि मुसोलिनी यांनीदेखील हेच केले आणि फ्रँकोला प्रचंड रसदीसोबतच हजारो सैनिक पाठवले. हिटलरने त्याचे दबदबा असलेले कॉन्डोर लिजन हे वायुदल पाठवले. या दलाने ग्वेर्निकावर केलेल्या तुफानी बॉंबहल्ल्यांचे दृश्य पाब्लो पिकासोने त्याच्या प्रसिद्ध म्युरलमध्ये उभे केले होते.

सोव्हिएत नेता जोसेफ स्टालिन याने स्पॅनिश सरकारच्या निष्ठावंतांच्या मदतीकरता शस्त्रे आणि सल्लागार पाठवले. मात्र फ्रान्स, इंग्लंड आणि अमेरिका यांनी कुठलीही मदत केली नाही. राष्ट्राध्यक्ष फ्रँकलिन डेलॅनो रूझवेल्ट यांच्या नेतृत्वाखालच्या अमेरिकेने कुठल्याच बाजूला शस्त्रसाह्य करण्यावर बंदी घातली, त्यामुळे शस्त्रास्त्रांची कमतरता असलेल्या सरकारी फौजा दुबळ्या झाल्या. पण फोर्ड, जनरल मोटर्स, फायरस्टोन आणि अन्य अमेरिकन उद्योगांनी फॅसिस्टांना ट्रक, टायर आणि मशिन टूल्सचा मुबलक पुरवठा केला.

फॅसिस्टांच्या समर्थक नेतृत्वाखालील टेक्सॅको ऑइल कंपनीने फ्रँकोला हवे तेवढे तेल उधारीवर देण्याचे आश्वासन दिले. रूझवेल्ट यामुळे खवळले आणि त्यांनी या कंपनीला तेलविक्री करण्यावर निर्बंध लादण्याची धमकी दिली आणि तिच्यावर दंडदेखील लादला. मात्र टेक्सॅकोने याला भीक न घालता हिटलरला तेलपुरवठा केलाच.

ही यादवी तीन वर्षे चालली. सुमारे दोन हजार आठशे शूर अमेरिकन्स फॅसिस्टांशी लढण्याकरता गुपचूप स्पेनमध्ये शिरले. त्यातले बहुतेक कम्युनिस्टांचा पाठिंबा असलेल्या अब्राहम लिंकन ब्रिगेडमध्ये सामील झाले. त्यांच्यापैकी जवळ

जवळ एक हजार जण युद्धातून परतले नाहीत.

पण फ्रँकोचा विजय झाला आणि स्पेनचे प्रजासत्ताक सरकार १९३९च्या वसंतात कोसळले. त्याच्या ढिगाऱ्याखाली एक लाखाहून अधिक राष्ट्रीय सैनिक आणि पाच हजार परदेशी स्वयंसेवक-सैनिकच फक्त दबले नाहीत, तर जगभरातल्या पुरोगामी मंडळींच्या आशा आणि स्वप्नेदेखील गाडली गेली.

१९३९ पर्यंत रूझवेल्ट यांनी त्यांच्या मंत्रिमंडळाला सांगून टाकले, की स्पेनच्या बाबतीतील त्यांची धोरणे ही त्यांची एक घोडचूक होती आणि पुढे असाही इशारा दिला, की आता लवकरच याची किंमत आपल्याला मोजावी लागणार आहे. मात्र त्यांच्या याच धोरणांमुळे स्टालिनची खात्री पटली, की पाश्चात्त्य सत्तांना नाझींच्या हळूहळू होत असलेल्या आक्रमणाला अटकाव करण्यात अजिबात रस नाही.

अनेक वर्षें हा सोव्हिएत हुकूमशहा पाश्चात्त्य देशांना हिटलर आणि मुसोलिनी यांच्याविरुद्ध एक होण्याची कळकळीने विनंती करत राहिला आणि १९३४ मध्ये तर त्याने लीग ऑफ नेशन्सचे सदस्यत्वदेखील स्वीकारले. पण त्याच्या विनंतीकडे वारंवार दुर्लक्षच केले गेले.

आणि मग, १९३७ मध्ये, बलाढ्य जपानी सैन्याने शहरामागून शहर बळकावण्याचा सपाटा लावल्यानंतर चीनमध्ये पूर्ण युद्धाला तोंड फुटले. डिसेंबर १९३७ मध्ये जियांग जिएशी यांचे राष्ट्रवादी सैन्य माघारी पळत सुटले असताना जपानी सैनिकांनी नानजिंगच्या नागरिकांवर अनन्वित अत्याचार केले आणि दोन ते तीन लाख नागरिकांना ठार मारले, तर हजारो, लाखो स्त्रियांवर बलात्कार केले. लवकरच जपानने चीनच्या पूर्व किनारपट्टीवर आणि तिथल्या वीस कोटी जनतेवर आपले नियंत्रण प्रस्थापित केले.

१९३८ मध्ये आंतरराष्ट्रीय परिस्थिती आणखीनच चिघळली. जर्मनीने ऑस्ट्रिया गिळंकृत केले. म्युनिकमध्ये हिटलरपुढे ब्रिटन आणि फ्रान्सने लोटांगण घातले आणि झेकोस्लोव्हाकियाचे तुकडे तोडून जर्मनीला झेक सुदेतनलँड बहाल केले. ब्रिटिश पंतप्रधान नेव्हिल चेम्बरलेन यांनी याच वेळी त्यांची, या तडजोडीमुळे ''आपल्या काळामध्ये शांतता'' आली आहे, ही कुप्रसिद्ध घोषणा केली होती.

त्याचप्रमाणे, १९३८ च्या अखेरीस क्रिस्टलनाख्त या ठिकाणी प्रचंड हिंसाचार सुरू करण्यात आला आणि प्राचीन ज्युईश जनतेवरच्या बलात्कार आणि खुनांचे प्रकार भयानक रीतीने वाढले, तेव्हाही जर्मनीतल्या अगतिक ज्यू जमातीच्या मदतीकरता अमेरिका आणि तिच्या दोस्तराष्ट्रांनी देखील अधिकृतरित्या फारसे काही केले नाही. युरोपमधल्याप्रमाणेच इथेही अमेरिकेने काही मदत केली नाही आणि १९३३ ते १९४५ या काळात जेमतेम दोन लाख ज्यूंना आपल्या

देशामध्ये आश्रय दिला. यामुळे हिंमत वाढलेल्या हिटलरने मार्च १९३९ मध्ये आपले वचन मोडून पुन्हा एक वार केला आणि उर्वरित झेकोस्लोव्हाकियावर आक्रमण केले.

स्टालिनला आता सत्य पुरते कळून चुकले होते: त्याच्या देशाला आता सर्वांत भयंकर शत्रूला एकट्यानेच तोंड द्यायचे आहे. त्याकरता त्याला थोडा वेळ काढणे आवश्यक होते. मग जर्मन आणि पोलिश सैन्य एक होऊन सोव्हिएत संघावर आक्रमण करेल या भीतीने त्याने हिटलरसोबत 'ना आक्रमण' करार करून पाश्चात्त्य जगाला धक्का दिला आणि हिटलरशी हातमिळवणी करून पूर्व युरोप त्याच्यासोबत वाटून घेतला.

स्टालिनला मुख्य चिंता त्याच्या स्वत:च्या देशाच्या सुरक्षिततेची होती. खरे तर, त्या सोव्हिएत हुकूमशहाने असाच मैत्रीकरार करण्याचा प्रस्ताव ब्रिटन आणि फ्रान्सला दिला होता, पण जर्मनांना रोखण्याकरता सोव्हिएत सैन्याला पोलंडच्या भूमीवर ठेवू देण्याची त्याची मागणी त्या दोघांनीही मान्य केली नाही.

हिटलर-स्टालिन मैत्री करार झाल्यानंतर दोन आठवड्यांच्या आतच हिटलरने पश्चिमेकडून पोलंडवर हल्ला चढवला. मग मात्र पोलंडशी युती असलेले ब्रिटन

१९३६ मध्ये हिटलर आणि मुसोलिनी यांनी आपली एक फळी – ॲक्सिस - उभारली आणि इथिओपिया आणि स्पेनमध्ये आक्रमणाची मोहीम उघडली. सुरुवातीला पाश्चात्त्य लोकशाही देशांनी त्यांना थांबवण्याकरता फारसे काही प्रयत्नच केले नाहीत.

आणि फ्रान्स अखेर त्याच्यासमोर उभे राहिले आणि त्यांनी जर्मनीविरुद्ध युद्ध पुकारले. त्यानंतर दोन आठवड्यांनी, १७ सप्टेंबर रोजी स्टालिननेदेखील पोलंडवर हल्ला चढवला.

सोव्हिएत सैन्याने लगेचच इस्टोनिया, लात्विया आणि लिथुएनिया या बाल्टिक देशांवर आपले नियंत्रण बसवून फिनलंडवर हल्ला केला. जग पुन्हा एकदा युद्धाच्या खाईत लोटले गेले होते.

नंतर लगोलग अभेद्य जर्मन सैन्याने डेन्मार्क, नॉर्वे, हॉलंड आणि बेल्जियमवर कब्जा केला. एकेकाळी महान समजले जाणारे आणि पहिल्या महायुद्धातल्या नरसंहारामध्ये पार नेस्तनाबूद झालेले फ्रेंच सैन्य जून १९४० मध्ये फक्त सहाच आठवडे लढून कोसळले. तिथल्या सत्ताधारी वर्गापैकी बहुतेक लोक हाडाचे परंपरावादी आणि ज्यूविरोधी होते. त्यांनी मिळून काम करण्याचा निर्णय घेतला. आता हिटलरने त्याचे लक्ष इंग्लंडकडे वळवले आणि खाडी ओलांडून हल्ला चढवण्याची पूर्वसूचना म्हणून इंग्लंडवर भयंकर बॉंबवर्षाव केला.

मात्र एका नव्या युद्धनेत्याने आपल्यामागे देश एक केला. त्याचे नाव होते विन्स्टन चर्चिल. आणि जणू एक चमत्कार घडला. इंग्लंडच्या धूळधाण झालेल्या हवाई दलाने ऐतिहासिक बॅटल ऑफ ब्रिटनमध्ये जर्मनांना रोखून धरले. चर्चिलने या घडीचे वर्णन ''अवर फाईनेस्ट अवर'' असे केले. ब्रिटिश जनतेचे नेतृत्त्व करत चर्चिल जिवंत दंतकथा बनले.

बहुतांश अमेरिकनांना ब्रिटन आणि फ्रान्स यांनी युद्ध जिंकावे असे वाटत असले, तरी ऑक्टोबर १९३९ मध्ये घेण्यात आलेल्या गॅलप जनमतचाचणीमध्ये ९५ टक्के लोकांनी अमेरिकेने या युद्धापासून लांबच राहावे अशी इच्छा प्रकट केली होती. मूलत: यामागे, १९१७ प्रमाणेच ब्रिटन याही वेळी अमेरिकेला एका निष्फळ युद्धामध्ये ओढते आहे अशी भीती होती.

१९४०च्या निवडणुकीत रूझवेल्ट यांनी लोकांना आश्वासन दिले, की ''एकही अमेरिकन तरुण कुठल्याही परकीय युद्धावर जाणार नाही.'' पण आता त्यांना वाटू लागले होते, की हिटलर जगावर आपले वर्चस्व प्रस्थापित करण्याची आस बाळगतो आहे.

आणि इकडे तटस्थतेचा कायदा कागदावर आला होता आणि लष्करी तयारी अगदीच प्राथमिक पातळीवर होती, तरीही रूझवेल्ट यांनी अनेक धाडसी चाली खेळल्या. नियम वाकवून त्यांनी एकतर्फीच आपल्या पन्नास जुन्या युद्धनौका ब्रिटनला धाडल्या. त्याचबरोबर जपानला चीनमधून हाकलून लावण्याकरता त्यांनी जपानच्या युद्धयंत्रणेकरता अत्यावश्यक असलेल्या निवडक कच्च्या मालाच्या पुरवठ्यावर निर्बंध लागू केले.

सप्टेंबर १९४० मध्ये जपानने याला प्रत्युत्तर म्हणून जर्मनी, इटली आणि इतर देशांसोबत त्रिपक्षीय करार केले. युद्धाचे ढग गडद होत चालले, तशी रूझवेल्ट यांनी त्यांची आतापर्यंतची सर्वात धाडसी खेळी खेळली. जॉर्ज वॉशिंगटन यांनी पाडलेला प्रसिद्ध पायंडा मोडून त्यांनी घोषित केले, की १९४० मध्ये ते तिसऱ्यांदा राष्ट्राध्यक्षपदाची निवडणूक लढवणार आहेत.

राष्ट्राध्यक्षपदाच्या निवडणुकीमध्ये आजवर एवढ्या गोष्टी पणाला क्वचितच लागल्या होत्या. आणि त्याच आवेशात रूझवेल्ट यांनी आपले सहायक (रनिंग मेट) म्हणून हेन्री ए. वॉलेस या वादग्रस्त कृषी सचिवांची निवड केली. शेतकऱ्यांना तगवण्याच्या हेतूने कृषी उत्पादनाला कात्री लावून, त्यांना सरकारी सवलती देऊन महामंदीच्या संकटावर मात करण्यातल्या रूझवेल्ट यांच्या यशाच्या केंद्रस्थानी वॉलेसच होते. शहरात राहणाऱ्या गरिबांकरता वॉलेस यांनी फूड स्टँप्स व शाळेमध्ये मुलांना दुपारचे जेवण देण्याची योजना असे उपाय योजले होते. जमिनीच्या वापरासंबंधीचे नियोजन आणि मृदसंधारणाचे कार्यक्रम त्यांनीच सुरू केले होते. वैज्ञानिक समुदायाचे सर्वोत्तम मित्र समजल्या जाणाऱ्या वॉलेस यांनी खोट्या वर्णवर्चस्ववादाच्या सिद्धांतांविरुद्ध कठोर शब्दांत भूमिका मांडली आणि जर्मनीमधल्या हिटलरच्या धोरणांना विरोध केला.

वांशिक उतरंडीच्या अजूनही सर्वत्र अस्तित्वात असलेल्या समजुतीला विरोध करण्याकरता त्यांनी अग्रगण्य वनस्पतिशास्त्रज्ञ जॉर्ज वॉशिंगटन कार्व्हर यांचे उदाहरण दिले. "जॉर्ज कार्व्हर गुलाम म्हणून जन्मले आणि आता ते टस्केजी विद्यापीठामध्ये रसायनशास्त्रवेत्ता म्हणून काम करत आहेत. वनस्पतिशास्त्रामध्ये त्यांचे विशेष ज्ञान आहे. वनस्पती फलनाच्या गूढतेशी त्यांनीच माझा प्रथम परिचय करून दिला. मी कधीही विसरू शकणार नाही, अशा प्रकारे माझे वनस्पतिविषयक ज्ञान या शास्त्रज्ञाने सखोल केले आणि त्यामुळेच मी अनेक वर्षे मक्याच्या जाती विकसित करण्यात घालवली. उत्तम क्षमता ही काही कुठल्याही एका वंश किंवा वर्गाची मक्तेदारी नव्हे. माणसांना योग्य संधी मात्र द्यायला हव्यात.''

डेमोक्रॅटिक पक्षाच्या वरिष्ठांना वॉलेस यांच्या पुरोगामी विचारांची भीती वाटत होती आणि वॉलेस यांची नियुक्ती कापरासारखी जळून जाईल असे दिसत होते. पण संतप्त आणि निराश झालेल्या रूझवेल्ट यांनी आपल्या पक्षाच्या प्रतिनिधींना एक विलक्षण पत्र लिहिले. त्यात त्यांनी आपली राष्ट्राध्यक्षपदासाठीची उमेदवारी सपशेल नाकारली. त्यांनी लिहिले, "डेमोक्रॅटिक पक्ष ...मानवी मूल्यांऐवजी ... डॉलर्सचा विचार करण्याच्या लोकांच्या हातात गेल्याने ... अपयशी ठरला आहे... हा पक्ष जोवर ... परंपरावाद, प्रतिगामित्व आणि लांगूलचालनाची कास धरलेल्या

शक्तींनी घातलेल्या नियंत्रणाचे साखळदंड तोडून टाकत नाही... तोवर तो विजयाच्या मार्गावर मार्गक्रमण करू शकणार नाही... डेमोक्रॅटिक पक्ष ... एकाच वेळी दोन्ही डगरींवर हात ठेवू शकत नाही. (त्यामुळे मी) राष्ट्राध्यक्षपदासाठीच्या उमेदवारीचा सन्मान नाकारतो आहे.''

त्यांच्या पत्नी एलेनॉर रूझवेल्ट यांनी मग परिस्थिती सावरली. राष्ट्राध्यक्षांची पत्नी या नात्याने पक्षसदस्यांच्या सभेमध्ये बोलणारी इतिहासातील पहिली स्त्री ठरलेल्या एलेनॉर नाराज सदस्यांना म्हणाल्या, की ''सध्या आपल्यापुढे एक गंभीर पेचप्रसंग उभा ठाकला आहे.''

पक्षश्रेष्ठींनी अखेर नमते घेतले आणि वॉलेस यांना तिकीट दिले. मात्र नंतर ते याचा बदला घेणार होते.

पण वॉलेस यांच्यामुळे निर्माण झालेला पेचप्रसंग कधी निवळलाच नाही. माजी उप-राष्ट्राध्यक्ष ''कॅक्टस जॅक'' गार्नर हे एक मनमिळाऊ आणि स्पष्टवक्ते टेक्सन मनुष्य होते. ते म्हणाले, ''या पदाला ड्रमभर उष्ण मूत्राएवढीही किंमत नाही.''

कॅपिटॉल हिलमध्ये वॉलेस यांचे अस्तित्व एखाद्या दुखऱ्या फोडासारखे राहिले. नावाजो (मूळ अमेरिकन) जमातीच्या धर्माचे तीव्र आकर्षण असलेले ते एक आध्यात्मिक गृहस्थ होते. त्यांनी बौद्ध आणि झोराष्ट्रीयन धर्मांचाही अभ्यास केला होता. कॉकटेल पार्ट्या, धूम्रपान करणाऱ्या लोकांचे क्लब्स असे वॉशिंग्टनमधले वातावरण त्यांना अजिबात आवडले नाही. ते ना मद्यपान करत, ना धूम्रपान. त्याऐवजी टेनिस आणि मुष्टियुद्ध खेळणे त्यांना आवडत असे. संध्याकाळी एखादे पुस्तक वाचणे किंवा मग पोटोमॅकच्या मैदानावर बूमरँग फेकत बसणे हे त्यांचे आवडते छंद होते.

वॉलेस यांच्यावरच्या आपल्या प्रचंड विश्वासाचे प्रतीक म्हणून रूझवेल्ट यांनी त्यांना सप्लाय प्रायॉरिटीज अँड अलोकेशन बोर्ड आणि बोर्ड ऑफ इकॉनॉमिक वॉरफेअर या दोन संस्थांच्या अध्यक्षस्थानी बसवले. यामुळे ते राष्ट्रीय अर्थव्यवस्थेचे प्रमुखच बनले. वॉलेस आता वॉशिंग्टनमधल्या आपल्या प्रभावाच्या सर्वोच्च बिंदूवर होते.

१९४१ वर्ष प्रचंड बदलाचे ठरणार होते. जर्मनीच्या फ्युररने जर्मन जनतेला दिलेले वचन पूर्ण केले होते. पहिल्या महायुद्धात त्या देशाची जी मानहानी झाली होती, तिच्या पूर्णपणे विरुद्ध आताची स्थिती होती. आता जर्मन लोक यशाच्या शिखरावर होते. फ्रान्स, हॉलंड, डेन्मार्क आणि नॉर्वेमधून येणारे अन्नधान्य, मुबलक चैनीच्या वस्तू आणि जोरदार प्रगती करत असलेले उद्योगधंदे या सर्वांमुळे 'थाऊजंड इयर राइश इन फ्युचर (भविष्यात एक हजार वर्षे जर्मनीचे

राज्य)' ही घोषणा अखेर खरी ठरणार असे भासत होते.

पण इतिहास आपल्याला पुन:पुन्हा दाखवून देतो, की विनाशकारक गोष्टी या नेहमी बाहेरून नव्हे, तर आतूनच घडत असतात. आणि अहंकाराच्या सर्वोच्च शिखरावर उभ्या असलेल्या हिटलरने सोव्हिएत युनियनवर हल्ला चढवला. लेबेनस्रॉम - "वावरासाठी जागा" – ही संकल्पना त्याने १९२५-२६ मध्ये लिहिलेल्या 'माइन काम्फ (माझा लढा)' या आपल्या दोन खंडी आत्मचरित्रामध्ये प्रथम मांडली होती. त्याने म्हटले होते, की जर्मन जनतेचे भवितव्य पूर्वेकडे आहे आणि त्याकरता जागा सोव्हिएत संघामधून कापून घ्यावी लागणार आहे. आणि वृद्धिंगत होत चाललेल्या जर्मन वंशासाठी जागा मोकळी करण्याकरता स्लाविक आणि ज्युईश लोकांचा संहार केला जाणार होता.

पूर्व युरोपवरच्या वर्चस्वासाठीचा जर्मन आणि स्लाव लोकांचा संघर्ष पार तेराव्या शतकातल्या बाल्टिक युद्धांपर्यंत जुना होता. त्या वेळी जर्मन सरदार रशियनांशी लढले होते आणि नंतर जेव्हा पूर्वेला छोटे-छोटे देश जन्माला आले तेव्हा हा संघर्ष आणखीनच तीव्र झाला होता. आता हिटलर तेव्हा अपूर्ण राहिलेले काम पूर्ण करण्याकरता सज्ज झाला होता. शुद्ध वंशाच्या जर्मनीने हीन आणि मिश्रवंशीय स्लाव लोकांचा खात्मा करावा ही नियतीचीच इच्छा आहे, अशी त्याची श्रद्धा होती.

त्याचा युक्तिवाद असा होता, की वंशसंकरामुळे संस्कृतीचा नाश होतो. पहिल्या महायुद्धापूर्वी व्हिएन्ना या त्याच्या मायदेशातल्या बहुराष्ट्रीय शहरामध्ये त्याने हे स्वत:च्या डोळ्यांनी पाहिले होते आणि अवनती होत असलेल्या ब्रिटन आणि अमेरिकेच्या रूपात आताही हेच होत असलेले तो पाहत होता.

पश्चिमेकडे इंग्लंडकडून फारसा धोका न उरल्यामुळे हिटलर आता मोठा घास घेण्यासाठी तयार होता. स्टालिनसोबत शांतता करार केल्यापासून दोन वर्षांच्या आत त्याने रशियावर आक्रमण केले.

विद्युतगतीने हालचाल करत त्याने तीस लाखांची फौज रशियात पाठवली. ही फौज आर्क्टिक समुद्रापासून खाली थेट काळ्या समुद्रापर्यंतच्या सुमारे दोन हजार मैलांच्या रशियन टापूमध्ये घुसली. काही दिवसांतच जर्मनांनी रशियाचे दोन तृतीयांश वायुदल नष्ट करून टाकले. त्यात रणगाडे आणि तोफांचे नुकसान मिळवले तर १९३९ नंतर स्टालिनने जी मोठी जमवाजमव केली होती, ती पूर्णपणे निकामी झाली होती. जर्मनी आणि सोव्हिएत रशिया यांच्यामध्ये युद्ध घडवून आणण्याकरता ब्रिटन मुद्दामच चुकीची माहिती पसरवते आहे, अशी भीती वाटून स्टालिनने आपल्यावर आक्रमण होण्याच्या बेतात असल्याच्या त्याच्याच गुप्तहेर खात्याच्या अहवालांवरही विश्वास ठेवला नाही. १९३०च्या दशकामध्ये

विविध कारवायांमध्ये त्याने सोव्हिएत हाय कमांडमधील बहुतांश लोकांना – सुमारे त्रेचाळीस हजार अधिकारी – एक तर ठार मारले होते किंवा मग तुरुंगात डांबले होते. हे लोक लाल सेनेचा संस्थापक लिऑन ट्रॉटस्कीशी एकनिष्ठ आहेत, असा त्यांच्यावर आरोप होता आणि देशाबाहेर हाकललेल्या ट्रॉटस्कीची स्टालिनने एक वर्षापूर्वीच मेक्सिको सिटीमध्ये हत्या घडवून आणली होती.

युद्धपूर्व काळात त्याने जिच्यावर अनन्वित अत्याचार केले होते, त्या स्थानिक सोव्हिएत जनतेच्या निष्ठेबद्दलदेखील स्टालिनच्या मनात प्रचंड संशय होता आणि त्याचा संशय अनाठायी नव्हता.

पण या असंतुष्ट जनतेशी हातमिळवणी करण्याचा प्रयत्न करण्याऐवजी हिटलरने तिच्यावर स्टालिनपेक्षा जास्त अत्याचार केले. पश्चिमेकडच्या देशांशी त्याने पुकारलेल्या युद्धातल्यापेक्षा आणि अगदी ज्यू लोकांपेक्षाही जास्त प्रमाणात सोव्हिएत लोकांना ठार करण्याचा त्याचा इरादा होता. १९४१च्या उन्हाळ्यात युक्रेन पडले आणि सोव्हिएत युनियनमधले सर्वांत जुने शहर असलेले किएव ताब्यात घेण्याकरता झालेल्या लढाईत पाच लाख सोव्हिएत जीव गेले.

नागरी जनतेला एक तर ठार मारले गेले किंवा मग सक्तीच्या मजुरीला जुंपण्यात आले आणि युक्रेन पडले म्हणजेच सोव्हिएत औद्योगिक केंद्रदेखील स्टालिनच्या हातून गेले. सोव्हिएत युनियनच्या मालकीच्या कोळसा, स्टील, गॅस आणि खनिजे या सगळ्या गोष्टी मॉस्कोच्या दिशेने आगेकूच करणाऱ्या जर्मनांनी लुटल्या. ही गोष्ट १९४१च्या शिशिरातली. सोव्हिएत युनियन या आक्रमणापुढे फार तर तीन महिने तग धरेल किंवा चार आठवड्यांच्या आतच शरण येईल, असा अमेरिकन आणि ब्रिटिश लष्करी अधिकाऱ्यांचा होरा होता. त्यामुळे स्टालिन स्वतंत्रपणे शांतता करार करेल की काय, अशी त्यांना भीती वाटू लागली.

ही शक्यताच इतकी भयंकर होती, की चर्चिलने आपला प्रदीर्घ काळापासूनचा कम्युनिस्टद्वेष गिळला आणि सोव्हिएत युनियनला पाठिंबा जाहीर केला.

आपल्याला लष्करी साह्य द्यावे आणि तत्काळ युरोपमध्ये उतरून हिटलरला आणखी एका आघाडीवर लढण्यात गुंतवावे अशी स्टालिनने ब्रिटनला कळकळीची विनंती केली. पाश्चात्त्य देशांच्या दृष्टीने आता नाझी युद्धयंत्रणेचा मुख्य मारा झेलण्याकरता सोव्हिएत युनियनला युद्धामध्ये टिकवून ठेवणे अत्यंत महत्त्वाचे होऊन गेले होते.

ऑगस्ट महिन्यामध्ये रूझवेल्ट यांनी सोव्हिएत युनियनला शंभर लढाऊ विमानांचा पहिला ताफा हस्तांतरित करण्याचे आदेश दिले. पण अमेरिकेची बचाव यंत्रणा उभी करण्यावर भर असलेल्या अमेरिकन लष्करी नेत्यांनी रूझवेल्ट यांच्या या प्रयत्नांमध्ये खोडा घातला, तर स्टालिनच्या अविश्वासाला बळकटी

देत ब्रिटिशांनीसुद्धा आपली रसद सोव्हिएत युनियनकडे वळवण्याला आक्षेप घेतला. पाश्चात्त्यांमध्ये अजूनही अनेक जण असे होते, ज्यांना सोव्हिएत युनियन अखेर गुडघे टेकवत असल्याचे पाहण्यात आनंदच वाटत होता.

मिसुरीचे सिनेटर हॅरी ट्रुमन यांनी १९४१ मध्ये संसदेमध्ये जाहीर केले: ''जर्मनी जिंकताना दिसली, तर आपल्याला रशियाची मदत करणे भाग आहे आणि जर रशिया जिंकत असेल, तर आपल्याला जर्मनीला मदत करणे आवश्यक आहे, जेणेकरून ते शक्य तितक्या जास्त लोकांना ठार मारतील.''

असल्या सल्ल्यांकडे दुर्लक्ष करत नोव्हेंबर १९४१ मध्ये रूझवेल्ट यांनी अमेरिका सोव्हिएत जनतेला मदत देऊ करेल असे जाहीर केले. त्याआधी त्याच वर्षाच्या मार्च महिन्यात रूझवेल्ट यांनी कॉंग्रेसमध्ये नाखुषी असूनही लेन्ड-लीज कायदा संमत करून घेण्यात यश मिळवले होते. मग त्यांनी मदत म्हणून ७ अब्ज डॉलर्सचा पहिला हप्ता ब्रिटनला पाठवून दिला. पुढे ही मदत ३२ अब्ज डॉलर्सचा आकडा गाठणार होती. यातून अखेर सोव्हिएत युनियनला ११ अब्ज डॉलर्स मिळणार होते.

ऑगस्ट १९४१ मध्ये रूझवेल्ट न्यूफाउंडलंड इथे चर्चिलना गुपचूप भेटले. धुक्यातून अचानक एक जहाज प्रगट झाले आणि ऑगस्टा जहाजाला खेटून त्याने नांगर टाकला. हे जहाज होते एचएमएस प्रिन्स ऑफ वेल्स. ब्रिटनचे पंतप्रधान खास आणि फक्त अमेरिकेला आता युद्धामध्ये उडी घ्या, असे सांगून तिचे मन वळवण्याकरता आले होते.

फ्रँकलिन रूझवेल्ट यांचा एक मुलगा एलियट हा त्यांचा लष्करी सहायक किंवा मिलिटरी अटॅचे म्हणून तिथे उपस्थित होता. 'ॲज ही सॉ इट' या आपल्या पुस्तकामध्ये त्याने त्या उत्तर रात्रीच्या भेटीचे वर्णन केले आहे. या भेटीत चर्चिल यांनी सरळ शब्दांत असे आवाहन केले की : 'ही तुमच्यापुढची एकमेव संधी आहे. तुम्हाला आमच्या बाजूने यायलाच हवे.'

नंतर एलियटने आपल्या वडिलांना कुबड्या घेऊन त्यांच्या केबिनमध्ये जाण्यास मदत केली. राष्ट्राध्यक्ष चर्चिलबद्दल त्याला म्हणाले, ''खरा जुना टोरी (इंग्लंडमधील हुजूरपक्ष किंवा कॉन्झर्व्हेटिव्ह पार्टीचा सदस्य) आहे नाही हा मनुष्य?... युद्धकाळाकरता ते एक आदर्श पंतप्रधान आहेत. या युद्धामध्ये ब्रिटन वाचेल याची खात्री करणे हेच त्यांच्यापुढचे एक मोठे कार्य आहे. पण युद्धानंतर विन्स्टन चर्चिल युद्धानंतरही ब्रिटनचे नेतृत्व करतील?... हे शक्यच नाही.'

''इथे ब्रिटिश साम्राज्य पणाला लागले आहे,'' रूझवेल्ट एलियटला म्हणाले, ''ही गोष्ट फारशी कुणाला माहीत नाही, पण ब्रिटिश आणि जर्मन बँकर्सनी जगभरातला व्यापार दीर्घ काळापासून आपल्या खिशामध्ये नीट ठेवलेला आहे ...

आपल्याला अगदी सुरुवातीलाच ब्रिटिशांना हे स्पष्ट करायला हवे, की ब्रिटिश साम्राज्य अडचणीत आहे त्यामुळे त्याला सोडवेल आणि नंतर कायम विस्मृतीत निघून जाईल असा केवळ एक सहृदय मनुष्य बनण्याची आम्हाला अजिबात इच्छा नाही.''

नव्या जगाबद्दलचे स्वत:चे स्वप्न रूझवेल्ट शब्दांमध्ये मांडू लागले: ''मला वाटते मी जेव्हा म्हणतो, की या युद्धामध्ये अमेरिका इंग्लंडला केवळ तो त्याच्या वसाहतींमधल्या लोकांना वाईट वागवणे पुढे चालू ठेवू शकेल म्हणून अजिबात मदत करणार नाही, तेव्हा मी अमेरिकेचा राष्ट्राध्यक्ष म्हणून बोलतो आहे.''

रूझवेल्टच्या स्वप्नामध्ये केंद्रस्थानी राजकीय स्वातंत्र्य म्हणजे आर्थिक स्वातंत्र्य होते आणि ही गोष्ट ब्रिटिश साम्राज्याच्या, आपल्या वसाहतींना गरीब आणि लंडनच्या मेहेरनजरेवर अवलंबून ठेवण्याच्या तत्त्वाच्या अगदी विरुद्ध होती. रूझवेल्ट यांच्या जागतिक 'नवा करार' मध्ये एक आर्थिक पत व्यवस्था असणार होती, जी वसाहतींना विकास करण्याची संधी देणार होती.

अमेरिकेचे फिलिपिन्ससोबतचे वसाहतीच्या स्वरूपातले संबंध १९४६ मध्ये संपुष्टात येणार आहेत, याची रूझवेल्ट यांनी चर्चिलना आठवण करून दिली आणि ब्रिटननेदेखील त्याच्या साम्राज्याच्या बाबतीत असेच करण्याची गळ घातली. अमेरिकेच्या अनेक प्रकारच्या संवेदनांच्या विपरीत हे साम्राज्य आहे असे ते म्हणाले.

चर्चिलच्या लक्षात आले, की रूझवेल्ट यांच्या उदारपणाला काही मर्यादा आहेत आणि अमेरिकेकडून मदत घेण्याची किंमत युद्धोत्तर जगाच्या रूपात मोजावी लागणार आहे.

जानेवारी १९४१ मध्ये स्टेट ऑफ द युनियनच्या भाषणात रूझवेल्ट यांनी अमेरिकेच्या युद्धविषयक उद्दिष्टांमध्ये ज्यांचा समावेश असेल अशा चार प्रकारच्या स्वातंत्र्यांशी असलेली आपली बांधिलकी स्पष्ट केली होती. ही चार स्वातंत्र्ये म्हणजे भाषणस्वातंत्र्य, प्रार्थनास्वातंत्र्य, गरजांपासून स्वातंत्र्य आणि भयापासून स्वातंत्र्य. ऑगस्टमध्ये चर्चिलसोबतच्या भेटीत हे दोन नेते याहीपुढे गेले आणि त्यांनी अटलांटिक चार्टरचा (सनदीचा) मसुदा तयार केला. त्यात युद्धोत्तर जगामध्ये हे दोन्ही देश ज्या आठ 'सामायिक तत्त्वांचा' पाठपुरावा करतील त्यांचा समावेश होता. या आशा खूप मोठ्या होत्या, पण अटलांटिक चार्टर हा खरोखरच खूप दूरदर्शी दस्तऐवज होता. पुढे चालून युनायटेड नेशन्स (संयुक्त राष्ट्रसंघ) या संस्थेचा हा मार्गदर्शक जाहीरनामा ठरला. फ्रेंच किंवा रशियन क्रांतीनंतर क्वचितच ऐकू आलेले जगभरातल्या स्त्री व पुरुषांच्या हक्कांसंबंधीचे ते विधान होते.

ऑगस्ट १९४१ मध्ये प्रिन्स ऑफ वेल्स जहाजावर अटलांटिक चार्टर परिषदेदरम्यान चर्चिल आणि रूझवेल्ट. या चार्टरने अनेक साम्राज्यवादी रूढींना तिलांजली दिली आणि स्वयंशासन व निःशस्त्रीकरणासारख्या सूत्रांची घोषणा केली. पण रूझवेल्ट यांच्या शब्दयोजनेमुळे ब्रिटनचे वसाहतीचे वर्तुळ नाहीसे होईल या भयाने चर्चिल यांनी त्यात एक अट टाकली की, सर्वांना आंतरराष्ट्रीय संपत्तीच्या उपभोगाच्या समान संधीची हमी ''फक्त सद्य बांधिलकींचा योग्य तो मान ठेवूनच'' राहील.

रूझवेल्टच्या मनातल्या शब्दयोजनेची भीती वाटलेल्या चर्चिलने त्यात एक असे कलम घातले, ज्यानुसार सर्वांना आंतरराष्ट्रीय संपत्तीच्या उपभोगाच्या समान संधीची हमी ''फक्त सद्य बांधिलकींचा योग्य तो मान ठेवूनच'' राहील. पण एलियट रूझवेल्ट यांनी लिहिल्याप्रमाणे : ''हळूहळू, अगदी टप्प्याटप्प्याने, आणि खूपच नकळत, नेतृत्वाची धुरा ब्रिटनच्या खांद्यांवरून अमेरिकेच्या खांद्यांवर सरकत चालली होती.'' दुसऱ्या दिवशी प्रिन्स ऑफ वेल्स जहाज ''युद्धाकडे परत'' निघाले. या दोन मुत्सद्दी नेत्यांनी तात्पुरता एकमेकांचा निरोप घेतला. नंतर चर्चिल यांनी आपल्या मंत्रिमंडळाला सांगितले, की रूझवेल्ट यांनी युद्ध करण्याचे मान्य केले आहे, पण ते त्याची घोषणा मात्र करणार नाहीत. ते घडवून आणण्याकरता शक्य ते सर्व करणे आवश्यक आहे.

त्या वेळी त्या दोघांपैकी कुणालाही याची कल्पनासुद्धा नव्हती, की युद्धाच्या दिशेचा हा मार्ग जर्मनीतून नव्हे, तर जपानमधून जाणार आहे. आपल्या जुन्या रशियन विरोधकाविरुद्धच्या नाझींच्या युद्धापासून जपान दूरच राहिला होता आणि

खरे तर १९३९च्या सोव्हिएत-जर्मन कराराद्वारे बर्लिनपासून वेगळा पडला होता. हिटलर जपान्यांना वांशिकदृष्ट्या हीन समजत होता आणि त्याच्या अहंमन्यपणापोटी त्याने रशियावरील आपल्या आक्रमणाची योजना जपानला सांगण्याचा कुठलाही प्रयत्न केला नव्हता किंवा अतिपूर्वेकडून त्यांचा पाठिंबा मिळाल्याबद्दल त्याने त्यांना कुठलाही भूभाग देऊ केला नव्हता. आता मागे वळून पाहिले, तर जगाच्या भवितव्यावर याचे खूप दूरगामी परिणाम झाले. जपानने जर स्टालिनविरुद्धच्या युद्धामध्ये भाग घेतला असता, तर सोव्हिएत युनियन पार नामशेष झाली असती यात फारशी शंका घेण्यासारखे काही नाही.

पण ब्रिटन, जर्मनी आणि इटलीप्रमाणेच जपानलादेखील स्वतःचे वसाहतींचे साम्राज्य हवे होते आणि जर्मनीने फ्रान्स आणि हॉलंडवर कब्जा केल्यामुळे, त्याचबरोबर ब्रिटन दुर्बल झाल्यामुळे जी पोकळी निर्माण झाली होती, तिचा फायदा घेत त्याने संसाधने आणि लष्करी तळ मिळवण्याकरता जुलै १९४१ मध्ये दक्षिणेला भारत-चीनकडे मुसंडी मारली. एव्हाना जगाच्या गरजेतले अर्धे तेल उत्पादन करत असलेल्या अमेरिकेने जपानसोबत तेलासकट सर्वच प्रकारच्या व्यापारावर बंदी घालून याला प्रत्युत्तर दिले. जवळचे तेल संपत आल्यामुळे डच ईस्ट इंडिजमधून तेल मिळवण्याचा निश्चय जपानने केला, पण पर्ल हार्बरमध्ये असलेले अमेरिकन आरमार त्यांच्या या योजनेमध्ये मोठ्या प्रमाणावर हस्तक्षेप करू शकत होते. त्यामुळे जपानने अमेरिकेच्या हवाईतल्या पर्ल हार्बर नाविक तळावर एक धक्कादायक आणि प्रचंड मोठा हल्ला केला. त्यात सुमारे २,५०० अमेरिकन सैनिक ठार झाले आणि अमेरिकेची बहुतेक जहाजे निकामी झाली. असा एखादा हल्ला होणार हे अमेरिकनांना माहीत होते, पण बहुतेकांचा होरा होता, की हा हल्ला फिलिपिन्सवर होईल.

दुसऱ्या दिवशी अमेरिका आणि ब्रिटनने जपानविरुद्ध युद्ध पुकारले. जपान या मित्रराष्ट्राने खरे तर हिटलरला पर्ल हार्बरची काही पूर्वसूचनासुद्धा दिली नव्हती, पण तरी त्याने विनाकारण अमेरिकेविरुद्ध युद्धाची घोषणा करून टाकली. सोव्हिएत युनियनवर हल्ला करण्याएवढीच हीदेखील त्याची एक मोठी चूक होती. लोकानुनयाकरता रूझवेल्ट खरे तर जपानविरुद्धच युद्ध पुकारू शकले असते, पण अमेरिकन मतदारांना दिलेला शब्द मोडण्याचे त्यांच्यावरचे नैतिक ओझे आता आपोआपच नाहीसे झाल्याने त्यांना दिलासाच मिळाला होता. आता ते अखेर जर्मनीविरुद्ध युद्ध करू शकत होते. एकंदरीत धामधुमीची परिस्थिती आता खऱ्या अर्थाने जगभर पसरली होती.

आपली लष्करी ताकद जमा करून हळूहळू प्रशांत महासागरामधून पुढे जायचे आणि सगळा भर जर्मनीवरच ठेवायचा अशी अमेरिकेची नीती होती.

जपानला पराभूत करण्याने जर्मनीचा पराभव होणार नाही, पण जर्मनीचा पराभव झाला तर जपानचा आपोआपच होणार, असा रूझवेल्ट यांचा विचार होता.

आणि अमेरिकेचे सगळे लक्ष युरोपवर असल्यामुळे जपान विनासायास पुढे जात राहिला. अवघ्या सहा महिन्यांत जपानने थायलंड, मलाया, जावा, बोर्निओ, फिलिपिन्स, हाँगकाँग, इंडोनेशिया आणि ब्रह्मदेश जिंकून जगाची एक षष्ठांश भूमी आपल्या अंकित केली. या सगळ्या देशाच्या नागरिकांनी युरोपियन वसाहतवाद्यांच्या जुलमातून आपल्याला मुक्त करणारे लोक म्हणून जपान्यांचे ठिकठिकाणी स्वागतच केले. मात्र त्यांची ही आशा क्षणभंगुरच ठरली. राष्ट्राध्यक्ष रूझवेल्ट खासगीत म्हणाले : ''प्रशांत महासागरामध्ये अमेरिकन लोक मरतील असा विचारसुद्धा मनात आणू नका ... फ्रेंच, ब्रिटिश आणि डचांची ऱ्हस्व दृष्टीयुक्त लालसा फक्त नसायला हवी होती.''

दोस्तराष्ट्रांना आणखी एक जबर धक्का देत १९४२च्या सुरुवातीलाच जपानने ब्रिटिश फौजांना सिंगापूरमध्ये पाणी पाजले. त्यावेळी ब्रिटनचे जितके सैनिक खुद्द इंग्लंडच्या बचावाकरता मायदेशात होते, त्यापेक्षा जास्त सैनिक सिंगापूरच्या बचावाकरता तिथे होते. राष्ट्रकुलातल्या ऐंशी हजार सैनिकांना -

७ डिसेंबर, १९४१ रोजी जपानी बाँबहल्ल्याच्या वेळी पर्ल हार्बर इथल्या अमेरिकन नाविक तळावरचे दृश्य.

त्यात बहुसंख्य सैनिक ऑस्ट्रेलियाचे होते – जपानने युद्धबंदी बनवले. पण वसाहतींमधल्या लोकांच्या खऱ्या भावना दर्शवणारी एक गोष्ट घडली. जपान्यांनी युद्धबंदी बनवलेल्या ५५,००० ब्रिटिश भारतीय सैनिकांपैकी चाळीस हजार सैनिकांनी बाजू बदलून जपानी सैन्यामध्ये प्रवेश केला. जर्मनीने सोव्हिएत युनियनवर हल्ला चढवण्याआधी मध्यपूर्वेमध्ये केलेल्या चढाईशी समन्वय साधून त्याच वेळी जपानने जर पूर्व भारतावर हल्ला केला असता, तर भारतातल्या ब्रिटिश साम्राज्याला खूप मोठा धोका उत्पन्न झाला असता, पण जपान आणि जर्मनी संपूर्ण युद्धामध्ये घनिष्ट दोस्तराष्ट्रे म्हणून कधीच वागले नाहीत.

पर्ल हार्बर इथे अंतिम जोरदार ठोसा लगावण्यात जपानला अत्यंत महत्त्वपूर्ण अपयश आले आणि दोस्तराष्ट्रांनी जनरल डग्लस मॅकऑर्थर व ॲडमिरल चेस्टर निमित्झ यांच्या नेतृत्वाखाली प्रतिआक्रमण सुरू केले. जून १९४२ मध्ये अमेरिकन फौजांनी मिडवे इथे जपानी नौदलाला पराभूत केले आणि या बेटावरून त्या बेटावर जाण्याची जी नीती सुरू केली, ती पुढे तीन वर्षांपेक्षा जास्त काळ सुरू राहिली.

जपानी सैन्य शर्थीने लढले आणि हा विजय मिळवण्याकरता अमेरिकेला खूप मोठी सैनिकी किंमत मोजावी लागली. पण १९४३ वर्ष उजाडेतो अमेरिका दरवर्षी जवळ जवळ एक लाख विमाने निर्माण करू लागली होती. त्या तुलनेत संपूर्ण युद्धकाळात मिळून जपानने पंचाहत्तर हजार विमाने निर्मिली होती आणि ही संख्या खूपच तोकडी पडली. १९४४ चा उन्हाळा आला तोवर अमेरिकेने प्रशांत महासागरामध्ये आपल्या सुमारे शंभर विमानवाहू नौका आणल्या. त्या वेळी जपानकडे एकूण पंचवीस अशा प्रकारच्या नौका होत्या.

दोस्तराष्ट्रांची वैज्ञानिक प्रगती प्रत्येक आघाडीवर ठळकपणे दिसून येत होती. रडार आणि प्रॉक्सिमिटी फ्यूज (लक्ष्य टप्प्यात येताच स्फोट होण्याची यंत्रणा) या दोन शोधांनी त्यांच्या विजयामध्ये मोठाच हातभार लावला. पण इतिहासाला कलाटणी दिली ती अणुबॉंबने.

डिसेंबर १९३८ मध्ये दोन जर्मन पदार्थविज्ञान शास्त्रज्ञांनी युरेनियमच्या अणूचे विभाजन करून वैज्ञानिक जगताला खूप मोठा धक्का दिला. त्यांच्या या यशामुळे अणुबॉंब तयार करू शकण्याची तात्त्विक शक्यता निर्माण झाली. या घटनेमुळे अमेरिकेमध्ये सर्वांत जास्त सावध कोण झाले असतील, तर ते म्हणजे नाझीव्याप्त युरोपातून निसटलेले शास्त्रज्ञ. त्यांच्यापैकी बहुतेक जण ज्यू होते. हिटलरच्या हाती असे हत्यार लागले तर काय होईल या भयाने त्यांचा थरकाप उडाला होता. अमेरिकन अधिकाऱ्यांना या संदर्भात जागृत करण्याकरता या स्थलांतरित वैज्ञानिकांनी आधीही प्रयत्न केले होते, पण त्यात त्यांना यश आले नव्हते.

अखेर जुलै १९३९मध्ये अगतिक होऊन लिओ स्झिलार्ड यांनी अल्बर्ट

आइन्स्टाईन यांची मदत मागितली आणि आइन्स्टाईन यांनी अमेरिकेच्या आण्विक संशोधन कार्यक्रमाला परवानगी देण्याकरता राष्ट्राध्यक्ष रूझवेल्ट यांना पत्र लिहिण्याचे मान्य केले. नंतर आइनस्टाईन म्हणाले, 'राष्ट्राध्यक्ष रूझवेल्ट यांना अणुबाँब तयार करण्याची शिफारस करणाऱ्या पत्रावर सही करून मी माझ्या आयुष्यातील एक घोडचूक केली.'

सुरुवातीला हा एक छोटा प्रकल्प होता, पण सप्टेंबर १९४२ मध्ये हा "मॅनहॅटन प्रोजेक्ट" लष्कराकडे सोपवला गेला. जनरल ग्रोव्हज यांच्या वरिष्ठांनी त्यांना काहीतरी करून दाखवा असे सांगितले. उप-राष्ट्राध्यक्ष वॉलेस हे वैज्ञानिक प्रगतीवर बारीक नजर ठेवून होते आणि ग्रोव्हज यांच्याबद्दल त्यांचे मत फारसे चांगले नव्हते. त्यांच्या मते हा मनुष्य "अंमळ चिकित्सक", ज्यूविरोधी "रूझवेल्ट-द्वेषी" आणि उघडउघड फॅसिस्ट होता. आश्चर्याची गोष्ट म्हणजे प्रकल्पाच्या लॉस अलामोस प्रयोगशाळेच्या प्रमुखपदी ग्रोव्हज यांनी निवडलेली व्यक्ती, म्हणजे रॉबर्ट ओपनहायमर हे अगदी पक्के डावे होते. पश्चिम किनाऱ्यावरच्या, कम्युनिस्ट पक्षाचा सार्वजनिक चेहरा असलेल्या प्रत्येक संघटनेचा मी सदस्य राहिलो आहे असे ते स्वत: म्हणत असत आणि मध्यंतरी एकदा तर ते स्पेनच्या लोकशाहीवादी सैन्याच्या मदतीकरता आपल्या मासिक वेतनाच्या दहा टक्के रक्कम देत असत.

वृत्तीने दोघे अगदी परस्परविरोधी असूनही ग्रोव्हज यांनी ओपनहायमर यांच्या मदतीने आंतरराष्ट्रीय वैज्ञानिकांचा एक अविश्वसनीय असा घट्ट संच गोळा केला होता. त्यात एन्रिको फर्मी आणि लिओ स्झिलार्ड हे दोघेही होते. यांनीच एका बंद खोलीमध्ये पहिलीवहिली आण्विक साखळी प्रक्रिया घडवून आणण्यात यश मिळवले होते. शिकागो विद्यापीठाच्या स्क्वॉश कोर्टात ही खोली बांधण्यात आली होती.

आण्विक स्पर्धेमध्ये जर्मनी अखेरच्या क्षणी पुढे निघून जाईल या भीतीने त्या वाळवंटामध्ये वैज्ञानिक रात्रंदिवस काम करत होते. १९४४ मध्ये सत्य बाहेर आले, की जर्मनीने खरे तर १९४२मध्येच अणुबाँबसंबंधी संशोधन सोडून दिले होते व त्याऐवजी आपले वैज्ञानिक व आपली संसाधने व्ही-१ आणि व्ही-२ रॉकेट यंत्रणा निर्माण करण्यामध्ये गुंतवली होती – पण अमेरिकन शास्त्रज्ञ मात्र आपले काम करत राहिले.

तिकडे पूर्वेकडे सोव्हिएत युनियन भयंकर संकटात सापडली होती, कारण नाझी मॉस्को जिंकण्याच्या बेताला आले होते. सप्टेंबर १९४१ मध्ये स्टालिनने ब्रिटिशांना त्यांच्या पंचवीस ते तीस डिव्हिजन्स पाठवण्याची विनंती केली आणि उत्तर फ्रान्समध्ये आणखी एक आघाडी उघडण्याचा पुन्हा एकदा आग्रह धरला.

पुढच्या मे महिन्यात, "रशियन फौजा जितके शत्रूसैनिक मारत होत्या आणि

त्यांची जितकी युद्धसामग्री नष्ट करत होत्या, त्यापेक्षा कितीतरी कमी इतर पंचवीस राष्ट्रांच्या एकत्रित प्रयत्नांद्वारे साध्य केले जात होते,'' ही गोष्ट रूझवेल्ट यांनी मान्य केली. १९४२ अखेर अमेरिका युरोपमध्ये आणखी एक आघाडी उघडेल असे त्यांनी जाहीर केले आणि लष्करप्रमुख जॉर्ज मार्शल यांनी त्यांचे युरोपमधले कमांडर, जनरल ड्वाईट आयसेनहॉवर यांना युरोपवरील हल्ल्याची योजना तयार करण्याच्या सूचना दिल्या. या बातमीने रशियन लोक आनंदून गेले.

पण तिकडे उत्तर आफ्रिकेमध्ये चर्चिल एका मोठ्या अडचणीत सापडले होते. तिथे नुकतीच त्यांच्या चौतीस हजार सैनिकांनी अत्यंत लाजिरवाण्या पद्धतीने आपल्यापेक्षा अर्ध्या संख्येच्या नाझी सैन्यापुढे शरणागती पत्करली होती. फ्रान्सच्या किनाऱ्यावर भयंकर रक्तपात होण्याच्या भीतीने चर्चिल म्हणाले, की आक्रमण करण्यासाठी फौजांना इंग्लिश खाडी ओलांडून नेण्याकरता आमच्याकडे पुरेशी जहाजे नाहीत आणि मग त्यांनी रूझवेल्ट यांना ही दुसऱ्या आघाडीची योजना थोडी पुढे ढकलून त्याऐवजी आता उत्तर आफ्रिकेवर हल्ला चढवण्यास राजी केले. अमेरिकेने जेव्हा हे मान्य केले, तेव्हा आयसेनहॉवर म्हणाले, की हा इतिहासातला सर्वांत काळाकुट्ट दिवस असेल. त्याआधी ते म्हणाले होते, ''८ लाख रशियनांना युद्धामध्ये टिकवून ठेवणे हे आपले लक्ष्य असल्याचे आपण विसरता कामा नये.''

जॉर्ज मार्शल यांनी आफ्रिकेवरील आक्रमणाला ''कडेने टोचे मारणे'' असे संबोधले होते आणि त्यांच्या मते सोव्हिएत लोकांच्या विपरीत ब्रिटिश लोक जर्मनांशी लढायला घाबरत आहेत. चर्चिल सरकारच्या मनामध्ये पहिल्या महायुद्धाच्या सावल्या अजूनही गडद होत्या.

पण ब्रिटिशांची नीती निराळी होती. आपल्या सागरी ताकदीवर विसंबून आणि तुलनेने कमकुवत असलेल्या, हिटलरच्या इटलीतील आघाडीवर हल्ला करून चर्चिल जर्मन युद्धयंत्रणेशी थेट दोन हात करणे टाळू पाहत होते व त्याऐवजी उत्तर आफ्रिका आणि जिब्राल्टरच्या भोवतीने भूमध्य समुद्र सुरक्षित करू पाहत होते. त्यानंतर मध्यपूर्व सुरक्षित करून आपल्या तिथल्या तेलसाठ्यांचे जतन करण्याचा, तसेच सुएझ कालव्यातून भारत आणि पूर्वेकडील साम्राज्य टिकवून ठेवण्याचा त्यांचा उद्देश होता.

यातून सोव्हिएत लोकांना जो काही भयगंड निर्माण झाला असेल, त्याची कल्पना करावी तेवढी कमीच होईल. ब्रिटन आणि रशियाचे शत्रुत्व एकोणिसाव्या शतकापासून चालत आले होते. विशेषत: स्टालिनचा ब्रिटनवर अजिबात विश्वास नव्हता. पण तो अमेरिकनांबद्दलही साशंक होता, कारण वीस वर्षांपूर्वी रशियातल्या यादवी युद्धामध्ये यांनी कम्युनिस्टांच्या विरुद्ध हस्तक्षेप केला होता.

त्या वेळी चर्चिल यांनी ''बोल्शेविझमचा पाळण्यातच गळा घोटू'' असे म्हटले होते. आणि हिटलरसोबत 'ना आक्रमण' करार करेपर्यंत स्टालिनच्या मनामध्ये हीदेखील भीती होती, की चर्चिल आणि ब्रिटिश साम्राज्य नाझी जर्मनीशी हातमिळवणी करतील आणि सोव्हिएत युनियनविरुद्ध एक मोठी मोहीम सुरू करतील.

पण असे असले तरीही, या सगळ्या गोष्टींच्या विपरीत आणि बहुतांश जगाला ज्यामुळे जबर धक्का बसला, ती गोष्ट म्हणजे लाल सेनाच युद्धाची दिशा बदलणार होती. हे ज्यांनी शक्य करून दाखवले त्या सोव्हिएत स्त्री-पुरुषांच्या अचाट चिकाटीचे वर्णन करायला एखादा टॉलस्टॉयच जन्मावा लागेल. त्या वेळी या गोष्टीचा खरा अर्थ फार थोड्या लोकांना समजला होता, पण १८१२ च्या हिवाळ्यामध्ये नेपोलियनचे मॉस्कोमध्ये जे झाले, तसेच आता झाले आणि पिसाटलेली जर्मन युद्धयंत्रणा पहिल्यांदा अडखळली.

अर्थात, जपानने आपला मोर्चा दक्षिणेला वळवल्यामुळे स्टालिनला मार्शल ग्योर्गी झुकॉव्ह यांच्या चाळीस सायबेरियन डिव्हिजन्स मॉस्कोला आणणे शक्य झाले होते. आणि झुकॉव्ह यांच्या येण्याने सगळे बदलून गेले. त्या हिवाळ्यामध्ये जर्मनीचे सुमारे चार लाख सैनिक मारले गेले. दरम्यान, सेंट पीटर्सबर्गऐवजी लेनिनग्राड असे नामकरण झालेल्या राजधानीभोवती जर्मनीने सलग नऊशे दिवस तळ ठोकला होता. त्यात १९४१ आणि १९४२ या दोन वर्षांच्या हिवाळ्यांमध्येदेखील ते टिकून होते. १९४१ मध्ये या शहराची लोकसंख्या २५ लाख होती. त्यापैकी एक तृतीयांश लोक मरण पावले.

सततचे बॉंबहल्ले, प्रचंड थंडी, उपासमार, भिंतीवरच्या वॉलपेपरच्या डिंकाचे सूप करून पिणे, उंदीर मारून खाणे किंवा अगदी मानवी मांसदेखील खाणे, असा हा प्रकार अधिकृतरित्या मान्य केल्या गेल्यापेक्षा कितीतरी जास्त काळ सुरू होता. या लोकांचा अभिमान एवढा जाज्ज्वल्य होता, की संधी देऊनही अनेक नागरिक शहर सोडून गेले नाहीत. संगीतकार दिमित्री शोस्ताकोविच याने या बलिदानाच्या सन्मानार्थ त्याची महान सातवी सिम्फनी रचली.

या संपूर्ण वेढ्याच्या कालखंडामध्ये हा ऑर्केस्ट्रा कार्यक्रम करत राहिला. उपासमारीमुळे जेव्हा वाद्यवृंदातले बहुतेक वादक मरून पडले, तेव्हाच तो थांबला. जर्मनांना लेनिनग्राड अखेरपर्यंत घेताच आले नाही. या दरम्यान दहा लाखांपेक्षा जास्त रशियन लोक मरण पावले. तिथल्या प्रसिद्ध हर्मिटेजमधला बहुतांशी कलाकृतींचा संग्रह उरल पर्वतांमध्ये हलवण्यात आला होता. सोव्हिएत लोक त्यांना शक्य होते ते सगळे वाचवत होते. जर्मनांच्या हाती काहीही लागू नये याकरता अनेक गोष्टी जाळूनही टाकल्या गेल्या.

पाश्चात्त्य देश दुसरी आघाडी उघडतील किंवा आणखी काही मदत पाठवतील

यावर विसंबून न राहता स्टालिनने मानवी इतिहासातले सर्वांत मोठे सक्तीचे स्थलांतर सुरू केले. त्याने जवळपास एक कोटी लोकांना उरल पर्वतराजीच्या पूर्वेला मध्य आशिया आणि सायबेरियामध्ये, तसेच कझाकस्तानच्या दक्षिणेला हलवले. त्याला १९२० आणि १९३०च्या दशकांमध्ये झालेल्या औद्योगिक क्रांतीच्या तोडीस तोड दुसरी औद्योगिक क्रांती करून सोव्हिएत युनियनची पुनर्बांधणी करायची होती.

जर्मन युद्धयंत्रणेचा सामना करण्याकरता जवळ जवळ दोन हजार नवे कारखाने बांधण्यात आले आणि त्यापाठोपाठ घरेही. सोव्हिएत अर्थव्यवस्थेच्या एका मोठ्या भागाचे स्थलांतर अविश्वसनीयरीत्या फक्त दोनच वर्षांत साध्य करण्यात आले. १९४३ साल येईतो सोव्हिएत युनियन युरोपमधल्या कुठल्याही औद्योगिक शक्तीइतकीच प्रबळ झाली आणि खुद्द जर्मनीपेक्षा जास्त उत्पादन करू लागली.

चाळीस हजार टी-३४ रणगाडे बनवण्यात आले. हे रणगाडे जर्मनीच्या पँझर रणगाड्यांपेक्षाही श्रेष्ठ होते. पन्नास हजार प्रसिद्ध आयएल-२ इल्युशिन विमाने ही खरोखरच जर्मनीच्या लुफ्तवाफेपेक्षा सरस होती. १९४१ मध्ये युक्रेनमध्ये गमवाव्या लागलेल्या स्टील, गहू आणि खनिजांची हळूहळू पुन्हा निर्मिती करून भरपाई करण्यात आली. बहुतांशी स्त्रिया आणि मुलांचा समावेश असलेला एक अख्खा समाज जिवंत राहण्याकरता रोज बारा ते अठरा तास काम करत होता. आणि हे सगळे मातृभूमी रशिया (रशियामाता) करता होते.

लोकांमधली देशभक्तीची भावना विलक्षण होती. युद्धासाठी पैसा उभा करण्याकरता त्यांनी आपली वैयक्तिक धनसंपत्ती दिली. त्यात वडिलोपार्जित संपत्ती, दागदागिने असे सर्व काही होते. हिटलरच्या हातून नामशेष होण्याच्या बेताला आलेल्या समाजाला लढण्याशिवाय पर्यायच राहिला नव्हता. आपला जीव आणि आपला देश वाचवण्याकरता रक्ताच्या शेवटच्या थेंबापर्यंत लढणे त्यांना भागच होते.

१९४२ च्या उत्तरकाळात अमेरिकेने उधार-भाडेपट्टीने गोष्टी पुरवण्यास सुरुवात केली. त्यात सुरुवातीला काही अडथळेदेखील आले, पण त्यावर मात करण्यात आली. सुमारे २ टन जीवनावश्यक वस्तू, सुमारे ४ लाख ट्रक्स, ५२,००० जीप्स, ७,००० रणगाडे, तोफा, कॉम्बॅट व्हेइकल्स, १५,००० विमाने, १८,००० विमानविरोधी तोफा, ८,००० रेल्वेचे डबे आणि अन्नधान्य या गोष्टींचा समावेश होता.

जर्मन सैन्याच्या मागच्या बाजूने रशियन, युक्रेनियन आणि बेलोरशियन देशभक्त त्यांच्यावर जंगले आणि गुहांमधून हल्ले चढवत होते, त्यांच्या रेल्वेगाड्या उडवत होते, त्यांच्या वाहतुकीला अडथळे निर्माण करत होते आणि शक्य त्या सर्व प्रकारे जर्मन युद्धयंत्रणेला खीळ घालत होते. त्यांनी जर्मनीच्या दहा टक्के

लाल सेना आणि सोव्हिएत नागरिकांनी नाझी आक्रमकांना परतवून लावण्याकरता जो महान लढा दिला, त्याची अमेरिकन निरीक्षकांनी विशेष दखल घेतली. वरून घड्याळाच्या दिशेने – २८. स्त्रिया आणि वयस्कर पुरुषांचा एक गट जर्मनांची मॉस्कोच्या दिशेने चाललेली आगेकूच थांबवण्याकरता सापळा खोदताना. २९. किएव्ह, युक्रेन इथे नाझींचा हल्ला सुरू असताना गोळा झालेला दुःखी स्त्रियांचा एक गट. ३०. किएव्हमध्ये जर्मनांच्या एका हवाईहल्ल्याच्या वेळी खंदकातून बाहेर बघताना भेदरलेली लहान मुले. ३१. सोव्हिएत युनियनमधील लाल सैन्याचे सैनिक.

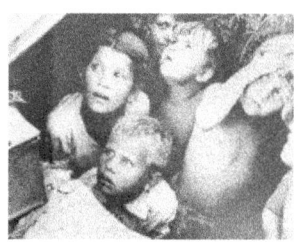

फौजेला अशाप्रकारे गुंतवून ठेवले होते. हे कडवे लोक सोव्हिएत फौजांच्या अंतिम विजयामधला एक अत्यंत महत्त्वाचा घटक ठरले.

पण याचा परिणाम मात्र भयानक झाला. जर्मन लोकांनी अधिकाधिक दहशत माजवत याला प्रत्युत्तर दिले. स्वातंत्र्ययोद्धे आणि निरपराध लोक या दोन्हींना त्यांनी फासांवर लटकवले. नेमका आकडा कुणीच सांगू शकत नाही, पण या युद्धामध्ये ४० ते ८० लाख युक्रेनियन लोक मारले गेले असा अंदाज आहे. आणि बेलोरशियाची एक चतुर्थांश लोकसंख्या नष्ट झाली. त्यांचे २५ लाखांपेक्षा जास्त लोक ठार झाले.

अंदाजे २०० शहरे आणि ९,००० खेडी जाळून भस्म करण्यात आली. किमान एक लाख स्वातंत्र्ययोद्धे एक तर मारले गेले किंवा मग बेपत्ता झाले.

हिटलरच्या जनरल्सनी त्याला बजावले, की छोट्या-छोट्या कारवाया करत प्रदीर्घ काळ लढून शत्रूला जेरीस आणण्याचा हा प्रकार, ज्याला 'वॉर ऑफ ऑट्रिशन' असे म्हणतात, तो आता प्रत्यक्षात आला आहे. सोव्हिएत लोक प्रचंड हानी सोसूनही चिवटपणे तग धरत आहेत असे दिसत होते. आता हिटलरकरता

१९४१ मध्ये ब्रिटिश युद्धकार्याला मदत म्हणून सुरू करण्यात आलेल्या उधार-भाडेपट्टी कार्यक्रमांतर्गत ग्रेट ब्रिटनला पाठवण्याकरता तयार असलेल्या अमेरिकन हॉविट्झर तोफा.

स्लाव लोकांचा खात्मा करण्यात नव्हे, तर सोव्हिएत युनियनच्या संसाधनांवर कब्जा करण्यातच विजयाची एकमेव संधी होती.

त्याप्रमाणे जनरल फ्राइडरिख पॉलस यांच्या नेतृत्वाखाली जर्मनांनी तेलाने समृद्ध असलेल्या बाकू या दक्षिणेकडील भागाकडे आपला मोर्चा वळवला. मार्शल झुकॉव्हच्या नेतृत्वाखालील सोव्हिएत फौजांनी त्यांना काहीही करून अडवण्याचा निर्धार केला होता. तेलाविना सोव्हिएत फौजा लढूच शकल्या नसत्या. बाकू जर पडले असते, तर स्टालिनला शरणागती पत्करण्यावाचून गत्यंतर उरले नसते.

बाकूच्या वाटेवर एक शहर रस्ता अडवून बसले होते – स्टालिनग्राड. आणि १९४२ सालच्या हिवाळ्यामध्ये जर्मन सैन्याला अखेर त्यांच्या तोडीचे सैन्य सामोरे आले.

इतिहासातल्या या सर्वांत मोठ्या लढाईत सोव्हिएत रशियाचे जितके लोक मेले, तितके ब्रिटिश किंवा अमेरिकन लोक संपूर्ण युद्धातदेखील मेले नाहीत. सुमारे ५ लाख लोक या लढाईत ठार झाले. जर्मनीचे सर्वोत्तम असे किमान २ लाख सैनिक मारले गेले. कदाचित यापेक्षाही कितीतरी जास्त. सामान्य नागरिक तर किती मरण पावले याचा पत्ताच नाही. जर्मनांनी स्टालिनग्राड उद्ध्वस्त केले, पण त्यांना ते जिंकता आले नाही. स्टालिनने सक्त आदेश दिले होते, की जो

जून १९४१ मध्ये जर्मनीच्या सोव्हिएत युनियनवरील ऑपरेशन बार्बरोस्सा या सर्वंकष आक्रमणामध्ये जर्मन घोडदळ एका रशियन खेड्याला आग लावताना.

कुणी पळ काढेल किंवा शत्रूला शरण जाईल त्याला देशद्रोही समजले जाईल व त्याच्या कुटुंबाला तुरुंगात धाडले जाईल. सर्वांना ज्याची दहशत बसली होती, ते हे त्याचे "एक पाऊलही मागे नाही" धोरण होते. स्टालिनग्राडमध्ये १३,००० पेक्षा जास्त सोव्हिएत सैनिकांना त्यांच्याच लोकांनी गोळ्या घालून ठार मारले. संपूर्ण युद्धामध्ये अशा पद्धतीने १,३५,००० सैनिक मारले गेले. अशी शिक्षा देणाऱ्या 'पनिशमेंट बटालियन'मध्ये चार लाख सैनिक होते. त्या वर्षी गुलाग्जमध्ये आणखी ४० लाख कैदी होते. मात्र असे असले, तरी राष्ट्रप्रेम ते दहशत या दरम्यानच्या विविध भावनांपायी व्होल्गा नदीच्या साक्षीने सोव्हिएत सैनिक त्या सर्वांत भयंकर हिवाळ्यामध्ये गल्ली-गल्ली आणि चौका-चौकांत प्राणपणाने लढले. जानेवारी १९४३ मध्ये अखेर याचा शेवट झाला आणि जनरल पॉलस याने त्याच्या शिल्लक राहिलेल्या सिक्स्थ आर्मीसोबत शरणागती पत्करली. त्याने ही चढाई केली तेव्हा त्याच्याकडे ३,००,००० सैनिक होते. त्यापैकी ९१,००० सैनिकांनी शरणागती पत्करली आणि त्यांच्यापैकी सुमारे ९,००० सैनिक युद्धानंतर जर्मनीला जिवंत परतले. असे सांगितले जाते, की हिटलर यावर दु:खाने म्हणाला, "युद्धदेवता शत्रूला जाऊन मिळाली आहे."

आणि नवी विमाने, नव्या तोफांच्या स्वरूपात जास्त संसाधने उपलब्ध झाल्यामुळे सोव्हिएत फौजांनी आक्रमक धोरण स्वीकारले. कुर्स्क इथे इतिहासातले सर्वांत मोठे रणगाडा युद्ध झाले, ज्यात त्यांनी जर्मनांना पुन्हा एकदा नमवले. ७०,००० जर्मन सैनिक मारले गेले आणि त्याच्या कितीतरी पट जास्त सोव्हिएत सैनिक ठार झाले. या प्रचंड मोठ्या पराभवामुळे जर्मन सैन्याने पूर्व आघाडीवरून संपूर्ण माघार घ्यायला सुरुवात केली.

या सगळ्या महत्त्वपूर्ण वर्षांमध्ये सोव्हिएत सैन्य दोनशेपेक्षा जास्त जर्मन डिव्हिजन्ससोबत नियमितपणे लढत होते. त्याउलट भूमध्य प्रदेशात लढणाऱ्या अमेरिकन आणि ब्रिटिश फौजांना एका वेळी दहापेक्षा जास्त जर्मन डिव्हिजन्सशी लढण्याची वेळ क्वचितच आली. सोव्हिएत फौजांविरुद्धच्या युद्धात जर्मनीचे ६० लाखापेक्षा जास्त सैनिक मारले गेले. पश्चिम आघाडीवर ही संख्या सुमारे १० लाख होती.

दुसरे महायुद्ध अमेरिकेने जिंकले हे मिथक अजूनही प्रचलित असले, तरी गंभीर इतिहासकारांचे यावर एकमत आहे, की खरा विजेता सोव्हिएत युनियन आणि तिथला संपूर्ण समाज आहे. त्यात त्यांचा क्रूरकर्मा हुकूमशहा जोसेफ स्टालिनचाही समावेश आहे. निव्वळ अगतिकता आणि अशक्य कोटीतला स्थिरबुद्धीयुक्त पराक्रम, यांच्या बळावर त्याने जर्मनीच्या महाभयंकर युद्धयंत्रणेचा पराभव करून दुसऱ्या महायुद्धातील एक महान गाथा लिहिली.

प्रकरण चार

जानेवारी १९४३ मध्ये, स्टालिनग्राडमध्ये जर्मनांच्या अंतिम शरणागतीच्या काहीच दिवस आधी रूझवेल्ट आणि चर्चिल फ्रेंच मोरोक्को इथल्या कॅसाब्लँकामध्ये भेटले. तिथे स्टालिन उपस्थित नव्हता. लंडन आणि वॉशिंग्टनमधून त्याने आपले राजदूत परत बोलावले होते. दोस्तराष्ट्रांची युती धोक्यात आली होती. लाल सेना जर्मनांविरुद्ध पश्चिमेकडे आगेकूच करत होती. वारे बदलले होते.

मात्र सोव्हिएत लोकांच्या बलिदानाची जाणीव अखेर अमेरिकेमध्ये वाढत चालली होती. तीव्र कम्युनिस्टविरोधी असलेल्या माध्यमसम्राट हेन्री ल्यूस यांनी स्टालिनला टाइम मासिकाचा १९४२ चा 'मॅन ऑफ द इयर' म्हणून निवडले आणि त्याच्या औद्योगिकीकरणाचे पुढील शब्दांत कौतुक केले : ''स्टालिन यांची कार्यपद्धत कठोर होती पण ती यशस्वी ठरली.'' ल्यूस यांच्या लाइफ या आणखी एका मासिकाने सोव्हिएत युनियनला अमेरिकासदृश ठरवले आणि तिथले नागरिक हे ''अचाट लोक आहेत, जे विलक्षणरीत्या अमेरिकनांसारखेच दिसतात, अमेरिकनांसारखे कपडे घालतात आणि अमेरिकनांसारखाच विचार करतात,'' असे म्हटले. स्टालिनच्या निर्मम गुप्त पोलिस दलाला अमेरिकेतील एफबीआय सारखेच राष्ट्रीय पोलिस दल असेही म्हटले गेले.

आता आपण कृती केली नाही, तर युती भंग होईल असे रूझवेल्टना वाटले. ते आणि चर्चिल या दोघांनाही भीती वाटत होती, की स्टालिन खरोखरच सोव्हिएत युनियनला आणखी विध्वंस होण्यापासून वाचवण्याकरता हिटलरसोबत काहीतरी गुप्त करार करून टाकेल. त्याने तसे पूर्वीदेखील केले होते. पण अनेक बाबतीत रूझवेल्ट स्टालिनशी सहमत होते. दोघांनाही युद्धानंतर उद्योगधंदेविरहित, दुबळा आणि निव्वळ खेडवळ उरलेला जर्मनी पाहायचा होता. जर्मनीच्या लष्करी मानसिकतेमुळेच युरोपात एवढी उलथापालथ चालली होती. रूझवेल्ट म्हणाले, ''आपण एक तर जर्मन लोकांना नपुंसक करायला हवे, नाही तर त्यांना असे

काही वागवावे, जेणेकरून ते लोक आपल्या वाडवडिलांच्या मानसिकतेचे लोकच जन्माला घालणार नाहीत.''

कॅसाब्लॅंकामध्ये राष्ट्राध्यक्षांनी ''विनाअट शरणागती'' धोरणाची घोषणा केली. हिटलरची जर्मनी पूर्णपणे उद्ध्वस्त झाल्याशिवाय अमेरिका थांबणार नाही, असा संदेश स्टालिनला देण्याची त्यांची इच्छा होती.

''विनाअट शरणागती'' ही फक्त शत्रूराष्ट्रांच्या राज्यकर्त्यांविरुद्ध युद्धाची ललकारी नव्हती, तर खुद्द जर्मन आणि जपानी नागरिकांविरुद्धच्या युद्धाची देखील घोषणा होती. आणि तसा उद्देश नसतानादेखील तिच्यामुळे नागरी वस्त्यांवर धडकी भरवणारे बॉंबहल्ले होणार होते, त्या त्या देशांतील जनतेचा प्रतिकार आणखीनच प्रखर करणार होते आणि त्यातूनच या युद्धातला, जपानवर अणुबॉंब टाकण्याचा सर्वांत विवादास्पद निर्णय घेतला जाणार होता.

आता मागे वळून पाहता असे म्हणता येईल, की ''विनाअट शरणागती''ची घोषणा ही रूझवेल्ट यांची सर्वांत मोठी घोडचूक होती. भरीस भर म्हणून, उत्तर आफ्रिकेनंतर सिसिलीमध्ये उतरण्याच्या दोस्तांच्या निर्णयावर रूझवेल्ट आणि चर्चिल यांनी कॅसाब्लॅंका इथे शिक्कामोर्तब केले. त्यासाठी त्यांनी युरोपमध्ये दुसरी आघाडी उघडणे पुन्हा पुढे ढकलले आणि युद्धाचा निकाल ठरवण्यामध्ये तिथली राष्ट्रे आणखीनच बिनमहत्त्वाची ठरून गेली. यातूनच पुढे १९४३-४५ मधली अनर्थकारी इटालियन मोहीम हाती घेण्यात आली. या मोहिमेमध्ये, सिसिलीत आणि ॲंझियोतील समुद्रकिनाऱ्यावरील कत्तलखान्यांमध्ये दोस्तराष्ट्रांच्या सैनिकांचे भयंकर शिरकाण, तसेच मॉंटे कॅसिनो इथल्या चार लढाया याशिवाय फारसे काही हाती लागले नाही. नाझींना यातून काहीही नुकसान झाले नाही.

दोस्तराष्ट्रांच्या फौजा इटलीमध्ये गुंतून पडल्या होत्या आणि सोव्हिएत फौजांचा ब्रिटिशांच्या हेतूबद्दलचा संशय बळावत चालला होता. अशा परिस्थितीत कॅसाब्लॅंकामधील रूझवेल्ट-चर्चिल भेटीनंतर दहा महिन्यांनी स्टालिन आणि रूझवेल्ट इराणमधल्या तेहरानमध्ये भेटले. तो १९४३ चा नोव्हेंबर महिना होता.

चर्चिलना या बैठकीतून वगळण्याचा प्रयत्न अयशस्वी ठरल्यावर रूझवेल्ट यांनी रात्री सोव्हिएत दूतावासात राहण्याचे स्टालिनचे आमंत्रण स्वीकारले. पण पहिल्या तीन दिवसांच्या भेटींमध्ये स्टालिन त्यांना थंड आणि अलिप्त वाटला. आपण इथे काहीही साध्य करू शकणार नाही अशी भीती त्यांना वाटली. चौथ्या दिवशी जेव्हा रूझवेल्ट यांनी चर्चिलच्या ब्रिटिशपणाबद्दल आणि सिगार पिण्याच्या सवयीबद्दल स्टालिनसमक्ष त्यांची चेष्टा केली, तेव्हा रूझवेल्ट यांनीच सांगितल्यानुसार चर्चिल रागाने लालबुंद झाले आणि त्यांच्या कपाळावर आठ्या पडल्या. पण चर्चिलचा राग जसजसा वाढत होता, तसतसा स्टालिन जास्त हसू लागला.

अखेर न राहवून स्टालिन चर्चिलना खो-खो हसू लागला. मग लगेचच रूझवेल्ट त्याला "अंकल जो" म्हणून संबोधू लागले. आता बर्फ वितळला होता आणि आता कुठे आपण आणि स्टालिन दोन प्रौढ व्यक्ती आणि भाऊ या नात्याने चर्चा करत आहोत असे वाटायला लागले.

अनेक दिवसांपासून प्रलंबित असलेली दुसरी आघाडी आम्ही येत्या वसंतात उघडू अशी रूझवेल्टनी स्टालिनला ग्वाही दिली. चर्चिलना हे मान्य करण्यास भाग पाडले गेले, पण ते अजूनही या मताचे होते, की ही आघाडी पूर्वेला बाल्कन देशांमध्ये आणि आगेकूच करत असलेल्या सोव्हिएत फौजांच्या पुढे उघडावी. त्यांना कशाची चिंता वाटते आहे हे रूझवेल्ट यांनी अचूक ओळखले. "युद्धानंतरची परिस्थिती आणि त्यात इंग्लंड कुठे असेल, याबद्दल पंतप्रधान जरा जास्तच विचार करत आहेत. रशियनांना आवश्यकतेपेक्षा जास्त प्रबळ होऊ देण्याची त्यांना भीती वाटत होती."

पूर्व युरोप आणि बाल्टिक देशांचे भवितव्य ठरवण्यात सोव्हिएत संघराज्याला भरपूर वाव देण्यात येईल असे रूझवेल्टनी स्पष्टपणे सूचित केले, फक्त स्टालिनने तिथले बदल काळजीपूर्वक घडवावेत आणि जागतिक मताचा अव्हेर करू नये अशी विनंती केली. "अमेरिका तुमच्या हितसंबंधांच्या विरुद्ध असलेल्या कुठल्याही हंगामी सरकारला कुठल्याही प्रकारे पाठिंबा देणार नाही," अशी एक खासगी चिठ्ठी रूझवेल्ट यांनी स्टालिनला लिहून दिली होती.

अत्यंत महत्त्वाची बाब म्हणजे, जर्मनीविरुद्धची लढाई संपल्यानंतर स्टालिनने जपानविरुद्धही लढाईत भाग घेण्याबद्दल त्याला राजी करून रूझवेल्ट यांनी एक महत्त्वपूर्ण यश मिळवले. तेहरानमधील या चर्चेनंतर थकलेल्या रूझवेल्ट यांनी त्याबद्दल लिहिले : "आम्ही खूप मोठी प्रगती केली आहे."

बेलोरशियामधल्या रक्तरंजित मोहिमेद्वारे सोव्हिएत रशियाचे युद्ध सुरू राहिले आणि मग जानेवारी १९४४ मध्ये रशियाचा प्राचीन शेजारी शत्रू असलेल्या पोलंडमध्ये रशियन फौजांनी पाऊल ठेवले. पोलंड नाझींकडून परत मिळवण्याची, विशेषत: वॉर्सा जिंकण्याची कहाणी खूप करुण आणि रक्तरंजित आहे. या प्रदीर्घ युद्धामध्ये पोलिश लोकांइतक्या यातना फार थोड्या लोकांनी भोगल्या असतील. साठ लाख पोलिश नागरिक या युद्धात मारले गेले आणि त्यातले ३० लाख ज्यू होते. पण पोलंड मुक्त करण्याकरता सोव्हिएत युनियननेदेखील खूप मोठी किंमत मोजली. या मोहिमेत त्यांचे सहा लाख सैनिक मारले गेले. सोव्हिएत फौजांना १९४४ मध्ये इथेच पहिल्या मृत्यूछावण्या प्रत्यक्ष सापडल्या. हिटलरच्या राजवटीच्या खऱ्या माथेफिरूपणाची चित्रे त्यामुळे निर्विवादपणे जगापुढे आली.

लब्लिनमध्ये रशियाने ताबडतोब एक मित्रसरकार स्थापन केले. या सरकारने

विरोधकांवर आसूड उगारला आणि त्यातून तिथे यादवी सुरू झाली. या सरकारमध्ये रशियाने लंडनमध्ये स्थापन करण्यात आलेल्या कडव्या कम्युनिस्ट विरोधी पोलिश परदेशस्थ सरकारच्या एकाही सदस्याचा समावेश केला नव्हता. पाश्चात्य लोक त्यांना लोकशाहीवादी म्हणत असत, पण स्टालिनने हे लोक दहशतवादी आणि १९१९-२२ मध्ये झालेल्या रशियन यादवी युद्धात क्रांतीच्या विरुद्ध लढलेल्या गोऱ्या रशियनांचे वंशज आहेत असे म्हटले.

स्वत:ही दहशतवादी डावपेचांबद्दल अनभिज्ञ नसलेल्या स्टालिनने, तो ज्यांचा पराकोटीचा द्वेष करत असे त्या लंडनमध्ये बसलेल्या कम्युनिस्टविरोधी पोलिश लोकांवर कुरघोडी करण्याकरता दुहेरी अत्याचार सुरू केले. एकीकडे त्याने १९४० मध्ये कातिनच्या जंगलात हजारो पोलिश लष्करी अधिकाऱ्यांना ठार मारले आणि नंतर १९४४ मध्ये लाल सैन्याला राजधानीच्या बाहेरच थांबवून आत जर्मनांना वॉर्सा उठाव चिरडू दिला. रशियाचा बचाव करणारे लोक म्हणाले की, चिवट जर्मन सैनिकांविरुद्ध सतत पंचेचाळीस दिवस लढून आणि ४५० मैल अंतरापर्यंत चालून लाल सैन्य थकले होते आणि त्यांच्या रसद, तसेच संपर्कयंत्रणेवर खूपच ताण आला होता. त्यांना थांबणे भागच होते.

युद्धादरम्यान आणि नंतर अमेरिका, ब्रिटन आणि सोव्हिएत युनियन यांच्यामधील परस्पर अविश्वासाचा एकमेव मोठा मुद्दा पोलंडच्या बाबतीतील मतभेद हाच होता. पण प्रामाणिकपणे सांगायचे तर पाश्चात्य देशांतील अनेकांना हे माहीत नव्हते, की पोलिश कॅथलिकांपैकी एका मोठ्या गटामध्ये ज्यूविरोध खूप काळापासून अस्तित्वात होता. त्यांना हेही माहीत नव्हते, की स्टालिनच्या दृष्टीने सोव्हिएत युनियनसाठी पोलंड हा जीवनमरणाचा प्रश्न होता कारण विसाव्या शतकामध्ये दुष्ट जर्मन लोक दोन वेळा रशियामध्ये घुसले होते, ते पोलंडमधूनच. या कारणांमुळे स्टालिनने आपल्या सीमेला लागून एक मित्र सरकार असण्याची मागणी केली आणि ती पूर्णदेखील करून घेतली. कॅनडा किंवा मेक्सिकोमध्ये जर शत्रुत्वयुक्त राजवटी असत्या, तर अमेरिकेला त्याची जेवढी डोकेदुखी झाली असती, त्यापेक्षा स्टालिनची डोकेदुखी यत्किंचितही कमी नव्हती.

१९४४ आणि १९४५ या दोन वर्षांमध्ये सोव्हिएत फौजा आगेकूच करतच राहिल्या. त्यांनी रोमेनिया, बल्गेरिया, हंगेरी, झेकोस्लोव्हाकिया आणि कडव्या गनिमांच्या महत्त्वपूर्ण मदतीने युगोस्लाव्हिया मुक्त केले. संपूर्ण पूर्व आणि नैर्ऋत्य युरोपमध्ये जर्मन सैन्य मैला-मैलावर अखेरचा सैनिक पडेपर्यंत लढले. शहरांचे बालेकिल्ले झाले आणि ते उद्ध्वस्त होऊन दगडमातीचे ढिगारे बनले. वॉर्सा, बुडापेस्ट, व्हिएन्ना या क्षेत्रांना मुक्त करताना अंदाजे दहा लाख रशियन सैनिक कामी आले.

आणि सोव्हिएत फौजा लढत-लढत बर्लिनपर्यंत येऊन ठेपल्यानंतर ६ जून, १९४४ रोजी प्रदीर्घ काळापासून लांबणीवर पडत असलेली दुसरी आघाडी अखेर उघडली. रूझवेल्ट यांनी स्टालिनला पहिल्यांदा वचन दिले होते, त्यानंतर तब्बल दीड वर्षांनी.

जगाने यापूर्वी एवढे मोठे आरमार पाहिलेले नव्हते. त्यात ११,००० विमाने आणि सुमारे ४,००० जहाजे होती. दहा लाखांहून अधिक दोस्तराष्ट्रांचे सैनिक आणि ३०,००० वाहने फ्रान्समधील नॉर्मंडीच्या समुद्रकिनाऱ्यावर उतरली. उतरताना सुमारे ३,००० सैनिक मारले गेले.

त्यानंतर महिनाभराने, म्हणजेच जुलै १९४४ मध्ये जगाच्या भविष्याच्या दृष्टीने एक अतिशय महत्त्वाची घटना जन्म घेत होती. शिकागोमध्ये डेमोक्रॅटिक पक्षाचे अधिवेशन सुरू झाले. रूझवेल्ट यांची प्रकृती त्यांना आता साथ देत नाही हे स्पष्ट दिसत असूनही त्यांना अभूतपूर्व अशा चौथ्यांदा राष्ट्राध्यक्षपदाची उमेदवारी

२४ सप्टेंबर, १९४२ या दिवशी संपूर्ण देशातल्या अमेरिकनांची भावना व्यक्त करत न्यू यॉर्कच्या युनियन स्क्वेअरमध्ये पंचवीस हजार लोक गोळा झाले. जर्मनीविरुद्धच्या लढाईमध्ये रशियावर असलेला जबरदस्त दबाव किंचित कमी करण्याकरता अमेरिकेने पश्चिम युरोपात युद्धाची दुसरी आघाडी उघडावी अशी त्यांनी मागणी केली.

देण्यात आली. अमेरिकेतले दुसरे सर्वांत लोकप्रिय गृहस्थ उपराष्ट्राध्यक्ष हेन्री वॉलेस हे लोकमतामुळे त्यांचे रनिंग मेट किंवा सहउमेदवार म्हणून निवडले गेले. पण गेल्या काही वर्षांमध्ये अनेक जण त्यांचे शत्रू झाले होते. मे १९४२ मध्ये वॉलेस यांनी त्यांचे ते प्रसिद्ध, ''सामान्य माणसाचे शतक'' हे भाषण दिले होते. त्यात त्यांनी माध्यमसम्राट हेन्री ल्यूस यांच्या, अमेरिकेच्या जागतिक वर्चस्वाच्या स्वप्नाला आव्हान दिले होते व म्हटले होते, ''काही लोक अमेरिकेच्या शतकाबद्दल बोलले आहेत. मी म्हणतो आपण ज्या शतकामध्ये प्रवेश करतो आहोत, या युद्धानंतर जे शतक सुरू होणार आहे, ते सामान्य माणसाचे शतक असू शकते आणि असायलाच हवे ... त्यात ना लष्करी ना आर्थिक साम्राज्यवाद असावा. गेल्या दीडशे वर्षांमधील स्वातंत्र्याच्या दिशेची वाटचाल ही लोकांनी केलेली एक महान क्रांती आहे. त्यात अमेरिकन क्रांती होती ... फ्रेंच क्रांती होती ... लॅटिन अमेरिकेतल्या क्रांती होत्या ... रशियन क्रांती होती. या प्रत्येक क्रांतीने सामान्य माणसाची बाजू मांडली. काहींनी जरा अतिरेक केला खरा, पण लोकांनी अंधारात चाचपडत-चाचपडत अखेर प्रकाशाचा मार्ग शोधला.''

वॉलेस यांनी जगभरातल्या लोकांना क्रांती करण्याची आणि वसाहतवाद संपुष्टात आणण्याची हाक दिली. अटलांटिक समुद्राच्या विरुद्ध बाजूला त्यांच्या भाषणाचे थंडे स्वागत झाले. वॉलेस यांच्यावर नजर ठेवण्याकरता चर्चिलनी त्यांच्या अमेरिकेतल्या गुप्तहेरांना कामाला लावले. वॉलेस ब्रिटिश साम्राज्याचा द्वेष करत होते हे उघड होते. चर्चिलसोबत उडालेल्या एका शाब्दिक चकमकीबद्दल वॉलेस म्हणाले, ''माझ्या मते चर्चिलच्या कार्यपद्धतीमध्ये अनुस्यूत असलेली अँग्लो-सॅक्सन श्रेष्ठतेची कल्पना अनेकांना अपमानजनक वाटेल असे मी त्यांना तोंडावर म्हणालो ... चर्चिल यांना त्या वेळी व्हिस्की थोडी जास्तच झाली होती ... ते म्हणाले आपण श्रेष्ठ आहोतच. आपला वारसा समान आहे आणि हे गेल्या कित्येक शतकांमध्ये इंग्लंडमध्ये सिद्ध झालेले आहे, शिवाय आपल्या घटनेमध्ये त्याला परिपूर्णता देण्यात आली आहे, मग अँग्लो-सॅक्सन श्रेष्ठतेबद्दल अपराधी भावना कशासाठी?''

वॉलेस यांचा साम्राज्यवादद्वेष जगजाहीर होता आणि त्याबद्दल त्यांचे खूप कौतुकही होत होते. मार्च १९४३ मध्ये रूझवेल्ट यांनी त्यांना एका सदिच्छादौऱ्यावर लॅटिन अमेरिकेला पाठवले. अर्थात, या 'सदिच्छादौऱ्यात' आणखी जास्त देशांना दोस्तराष्ट्रांच्या बाजूने वळवण्याची गुप्त कामगिरी त्यांच्यावर सोपवण्यात आली होती. कॉस्टा रिकामध्ये त्यांच्या स्वागताकरता ६५,००० लोक जमले. हा आकडा तिथल्या एकूण लोकसंख्येच्या १५ टक्के भरत होता. चिलीची राजधानी सँतियागो इथे त्यांच्या गाड्यांचा ताफा विविध रस्त्यांवरून जात असताना दहा

लाखांपेक्षा जास्त लोकांनी त्यांना हात हलवून अभिवादन केले.

उपराष्ट्राध्यक्ष दौऱ्यावरून परतले ते डझनभर देशांना जर्मनीविरुद्ध युद्ध पुकारायला लावूनच. ते इतके मोठे यश मिळवतील असे कुणालाही स्वप्नातदेखील वाटले नव्हते.

मायदेशात एका गॅलप जनमतचाचणीमध्ये रूझवेल्टचे वारसदार म्हणून ५७ टक्के डेमोक्रॅटिक मतदारांनी वॉलेस यांना पसंती दिली. मात्र त्यांना पक्षांतर्गत फार मोठा विरोध होता.

आर्थिक धोरणावरून त्यांची जेसी जोन्स यांच्याशी खडाजंगी झाली. जेसी जोन्स हे पक्षाचे खजिनदार होते आणि तेलउद्योगातले कोट्यधीश असामी एडविन पॉले यांच्या नेतृत्वाखालच्या डेमोक्रॅटिक पक्षातल्या बलवान गटाशी जोडलेले होते. नवी संसद निवडून आणणे जुनी विकत घेण्यापेक्षा स्वस्त पडते हे लक्षात आल्यावर मी राजकारणात पडलो, असे या पॉले यांनी एकदा स्वतःच बोलून दाखवले होते. वॉलेस यांचा द्वेष करण्याच्या बाबतीत एकमत असणाऱ्या या मंडळींच्या दृष्टीने ज्याला ''सहायक राष्ट्राध्यक्ष'' म्हटले जात होते तो मनुष्य वॉलेसपेक्षा जास्त चांगला होता - जेम्स बर्न्स. जेम्स बर्न्स उष्ण आणि दमट दक्षिण कॅरोलायनाच्या राजकीय भट्टीमध्ये लहानाचे मोठे झाले होते. तिथे गोऱ्यांचे वर्चस्व आणि वेगळेपणा या गोष्टी इतर सर्व प्रश्नांपेक्षा जास्त महत्त्वाच्या होत्या. १९३८ मध्ये संघराज्य पातळीवर जमावाद्वारे कायदा हातात घेऊन एखाद्याची हत्या केली जाण्याच्या (लिंचिंग) विरोधातल्या कायद्याचा प्रस्ताव अडवण्यामागची शक्ती तेच होते. दक्षिणेकडे कामगार संघटनांचा बीमोड करण्यात नाव मिळवल्यावर बर्न्स अमेरिकेतले एक ताकदवान संसद सदस्य झाले होते. कॅपिटॉल हिलमध्ये जर काही करून घ्यायचे असेल, तर लोक जिमी बर्न्सनाच भेटत होते.

१९४३ पर्यंत वॉशिंग्टनमधील मानसिकता बदलली होती. आता ''नवा करार'' अडगळीत गेला होता आणि रूझवेल्ट यांनी वॉलेसना ब्युरो ऑफ इकॉनॉमिक वॉरफेअरमधून दूर करून नव्याने स्थापन झालेल्या ऑफिस ऑफ वॉर मोबिलायझेशनच्या प्रमुखपदी बर्न्सची नेमणूक केली. पण वॉलेस यांना अजूनही लोकांचा खूप मोठा पाठिंबा होता – अमेरिकेतल्या नोकरदार वर्गाचा.

आज फारच थोड्यांना हे आठवते, की कामगार संघटनांनी संप न करण्याची प्रतिज्ञा केलेली असूनही दुसऱ्या महायुद्धाच्या काळात असंख्य संप झाले होते. १९४४ या एकाच वर्षात केव्हा ना केव्हा मिळून सुमारे दहा लाख कामगार संपावर होते. युद्धामुळे अमेरिकेतल्या भांडवलशाहीला संजीवनी मिळाली होती. कॉर्पोरेट नफा १९४० मध्ये ६.४ अब्ज डॉलर्स होता, तो १९४४ मध्ये तब्बल १०.८ अब्ज झाला. साध्या शब्दांत सांगायचे तर युद्ध हा एक उत्तम व्यवसाय

होता. पण कॉर्पोरेट पातळीवर नफा वाढत असूनही कामगारांचे वेतन मात्र गोठवण्यात आले होते आणि त्यामुळे कामगारांमध्ये मोठ्या प्रमाणावर असंतोष पसरला होता. परिणामत: संपांची एक लाटच देशभर पसरून अमेरिका हादरली.

रूझवेल्ट यांच्या ''लोकशाहीच्या शस्त्रसाठ्यामध्ये'' डेट्रॉइट शहर अत्यंत महत्त्वाचे होते. अनेक आफ्रिकन-अमेरिकन कुटुंबांनी शस्त्रे व दारूगोळा कारखान्यांमध्ये रोजगार शोधत उत्तरेला स्थलांतर केले. त्यापाठोपाठच वांशिक भेदभावही वाढला. एक निदर्शक उपहासाने म्हणाला : ''एखाद्या निग्रोसोबत कारखान्यामध्ये काम करण्यापेक्षा हिटलर आणि हिरोहिटो यांचा विजय झालेला पाहणे मला आवडेल.''

जून महिन्यात हिंसाचाराचा आगडोंब उसळला. शहराच्या पूर्णपणे गोऱ्या पोलिस दलाने त्यात आणखी तेलच ओतले. कायदा आणि सुव्यवस्था प्रस्थापित करण्याकरता संघराज्याचे लष्कर येऊन दाखल झाले. त्यांच्याजवळ जिवंत काडतुसे होती. दंग्यांमध्ये चौतीस जण मरण पावले आणि त्यापैकी पंचवीस जण कृष्णवर्णीय होते.

नुकसानीचा आढावा घेण्याकरता वॉलेस डेट्रॉइटला गेले. तिथली परिस्थिती पाहून त्यांना धक्काच बसला. ''परदेशात नाझी अत्याचार चिरडायचा आणि घरी वांशिक दंगलींकडे काणाडोळा करायचा, असे आपण करू शकत नाही,'' ते उद्गारले.

नंतर अनेक वर्षांनी हेच उद्गार व्हिएतनाम युद्धाच्या संदर्भात नागरी हक्क नेते मार्टिन ल्यूथर किंग ज्युनिअर यांनी काढले.

सन १९४४ पर्यंत सिडनी हिलमन आणि जन्माने स्कॉटिश असलेले फिल मरे या वजनदार कामगार नेत्यांनी वॉलेस यांच्यावर पूर्ण विश्वास व्यक्त करत वॉशिंग्टनमध्ये सत्तेवर आलेल्या बर्न्स यांच्यासारख्या नव्या लोकांचा द्वेष करायला सुरुवात केली होती. पण वॉलेस-विरोधी शक्तींनी राष्ट्राध्यक्षांना बजावले, की वॉलेस यांना पुन्हा उमेदवारी दिल्यास पक्षामध्ये फूट पडेल. राष्ट्राध्यक्षांनी त्यांच्या धमकीला उत्तर दिले नाही. त्यांनी हे घोंगडे भिजत ठेवले.

एलेनॉर रूझवेल्ट यांनी त्यांना आठवण करून दिली, की वॉलेस त्यांच्यासोबत अगदी पहिल्यापासून आहेत आणि त्यांच्या साथीने त्यांनी स्वप्ने पाहिली आहेत. पण राष्ट्राध्यक्षांची वॉलेसबद्दलची मनोभूमिका एक कोडे बनून बसली होती व त्यामुळे पक्षातल्या परंपरावादी नेत्यांना त्यांची वॉलेसविरोधी प्रचारमोहीम सुरू ठेवायला प्रोत्साहन मिळाले.

रूझवेल्ट यांनी वॉलेसना युद्धातल्या विस्मृतीत गेलेल्या चीनच्या आघाडीचे मूल्यमापन करण्याकरता तिकडे पाठवले. अमेरिकेचे तिथले मित्र जियांग जिएशी १९३०च्या दशकाच्या सुरुवातीपासूनच जपानशी लढत होते आणि त्यांची

अमेरिकेत शिकलेली प्रभावशाली पत्नी मॅडम जियांग यांचे अमेरिकेतील परंपरावाद्यांशी घनिष्ठ संबंध होते.

मात्र चीनमध्ये माओ झेडॉंगच्या कम्युनिस्ट पक्षाचे वाढते प्राबल्य वॉलेस यांच्या लक्षात आले आणि जियांग यांच्या भवितव्याबद्दल त्यांना शंका वाटू लागली. त्यांनी सादर केलेला अंतिम अहवाल खूपच स्फोटक वाटल्यामुळे दाबून टाकण्यात आला.

चीनहून परत आल्यानंतर वॉलेस यांना तत्काळ राष्ट्राध्यक्षांना येऊन भेटण्याची आज्ञा झाली. या चर्चेचा विषय त्यांच्या निवडणुकीचे तिकीट होता. वॉलेस यांना नेमक्या याच क्षणाची भीती वाटत होती. नंतर याची आठवण सांगताना ते म्हणाले, ''त्यांना माझ्याबद्दल वाटणारी आपुलकी जशीच्या तशी होती, कारण मला आठवते, त्यांनी मला हाताने ओढून त्यांच्या शेजारी बसवले व माझ्या कानाजवळ तोंड आणून ते मला म्हणाले, 'हेन्री, आपली जुनी जोडीच पुन्हा येईल अशी मला आशा आहे.''

अधिवेशन सुरू झाले, तेव्हा वॉलेस त्याच पाठिंब्याची वाट पाहत होते. पण खालावत चाललेली प्रकृती आणि वाढत चाललेला अशक्तपणा यामुळे प्रचाराकरता पक्षातील धुरीणांवर अवलंबून असलेले राष्ट्राध्यक्ष त्या वेळी सॅन दिएगोमध्ये राहत होते आणि त्यांनी फक्त एक चिठ्ठी पाठवली, ज्यात म्हटले होते, ''मी जर या अधिवेशनामध्ये असतो, तर मी हेन्री वॉलेसला मत दिले असते.''

शब्द असे असले, तरी हा एक क्रूर धक्का होता. राष्ट्राध्यक्ष आपल्या उपराष्ट्राध्यक्षाकरता लढण्यास तयार नव्हते.

मात्र वॉलेस यांना उमेदवारी मिळण्याची शक्यता तरीही जास्तच होती. कामगारांनी राष्ट्राध्यक्षांना सांगितले, की संप फोडणारे जिमी बर्न्स त्यांना नको आहेत. त्यामुळे त्यांचा पत्ता कापला गेला. अस्वस्थ झालेल्या पक्षातील दिग्गजांना, म्हणजेच एडविन पॉले, पक्षाध्यक्ष रॉबर्ट हॅनिगन, एड फ्लिन, एड केली आणि इतर यांना, ऐनवेळी दुसरा पर्याय शोधावा लागला. आणि त्यांनी मिसुरीचे संसदसदस्य हॅरी ट्रुमन यांना पुढे केले. ट्रुमन यांची शैक्षणिक पात्रता मर्यादितच होती, पण त्यांना शत्रू कमी होते.

हायस्कूलपर्यंत शिक्षण झालेल्या ट्रुमन यांचे तीन व्यवसाय बुडले होते. पहिल्या महायुद्धामध्ये त्यांनी सन्माननीय कामगिरी केली होती. शिवणकामाला लागणाऱ्या छोट्या-छोट्या गोष्टी विकण्याचा त्यांचा सर्वात महत्त्वाकांक्षी व्यवसाय १९२२ मध्ये बुडाला आणि १९३३ मध्ये त्यांनी लिहिले : ''उद्या मी ४९ वर्षांचा होईन, पण मी आजवर काय चांगले केले त्याचा विचार केला, तर त्यातील ४० वर्षे सोडून द्यावी लागतील.''

त्यानंतर एक वर्षाने, आपल्या पसंतीचे पहिले चारही उमेदवार नाकारले गेल्यानंतर कॅन्सास सिटीचे प्रमुख राजकीय नेते टॉम पेन्डरगास्ट यांनी संसदेच्या निवडणुकीकरता बावन्न वर्षांच्या ट्रुमन यांची निवड केली. एका पत्रकाराने या निवडीबद्दल छेडले असता पेन्डरगास्ट उत्तरले, 'एखादी सुव्यवस्थित यंत्रणा एखाद्या ऑफिस बॉयलासुद्धा सिनेटमध्ये नेऊन बसवू शकते, हे मला दाखवून घ्यायचे होते.'

बहुतेक इतर सिनेटर्सनी 'पेन्डरगास्टचा सिनेटर' असे हिणवून वाळीत टाकलेल्या आणि दुसऱ्यांदा निवडणूक लढवण्यासाठी रूझवेल्ट यांची शिफारस मिळवण्यात अयशस्वी ठरलेल्या ट्रुमन यांनी आपल्या सिनेटमधल्या दुसऱ्या कार्यकाळामध्ये मात्र खूप कष्ट करून प्रतिष्ठा मिळवली.

पण १९४४ च्या त्या अधिवेशनाच्या पहिल्या दिवशी घेतलेल्या गॅलप जनमतचाचणीमध्ये असे दिसून आले, की उपराष्ट्राध्यक्ष म्हणून वॉलेस यांच्यामागे ६५ टक्के पक्षसदस्य आहेत. बर्न्स यांना ३ टक्के मते मिळाली आहेत, तर ट्रुमन २ टक्के मते मिळवून यादीत आठव्या स्थानी आहेत. अधिवेशनस्थळी वॉलेस यांचे आगमन झाले, तेव्हा कामगारनेते हिलमन आणि मरे यांनी काम फत्ते केले होते. वॉलेस यांचे समर्थक हजारांच्या संख्येने तिथे गोळा झाले होते. आपल्या खास स्कॉटिश लहेजामध्ये बोलणारे मरे त्यांच्या लोकांना ओरडून म्हणाले, "वॉलेसच, दुसरे कुणी नाही! बस दार ठोठावत राहा!"

वॉलेस यांनी रूझवेल्ट यांच्या उमेदवारीला अनुमोदन दिले. त्यांनी धीटपणे जाहीर केले, "भविष्यामध्ये समान कामाला समानच वेतन मिळायला हवे – लिंग किंवा वंश काहीही असो." त्यांच्या भाषणामध्ये टाळ्यांच्या कडकडाटामुळे वारंवार व्यत्यय येत राहिला. "वी वॉन्ट वॉलेस" या घोषणेने सभागृह दुमदुमत होते. कुणीतरी तेवढ्यात ध्वनिवर्धकाचा ताबा मिळवला आणि वॉलेस यांचे प्रचारगीत वाजवायला सुरुवात केली आणि लोकांनी कोरसची भूमिका निभावत गायला सुरुवात केली, "आयोवा, आयोवा, दॅट्स व्हेअर द टॉल कॉर्न ग्रोज!"

संतापलेल्या एड पॉले यांनी ध्वनिवर्धकाच्या वायर्स कापण्याची धमकी दिली.

आता विजय कुणाचा होणार याबद्दल कुणाच्याही मनात शंकाच उरली नाही. वॉलेसच! फ्लोरिडाचे सिनेटर क्लॉड पेप्पर यांच्या लक्षात आले, की त्यांनी जर आज वॉलेसना मत दिले, तर हे अधिवेशन वॉलेस यांचेच होऊन जाईल. मायक्रोफोनपर्यंत पोहोचण्याकरता ते गर्दीत घुसले. हे पाहून पक्षश्रेष्ठींनी सत्र अध्यक्ष सॅम्युअल जॅक्सन यांच्याकडे ताबडतोब सभा तहकूब करण्याची मागणी केली. काय वेड्यांचा बाजार सुरू आहे, असे ते ओरडले. काय करावे हे न उमजून जॅक्सन यांनी सगळ्यांना सभेच्या तहकुबीबद्दल मतदान करण्यास सांगितले.

काही लोकांनी याला "हो" म्हटले, पण प्रचंड बहुमताचा आवाज घुमला, "नाही." आणि तरीही जॅक्सन यांनी उद्दामपणे सभा तहकूब झाल्याचे घोषित करून टाकले.

हा सरळ सरळ जुलूम होता. संपूर्ण सभागृहामध्ये गोंधळ माजला. दरम्यान पेप्पर मंचाच्या पहिल्या पायरीवर येऊन पोहोचले होते. आता ते आणि मायक्रोफोन यांच्यामध्ये फक्त पाच पावले उरली होती. जास्तीत जास्त नऊ सेकंद आणि मग पक्षश्रेष्ठींनी उपस्थित सभासदांच्या इच्छेविरुद्ध बळजबरीने सभा तहकूब केली असती. त्या काही क्षणांमध्ये पेप्पर जर वॉलेस यांची उमेदवारी जाहीर करू शकले असते, तर हेन्री वॉलेस पुन्हा उपराष्ट्राध्यक्ष म्हणून निवडून आले असते यात काही शंकाच नव्हती. नंतर त्यांनी लिहिले: "चांगल्यासाठी असो किंवा वाईटासाठी, पण त्या रात्री शिकागोमध्ये इतिहास पार उलटापालटा झाला, हे मी समजून चुकलो." सॅम्युअल जॅक्सन यांनी दुसऱ्या दिवशी पेप्पर यांची क्षमा मागितली. पेप्पर यांनी आपल्या आत्मचरित्रात लिहिले, की जॅक्सन तेव्हा म्हणाले : "काल रात्री मला हॅनेगन यांच्या कडक सूचना होत्या, की काहीही झाले तरी सभासदांना उपराष्ट्राध्यक्षांची नेमणूक करू द्यायची नाही."

हिलमन आणि मरे दुसऱ्या दिवशी आज विजय मिळवायचाच या निर्धाराने आदल्या दिवशीच्या सगळ्या लोकांना घेऊन आले. पण रात्रभरात एडविन पॉले आणि सगळ्या वॉलेसविरोधी शक्ती हॅरी ट्रुमन यांच्या मागे एकवटल्या होत्या. सौदेबाजी झाली. तर कुणाला नोकरी, कुणाला राजदूतपद, कुणाला पोस्टमास्टरपद, कुणाला रोख रक्कम. पक्षश्रेष्ठींनी प्रत्येक राज्यातल्या पक्षप्रमुखांना फोन करून सांगितले, की रूझवेल्ट यांना मिसुरीचे सिनेटरच (ट्रुमन) रनिंग मेट म्हणून हवे आहेत.

बॉब हॅनेगन यांनी वॉलेस यांची मते कमी करण्याकरता सोळा "आवडत्या व्यक्तींची" यादी तयार केली आणि मग ती सगळी मते ट्रुमन यांच्याकडे वळवली.

मात्र एवढे होऊनही दुसऱ्या दिवशी जेव्हा मतदान सुरू झाले, तेव्हा पारडे पुन्हा वॉलेस यांच्याकडे झुकू लागले. पहिली फेरी संपली तेव्हा वॉलेस यांना ४२९, तर ट्रुमन यांना ३१९ मते पडली. मग दुसरी फेरी सुरू झाली आणि या वेळी मात्र पक्षश्रेष्ठींनी केलेले सगळे सौदे काम करायला लागले.

मतदानाची दुसरी फेरी ताबडतोब सुरू होणार आहे, त्यामुळे आता नव्या कुणालाही सभागृहामध्ये प्रवेश दिला जाणार नाही अशी जॅक्सन यांनी घोषणा केली. शिकागोचे महापौर एडवर्ड केली यांच्या अखत्यारीतल्या पोलिसांनी वॉलेस यांच्या आणखी हजारो समर्थकांना सभागृहात जाण्यापासून अडवले. पण जे

आधीपासून आत होते, त्यांनी पुन्हा पहिल्यासारख्या घोषणा द्यायला सुरुवात केली आणि कामकाज बंद पाडण्याचा प्रयत्न केला.

दुसऱ्या फेरीत वॉलेस यांची सुरुवात दमदार झाली व त्यांनी आघाडी घेतली, पण हळूहळू ते मागे पडत गेले तर ट्रुमन वर आले, कारण एक-एक करून हॅनेगन यांनी उभे केलेले उमेदवार त्यांना पडलेली मते ट्रुमन यांच्या नावे करत गेले. ट्रुमन जिंकले. सगळे संपले. १९३९ च्या 'मि. स्मिथ गोज टू वॉशिंग्टन' या प्रभावी चित्रपटामध्ये जिमी स्ट्युअर्टच्या भूमिकेतले जेफरसन स्मिथ वॉशिंग्टनच्या भ्रष्ट आतल्या गोटाने आपला पराभव केला आहे हे लक्षात आल्यावर म्हणतात तसे झाले - ''आणखी एक कार्य बुडाले.''

पण त्या चित्रपटामध्ये पटकथालेखक सिडनी बुकमान यांच्या विरोधाला न जुमानता दिग्दर्शक फ्रँक काप्रा यांनी खास हॉलिवुड पद्धतीचा शेवट कथेमध्ये घुसडला होता, तसे काही इथे झाले नाही आणि हेन्री वॉलेस यांनी आपला पराभव मान्य करून रूझवेल्ट आणि ट्रुमन जोडीच्या प्रचारामध्ये आपण निष्ठेने काम करू, अशी ग्वाही देऊन टाकली. रूझवेल्ट यांच्या विनंतीला मान देऊन ते सेक्रेटरी ऑफ कॉमर्स म्हणून मंत्रिमंडळामध्ये राहिले.

आज, दुसऱ्या महायुद्धाच्या पारंपरिक कथेखाली दबून गेलेल्या १९४४च्या डेमोक्रॅटिक पक्ष अधिवेशनातील घटना बहुतांशी विस्मृतीत गेल्या आहेत. मात्र त्यांनी इतिहासाचा मार्ग बदलला हे निश्चित. जो मनुष्य कदाचित राष्ट्राध्यक्ष झाला असता, तो आता बाजूला बसून फक्त समोर काय घडते आहे ते बघू शकत होता.

त्या महत्त्वाच्या वर्षामध्ये पडद्याआड इतरही सौदे चालू होते. रूझवेल्टच्या युरोपबद्दलच्या आशावादाबद्दल साशंक होऊन ऑक्टोबर १९४४ मध्ये चर्चिल स्टालिनला एकट्यानेच भेटण्याकरता मॉस्कोला गेले. पहिल्या महायुद्धानंतर अमेरिका ज्याप्रमाणे पूर्णपणे बाजूला झाली, तो अनुभव पाठीशी असल्याने दोन्ही नेत्यांना या युद्धानंतर अमेरिकन सैन्य युरोपात थांबेल, याबद्दल अजिबात खात्री नव्हती. त्यामुळेच ब्रिटिशांची स्थिती शक्य तितकी मजबूत करणे चर्चिल यांच्याकरता अत्यावश्यक होऊन बसले होते.

कागदाच्या एका चिटोऱ्यावर चर्चिल यांनी युद्धोत्तर युरोपात दोन्ही देश आपापला प्रभाव कसा वाटून घेतील याचा प्रस्ताव मांडला. त्यानुसार सोव्हिएत युनियनला ९० टक्के रुमेनिया तर हंगेरी आणि बल्गेरियाचा ७५ टक्के भाग मिळणार होता. युगोस्लाविया ५०-५० टक्के असा वाटून घेतला जाईल, पण ब्रिटनला ग्रीसचा ९० टक्के वाटा मिळेल असा तो प्रस्ताव होता. भूमध्य समुद्राच्या काठावरच्या देशांमध्ये ब्रिटिशांची जी तत्कालीन स्थिती होती, त्याकरता

ऑक्टोबर १९४४ मध्ये मॉस्कोतल्या एका गुप्त बैठकीत चर्चिल आणि स्टालिन यांनी युद्धोत्तर युरोपात ब्रिटिश आणि सोव्हिएत प्रभाववर्तुळांसंबंधीच्या एका कराराची रूपरेषा या कागदाच्या चिटोऱ्यावर तयार केली.

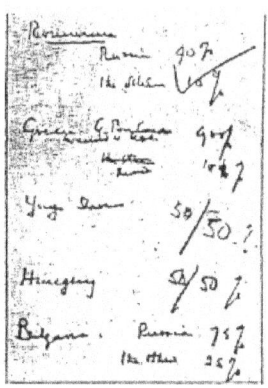

ग्रीस अतिशय महत्त्वाचे होते, कारण तिथून इजिप्त आणि धोरणात्मक महत्त्व असलेला सुवेझ कालवा जवळ होता. ज्या व्यापाराद्वारे ब्रिटन आपले पूर्व आफ्रिकेपासून मध्यपूर्व आशिया, पूर्व आशिया आणि ब्रिटिश साम्राज्याचे हृदयस्थान, त्यांचा मुकुटमणी असलेला भारत आणि भारतापलीकडे अतिपूर्वेपर्यंत पसरलेले साम्राज्य टिकवून होते, तो सगळा व्यापार या सुवेझ कालव्यातूनच सुरू होता. अतिपूर्वेकडचे सिंगापूरही आता पुन्हा ब्रिटिशांच्या ताब्यात आले होते.

चर्चिलना पोलंड कम्युनिस्ट नसावा असे वाटत होते, पण सत्य हे होते, की पोलंड हा चर्चेचा विषयच नव्हता आणि चर्चिलना ब्रिटिश सत्ता टिकवण्याची जास्त चिंता होती. स्टालिनने ते चिटोरे समोर ओढले आणि त्यावर निळ्या पेन्सिलीने एक मोठे बरोबरचे चिन्ह काढले आणि चिटोरे पुन्हा चर्चिलकडे सरकवले. यावर चर्चिल उद्गारले, ''आपण कोट्यवधी लोकांचे भवितव्य ठरवणारे हे प्रश्न असे किरकोळीत संपवले ही गोष्ट अंमळ चेष्टा ठरेल, नाही का? आपण हे चिटोरे जाळून टाकूया.''

पण स्टालिनने त्यांना थांबवले. हे ऐतिहासिक चिटोरे राहू द्या असे तो म्हणाला. चर्चिलनी या चिटोऱ्याला एक ''वात्रट कागद'' असे नाव दिले.

नेमका हाच गुप्त सौदा रूझवेल्ट टाळू पाहत होते. ब्रिटिशांचा पाताळयंत्रीपणा त्यांना ठाऊक होता. १९४४ मध्ये एका पत्रकार परिषदेमध्ये पश्चिम आफ्रिकेतील ब्रिटिश गांबियाबद्दल बोलताना ते म्हणाले, ''माझ्या आयुष्यात मी यापेक्षा भयंकर गोष्टच पाहिलेली नाही. इथले स्थानिक रहिवासी आपल्यापेक्षा पाच हजार वर्षे मागे आहेत... ब्रिटिश तिथे दोनशे वर्षांपासून आहेत. गांबियामध्ये गुंतवलेल्या प्रत्येक डॉलरमागे त्यांनी दहा डॉलर काढून घेतले आहेत, ही या लोकांची निव्वळ पिळवणूक आहे.'' त्यांनी आदल्याच वर्षी गांबियाचा दौरा केला होता आणि

त्यानंतरचे हे त्यांचे उद्‌गार आहेत.

युद्धोत्तर काळात जगभरातील वसाहतींची स्वातंत्र्याकरता तयारी करून घेईल अशा एका विश्वस्त व्यवस्थेबद्दल रूझवेल्ट वारंवार बोलत असत. या वसाहतींपैकी एक होता भारत-चीन द्वीपकल्प (इंडोचायना). युद्धानंतर हा प्रदेश पुन्हा फ्रेंचांना परत द्यावा अशी चर्चिल आणि फ्रान्सचे परागंदा नेते चार्ल्स डी गॉल यांनी मागणी केली होती आणि तसे होऊ नये याबद्दल रूझवेल्ट अतिशय आग्रही होते.

१९४४च्या अखेरीस चर्चिल यांनी आपल्या खालचे क्रमांक २ चे नेते अँथनी इडन यांना सांगितले, “आपल्या ताब्यातील कुठल्याही मुलूख किंवा वसाहतींमधील ब्रिटिश सार्वभौमत्वाला धक्का लागेल अशी कुठलीही घोषणा करण्याकरता आपल्याला भाग पाडले जाईल किंवा गळ घातली जाईल असा प्रश्नच उद्‌भवता कामा नये... ‘ब्रिटिश साम्राज्याला अजिबात हात लावायचा नाही’ हे आपले नीतिवचन आहे आणि मायदेशातल्या किंवा परकीय भावनाप्रधान व्यापाऱ्यांना खूष करण्याकरता, मग ते कुठल्याही रंगाचे असोत, हे वचन डळमळीत होता कामा नये किंवा ते डागाळता कामा नये.”

चर्चिल यांनी ब्रिटिश फौजा अथेन्सला पाठवल्या. तिथल्या डाव्या आणि कम्युनिस्टांना सहानुभूती असणाऱ्या लोकांनी नाझींना भूमिगत राहून विरोध केला होता आणि आता ते राजाला पुन:प्रस्थापित करू पाहणाऱ्या चळवळीविरुद्ध लढून सत्ता हस्तगत करण्याचा प्रयत्न करत होते. या गटांना दडपून टाकणे आवश्यक होते. पण ग्रीक लोकांना नाझींच्या बदल्यात जुना राजा पुन्हा नको होता. ग्रीसच्या राजधानीमध्ये रस्त्यारस्त्यांवर चकमकी सुरू झाल्या. चर्चिल यांनी अथेन्सला आपण जिंकलेले, आपल्या मालकीचे शहर समजण्याचे आदेश दिले. ब्रिटिश जनरल रोनाल्ड मॅकेन्झी स्कोबी यांनी बॉंबर विमाने मागवली. मात्र स्टालिनने स्थानिक लढवय्यांना पाठिंबा नाकारला आणि चर्चिलसोबत ठरवलेल्या गोष्टींमधला आपला शब्द पाळला. रूझवेल्ट यांनी ब्रिटिशांच्या कृतीचा निषेध केला: “ग्रीस. गेली चार वर्षे नाझींशी लढलेल्या बंडखोर गनिमांशी ब्रिटिश सैन्य लढते आहे. ब्रिटिश लोक अशी हिंमत तरी कशी करू शकतात! गतैतिहासाला चिकटून राहण्याकरता पाहा हे लोक कुठल्या थराला जाऊ शकतात!”

युरोपमध्ये विजय दृष्टिपथात आल्यावर रूझवेल्ट, स्टालिन आणि चर्चिल दुसऱ्यांदा आणि शेवटचे भेटले. या वेळी ते काळ्या समुद्रावरच्या याल्टा इथे फेब्रुवारी महिन्याच्या सुरुवातीला भेटले. सोव्हिएत युनियन आपल्या संरक्षण व्यवस्थेत गुंतली होती. ब्रिटन त्याचे साम्राज्य टिकवण्याच्या प्रयत्नात होते, तर अमेरिकेला प्रशांत महासागरातील युद्ध संपुष्टात आणण्यात आणि तिच्या व्यापार

फेब्रुवारी १९४५ मध्ये याल्टामध्ये एकत्र आलेले 'बिग थ्री', म्हणजेच तीन मोठ्या सत्ता. या बैठकीत त्यांनी पोलंड व उर्वरित युरोपच्या भवितव्याबद्दलचे आपसांतले गंभीर मतभेद मिटवले आणि अनेक गोष्टींवर मतैक्य साधले. यामुळे अमेरिका आणि सोव्हिएत युनियन या दोन्ही देशांमध्ये आशेचे वातावरण निर्माण झाले.

व गुंतवणुकीला खुले असलेले जग निर्माण करण्यात, तसेच नव्याने प्रस्थापित होऊ घातलेली शांतता टिकवण्यासाठी संयुक्त राष्ट्र संघटना स्थापन करण्यात सोव्हिएत युनियनची मदत हवी होती.

रूझवेल्ट यांच्या डॉक्टरांनी त्यांना याल्टाला जाऊ नका, अशी कळकळीची विनंती केली होती. राष्ट्राध्यक्षांची प्रकृती दिवसागणिक खालावत चालली होती, पण त्यांची दुर्दम्य इच्छाशक्ती त्यांना पुढे नेत होती. "हे एक जागतिक युद्ध होते," ते म्हणाले, "आणि आम्ही आता जागतिक शांतता निर्माण करायला सुरुवात देखील केलीये."

आता वाया घालवण्याकरता फारसा वेळच नव्हता. आणि एकुणात जर्मनीच्या बाबतीत एकमेकांची मते अजिबात पटत नसूनही, जर्मनीचे संपूर्ण नि:शस्त्रीकरण, निर्लष्करीकरण आणि दोन तुकडे करण्यावर मात्र त्या तीन महासत्तांचे एकमत झाले. हा जित देश चार लष्करी क्षेत्रांमध्ये विभागला जाणार होता आणि चौथे क्षेत्र फ्रान्सच्या नियंत्रणाखाली असणार होते.

अमेरिकेच्या हातामध्ये अजून एक महत्त्वाचा पत्ता खेळायचा राहिला होता - आपला खिळखिळा झालेला देश पुन्हा उभा करण्याकरता सोव्हिएत लोकांना युद्धानंतर आर्थिक मदत देणे. युद्ध नुकसानभरपाई ठरवण्याकरता एक आयोग

स्थापन करण्यात आला. या आयोगाला आधारभूत रक्कम म्हणून २० अब्ज डॉलर्स अशी एक अंदाजित रक्कम ठरवून देण्यात आली. त्यातील अर्धी सोव्हिएत युनियनला जाणार होती. हे गाजर होते.

याल्टामधल्या आठ सत्रांपैकी सातांमध्ये पोलंड हाच मुख्य विषय होता. अंतिमत:, पोलिश प्रोव्हिजनल गव्हर्नमेंट ऑफ नॅशनल युनिटी (ढोबळ शब्दांमध्ये राष्ट्रीय एकात्मतेसाठीचे हंगामी पोलिश सरकार) स्थापन करण्यावर तिन्ही नेत्यांनी तडजोड केली. आता हे नाव संदिग्ध होते हे उघड होते, पण त्यात पोलंडबाहेरच्या लोकशाहीवादी नेत्यांचा सहभाग असावा अशी योजना होती.

नौदलप्रमुख विल्यम लीही हे स्पेन-अमेरिका युद्धात भाग घेतलेले वरिष्ठ सेनाधिकारी होते. त्यांनी रूझवेल्ट यांना सावध केले. ''ही व्याख्या इतकी लवचीक आहे, की तांत्रिकदृष्ट्या न तोडताही रशियन लोक ही संकल्पना याल्टापासून वॉशिंग्टनपर्यंत ताणू शकतील.'' रूझवेल्ट यांनी हे मान्य केले. ''मला माहीत आहे, बिल, मला चांगले माहीत आहे. पण सध्यातरी पोलंडकरता मी एवढेच करू शकतो.''

प्रत्यक्षात, युद्धामध्ये अगदी उशिरापर्यंत दुसरी आघाडी न उघडण्यामुळे अमेरिका आणि ब्रिटन यांना या बाबतीत बोलण्याचा फारसा हक्क राहिला नव्हता. त्यामुळे, अंतिमत: स्टालिनच्या जे आधीच हातात नव्हते असे काहीही रूझवेल्ट यांनी याल्टामध्ये त्याला दिले नव्हते. दुसरीकडे, क्रांतिकारी बदल घडवून आणण्याची स्टालिनला खरोखरच इच्छा असलीच, तरी घाई अजिबात नव्हती. त्याने ओळखले होते, की ग्रीसमधल्याप्रमाणेच बहुतेक मुक्त झालेल्या देशांमध्येसुद्धा कम्युनिस्टांनी जरी नाझीविरोधी गनिमीयुद्धामध्ये प्रमुख भूमिका बजावलेली असली, तरी बहुसंख्य लोक त्यांच्यामागे नव्हते. आंतरराष्ट्रीय साम्यवादासाठीची ट्रॉटस्कीइतकी आस्था स्टालिनला कधीच नसल्यामुळे एका ठिकाणी तो म्हणाला होता, की पोलंडमध्ये साम्यवाद प्रस्थापित करणे म्हणजे गाईच्या पाठीवर खोगीर बसवण्याचा प्रयत्न करण्यासारखे आहे.

हेच मतभेद, मुख्यत; पोलंडच्या संदर्भातले मतभेदच पुढे जाऊन दोस्तराष्ट्रांची युती मोडणार होते. पण रूझवेल्ट यांच्यासाठी सर्वांत महत्त्वाची गोष्ट होती स्टालिनने युरोपियन युद्ध संपल्यावर तीन महिन्यांनी जपानविरुद्धच्या युद्धामध्ये सोव्हिएत युनियनच्या सहभागाचे दिलेले खात्रीचे वचन. चीनमध्ये जपानचे अजूनही २० लाख सैनिक होते. सोव्हिएत मदतीशिवाय हे युद्ध अनिश्चित काळापर्यंत लांबू शकत होते. त्या बदल्यात रूझवेल्ट यांनी स्टालिनशी एक गुप्त करार केला होता. सुरुवातीला याबद्दल चर्चिलनाही अंधारात ठेवले गेले होते. या करारान्वये जपानविरुद्धच्या युद्धामध्ये भाग घेण्याकरता रशियाला भूप्रदेश आणि आर्थिक

सवलतींचे आश्वासन देण्यात आले होते.

यांशिवाय या तीन महासत्तांनी संयुक्त राष्ट्र संघटना (युनो) संदर्भातदेखील काही गोष्टी ठरवल्या होत्या. ही संघटना १९४५ च्या एप्रिल महिन्यात अस्तित्वात येणार होती. तसेच मुक्त झालेल्या वसाहतींच्या भूप्रदेशाचे प्रश्न हाताळण्याकरता एक विश्वस्त व्यवस्था निर्माण करण्याचेदेखील ठरले होते. भारत-चीन द्वीपकल्प, आफ्रिका आणि आशियातील ब्रिटिश आणि फ्रेंच साम्राज्यांच्या बाबतीत या सगळ्या ठरवाठरवीमध्ये अनेक संदिग्धता राहू दिल्या गेल्या होत्या.

याल्टामधून आलेल्या बातम्यांनी गेल्या कित्येक दशकांमध्ये न दिसलेली एक आशा दिसून येऊ लागली. माजी राष्ट्राध्यक्ष हर्बर्ट हूव्हर यांनी या परिषदेचे वर्णन ''जगाच्या दृष्टीने एक मोठी आशा'' असे केले. सीबीएस वृत्तसंस्थेचे युद्धप्रतिनिधी विल्यम शायरर यांनी तिला ''मानवी इतिहासातील कलाटणीचा क्षण'' असे म्हटले. याच शायरर यांनी नंतर 'द राइज अँड फॉल ऑफ थर्ड राइश' हे अतिशय लोकप्रिय पुस्तक लिहिले. याल्टाहून रूझवेल्ट विजयीमुद्रेने परतले. कुठल्याही आधाराविना पहिल्यांदाच उभे राहून संसदेला उद्देशून भाषण करताना त्यांनी या परिषदेत निष्पन्न झालेल्या सगळ्या गोष्टी स्वीकारण्याचे आवाहन केले आणि म्हटले, ''ही शांततेची एक कायमस्वरूपी संरचना उभी

रूझवेल्ट यांच्या मृत्यूनंतर व्हाइट हाऊसमध्ये राष्ट्राध्यक्षपदाची शपथ घेताना हॅरी एस. ट्रुमन. धक्कादायकरीत्या, नवे राष्ट्राध्यक्ष या क्षणाकरता अजिबात तयारीत नव्हते.

करण्याची सुरुवात आहे. या संरचनेच्या आधारे आपण इश्वराच्या देखरेखीखाली, तुमची आणि माझी मुले-नातवंडे आणि संपूर्ण जगाची मुले-नातवंडे जिथे राहू शकतील आणि शकायलाच हवीत असे एक अधिक चांगले जग निर्माण करायला सुरुवात करू शकू.''

ही परिषद म्हणजे फ्रँकलिन डेलॅनो रूझवेल्ट यांच्या दृष्टीने त्यांच्या विलक्षण आयुष्याचा विलक्षण समारोप होता. याल्टा करार कायम विवादास्पद राहील आणि रूझवेल्ट यांच्यावर स्टालिनसमोर झुकल्याच्या आरोपावरून अन्याय्य टीका होत राहील. पुढच्या काही आठवड्यांमध्ये पोलंड व अन्य प्रश्नांवर सोव्हिएत युनियनशी मतभेद दिसून येऊ लागले. पण रूझवेल्ट यांनी कधीही आशा सोडली नाही. चर्चिलना पाठवलेल्या आपल्या शेवटच्या तारेमध्ये त्यांनी लिहिले : 'मी यातल्या सोव्हिएत अडचणींचा फारसा विचार करत नाही, कारण या समस्या या ना त्या स्वरूपात रोजच समोर येताना दिसत आहेत आणि त्यातल्या बहुतेक सुटतही आहेत.'

जग शांतता प्रस्थापित करण्यासाठी प्रयत्न करत राहील, असे रूझवेल्टना खरोखरच वाटत होते. पण त्यानंतर दोनच महिन्यांत आणि राष्ट्राध्यक्षपदावर बारा वर्षे काम केल्यानंतर त्यांचे अत्यंत थोर असे हृदय अखेर थकले आणि हृदयविकाराच्या एका तीव्र झटक्याने त्यांचे निधन झाले. अमेरिकेच्या इतिहासातील सर्वांत प्रदीर्घ काळ राष्ट्राध्यक्ष म्हणून काम केलेल्या रूझवेल्ट यांनी देशाला महामंदी आणि महायुद्ध या त्याच्या सर्वांत खडतर कालखंडांमधून बाहेर काढले होते. त्यांच्याविना याल्टामध्ये ब्रिटन, अमेरिका आणि सोव्हिएत साम्राज्यांमध्ये साध्य झालेली युद्धोत्तर शांतता टिकवता आलीच नसती.

या महापुरुषांमध्ये अमेरिकेचे नवे राष्ट्राध्यक्ष त्यांच्या पूर्वसूरीची सावलीमात्र होते, आणि ही गोष्ट त्यांनी स्वत:ही उघडपणे मान्य केली होती.

राष्ट्राध्यक्षांच्या कार्यालयातील पहिल्या दिवशी काही पत्रकारांनी जेव्हा त्यांना विचारले, की काम कसे चालले आहे, तेव्हा ट्रुमन उत्तरले, "मुलांनो, तुम्ही जर कधी इश्वराची प्रार्थना करणार असाल, तर आता माझ्यासाठी करा. तुमच्या अंगावर आतापर्यंत कधी गवताचा भारा पडला आहे की नाही हे मला ठाऊक नाही, पण तुम्ही जेव्हा काल मला काय घडले ते सांगितले (राष्ट्राध्यक्ष म्हणून ते निवडून आल्याची बातमी), तेव्हा मला असे वाटले, की जणू आकाशातले चंद्र, तारे आणि सगळे ग्रह माझ्या अंगावर येऊन कोसळले आहेत. इतर कुणालाही कधी मिळणार नाही इतके भयंकर जबाबदारीचे काम मला मिळाले आहे.''

"गुड लक, मि. प्रेसिडेंट,'' असे एक पत्रकार ओरडून म्हणाला, तेव्हा ट्रुमन त्याला म्हणाले, "मला या नावाने संबोधण्याची वेळ तुमच्यावर आली

नसती तर बरे झाले असते.'' हा काही ट्रुमन यांचा नाटकी विनय नव्हता. उपराष्ट्राध्यक्ष पदावर येऊन त्यांना तेव्हा फक्त ब्याऐंशी दिवस झाले होते आणि या कालावधीत ते रूझवेल्ट यांच्याशी फक्त दोनदाच बोलले होते. पण ना रूझवेल्ट, ना अन्य कुणी, फारसा आदर प्राप्त नसलेल्या ट्रुमनना हे सांगण्याची तसदी घेतली होती, की अमेरिका इतिहासातले सर्वांत शक्तिमान अस्त्र तयार करते आहे.

१५ एप्रिल रोजी ट्रुमन आणि वॉलेस वॉशिंग्टनच्या युनियन स्टेशनवर अंत्ययात्रेच्या रेल्वेमध्ये चढले. वॉलेस आता सेक्रेटरी ऑफ कॉमर्स होते. त्यांच्यासोबत तेव्हा आणखी एक गृहस्थ होते – जिमी बर्न्स. ते ट्रुमन यांचे सिनेटमधील दिवसांतले जुने मार्गदर्शक होते. बर्न्स यांनी त्यांच्याशी अशा काळात मैत्री जोडली होती, जेव्हा बहुतेक इतर सिनेटर्स ट्रुमनना 'पेन्डरगास्टचा पिट्टू' म्हणून टाळत असत.

बर्न्स याल्टाला रूझवेल्ट यांच्यासोबत होते या गोष्टीमुळे ट्रुमन खूप प्रभावित झाले होते आणि सल्ल्याकरता ते इतर कुणाहीपेक्षा बर्न्स यांच्यावर जास्त विश्वास ठेवत होते. अर्थात, नंतर त्यांना कळले की, बर्न्स हे त्या परिषदेतून मध्येच परतले होते आणि तिथल्या महत्त्वाच्या चर्चांमध्ये ते उपस्थित नव्हते. अणुबॉंबबद्दल पहिल्यांदा काही खरी माहिती ट्रुमनना मिळाली असेल, तर ती बर्न्स यांच्याकडून. ''याचा स्फोट इतका मोठा असेल, की त्याने संपूर्ण जग नष्ट होऊ शकते'' आणि ते ''आपल्याला युद्ध संपल्यावर हव्या त्या अटी व शर्ती मान्य करून घेण्याच्या स्थितीत आणून बसवेल,'' अशा शब्दांत बर्न्स यांनी या अस्त्राचे वर्णन केले. अमेरिका आपल्या अटी व शर्ती नेमक्या कुणाकडून मान्य करून घेईल हे मात्र त्यांनी स्पष्ट केले नाही.

जगाच्या इतिहासातला हा एक अत्यंत महत्त्वाचा क्षण होता आणि आता तो बहुतांशी विस्मृतीत गेला आहे, पण त्याकडे पुन्हा वळून पाहणे योग्य ठरेल.

१३ एप्रिल या राष्ट्राध्यक्ष कार्यालयातील आपल्या पहिल्या पूर्ण कामकाजी दिवशी ट्रुमनना भेटणारे पहिले गृहस्थ होते सेक्रेटरी ऑफ स्टेट एडवर्ड स्टेटिनियस. यू. एस. स्टील कंपनीच्या संचालक मंडळाचे माजी अध्यक्ष असलेल्या स्टेटिनियस यांचा रूझवेल्ट यांच्यावर फारसा प्रभाव नव्हता. पण ट्रुमनसमोर मात्र त्यांनी रशियन लोक कसे बनवाबनवी करणारे आणि विश्वासघातकी आहेत याचे चित्र उभे केले. ब्रिटनच्या चर्चिल यांना तर जास्तच प्रकर्षाने असे वाटते, असेही स्टेटिनियस म्हणाले. आणि आपल्या तारांमधून, तसेच परराष्ट्र सचिव अँथनी इडन यांना घाईघाईने वॉशिंग्टनला पाठवून त्यांचे हे मत पक्के करण्यात चर्चिल यांनीसुद्धा अजिबात वेळ वाया घालवला नाही.

ट्रुमन आणि जेम्स बर्न्स (डावीकडे), हेन्री वॉलेस यांच्यासमवेत रूझवेल्ट यांच्या अंत्यविधीसमयी. ट्रुमन सिनेटर असताना त्यांचे मार्गदर्शक असलेले बर्न्स परराष्ट्र धोरणाच्या बाबतीत नव्या राष्ट्राध्यक्षांचे अत्यंत निकटचे सल्लागार बनले. पुढे वॉलेस यांना आपल्या मंत्रिमंडळातून काढून टाकण्याचा निर्णय ट्रुमन यांनी घेतला, तेव्हा त्यात बर्न्स यांनीच त्यांना मदत केली.

ब्रिटनचे अमेरिकेतील राजदूत लॉर्ड हॅलिफॅक्स यांनी ट्रुमन यांना पुढील शब्दांत जोखले. ते म्हणाले, नवे राष्ट्राध्यक्ष, "एक प्रामाणिक आणि कष्टाळू सुमार गृहस्थ आहेत ... मनाने चांगले पण धांदरट नवशिके राजकारणी आहेत," ज्यांच्याभोवती, "मिसुरीतल्या एखाद्या स्थानिक न्यायालयाच्या योग्यतेचे" मित्र आहेत.

त्या दिवशी दुपारी ट्रुमन जिमी बर्न्स यांना भेटले. आपल्या घोर अज्ञानाची कबुली देऊन, "तेहरान ते याल्टा" आणि "जगाच्या पाठीवरची इतर प्रत्येक गोष्ट" मला सांगा अशी विनंती त्यांनी बर्न्स यांना केली. बर्न्स यांनी ही जबाबदारी आनंदाने स्वीकारली. नंतर अनेक भेटींमध्ये बर्न्स यांनी, सोव्हिएत लोक याल्टा कराराचा भंग करत असल्याच्या स्टेटिनियस यांच्या कथनाला दुजोरा दिला आणि काहीही झाले तरी त्या लोकांशी कुठलीही तडजोड करू नका अशी ट्रुमनना विनवणी केली. स्टेटिनियस यांनी संयुक्त राष्ट्रसंघ प्रत्यक्षात उतरवताच (त्यांच्या जागी) बर्न्स यांना सेक्रेटरी ऑफ स्टेट करण्याचा आपला मनोदय ट्रुमननी स्पष्ट केला.

अशा वातावरणातच सोव्हिएत युनियनमधले राजदूत ॲव्हरिल हॅरिमन मॉस्कोहून धावतच आले आणि त्यांनी इशारा दिला, की "युरोपवर अतिशय क्रूर असे आक्रमण होणार आहे" आणि त्यांनी ट्रुमन यांना विनंती केली, की वॉशिंग्टनला यायला निघालेल्या रशियन परराष्ट्र मंत्री मोलोटोव यांना कठोरपणे सांगा, "पोलंडप्रश्नी आम्हाला हवे तसे वाकवणे आम्ही खपवून घेणार नाही." हॅरिमन म्हणाले, की रशियन लोक जेव्हा एखाद्या देशावर कब्जा करतात, तेव्हा त्यांचे गुप्त पोलिस ताबडतोब तिथे जाऊन भाषणस्वातंत्र्याचा गळा घोटतात. पण त्यांनी हेही स्पष्ट केले, की रशिया अमेरिकेपासून फारकत घेण्याचा धोका पत्करणार नाही, कारण रूझवेल्ट यांनी त्यांना कबूल केलेल्या युद्धोत्तर पुनर्बांधणीसाठीच्या मदतीची त्यांना अतोनात गरज आहे.

या प्रश्नांबद्दलची आपली मर्यादित समज ट्रुमन यांनी शूर वक्तव्ये आणि बेदरकारपणाचे खोटे पांघरूण ओढून झाकून घेतली आणि हॅरिमनला सांगितले, की मला रशियनांकडून जे हवे आहे त्यातले १०० टक्के तर नाही, पण ८५ टक्के मी मिळवीनच.

इथे हे लक्षात घेणे आवश्यक आहे, की सोव्हिएत युनियनला सर्वांत मोठ्या आवाजात विरोध करणाऱ्यांपैकी अनेक जणांची पार्श्वभूमी ही वर्गश्रेष्ठत्वाची होती आणि साम्यवादाचा वास असलेल्या कुठल्याही गोष्टीचा ते प्रचंड तिरस्कार करत असत. हॅरिमन हे एका रेल्वे कंपनीच्या मालकाचा मुलगा होते. त्यांच्या वडिलांनी ब्राऊन ब्रदर्स हॅरिमन ही कंपनी स्थापन केली होती. जेम्स फॉरेस्टल यांनी वॉल स्ट्रीटवर अफाट पैसा कमावला होता. स्टेटिनियस हे देशातल्या सर्वांत मोठ्या कंपनीच्या संचालक मंडळाचे अध्यक्ष राहिले होते. या सगळ्या मंडळींना धनाढ्य अशा आंतरराष्ट्रीय बँकर्स, वॉल स्ट्रीट आणि वॉशिंग्टनमधल्या वकील व कॉर्पोरेट अधिकाऱ्यांची साथ मिळाली. या सगळ्या लोकांकडे बहुतांशी वारसाहक्काने मिळालेली किंवा दोन्ही महायुद्धांच्या दरम्यानच्या काळात स्वत: कमावलेली अफाट संपत्ती होती.

हेच लोक अमेरिकेची युद्धोत्तर धोरणे ठरवण्याकरता पुढे आले. त्यांच्यात डीन ॲचिसन, रॉबर्ट लोवेट, जॉन मॅक्लॉय, जॉन फॉस्टर, ॲलन डलेस, नेल्सन रॉकफेलर, पॉल नित्शे आणि जनरल मोटर्सचे अध्यक्ष चार्ल्स विल्सन यांचा समावेश होता. युद्धकालीन उत्पादन मंडळाचे अध्यक्ष असताना हेच चार्ल्स विल्सन म्हणाले होते, की अमेरिकेला "एक कायमस्वरूपी युद्ध-अर्थव्यवस्था" आवश्यक आहे. या सगळ्यांनी रूझवेल्ट यांचीही सेवा केलेली असली तरी प्रत्यक्षात रूझवेल्ट यांच्यावर त्यांचा फारसा प्रभाव मात्र नव्हता.

काही ज्येष्ठ लष्करी मंडळींचा सोव्हिएत रशियाबद्दल असा विरोधी दृष्टिकोन

ठेवण्याला विरोध होता, त्यात सेक्रेटरी ऑफ वॉर हेन्री स्टिमसन, लष्करप्रमुख जनरल जॉर्ज मार्शल आणि माजी उपराष्ट्राध्यक्ष हेन्री वॉलेस हे होते. ॲडमिरल विल्यम लेही यांनी पुन्हा एकदा याल्टा करारातील लवचीकता लक्षात घेतली आणि त्या आधारे कुद्देशाचा आरोप करणे अवघड असल्याचेही जाणले. त्यांनी तर असेही बोलून दाखवले, की याल्टा करारानंतर रशियन्स ज्याप्रमाणे वागत आहेत, त्यापेक्षा काही वेगळे वागले असते तरच नवल होते.

टाइम मासिकाने ज्यांची १९४३ चे 'मॅन ऑफ द इयर' म्हणून निवड केली होती, त्या जॉर्ज मार्शल यांनी असा मुद्दा मांडला, की जपानचा पराभव करण्याकरता अमेरिका त्यांच्यावर किती अवलंबून आहे हे पाहता रशियाशी संबंध तोडण्याचे भयंकर परिणाम होऊ शकतात. परंपरावादी सेक्रेटरी ऑफ वॉर हेन्री स्टिमसन एकोणिसाव्या शतकात यूट इंडियन्सविरुद्ध लढले होते आणि त्यांना अजूनही "कर्नल" म्हणवून घ्यायला आवडत असे. त्यांना जगरहाटीचा प्रदीर्घ काळापासून परिचय होता. बळजबरीने इतर देशांचा ताबा घेण्याच्या प्रश्नी छेडले असता ते म्हणाले, की सोव्हिएत युनियन हा अमेरिकेचा विश्वासू मित्र राहिला आहे आणि बरेचदा त्याने, विशेषत: लष्करी विषयांमध्ये, कबूल केले होते त्यापेक्षा जास्तच केले आहे.

त्यांनी रशियाच्या दृष्टीने पोलंडला असलेले महत्त्व पुन्हा समजावून सांगितले व ते म्हणाले, "स्वत:च्या सुरक्षेबद्दल रशियन्स बहुधा आपल्यापेक्षा जास्त वास्तववादी राहत आहेत." त्याआधी त्यांनी असे निरीक्षण नोंदवले होते, की १९१४ पूर्वी वॉर्सासहित संपूर्ण पोलंड रशियाच्या मालकीचे होते आणि त्यांच्या सीमा पार जर्मनीला भिडल्या होत्या. ती परिस्थिती तर रशियन्स नक्कीच परत मागत नाही आहेत. अमेरिका आणि ब्रिटन वगळता मुक्त निवडणुकांची पाश्चात्त्य संकल्पना, खूप कमी इतर देशांना मान्य आहे, असेही ते पुढे म्हणाले.

ते काहीही असो, रूझवेल्ट यांच्या मृत्यूनंतर अकरा दिवसांनी, म्हणजेच २३ एप्रिल रोजी सोव्हिएत परराष्ट्रमंत्री मोलोटोव यांच्यासोबतच्या आपल्या पहिल्याच बैठकीमध्ये, ट्रुमन यांनी पहिलेछूट रशियावर आरोप केला, की त्याने, विशेषकरून पोलंडमध्ये, याल्टा कराराचा भंग केला आहे. मोलोटोव यांनी स्टालिनच्या नजरेत याल्टामधला पोलंडविषयक करार काय होता हे त्यांना समजावून सांगण्याचा प्रयत्न केला, पण ट्रुमन यांनी त्यांचे स्पष्टीकरण उडवून लावले. जेव्हा मोलोटोव यांनी इतर प्रश्न उपस्थित करण्याचा प्रयत्न केला, तेव्हा ट्रुमन त्यांचे बोलणे तोडत म्हणाले, "ही बैठक संपली, मि. मोलोटोव. तुम्ही माझी मते मार्शल स्टालिन यांच्यापर्यंत पोहोचवल्यास बरे होईल." प्रचंड धक्का बसलेले मोलोटोव उत्तरले, "माझ्या उभ्या आयुष्यात माझ्याशी असे कुणीही

बोललेले नाही.'' ट्रुमन त्यावर पुन्हा फटकन बोलले आणि मोलोटोव संतापाने दाणदाण पावले टाकीत खोलीतून बाहेर पडले. बैठकीनंतर ट्रुमन फुशारकी मारत म्हणाले, ''मी त्यांच्या तोंडावर त्यांना सुनावले. त्यांना अद्दल घडवली. मी सरळ जबड्यावर एक-दोन करत ठोसे लगावले.''

सोव्हिएत परराष्ट्रमंत्र्यांवरची त्यांची दादागिरी पाहून पाच फूट आठ इंच उंचीच्या राष्ट्राध्यक्षांचे पाच फूट चार इंच उंचीचे वडील जॉन ''पीनट्स'' ट्रुमन तिकडे मिसुरीमध्ये आपण किती बलवान आहोत हे दाखवण्याकरता त्यांच्यापेक्षा फूटभर उंच लोकांशी मारामारी करत असत, त्याची आठवण व्हावी. आपली हीच शक्ती आपल्या मुलांमध्येही असावी असे त्यांना वाटत असे आणि हॅरीचा धाकटा भाऊ व्हिव्हियन याच्यात त्यांना ती आढळली. हॅरीची बुब्बुळे चपटी आहेत असे निदान झाले आणि त्याला कोकच्या बाटलीइतक्या जाड भिंगांचा चश्मा लावावा लागला होता. तो कुठलाही खेळ त्यामुळे खेळू शकला नाही आणि इतर मुले त्याला नेहमी छळत असत. ती मुले त्याला ''चार डोळ्यांचा'', ''मुलगी'' असे म्हणून चिडवत असत आणि शाळा सुटल्यावर पार घरापर्यंत त्याच्या मागे लागून त्याला पळायला लावत असत. थरथर कापत जेव्हा तो घरी यायचा, तेव्हा त्याची आई त्याचे सांत्वन करत असे आणि म्हणत असे, की यात वाईट वाटण्यासारखे काहीही नाही, कारण त्याच्या वेळी तिला खरे तर मुलगीच हवी होती, पण चुकून मुलगा जन्माला आला.

या लिंगाच्या प्रश्नाने अनेक वर्षे त्यांना त्रास दिला. आपल्या स्त्रैण रूपगुणांचा ते नेहमी उल्लेख करत असत. घरातल्या आर्थिक चणचणीने त्यांच्या त्रासात आणखी भरच घातली. आता ते नेभळट उरले नव्हते, त्यामुळे जगातल्या क्रमांक दोनच्या सामर्थ्यशाली राष्ट्राच्या नेत्यांसमोर आपण ठामपणे उभे राहू शकतो हे त्यांनी दाखवून दिले. वडील हयात असताना कायम त्यांची मान्यता मिळवण्याचा अयशस्वी प्रयत्न ते करत आले होते. आता ती मान्यता त्यांना अखेर वडिलांकडून मिळाली असती!

आपला विश्वासघात केला गेल्याची भावना झालेल्या स्टालिनने ताबडतोब दुसऱ्याच दिवशी ट्रुमनना तार पाठवून पुन्हा सांगितले, की पोलंडमधले सोव्हिएत संघाचे समर्थक सरकार तिथल्या नव्या सरकारचा गाभा असेल ही गोष्ट रूझवेल्ट यांनी मान्य केली होती. बेल्जियम किंवा ग्रीसमधील सरकारे खरोखर लोकशाहीवादी आहेत की नाही हे मला माहीत नाही, पण मी त्याचा बाऊ करणार नाही, कारण ते दोन्ही देश ब्रिटिशांकरता खूप महत्त्वाचे आहेत, असेही स्टालिनने पुढे लिहिले.

हे शब्द तसे कठोर होते. आणि दोन दिवसांनी, म्हणजे २५ एप्रिल रोजी सॅन फ्रॅन्सिस्कोमध्ये संयुक्त राष्ट्रसंघाचा शुभारंभ सोहळा जो आंतरराष्ट्रीय शांततेचे

नवे पर्व साजरे करण्याचा एक आनंदाचा क्षण ठरला असता, त्याची दोस्तराष्ट्रांमध्ये निर्माण झालेल्या तणावामुळे माती झाली. पोलंडचे प्रतिनिधी म्हणून तिथल्या सोव्हिएत समर्थक सरकारला बसू द्यावे ही रशियाची विनंती धुडकावून लावण्यात आली. त्यानंतर परस्परसंबंध झपाट्याने बिघडतच गेले.

आपल्या कठोर वागण्याच्या डावपेचाचे हवे तसे परिणाम मिळाले नाहीत, हे जाणवून टुमन सोव्हिएत युनियनमध्ये पूर्वी राजदूत म्हणून काम केलेल्या जोसेफ डेव्हीज यांना दोन वेळा भेटले. परंपरावादी कॉर्पोरेट वकील असलेल्या डेव्हीज यांनी सोव्हिएत प्रयोगाबद्दल सहानुभूती दर्शवून त्यांच्या उदारमतवादी टीकाकारांना आश्चर्याचा धक्का दिला होता. डेव्हीज यांनी टुमनना सल्ला दिला, की रशियन लोकांचा नेहमीच ''दोस्तांकडून ... या हाताने द्या, त्या हाताने घ्या यावर कटाक्ष असत आला आहे.'' त्यामुळे आफ्रिका, इटली आणि ग्रीसमधल्या फॅसिस्टविरोधी शक्तींचे प्रतिनिधित्व करणारी नसूनही ब्रिटिशांनी तिथे लादलेली सरकारे रशियनांनी मान्य केली, कारण अमेरिका आणि ब्रिटनचे अतिशय ''महत्त्वाचे हितसंबंध'' या देशांमध्ये गुंतलेले आहेत हे त्यांनी समजून घेतले. आता पोलंडमधील त्यांचे स्वतःचे अतिशय महत्त्वाचे सुरक्षाविषयक हितसंबंधदेखील इतरांनी विचारात घ्यावेत अशी त्यांची अपेक्षा आहे.

गेल्या सहा आठवड्यांमध्ये ब्रिटिशांच्या चिथावणीमुळे रशियासोबतच्या संबंधांमध्ये किती मूलभूत फरक पडला आहे हे डेव्हीज यांच्या लक्षात आले. अमेरिका आणि ब्रिटन ''आपल्याविरुद्ध गटबाजी करत आहेत'' असे जर रशियाने मत बनवले, तर ते पाश्चात्त्य देशांविरुद्ध त्यांच्यापेक्षा जास्त ताठर होऊन प्रतिसाद देतील असा इशारा डेव्हीज यांनी दिला. नाझींना थोपवण्यात पाश्चात्त्य देश आपल्याला मदत करणार नाहीत हे स्पष्ट झाल्यावर १९३९ साली हिटलरसोबत करार करण्याद्वारे त्यांनी ते दाखवूनही दिले होते. पण त्याचबरोबर त्यांनी टुमनना दिलासादेखील दिला, की ''उदार मनाने आणि मित्रत्वाने सामोरे गेल्यास रशियन लोक त्याहीपेक्षा जास्त उदार मनाने प्रतिसाद देतील.'' टुमन आणि स्टालिन यांची भेट ठरवून देण्याचे डेव्हीज यांनी आश्वासन दिले.

त्याच महत्त्वपूर्ण महिन्यामध्ये रशियाने २५ लाख सैनिकांची तीन लष्करे उभी केली होती. बर्लिन घ्यायचे आणि हिटलरच्या ''एक हजार वर्षांचे जर्मन राज्य'' कल्पनेला कायमची मूठमाती द्यायची, ही त्याची योजना होती. पण आश्चर्य म्हणजे जर्मनीचे एवढे पराभव होऊनसुद्धा त्या देशाने आपल्या बचावाकरता दहा लाखांचे सैन्य, अभेद्य बंकर्स, विमाने आणि रणगाडे अशी प्रचंड मोठी तयारी केली होती. या भयंकर 'गॉटरडेमरुंग' (दुष्टांसोबतची अंतिम लढाई) मधले सर्वांत कडवे सैनिक होते– लहान मुले.

थर्ड राईशचा हा अखेरचा बालेकिल्ला होता. हे युद्ध अतिशय रक्तरंजित होते. रस्तोरस्ती झालेल्या या युद्धात ऐंशी हजार रशियन सैनिक मारले गेले, तर किमान तीन लाख जखमी झाले. चार दिवसांतच बर्लिन पडले. हिटलर आणि त्याची दीर्घकाळची मैत्रीण एव्हा ब्राउन यांनी आदल्या दिवशी लग्न केले आणि दुसऱ्या दिवशी आत्महत्या केली.

जर्मनांनी सोव्हिएत भूमी व लोकांवर केलेले अत्याचार, तसेच बर्लिनकडे आगेकूच करत असताना मैदानेक, सोबिबोर, ट्रेब्लिन्का आणि ऑश्वित्झ इथल्या छळछावण्या मुक्त करताना तिथे जी दृश्ये त्यांना दिसली होती, त्यामुळे सोव्हिएत सैनिक प्रचंड चवताळले होते आणि त्यांनी पराभूत जर्मनांवर अनन्वित अत्याचार केले. स्टालिनने तिकडे काणाडोळा केला.

पण जेव्हा रशियन सैनिकांचे जथ्येच्या जथ्ये जर्मन स्त्रियांवर बलात्कार करत पुढे जात असल्याच्या बातम्या जगभरातल्या रेडिओवर यायला लागल्या, तेव्हा त्यांना वरून हे प्रकार बंद करण्याचे आदेश आले आणि बलात्कार थांबले. त्यासंबंधीच्या कहाण्या बाहेर येणे मात्र सुरूच राहिले. काही लोकांचा दावा होता, की सुमारे २० लाख स्त्रियांवर बलात्कार झाले. नंतरच्या काही आठवड्यांतच एक लाखांहून अधिक स्त्रिया बलात्कारपश्चात वैद्यकीय उपचारांकरता जागोजागच्या दवाखान्यांमध्ये आल्या.

जर्मनीचे ग्रामिणीकरण करण्याच्या रूझवेल्ट-स्टालिन योजनेचा एक भाग म्हणून पहिल्या काही महिन्यांमध्ये सोव्हिएत अधिकाऱ्यांनी जर्मनीमधून एक लाख रेल्वेचे डबे भरून बांधकाम साहित्य आणि वैयक्तिक वापराच्या वस्तू रशियाला पाठवल्या. त्यातल्या काही गोष्टी रशियाची उद्ध्वस्त झालेली अर्थव्यवस्था पुन्हा उभी करण्याच्या कामाकरता उपयुक्त होत्या, तर फर, चित्रे, सोने आणि मौल्यवान खडे अशा गोष्टी निव्वळ आर्थिक उद्देशाने नेण्यात आल्या होत्या. पण परिणामी, रशिया हा एक रानटी आणि क्रूर अर्ध-आशियाई देश आहे आणि पूर्वीच्या सुसंस्कृत युरोपवर तो आक्रमण करतो आहे, अशी जी जगभर एक धारणा होती, ती पुढे सुरू राहिली.

इंग्रजी शब्द 'एम्पथी' याचा अर्थ मानसिक पातळीवर दुसऱ्याच्या भावना किंवा कल्पना समजून घेणे असा आहे, पण सोव्हिएत लोकांचे दुःख आणि वेदना किंवा त्यांचे उद्देश समजून घेण्याची क्षमताच ट्रुमन यांच्यात असल्याचे दिसत नव्हते. या युद्धामध्ये रशियन लोकांच्या त्यागाच्या बळावरच जगाला विजय मिळालेला आहे आणि आता परस्परांबद्दल आदर बाळगण्यावरच शांतता अवलंबून आहे, ही गोष्ट वैयक्तिक पातळीवर पोलिओचे दुःख भोगलेल्या रूझवेल्ट यांच्या लक्षात आली होती.

सोव्हिएत लष्कराने जर्मन लष्करी यंत्रणेचे "कंबरडे मोडले", ही गोष्ट चर्चिलनीसुद्धा मान्य केली होती. स्टालिन जुलमी होता, अगदी पूर्णपणे. लोकशाहीच्या अमेरिकन संकल्पनेची अक्षरश: घृणा असलेला तो एक निर्मम आणि भयगंडाने पछाडलेला हुकूमशहा होता. पण त्याच्यामागे अति क्रूर अशा झारांची परंपरासुद्धा होती. त्याचे रूझवेल्ट यांच्याशी सूत जमले होते आणि अगदी मोजके अपवाद वगळता त्याने आपली सर्व वचने पाळली होती. त्याला पुढे जाण्याकरता काहीही करून अमेरिकेशी मित्रत्वाचे संबंध हवे होते. पण शीतयुद्ध सुरू झाले आणि सोव्हिएत युनियनच्या नाझी जर्मनीवरील विजयाचे श्रेय चोरले गेले, किंबहुना विसरले गेले.

माजी सैनिक असलेल्या आणि अमेरिकेच्या राष्ट्राध्यक्षपदावर आरुढ झालेल्या व्यक्तीने दुसऱ्या महायुद्धातील सोव्हिएत सहभागाला मानवंदना देण्याकरता आणखी वीस वर्षे लागणार होती. ती व्यक्ती होती जॉन फित्झजेराल्ड केनेडी. त्यांचे स्वत:चे अवघे आयुष्य काही ना काही प्रमाणात दु:खातच गेले होते आणि मृत्यूची तलवार त्यांच्या डोक्यावर सतत टांगलेलीच राहिली होती. "मानवी युद्धांच्या इतिहासामध्ये, दुसऱ्या महायुद्धात सोव्हिएत युनियनने जितका त्रास सहन केला, त्यापेक्षा जास्त कुणीही भोगलेला नाही," अमेरिकन विद्यापीठाच्या पदवीदान समारंभामध्ये विद्यार्थ्यांना उद्देशून बोलताना केनेडी म्हणाले. "किमान २ कोटी लोकांनी आपले प्राण गमावले. किती घरे आणि कुटुंबे जाळली किंवा लुटली गेली, याची तर गणतीच नाही. जगाच्या एकूण भूभागापैकी एक तृतीयांश भाग उजाड झाला. त्यात त्या देशाचा दोन तृतीयांश औद्योगिक पायासुद्धा होता. शिकागोच्या पूर्वेकडचा आपल्या देशाचा सगळा भाग उद्ध्वस्त झाला तर काय होईल, यावरून हे नुकसान किती होते याचा अंदाज येऊ शकेल.

७ मे रोजी जर्मनीने अधिकृतरीत्या शरणागती पत्करली.

जगभरामध्ये विजयोत्सव साजरा केला जात होता आणि याचाच अर्थ असाही होता, की याल्टा कराराप्रमाणे सोव्हिएत रशिया ८ ऑगस्ट रोजी प्रशांत महासागरातील युद्धात उतरेल. दोस्तांचे जपानच्या मुख्य भूमीवरचे आक्रमण १ नोव्हेंबरला सुरू होईल असे ठरले होते आणि त्याच्या सुमारे तीन महिने आधी रशिया युद्धामध्ये सहभागी होणार होता. ट्रुमन आणि आता सेक्रेटरी ऑफ स्टेट झालेले बर्न्स बर्लिनचे एक उपनगर पॉट्सडॅम इथे स्टालिन आणि चर्चिल यांना भेटले. ही दुसऱ्या महायुद्धातील सर्वांत महत्त्वाची बैठक होती. त्या वेळी ट्रुमन अलामोगोर्दो इथल्या वाळवंटात होऊ घातलेल्या गुप्त अणुचाचणीच्या बातमीची वाट पाहत होते.

ही बैठक जुलैच्या मध्यात झाली. स्टालिनशी वाटाघाटी सुरू होण्यापूर्वीच

बाँबची चाचणी पूर्ण होईल या आशेने ट्रुमन यांनी ही शिखर परिषद दोन आठवडे पुढे ढकलली होती. तिकडे वाळवंटात उपस्थित असलेले रॉबर्ट ओपनहायमर म्हणाले, ''पॉट्सडॅममधल्या बैठकीपूर्वी चाचणी पूर्ण करण्याकरता आमच्यावर प्रचंड दबाव होता.'' ट्रुमन यांच्या दृष्टिकोनातून पाहू जाता वाट पाहण्यात घालवलेला हा वेळ सत्कारणी लागला.

१६ जुलैला ट्रुमन बाँबहल्ल्यांमध्ये पार उद्ध्वस्त झालेल्या बर्लिनची पाहणी करत होते आणि दुसऱ्या दिवशी स्टालिनसोबतच्या चर्चेची तयारी करत होते, तेव्हाच शास्त्रज्ञांनी पहिल्यावहिल्या अणुबाँबचा स्फोट घडवून आणला. प्रत्यक्षात जे पाहायला मिळाले ते सर्व अपेक्षांच्या पलीकडचे होते. काही शास्त्रज्ञांना तर वाटले, की त्यांनी संपूर्ण वातावरणालाच आग लावून दिली आहे की काय.

ग्रोव्हज यांनी चाचणीचे प्राथमिक निष्कर्ष स्टिमसन यांना तारेने कळवले. ते ट्रुमन आणि बर्न्स यांना ही बातमी सांगण्याकरता धावले. त्या दोघांनाही प्रचंड आनंद झाला. आता आपली नियतीशी भेट ठरली आहे हे ते समजून चुकले.

प्रकरण पाच

६ ऑगस्ट, १९४५ रोजी राष्ट्राध्यक्ष ट्रुमन यांनी देशाला उद्देशून भाषण केले. "काही वेळापूर्वी एका अमेरिकन विमानाने हिरोशिमावर एक बॉंब टाकला आणि शत्रूच्या दृष्टीने ते शहर निकामी करून टाकले... जपान्यांनी पर्ल हार्बर इथे हवाई युद्धाला सुरुवात केली होती. त्याची अनेकपटीने परतफेड करण्यात आली आहे. आणि अजून ती संपलेली नाही ... हा अणुबॉंब आहे. सृष्टीच्या मूलभूत शक्तीचा उपयोग यात केला गेला आहे ... आम्ही त्यांची बंदरे, त्यांचे कारखाने आणि त्यांच्या संपर्कव्यवस्था उद्‌ध्वस्त करू. जपानची युद्ध करण्याची शक्ती आम्ही पूर्णपणे उद्‌ध्वस्त करू, याबाबत खात्री बाळगा."

या घटनेच्या तीन महिने आधी, म्हणजे ७ मे रोजी युरोपमधले युद्ध संपुष्टात आले होते. नोव्हेंबर १ रोजी जपानी बेटांवरच्या हल्ल्यांचे 'ऑपरेशन डाऊनफॉल' होणार होते. जनरल डग्लस मॅकऑर्थर या ऑपरेशनचे प्रमुख होते. काही नेत्यांच्या मते जपानी जनता अत्यंत कडव्या अमेरिकाविरोधाने भारलेली होती आणि तिच्या जोडीला उरलेली जपानी सशस्त्र दले अमेरिकेसमोर असल्याने इथे प्रचंड रक्तपात होईल, अशी अनेकांना भीती वाटत होती.

अमेरिकन जनतेच्या मनामध्ये जपानी लोकांबद्दल असलेल्या मनस्वी तिरस्कारातून जपानविरुद्ध युद्धाचे वातावरण तयार झाले होते. पुलित्झर पारितोषिकप्राप्त इतिहासकार ॲलन नेविन्स यांनी युद्धानंतर लिहिले, "आपल्या संपूर्ण इतिहासामध्ये आपल्या मनात जपान्यांइतका तिरस्कार कदाचित अन्य कुठल्याही शत्रूबद्दल नसावा."

दक्षिण पॅसिफिक दलाचे कमांडर, ॲडमिरल विल्यम "बुल" हाल्सी या बाबतीत अतिशय वाईट होते. ते आपल्या सैनिकांना "त्या पिवळ्या माकडांना" ठार मारा आणि "आणखी जास्त माकडाचे मांस मिळवा" असे सांगत असत. टाइम मासिकाने लिहिले : "सामान्य, अविचारी जपानी मनुष्य अडाणी आहे. कदाचित तो मानवी असावा. पण असे दर्शवणारी ... एकही गोष्ट नाही."

वॉशिंग्टनमधल्या ब्रिटिश राजदूतावासाने लंडनला कळवले, की अमेरिकन्स

जपान्यांकडे ''अनाम उपद्रवी प्राण्यांचा समूह'' म्हणून पाहतात. फेब्रुवारी १९४५ मध्ये लोकप्रिय युद्धवार्ताहर अर्नी पाइल यांची बदली युरोपातून प्रशांत महासागराच्या प्रदेशात झाली, तेव्हा त्यांनी लिहिले : ''युरोपमध्ये आपले शत्रू कितीही भयंकर आणि धोकादायक असले तरी अखेर तेही लोकच आहेत असे आपल्याला वाटत होते. पण इथे मला लवकरच कळले, की जपानी लोकांकडे मानवापेक्षा हीन पातळीवरचे आणि घृणास्पद जीव म्हणून पाहिले जात होते. एखादे झुरळ किंवा उंदीर पाहिल्यावर लोकांना जसे वाटते तसे इथल्या लोकांना त्यांच्याबद्दल वाटते.''

या भावनेतला काही भाग नक्कीच वंशवादामुळे आला होता, पण जपानबद्दलचा अमेरिकेचा तिरस्कार पर्ल हार्बरवर झालेल्या ''गुपचूप हल्ल्यामुळे'' होता. १९४४च्या सुरुवातीला सरकारने दोन वर्षांपूर्वी 'बटान डेथ मार्च'च्या वेळी अमेरिकन आणि फिलिपिनो कैद्यांना ज्या विकृत पद्धतीने वागवण्यात आले होते त्याबद्दलची माहिती प्रसृत केली. जपानच्या शब्दातीत क्रूरपणाच्या बातम्या प्रसारमाध्यमांमध्ये प्रचंड मोठ्या प्रमाणावर छापल्या गेल्या. त्यात शारीरिक छळ, क्रूसाला लटकावणे, नपुंसक करणे, हातपाय तोडणे, शिरच्छेद, जिवंत जाळणे व पुरणे, चिरफाड करणे, कैद्यांना झाडांवर खिळे ठोकून लटकावणे आणि त्यांची शरिरे बायोनेटच्या सरावाकरता वापरणे असे अनेक एकाहून एक क्रूर प्रकार होते.

जपानी रासवटपणाच्या कथा खूप नंतर आल्या, पण राष्ट्राध्यक्ष ट्रुमन यांचा फाजील अभिमान त्यापेक्षा जुना होता. तरुणपणी आपल्या भावी पत्नीचे प्रणयाराधन करण्याच्या काळात त्यांनी लिहिले होते: ''माणूस जर प्रामाणिक आणि सभ्य असेल, निग्रो किंवा चिनी नसेल, तर सगळे लोक तितकेच चांगले असतात. विल अंकल म्हणतात देवाने गोरे लोक कोरड्या मातीपासून बनवले, निग्रो चिखलापासून तयार केले आणि मग जी काही माती उरली होती ती वर उडवली आणि ती चिनी लोक बनून खाली बसली. ते चिनी-जपानी लोकांचा खरोखरच द्वेष करतात. मीसुद्धा करतो.''

प्रामाणिकपणे सांगायचे तर ट्रुमन त्यांच्या काळ आणि भौगोलिक ठिकाणाची उपज होते. त्यांचे चरित्रकार मर्ले मिलर यांनी म्हटले आहे, ''खासगीमध्ये मि. ट्रुमन नेहमी 'निगर' असेच म्हणायचे. निदान माझ्याशी जेव्हा-जेव्हा बोलायचे तेव्हा तरी नक्कीच.''

हा वंशवाद फेब्रुवारी १९४२ मध्ये राष्ट्राध्यक्ष रूझवेल्ट यांनी कॅलिफोर्निया, ओरेगॉन आणि वॉशिंग्टनमधून १,१०,००० जपानी किंवा जपानी-अमेरिकनांना हलवण्याचा अध्यादेश काढला, तेव्हा खूप प्रचलित होता. हे लोक राष्ट्रीय सुरक्षेला धोका आहेत असे कारण यामागे दिले गेले होते. त्यांच्यापैकी सत्तर टक्के लोक अमेरिकेचे नागरिक होते.

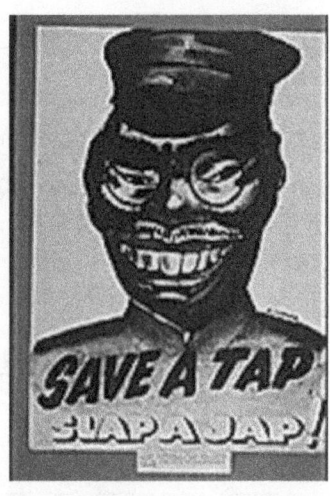

अमेरिकन लोकांच्या मनामध्ये जपानी लोकांबद्दल मनस्वी तिटकारा होता. जानेवारी १९४५ मध्ये न्यूजवीक मध्ये लिहिले होते, ''या देशाने आजवर असे एकही युद्ध लढलेले नाही, ज्यात आपले सैनिक शत्रूचा इतका द्वेष करत होते आणि त्याला ठार मारू इच्छित होते.'' अमेरिकेच्या युद्धकालीन प्रचारयंत्रणेने दुष्ट नाझी नेते आणि ''चांगले जर्मन लोक'' यांना वेगळे करण्याकरता खूप कष्ट घेतले होते, मात्र जपानी लोकांच्या बाबतीत असा कुठलाही फरक करण्यात आला नाही. त्यांना उपद्रवी जीव, झुरळे, रॅटलस्नेक आणि उंदीर म्हटले गेले. माकडांची प्रतिमाही मोठ्या प्रमाणावर वापरली गेली.

जपानी-अमेरिकन नागरिकांच्या घातपातीपणाचा कुठलाही पुरावा नसूनही फेब्रुवारी १९, १९४२ रोजी रूझवेल्ट यांनी एक्झिक्युटिव्ह ऑर्डर क्र. ९०६६ वर स्वाक्षरी केली. या आदेशाच्या आधारेच कॅलिफोर्निया, ओरेगॉन आणि वॉशिंग्टनमधून जपानी आणि जपानी-अमेरिकनांना हलवून बंदिवासात टाकण्याची कृती केली गेली. त्यातले दोन तृतीयांश लोक जन्माने अमेरिकेचे नागरिक होते. या अध्यादेशामध्ये वंश किंवा समाजगटाचा उल्लेख नसला तरी तो कुठल्या प्रकारच्या लोकांना उद्देशून काढला गेला आहे हे स्पष्ट होते.

पण तरीही या नागरिकांच्या घटनासिद्ध अधिकारांचा बचाव करणारे फार थोडे असल्यामुळे या लोकांना अखेर दहा वेगवेगळ्या छावण्यांमध्ये ठेवले गेले होते. त्या वेळी या छावण्यांना ''छळछावण्या किंवा कॉन्सन्ट्रेशन कॅम्प्स'' म्हटले जात असे. या छावण्यांमधल्या व्यवस्था अतिशय वाईट होत्या. तिथे नळांना पाणी नव्हते, स्वच्छतागृहे नव्हती, चांगल्या शाळा नव्हत्या, स्वतंत्र केबिन्स नव्हत्या आणि नीट छतेदेखील नव्हती. हे लोक अंग भाजून काढणाऱ्या वाळवंटी उन्हात काम करत असत आणि तेही अगदीच तुटपुंज्या पगारावर.

आपल्या मूळ ठिकाणांहून हलवण्यात आलेल्या या लोकांना फक्त स्वत: नेता येईल इतकेच सामान सोबत घेण्याची परवानगी होती. आणि काही लालची पश्चिम अमेरिकन लोकांनी या संधीचा फायदा घेऊन त्यांच्या जपानी शेजाऱ्यांची घरे खऱ्या किमतीपेक्षा अतिशय किमतीत हस्तगत केली. या प्रकरणात जपानी लोकांचे खासगी मालमत्तेच्या बाबतीत अंदाजे ४० कोटी डॉलर्सचे नुकसान झाले. आज त्याची किंमत ५ अब्ज डॉलर्स भरली असती.

पराभव समोर दिसत असतानाही जपानी लोक किती चिवटपणे लढतात हे सर्वज्ञात होते. १९४५च्या फेब्रुवारी आणि मार्चमध्ये आयवो जिमा इथे पाच आठवडे लढल्या गेलेल्या लढाईत सुमारे ७,००० अमेरिकन खलाशी आणि नौसैनिक ठार झाले होते आणि १८,००० पेक्षा जास्त जखमी झाले होते. द सँड्स ऑफ आयवो जिमा या चित्रपटामध्ये हॉलिवूड स्टार जॉन वेनदेखील मरताना दाखवला आहे.

प्रशांत महासागरातील सर्वांत जास्त रक्तपात झालेल्या ओकिनावा इथल्या लढाईत १२,००० पेक्षा जास्त अमेरिकन सैनिक मारले गेले किंवा बेपत्ता झाले

जपानी-अमेरिकन नागरिकांना कॅलिफोर्नियातील सॅन पेड्रो इथून सान्ता अनिता असेम्ब्ली सेन्टरला आणले गेले तेव्हा. जरा जास्त पक्क्या पुनर्वसन केंद्रांवर हलवण्यापूर्वी त्यांना इथे घोड्यांच्या तबेल्यांमध्ये ठेवले गेले होते.

पुनर्वसन केंद्रांच्या आतमध्ये जपानी लोक ऑरिझोना आणि कॅलिफोर्नियाच्या वाळवंटी उन्हात, अर्कान्सस इथल्या दलदलीसदृश वातावरणात आणि व्योमिंग, इडाहो, तसेच उताहमधल्या बोचऱ्या थंडीमध्ये कष्टमय जीवन जगत होते आणि त्यांच्या कामाकरता त्यांना अतिशय नगण्य वेतन दिले जात होते.

आणि ३६,००० पेक्षा जास्त जखमी झाले. जपानचे एक लाख सैनिक आणि तितकेच नागरिक मरण पावले. नागरिकांपैकी काहींनी आत्महत्या केल्या.

अमेरिकेच्या ३० युद्धनौका बुडवणाऱ्या आणि जवळपास ३६० जहाजे निकामी करणाऱ्या १,९०० कामिकाझे हल्ल्यांचा अमेरिकेला विशेष धक्का बसला. जपानी सैनिक त्यांच्या सम्राटाकरता लढले. अनेकांकरता त्यांचा सम्राट हा देवासमान होता. आपण शरण आलो तर आपल्या कुटुंबाचे नाक कापले जाईल आणि याउलट रणांगणावर मेलो तर कुटुंबाला सर्वोच्च प्रतिष्ठा प्राप्त होईल असा त्यांचा बाणा होता.

जपानवर आक्रमण करण्यामध्ये खूप नुकसान होईल यावर सगळ्या लष्करी नियोजनतज्ज्ञांचे एकमत होते, पण खूप म्हणजे नेमके किती यावरचा वाद कित्येक दशके सुरू होता. जनरल जॉर्ज मार्शल यांनी १८ जूनला ट्रूमनना सांगितले, की त्यांच्या मते फारतर ३१,००० सैनिकांचे प्राण जातील, म्हणजे पहिल्या तीस दिवसांमध्ये ६,००० पेक्षा जास्त सैनिक मरणार होते.

दुसऱ्या महायुद्धामुळे अमेरिकेचे मनोधैर्य खूप खालावले होते. नागरी वस्त्यांवर हल्ले करण्याचा प्रकार पहिल्या महायुद्धातच सुरू झाला होता. त्या वेळी युरोपियन राष्ट्रांनी एकमेकांच्या शहरांवर बॉंबहल्ले केले होते. आणि अमेरिकेच्या बाबतीत कौतुकास्पद गोष्ट म्हणजे १९३७ मध्ये जपानने चिनी शहरांवर बॉंबवर्षाव केला, तेव्हाच अमेरिकेने त्याचा तीव्र निषेध केला होता. १९३९ मध्ये युद्ध सुरू झाल्यावर रूझवेल्ट यांनी संरक्षणहीन शहरांवर ''अमानवी प्रकारचे रानटी'' बॉंबहल्ले करणे टाळण्याची कळकळीची विनंती केली होती.

पण १९४०च्या दशकाचा मध्य येईतोवर बार्सिलोना, माद्रिद, शांघाय, बीजिंग, नानजिंग, वॉर्सा, लंडन, रॉटरडॅम, मॉस्को, लेनिनग्राड, बुडापेस्ट, व्हिएन्ना, कोलोन, बर्लिन आणि इतर अनेक शहरांवर तुफानी बॉंबहल्ले झाले. जर्मनीने ब्रिटिश शहरांवर भयंकर हल्ले सुरू केले आणि ब्रिटिशांनी जर्मनीच्या नागरी लक्ष्यांवर एका वेळी एक हजार विमानांच्या फळ्यांद्वारे बॉंबहल्ले करून त्याला प्रत्युत्तर दिले.

अमेरिकेचे वायुदलप्रमुख जनरल कर्टिस लीमे १९४२ मध्ये इंग्लंडला आले तेव्हा वायुदलाच्या रणनीतिमध्ये जर्मनीचे महत्त्वाचे कारखाने आणि वाहतुकीचे जाळे यांच्यावर भरदिवसा अचूक बॉंबहल्ले करण्याचा समावेश होता. पण जर्मनांच्या बंदुका हल्ला करायला गेलेल्या विमानातील सैनिकांचा अचूक वेध घेऊन त्यांच्या चिंधड्या उडवू लागल्या आणि प्राणभयाने गर्भगळित झालेले कित्येक वैमानिक मोहीम सोडून तळावर परत येऊ लागले. वायुदलाचे मनोधैर्य पार खच्ची होऊन कुठल्याही क्षणी पूर्ण संपण्याची परिस्थिती निर्माण झाली. लीमे यांनी आपल्या

वैमानिकांना सक्त आज्ञा दिली : ''मोहीम अर्धवट सोडून परतण्याचे आपले प्रमाण खूप जास्त आहे आणि त्याचे कारण भीती हे आहे. इथून पुढे जो वैमानिक उड्डाण करेल आणि आपल्या लक्ष्यापर्यंत पोहोचणार नाही, त्याचे कोर्टमार्शल केले जाईल.''

मोहीम अर्ध्यात सोडून परत येण्याचे प्रमाण शून्यावर गेले. मात्र लीमे पारंपरिक बॉंबहल्ल्यातील मर्यादांमुळे वैतागून आपल्या रणनीतीमध्ये आमूलाग्र बदल करण्याचा विचार करत होते. अखेर त्यांना प्रेरणा मिळाली ब्रिटिशांकडून. विशेषत: कुप्रसिद्ध सर आर्थर ''बॉंबर'' हॅरिस यांच्याकडून. हॅरिस यांनी लष्करी लक्ष्ये आणि नागरी लक्ष्ये असा भेदभावच ठेवला नव्हता. फेब्रुवारी १९४२ मध्ये, आपल्या लक्ष्यांवर दिवसा नेमके आणि जोरदार बॉंबहल्ले करण्याऐवजी रात्री एखाद्या भागावर सरसकट बॉंबवर्षाव करायला सुरुवात केली होती ती हॅरिस यांनीच. या रात्रीच्या हल्ल्यांमध्ये नागरी जनतेवर ठरवून तूफान बॉंबहल्ले केले जात होते. अशा नरसंहाराची अमेरिकेला भीती वाटली आणि मग दिवसरात्र बॉंबहल्ले सुरू झाले. दिवसा अमेरिकेचे तर रात्री ब्रिटिशांचे.

जुलै १९४३ मध्ये हॅरिस यांच्यासह ब्रिटिश बॉंबर्सनी जर्मनीचे हॅम्बुर्ग हे शहर बेचिराख केले. त्या वेळी त्या शहरातून, अमेरिकेच्या एम्पायर स्टेट या सर्वांत उंच इमारतीपेक्षाही उंच ज्वाळा निघत होत्या. लीमे यांच्या मनात आले, की आपण याच्याहीपेक्षा सरस कामगिरी करू शकतो आणि मग नोव्हेंबर महिन्यात अमेरिकन वायुदलाने म्युन्स्टर शहर उद्ध्वस्त केले. ही एका नव्या युद्धाची सुरुवात होती.

१३ फेब्रुवारी, १९४५ या दिवशी एल्बे नदीतटावरचे ड्रेस्डेन हे १७ व्या व १८ व्या शतकातील युरोपियन वास्तुकलेचा नमुना असलेले सुंदर शहर पृथ्वीच्या पाठीवरून नाहीसे झाले. त्या वेळी त्या शहरामध्ये लाल सैन्यापासून पळ काढणारे जर्मन शरणार्थी सैनिक खचाखच भरलेले होते. आदल्या दिवशी रात्रीच्या वेळी ब्रिटिशांच्या बॉंबहल्ल्यांमध्ये पंचवीस हजार सैनिक मारले गेले, तर दुसऱ्या दिवशी सकाळी अमेरिकन वायुदलाने उरलेल्यांचा खात्मा केला. लष्करी दृष्टीने त्या शहराला फारसे महत्त्व नव्हते. युरोपमध्ये दोस्तराष्ट्रांनी केलेल्या सरसकट बॉंबहल्ल्यांची मानवी आणि साधनसामग्रीच्या रूपातील किंमत प्रचंड होती. ब्रिटिशांच्या एकूण युद्धखर्चाच्या जवळ जवळ पंचवीस टक्के आणि अमेरिकेच्या एकूण युद्धखर्चापैकी बहुतांश रकमेएवढी. पण हे खरोखरच करणे आवश्यक होते का?

या बॉंबहल्ल्यांमुळे जर्मनीच्या युद्धसामग्री निर्मितीच्या वाढीची गती कमी झाली आणि नागरिकांचे मनोधैर्य खच्ची झाले. हल्ल्यांमध्ये सुमारे पाच लाख

जर्मन, इटालियन आणि फ्रेंच नागरिक मारले गेले असावेत असा अंदाज आहे. आणि त्यामुळे लुफ्तवाफला तिची शक्ती आपल्या मुख्य भूमीच्या संरक्षणार्थ तिकडे वळवणे भाग पडले. त्यामुळे ही विमाने रशियन आघाडीवर अनुपलब्ध झाली. मात्र जर्मनीचे नुकसान करण्यात दोस्तराष्ट्रांचा जितका पैसा खर्च झाला, त्यापेक्षा कमी खर्च जर्मनीचा स्वत:चे संरक्षण आणि झालेल्या नुकसानाची भरपाई करण्यात झाला असू शकतो. या हवाईहल्ल्यांमध्ये अमेरिकेचे एकूणऐंशी हजारांपेक्षा जास्त तर ब्रिटनचेही जवळपास तितकेच वायुसैनिक ठार झाले. १९४३ मध्ये चर्चिल यांनीसुद्धा असे उद्गार काढले, की "आपण पशुवत झालो आहोत की काय? आपण जरा अति तर नाही ना करत आहोत?"

एप्रिलच्या मध्यापर्यंत जर्मनीमध्ये उद्ध्वस्त करण्यासारखे फारसे काही उरलेच नव्हते. लीमे म्हणाले, "तुम्हाला लोकांना ठार करावेच लागते आणि तुम्ही जेव्हा पुरेसे लोक मारता, तेव्हा त्यांचे लढणे बंद होते."

१९४४ च्या शेवटी-शेवटी जपानी लोक ज्याला "राक्षस" म्हणून ओळखू लागले, त्या लीमे यांची प्रशांत महासागरावर बदली झाली. त्यांनी तिथे इतक्या संख्येने जपानी नागरी लोकांना ठार मारले, की युद्धाच्या इतिहासामध्ये यापेक्षा जास्त क्रौर्य कुठेच पाहिले गेले नव्हते. ब्रिटिशांच्या "एरिया बॉंबिंग" पेक्षा जास्त उघडपणे नागरी क्षेत्रांवर बॉंबहल्ले करण्याच्या या पद्धतीला लीमे यांनी "टेरर बॉंबिंग" म्हणजेच दहशत बसवण्याकरता केलेले बॉंबहल्ले असे नाव दिले.

त्या वर्षी अमेरिका जपानने व्यापलेले प्रदेश एकामागून एक घेत चालली होती आणि मुख्य जपानची भूमी अमेरिकन बॉंबर विमानांच्या टप्प्यामध्ये येऊ लागली होती. १९४५च्या मार्च ९ आणि १० च्या मधल्या रात्री लीमे यांनी जपानी साम्राज्याची राजधानी टोकियोवर ३३४ विमाने पाठवली. या विमानांमध्ये नापाम, थर्माईट, पांढरे फॉस्फरस आणि सामान्य जनतेला ठार मारण्याकरताच निर्माण केले गेलेले जवळ जवळ सर्वच स्फोटक पदार्थ भरलेले अग्निजनक बॉंब्स होते.

टोकियो शहर म्हणजे बांबू आणि लाकूड यांचे एक हजार वर्षे जुने आगर होते. या शहराला पेपर सिटी म्हणत असत. बी-२९ विमानांनी शहराचा सोळा चौरस मैल भाग भाजून काढला. त्यात ऐंशी हजारांपेक्षा जास्त नागरी लोकसंख्या नष्ट झाली आणि सुमारे दहा लाख लोक बेघर झाले. या हल्ल्यांमुळे लागलेली आग इतकी भीषण होती, की तिथल्या कालव्यांमधले पाणी उकळू लागले, धातू वितळले आणि लोक क्षणार्धात जळून खाक झाले. शहरावरच्या वातावरणामध्ये जळक्या मांसाचा इतका भयंकर वास पसरला होता, की बॉंब टाकणारे वैमानिक आणि सैनिक विमानामध्ये उलट्या करू लागले. टोकियोवरचा हल्ला लीमेची

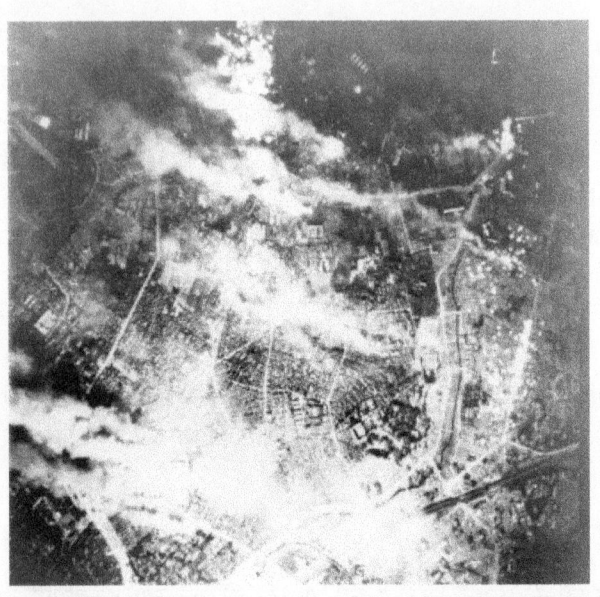

१९४५च्या मार्च ९ आणि १० च्या मधल्या रात्री लीमे यांनी जपानी साम्राज्याची राजधानी टोकियोवर ३३४ विमाने पाठवली. या विमानांमध्ये नापाम, थर्माईट, पांढरे फॉस्फरस आणि सामान्य जनतेला ठार मारण्याकरताच निर्माण केले गेलेले जवळ जवळ सर्वच स्फोटक पदार्थ भरलेले अग्निजनक बॉंब्स होते. या बॉंबहल्ल्यांमुळे शहराचा सोळा चौरस मैल भाग बेचिराख झाला. त्यात ऐंशी हजारांपेक्षा जास्त नागरी लोकसंख्या नष्ट झाली आणि सुमारे दहा लाख लोक जखमी झाले. या हल्ल्यांमुळे लागलेली आग इतकी भीषण होती, की तिथल्या कालव्यांमधले पाणी उकळू लागले, धातू वितळले आणि लोक क्षणार्धात जळून खाक झाले. लीमे म्हणाले, मेलेले लोक ''जळून, उकडून आणि शिजून मेले''.

सर्वांत मोठी कामगिरी म्हणून प्रसिद्ध होणार होता.

प्रत्यक्षात अमेरिकन वायुदलाने जपानमधल्या शंभरावर शहरांवर अग्निबॉंब टाकले. यांपैकी काही शहरे लष्करीदृष्ट्या अजिबात महत्त्वाची नव्हती. या हल्ल्यांमध्ये साडेपाच लाखांपेक्षा जास्त जीव गेले. जपानी नागरिकांच्या या कत्लेआमबद्दल जवळ जवळ कुणीही आक्षेप घेतला नाही. ब्रिगेडियर जनरल बॉनर फेलर्स यांनी या संदर्भात व्यक्त केलेली खंत अशी होती - ''संपूर्ण मानवी इतिहासात प्रत्यक्ष लढत नसलेल्या लोकांची इतकी निर्मम आणि नृशंस हत्या खूपच कमी वेळा झाली.''

तोयामा शहर ९९.५ टक्के उद्ध्वस्त झाले. सेक्रेटरी ऑफ वॉर हेन्री

स्टिमसन ट्रुमनना म्हणाले, "अमेरिकेची प्रतिमा हा देश हिटलरपेक्षा जास्त क्रूर आहे अशी होणे मला नको आहे." भावी डिफेन्स सेक्रेटरी रॉबर्ट मॅक्नमारा १९४५ मध्ये लीमे यांच्या हाताखाली काम करत होते. लीमे म्हणाले होते, जर का अमेरिका या युद्धात हरली, तर युद्धगुन्हेगार म्हणून आपल्या सर्वांवर खटला भरला जाईल. रॉबर्ट मॅक्नमारा यांना हे पटले आणि वाटले खरे तर त्यात आपल्या सर्वांना दोषी ठरवणेच योग्य ठरेल.

या कल्पनेने अंगावर शहारा येत असला, तरी लीमे यांच्या टेरर बॉंबिंगमुळे जो काही भयंकर विनाश सुरू होता, त्याच्या चष्म्यातून पाहिले, तर अणुबॉंब टाकणे हे तार्किकदृष्ट्या पुढचे पाऊल ठरते. पण ती घडी जसजशी जवळ येऊ लागली, तसतसे अनेक शास्त्रज्ञ अस्वस्थ होऊ लागले. लिओ स्झिलार्ड आणि इतरांना हे कळून चुकले होते, की त्यांनी हा जो बॉंब बनवला आहे, तो

भविष्यातल्या बॉंबचा अगदी प्राथमिक नमुना आहे. स्झिलार्ड, नोबेल पारितोषिक विजेते रसायनशास्त्रज्ञ हॅरॉल्ड युरी आणि अवकाशशास्त्रज्ञ वॉल्टर बार्टकी यांनी बॉंबचा उपयोग करू नये, असे ट्रुमनना सांगण्याकरता त्यांची भेट मागितली, पण त्यांना आधी दक्षिण कॅरोलायनामध्ये जिमी बर्न्स यांना भेटायला सांगण्यात आले. बर्न्स यांचा प्रतिसाद पाहून स्झिलार्ड यांना धक्का बसला. नंतर त्यांनी त्याबद्दल लिहिले, ''मि. बर्न्स ... यांना त्या वेळी उर्वरित शासनाप्रमाणेच हे माहीत होते की, जपानचा खरे तर पराभव झालेला आहे ... बर्न्स यांना युरोपमध्ये रशियाचा प्रभाव वाढण्याबद्दल जास्त चिंता होती आणि त्यांनी ठामपणे सांगितले, की आपल्याकडे बॉंब असण्यामुळे आणि आपण तो टाकून दाखवण्यामुळे रशियाला युरोपात काबूत ठेवता येईल.''

ब्रिगेडियर जनरल लेस्ली ग्रोव्हज यांनीदेखील नंतर कबूल केले, की त्यांच्या मनामध्ये खरा शत्रू कायम रशियाच होता : ''मी सदर प्रकल्पाची धुरा हाती घेतल्याच्या सुमारे दोन आठवड्यांनंतरपासून माझ्या बाजूने आमचा शत्रू रशिया आहे, याबद्दल मनात काहीही गोंधळ नव्हता आणि हा प्रकल्प त्याच आधारे पूर्ण करण्यात आला.''

जून महिन्यात शिकागोच्या मेट लॅबमध्ये काम करणाऱ्या शास्त्रज्ञांनी एक अहवाल तयार केला आणि त्यात इशारा दिला, की जपानवर आण्विक हल्ला केल्यास अमेरिकेचे नैतिक स्थान तर नष्ट होईलच, पण ''परस्परांचा संपूर्ण विनाश'' या भयापोटी रशियासोबत आण्विक अस्त्रांची स्पर्धा सुरू होईल. या बॉंबमध्ये गुपित असे काहीही नसल्यामुळे रशियाही लवकरच आपल्या बरोबरीला येऊ शकतो, असेही या अहवालामध्ये नमूद करण्यात आले होते.

हा अहवाल सर्वांना वितरीत करण्यावर सुरक्षा अधिकाऱ्यांनी बंदी घातली, तेव्हा १५५ प्रकल्प शास्त्रज्ञांची स्वाक्षरी असलेला एक अर्ज स्झिलार्ड यांनी तयार केला. पण रॉबर्ट ओपनहायमर यांनी हा अर्ज लॉस अलामोसमध्ये प्रसृत होऊ दिला नाही आणि ग्रोव्हजना सावध केले. त्यांनी स्झिलार्ड यांचा तो अर्ज स्टिमसन किंवा ट्रुमन यांच्यापर्यंत पोहोचणार नाही याची काळजी घेतली. ग्रोव्हज यांचे सुरक्षा एजंट्स संपूर्ण युद्धकाळामध्ये स्झिलार्ड यांच्यावर डोळ्यांत तेल घालून नजर ठेवून होते. एका क्षणी तर ग्रोव्हज यांनी स्झिलार्ड हे ''शत्रुत्वपूर्ण परकीय'' आहेत असा ठपका ठेवून त्यांना ''युद्ध संपेपर्यंत स्थानबद्ध'' ठेवण्याची मागणी केली होती.

मे १९४५ मध्ये, आपण सोव्हिएत शास्त्रज्ञांना आपले ज्ञान उघड करावे व त्यांच्या निरीक्षकांना आपली चाचणी पाहण्याकरता आमंत्रण द्यावे या ओपनहायमर यांच्या सूचनेला जनरल मार्शल यांनी पाठिंबा दिला. पण बर्न्स यांनी ही कल्पनाच

फेटाळून लावली. आता बाँबचा प्रयोग करण्यापासून माघार घेणे अशक्य आहे, तो आता थांबवता येणार नाही असे वातावरण निर्माण झाले. आणि जुलैमध्ये पॉट्सडॅम इथे तीन महासत्ता युद्धोत्तर जगाच्या पुनर्मांडणीवर चर्चा करत असताना हा प्रश्न कळीचा बनून बसला होता. ते स्थळ बाँबचे अस्तित्व उघड करण्यासाठी आदर्श होते.

परिषदेची पार्श्वभूमी विचित्र आणि अलौकिक होती. सोव्हिएत सैन्याने भग्नावस्थेतल्या बर्लिनचा ताबा घेतला होता. आपण पॉट्सडॅमला रशियाचा प्रशांत महासागरातील युद्धामध्ये सहभाग नक्की करण्यासाठी चाललो आहोत असे ट्रुमनना जाहीर केले होते. स्टालिन तसे आश्वासन पुन्हा एकदा द्यायला तयार होता. ट्रुमनना त्यांच्या डायरीत लिहिले : "ते १५ ऑगस्टला जपान्याविरुद्धच्या युद्धात असतील. हे घडेल तेव्हा जपान्यांना संपवू.''

'ट्रिनिटी' चाचणीच्या मुख्य ठिकाणी – ग्राउंड झीरो – ग्रोव्हज आणि ओपनहायमर. मॅनहॅटन प्रकल्पाचे हे दोन नेते हर तऱ्हेने एकमेकांच्या अगदी विरुद्ध होते – प्रतिष्ठा, धर्म, खाण्यापिण्याच्या आवडी, धूम्रपान आणि मद्यपानाच्या सवयी आणि खासकरून राजकारण. हे दोघे वृत्तीनेसुद्धा विरुद्ध होते. ओपनहायमर त्यांना ओळखणाऱ्या बहुतेकांचे खूप आवडते होते, तर ग्रोव्हज हे जवळपास कुणालाच आवडत नव्हते. पण ग्रोव्हज यांची उग्र, दादागिरीयुक्त आणि आर या पार शैली प्रत्यक्षात ओपनहायमर यांच्या प्रेरणादायी आणि प्रकल्प पूर्णत्वाला नेण्याच्या दृष्टीने आपल्या सहकाऱ्यांकडून जास्तीत जास्त काम काढून घेण्याच्या क्षमतेला पूरकच होती.

दोस्तराष्ट्रांची गुप्त माहिती याच्याशी मिळतीजुळती होती. गुप्तचरांनी कळवले होते: "सोव्हिएत युनियनचा युद्धामध्ये प्रवेश जपान्यांना अखेर हे पटवून देईल, की त्यांचा संपूर्ण पराभव आता निश्चित आहे.'' मेमध्ये जपानची सर्वोच्च युद्ध समिती अशाच काहीशा निष्कर्षाप्रत आली होती : "या क्षणी जेव्हा जपान अमेरिका आणि ब्रिटनशी जीवनमरणाचा लढा देत आहे, तेव्हा रशियाच्या युद्धामध्ये उडी घेण्याने साम्राज्याला निर्णायक धक्का बसणार आहे.''

मात्र जपान्यांचा आताच पराभव झाला आहे, हे बहुतेकांना स्पष्टच दिसत होते. १९४४ साल संपेतोवर जपानी नौदल नष्ट झाले होते, त्यांचे वायुदल शक्तिहीन झाले होते, त्यांची रेल्वेव्यवस्था मोडकळीला आली होती, अन्नधान्याचा साठा संपत आला होता आणि तिथल्या जनतेचे मनोधैर्य झपाट्याने खालावत चालले होते. जर्मनीचा पराभव झाल्यावर सोव्हिएत सैन्य प्रचंड मोठ्या संख्येने सायबेरियामध्ये जमू लागले होते. १९४५च्या ऑगस्टमध्ये जपानव्याप्त मांचुरियावर आक्रमण करण्याची त्यांची तयारी चालली होती.

त्या वर्षी फेब्रुवारीमध्ये माजी पंतप्रधान राजपुत्र कोनो यांनी सम्राटाला लिहिले : ''मला हे सांगायला वाईट वाटते, की जपानचा पराभव आता अटळ आहे.'' ते म्हणाले, की यानंतर होणारी साम्यवादी क्रांती टाळणे अतिशय महत्त्वाचे आहे.

मे महिन्यात जपानच्या सर्वोच्च युद्ध समितीने सोव्हिएत रशियाला चाचपडून पाहण्याचा निर्णय घेतला. त्यांना फक्त रशियाला आपल्या युद्धापासून दूर ठेवायचे होते असे नाही, तर रशिया आपल्याला अमेरिकेकडून शरणागतीच्या जास्त चांगल्या अटी व शर्ती मिळवून देण्यात मदत करेल किंवा नाही हेदेखील त्यांना जाणून घ्यायचे होते. या वाटाघाटी नाजूक होत्या. पण अमेरिकन गुप्तहेर खाते युद्ध सुरू झाल्यापासूनच जपान्यांच्या तारा मध्येच फोडून वाचत होते. १३ जुलैला टोकियोतून मॉस्कोतील जपानी राजदूतांना पाठवलेल्या व शरणागतीच्या अटींबद्दल असलेल्या तारेमध्ये स्पष्टपणे लिहिले होते : ''विनाअट शरणागती हा शांततेच्या मार्गातला एकमेव अडथळा आहे.'' ''जपानी सम्राटाची ही तार शांतता मागणारी आहे,'' असे ट्रुमन यांचे स्पष्ट मत झाले.

फॉरेस्टल यांच्या मते हा ''युद्धातून बाहेर पडण्याच्या जपानच्या इच्छेचा पुरावा'' होता. स्टिमसननी या तारेला ''शांततेकरताची जपानची खेळी'' म्हटले. बर्न्स यांनी ''जपानचे शांततेच्या दृष्टीने चाललेले चाचपडणे'' म्हटले. जपानी लोकांचे सर्व काही नष्ट झाले आहे, हे या सर्वांना ठाऊक होते. आता शेवट जवळ आला होता. आणि ट्रुमन यांच्या निकटतम सल्लागारांनी त्यांना विनंती केली की, ''विनाअट शरणागती'' या मागणीमध्ये बदल करावा व जपान आपल्या सम्राटाला कायम ठेवू शकेल असे सूचित करून युद्ध लवकर संपवावे.

जनतेच्या दृष्टीने सम्राट म्हणजे एक पवित्र व्यक्ती होती आणि त्यांच्या शिंटो धर्माचा केंद्रबिंदू होता. अशा व्यक्तीला इटलीमध्ये मुसोलिनीला दिल्याप्रमाणे फाशी दिलेले किंवा युद्धन्यायालयामध्ये तिची मानहानी केलेली बघणे लोक सहन करू शकले नसते. मॅकऑर्थर यांच्या सैन्याने कळवले, ''सम्राटांना फाशी देणे ही गोष्ट या लोकांकरता, आपल्या दृष्टीने येशू ख्रिस्ताला क्रूसावर लटकवणे जसे आहे, तसेच ठरेल. प्रत्येक जपानी मनुष्य मुंगीसारखा शेवटपर्यंत प्राणपणाने

लढेल.''

पण जिमी बर्न्स ट्रुमनना म्हणाले, जर साम्राज्यव्यवस्था कायम राहू दिली तर (ट्रुमनना) राजकीयदृष्ट्या ''क्रूसावर लटकवले जाईल.'' पुन्हा एकदा, त्यांचा सल्ला अंतिम ठरला. ट्रुमन आणि बर्न्स यांना रशियाच्या मदतीशिवायही जपान्यांना लवकर शरणागती पत्करायला लावण्याचा एक मार्ग आपल्याकडे आहे आणि तसे केल्यास रशियाला रूझवेल्ट यांनी आश्वासन दिलेल्या भूप्रदेशविषयक आणि आर्थिक सवलती देणे नाकारता येणे शक्य होईल असे वाटत होते.

ट्रुमन यांनी शास्त्रज्ञांना अणुबाँबची चाचणी घेण्याकरता वेळ देण्यासाठी पॉट्सडॅमची परिषद दोन आठवड्यांनी पुढे ढकलली आणि त्यांची ही खेळी यशस्वी ठरली. स्टिमसन यांनी त्यांना हवी असलेली बातमी दिली. त्याच्या दुसऱ्याच दिवशी परिषद सुरू झाली. चाचणीचा सविस्तर अहवाल त्यांनी नंतर वाचला. ही चाचणी भीतिदायक होती. जवळ जवळ बुद्धीच्या पलीकडची होती.

स्टालिन आणि ट्रुमन सेक्रेटरी ऑफ स्टेट जेम्स बर्न्स व सोव्हिएत परराष्ट्रमंत्री व्याचेस्लाव मोलोटोव्ह यांच्या समवेत- पॉट्सडॅम परिषद, जुलै १९४५. पॉट्सडॅम इथे असतानाच ट्रुमन आणि त्यांच्या सल्लागारांना अणुबाँबची ट्रिनिटी चाचणी यशस्वी झाल्याचे कळले. आता या नव्या अस्त्राने सुसज्ज झाल्यामुळे आणि रशियाला रूझवेल्ट यांनी आश्वासन दिलेल्या भूप्रदेशविषयक आणि आर्थिक सवलती देणे नाकारण्याच्या आशेने ट्रुमन, बर्न्स आणि सेक्रेटरी ऑफ वॉर हेन्री स्टिमसन यांना सोव्हिएत युनियनच्या प्रशांत महासागरावरील युद्धामधील सहभागाबद्दल मुळीच उत्सुकता राहिली नव्हती.

ट्रुमन यांचा एकूण अवतारच बदलला. त्यांच्यातला हा बदल पाहून चर्चिलना धक्का बसला. "मला कळतच नव्हते. तो अहवाल वाचून झाल्यावर ते जेव्हा बैठकीमध्ये आले, तेव्हा ते जणू दुसरेच कुणी होते. रशियन लोक युद्धामध्ये कुठल्या क्षणी प्रवेश करतील आणि कुठल्या क्षणी त्यातून बाहेर पडतील हे त्यांनी त्यांना स्पष्ट केले आणि एकूणातच संपूर्ण बैठकीवर हुकूमत गाजवली."

चोवीस जुलै रोजी ट्रुमन यांनी स्टालिनला कळवले, की अमेरिकेकडे "असाधारण संहारकशक्ती असलेले एक नवे अस्त्र" आहे. स्टालिनने या माहितीला दिलेला थंड प्रतिसाद पाहून ट्रुमन चक्रावले. आपण सांगतो आहोत ते स्टालिनला खरोखर कळले आहे की काय असे त्यांना वाटले.

पण या बाबतीत ट्रुमन भोळसट होते. अलामोगोर्दोमध्ये ब्रिटिश मोहिमेचा एक भाग असलेले आणि विचारसरणीचे पक्के असलेले वैज्ञानिक क्लाउस फुक्स यांनी बाँबची तांत्रिक माहिती त्यांच्या रशियन धन्यांपर्यंत पोहोचवली होती. चाचणी नेमकी कधी करण्याचे ठरले आहे हे स्टालिनला आधीच माहीत होते आणि ती यशस्वी झाल्याचे त्याला आता सांगण्यात येत होते.

स्टालिनने ट्रुमन यांना केवळ मान हलवून आणि "थँक यू" असे पुटपुटून दिलेला प्रतिसाद ब्रिटिश परराष्ट्र सचिव अँथनी इडन यांच्या लक्षात आला. असे भासते, की परिषदेतून बाहेर पडताच स्टालिनने त्याचे गुप्त पोलिस प्रमुख बेरिया यांना बोलावले आणि ट्रुमन यांच्याआधी त्यांची चाचणी यशस्वी झाल्याचे आपल्याला न कळवल्याबद्दल त्यांना फैलावर घेतले.

परराष्ट्र मंत्री आंद्रे ग्रोमिको यांनी सांगितले, की स्टालिन जेव्हा त्यांच्या निवासस्थानी परतले तेव्हा त्यांनी असे उद्गार काढले, की आता अमेरिकन्स त्यांची आण्विक एकाधिकारशाही वापरून युरोपमध्ये आपलेच चालवतील, पण या धाकदपटशाला ते जुमानणार नाहीत. स्टालिनने सोव्हिएत फौजांना आशियाई युद्धामध्ये लवकर उतरा असे सांगितले आणि सोव्हिएत शास्त्रज्ञांना सुरू असलेली संशोधनकार्ये जलदगतीने पूर्ण करण्याचे आदेश दिले.

पॉट्सडॅममधली ट्रुमन यांची वर्तणूक पाहून, अमेरिकेला हे युद्ध लवकर संपवून प्रशांत महासागरामध्ये आपल्याला कबूल केलेल्या सवलती देणे टाळायचे आहे, हा स्टालिनचा समज आणखी पक्का झाला.

३ ऑगस्टनंतर हवामानानुसार लवकरात लवकर जपानवर अणुबाँब टाकण्याचा जो आदेश स्टिमसन आणि मार्शल यांच्या स्वाक्षरीने निघाला होता, त्यावर २५ जुलैला ट्रुमन यांनी आपली संमतीची मोहोर उठवली. पॉट्सडॅम जाहीरनामा जपानी सरकार नाकारणार याची त्यांना आणि बर्न्स यांना पूर्ण खात्री होती, कारण त्यात सम्राटाबद्दल कुठलेही ठोस आश्वासन देण्यात आलेले नव्हते. स्टालिनची

जाहीरनाम्यावर स्वाक्षरी करण्याची इच्छादेखील अमेरिकेने हाणून पाडली होती. त्या जाहीरनाम्यावर स्टालिनची स्वाक्षरी टाकण्यामुळे जपान्यांना कळले असते, की सोव्हिएत युनियन युद्धामध्ये सहभागी होऊ घातली आहे. अमेरिकेचे हे वर्तन जपान आणि सोव्हिएत युनियन या दोघांप्रतीही अगदीच अप्रामाणिक होते.

अणुबाँब टाकण्यासाठी तयार होण्याची वेळ जवळ जवळ येत होती. जाहीरनाम्यावर रशियाची स्वाक्षरी नसण्यामुळे, रशिया युद्धापासून लांब राहावी याकरता मे महिन्यापासून जपान जे निष्फळ राजनैतिक प्रयत्न करत होता, ते सुरू ठेवण्याला प्रोत्साहन मिळाले. रशियाच्या बलाढ्य फौजा युद्धामध्ये उतरण्यामुळे जपानी साम्राज्य चिरडून टाकले जाणार हे जपानी लोक जाणून होते. बाँब टाकावा की नाही या बाबत अतिशय साशंक असलेले स्टिमसन या बाँबला "भीतिदायक", "भयंकर", "राक्षसी" म्हणत होते आणि ट्रुमन व बर्न्स यांना वारंवार पटवून देण्याचा प्रयत्न करत होते, की त्यांनी जपानला त्यांच्या सम्राटाबद्दल आश्वस्त करायला हवे. पण त्यांचे सगळे प्रयत्न पाण्यावरच्या रेघोट्या ठरत होते. आपल्याकडे दुर्लक्ष केले जाते आहे, अशी जेव्हा त्यांनी ट्रुमन यांच्याकडे तक्रार केली, तेव्हा आपल्या या वयोवृद्ध आणि कृश सेक्रेटरी ऑफ वॉरला ट्रुमन म्हणाले, "तुम्हाला हे पटत नसेल, तर तुम्ही आपले सामान गोळा करा आणि घरी जा."

आपल्या या निर्णयाची जबाबदारी ट्रुमन यांनी नेहमीच अंमळ अभिमानाने स्वीकारली असली, तरी वास्तविक हा निर्णय ट्रुमन यांनी घेतलेलाच नाही, असा

जनरल डग्लस मॅकऑर्थर सम्राट हिरोहिटो यांच्यासमवेत. हा अनेकांना एक क्रूर विरोधाभास वाटेल, पण अमेरिकेने जपानला आपले सम्राटाचे पद सुरू राहू देण्याची परवानगी दिली. बहुतेक तज्ज्ञांच्या मते सम्राटपद कायम राहणे युद्धोत्तर सामाजिक स्थैर्याकरता अत्यावश्यक होते. बर्न्स यांच्या सक्त ताकिदीच्या विपरीत, या निर्णयामुळे ट्रुमन यांना कुठलाही राजकीय परिणाम भोगावा लागला नाही.

बॉंब टाकण्याच्या अंतिम आदेशाचा मसुदा ज्यांनी तयार केला त्या ग्रोव्ह्ज यांचा दावा होता. "मला विचाराल तर त्यांचा निर्णय हस्तक्षेप न करण्याचा होता – थोडक्यात, सद्य योजनेला खीळ न घालण्याचा होता ... ट्रुमन यांनी नेमके 'होय' देखील म्हटले नाही किंवा 'नाही' देखील म्हटले नाही."

या सर्व घडामोडींमध्ये ट्रुमन यांची मनोभूमिका गोंधळात पाडणारी होती. कधी कधी त्यांनी स्टालिनच्या डोक्यावरची टांगती तलवार किंवा आपल्या हातातला झाकलेला पत्ता म्हणून बॉंबचा वापर केला असला, तरी ही टांगती तलवार संपूर्ण मानवजातीच्याच डोक्यावर टांगलेली आहे हे त्यांच्या लक्षात आले होते. पॉट्सडॅमसंबंधीच्या आपल्या डायरीतील मजकुरात त्यांनी लिहिले : 'जगाच्या इतिहासातला सर्वांत भयंकर बॉंब आम्ही शोधला आहे. नोहा आणि त्याचे अद्भुत जहाज यानंतर युफ्रेटिस खोऱ्याच्या युगात वर्तवलेले अग्निप्रलयामध्ये जग नष्ट होईल असे भाकित कदाचित हेच असावे.'

आपल्या कारकिर्दीमध्ये मानाचे पाच तारे मिळवणाऱ्या अमेरिकेतील सात पंचतारांकित लष्करी अधिकाऱ्यांपैकी सहा जणांना त्यांचा शेवटचा मानाचा तारा दुसऱ्या महायुद्धात मिळाला होता. जनरल डग्लस मॅकऑर्थर, जनरल आयसेनहॉवर, जनरल अर्नोल्ड आणि ॲडमिरल लेही, ॲडमिरल किंग व ॲडमिरल निमित्झ या त्या सहा अधिकाऱ्यांनी अणुबॉंबला नैतिकदृष्ट्या अयोग्य, लष्करीदृष्ट्या अनावश्यक किंवा दोन्ही घोषित केले.

आयसेनहॉवर म्हणाले, "मग (स्टिमसन यांनी) मला सांगितले, की जपानवर बॉंब टाकायचे ठरले आहे. मी ते ऐकले, पण त्यावर काहीही बोललो नाही, कारण माझे युद्ध युरोपमध्येच संपले होते आणि आता माझ्या हातात काहीही नव्हते. पण मी जसजसा त्याचा विचार करत गेलो, तसतसे मला नैराश्य ग्रासत गेले. मग त्यांनी मला माझे मत विचारले. तेव्हा मी म्हणालो, दोन कारणांसाठी मी याच्या विरुद्ध आहे. एक, जपान शरणागती पत्करायला तयार झाला आहे, त्यामुळे या भयंकर अस्त्राद्वारे त्याला आणखी मारण्याची काहीच गरज नाही. दुसरे, असले अस्त्र वापरणारा पहिला देश आपलाच असावा हे पाहणे मला आवडणार नाही."

प्रशांत महासागरावर दोस्तराष्ट्रांच्या फौजांचे सर्वोच्च कमांडर असलेल्या जनरल डग्लस मॅकऑर्थर यांच्यामते हा बॉंब, "लष्करीदृष्ट्या पूर्णतया अनावश्यक" होता. नंतर ते म्हणाले, की अमेरिकेने जर जपानला त्यांचे सम्राटपद राहू द्यावे असे सांगितले असते, तर जपानने मे महिन्यातच शरणागती पत्करली असती.

बॉंब टाकण्याला असलेला विरोध पुरेशा प्रमाणात ज्ञात होता. ग्रोव्ह्ज यांनी त्यामुळे रणभूमीवरील सर्व अमेरिकन कमांडर्सना एक फतवा काढला, की

बॉंबहल्ल्यांवरील त्यांची सर्व विधाने त्यांनी युद्धखात्याकडून मान्यता घेऊनच पुढे द्यावीत. ''मॅकऑर्थर आणि इतरांनी नंतर आम्ही हे युद्ध (अणू)बाँबशिवायही जिंकलो असतो असे म्हणू नये अशी आमची इच्छा होती,'' असे त्यांनी नंतर कबूल केले.

युद्धसमाप्तीनंतर लगेचच जनरल कर्टिस ''राक्षस'' लीमे यांनी जाहीर केले, की अणुबाँब आणि रशियनांच्या युद्धामध्ये प्रवेश करण्याच्या विनादेखील जपान दोन आठवड्यांमध्ये शरण आले असते. युद्ध संपण्याशी अणुबाँबचा काहीही संबंध नव्हता.

बाँब कुठे टाकायचा यासंबंधीच्या लक्ष्य समितीने जपानच्या मुख्य भूमीवरची अनेक ठिकाणे निवडली होती. स्टिमसन यांनी त्या यादीतून जपानची प्राचीन सांस्कृतिक राजधानी क्योटो हिच्या नावावर फुली मारली आणि ग्रोव्हज यांच्या प्रखर विरोधावर मात करून ती वाचवली गेली. अंतिमत: हिरोशिमा शहराचे नाव नक्की झाले. लीमे यांच्या बाँबर विमानांनी मुद्दामच या शहराला आतापर्यंत धक्काही लावला नव्हता. अमेरिका आपले नवे अस्त्र इथे दाखवू शकणार होती.

६ ऑगस्ट रोजी मध्यरात्री २.४५ वाजता टिनियन बेटावरून जपानच्या दिशेने तीन बी-२९ बाँबर विमानांनी उड्डाण केले. सर्वांत पुढच्या एनोला गे या विमानामध्ये ''लिटल बॉय'' हा युरेनियम बाँब होता. विमानाचा पायलट पॉल टिबेट्स याने विमानाला आपल्या आईचे नाव दिले होते. साडेसहा तासांनी आपले लक्ष्य एनोला गे च्या दृष्टीच्या टप्प्यात आले. ते दुर्दैवी शहर सकाळच्या कोवळ्या उन्हात न्हात शांतपणे पहुडले होते.

हिरोशिमामधले ३,००,००० नागरिक, ४३,००० सैनिक आणि ४५,००० कोरियन वेठबिगार यांचा दिवस नुकताच कुठे सुरू होत होता. शहराच्या मध्यभागी असलेला एक पूल, हे लक्ष्य ठरवण्यात आले होते. ठरल्या वेळेला, म्हणजेच बरोबर ८ वाजून १५ मिनिटांनी, त्या महाकाय विमानाने ३१,००० फुटांवरच्या बाँबफेकीच्या हवाई मार्गाने झेपावायला सुरुवात केली. त्या वेळी त्याची गती होती ताशी ३३० मैल.

बाँब विमानातून सुटताच त्याचा स्फोट होण्याआधी त्यापासून शक्य तितके दूर जाण्याकरता विमानाने एक जोरदार गिरकी घेतली. अगदी अखेरच्या क्षणी हवेचा एक झोका आला आणि बाँब पुलाऐवजी पुलाच्या एका टोकाला असलेल्या शिमा हॉस्पिटलच्या दिशेने ढकलला गेला. जवळ जवळ पाच किलोमीटर उंचावरून तो आता २,००० फुटांपर्यंत येऊन पोहोचला आणि त्या ठिकाणी युरेनियमचे दोन गोळे विद्युतगतीने एकमेकांजवळ आले आणि त्यांचे प्रचंड ऊर्जेमध्ये रूपांतर झाले.

पायलट पॉल टिबेट्स (तोंडात पाइप असलेला, मधोमध), त्याचे सहकारी आणि एनोला गे.

एव्हाना नऊ मैल दूरवर पोहोचलेले विमान स्फोटाच्या हवेतील तरंगामुळे गदागदा हलले. निर्माण झालेला अग्निगोल विस्तार पावू लागला आणि अत्यंत गजबजलेला शहराचा तो मध्यभाग त्याने आपल्या कवेत घेतला. त्यातील अति तीव्र उष्णता आणि स्फोटाचा धक्का बाहेर पसरत इमारती पाडत गेला आणि आसपासच्या सगळ्या दगड, माती, लाकूड व इतर सामानाने पेट घेतला. सुमारे १.२ मैलाच्या परिघातला संपूर्ण भूभाग नष्ट झाला. दीड तासाने तिथून ४०० मैल दूरवरून विमानातील सर्व कर्मचारी मागे वळून पाहू शकले आणि कुत्र्याच्या छत्रीच्या आकाराचा ४०,००० फूट किंवा त्याहीपेक्षा उंच ढग त्यांना तितक्या लांबूनही दिसला.

बाँब जिथे प्रत्यक्ष पडला, त्या भागातले तापमान ५,४०० डिग्री फॅरनहाइट (२,९८२.२ डिग्री सेल्सिअस) पर्यंत गेले आणि त्या अग्निगोलाने "लोकांच्या शरीरातील अंतर्गत अवयव जाळून टाकून निमिषार्धात लोकांना धगधगते कोळसे" करून टाकले. कित्येक हजार लोक क्षणात मृत्यूमुखी पडले. त्या वर्षाअखेर सुमारे १,४०,००० लोक मरण पावले, तर १९५० पर्यंत २,००,०००. अधिकृतरीत्या अमेरिकेने जाहीर केले, की जपानचे ३,२४३ सैनिक मारले गेले. मरणाऱ्या लोकांमध्ये अमेरिकेचे २३ युद्धकैदी झालेले जवान होते. त्यातले काही स्फोटातून तर वाचले, पण वाचलेल्या इतर स्थानिक लोकांनी त्यांना ठेचून मारले.

६ ऑगस्ट, १९४५ रोजी हिरोशिमा या जपानी शहरावर अणुबाँब टाकल्यावर त्यातून उठलेला कुत्र्याच्या छत्रीसारखा दिसणारा ढग. जमिनीवरून याचे चित्र वेगळे आणि यापेक्षा खूपच जास्त दु:खदायक होते. बाँब जिथे प्रत्यक्ष पडला, त्या भागातले तपमान ५,४०० डिग्री फॅरनहाइट (२,९८२.२ डिग्री सेल्सियस) पर्यंत गेले आणि त्या अग्निगोलाने ''लोकांच्या शरीरातील अंतर्गत अवयव जाळून टाकून निमिषार्धात लोकांना धगधगते कोळसे'' करून टाकले.

हिरोशिमावर बाँबचा स्फोट झाल्याची बातमी ट्रुमन यांना मिळाली, तेव्हा ते ऑगस्टा युद्धनौकेवर होते. बातमी मिळताच एखाद्या दवंडी देणाऱ्याप्रमाणे जहाजावरील प्रत्येक खलाशाला जाऊन ते ती सांगू लागले. ''इतिहासातील ही सर्वांत महान गोष्ट आहे,'' असे ते म्हणाले. याला उत्तर देताना कॅथलिक धर्मसेवक आणि शांततावादी असलेल्या डोरोथी डे यांनी लिहिले : ''आपण ३,१८,००० जपानी लोकांना ठार मारले ... मि. ट्रुमन यांचा आनंद गगनात मावत नव्हता. राष्ट्राध्यक्ष ट्रुमन. ट्रु मॅन, विचार केला तर वाटते, काय पण विचित्र नाव आहे हे. आपण येशू ख्रिस्ताला खरा देव आणि खरा माणूस म्हणतो. ट्रुमनना या गोष्टीमुळे झालेला आनंद पाहता ट्रुमन त्या काळातला एक खरा माणूसच होते.''

पण जपान शरण आले नाही. रूझवेल्टना दिलेला शब्द पाळत एव्हाना आपले पंधरा लाख सैनिक पूर्व आघाडीवर हलवलेल्या स्टालिनने ९ ऑगस्टला मांचुरियामध्ये एकाच वेळी तीन आघाड्यांवर हल्ला चढवला. ही लढाई रक्तरंजित होती.

क्वांटुंग आर्मी जवळपास नष्ट झाली. काही अंदाजांनुसार सुमारे ७,००,००० जपानी सैनिक एक तर मारले गेले, नाही तर जखमी झाले किंवा पकडले गेले. सोव्हिएत सैनिकांनी कोरिया, कुरिल बेट आणि साखलिन बेटावरही हल्ले केले. इतिहासातील ही एक मोठी घटना बहुतांशी विस्मृतीत गेली, कारण ९ ऑगस्टच्याच सकाळी या हल्ल्यानंतर काही वेळाने आणि सोव्हिएत आक्रमणाला प्रत्युत्तर देण्याकरता जपानला वेळ मिळण्याअगोदरच अमेरिकेने नागासाकी या शहरावर दुसरा बाँब टाकला. हा अंत:स्फोट होणारा प्लुटोनियम बाँब होता आणि त्याला

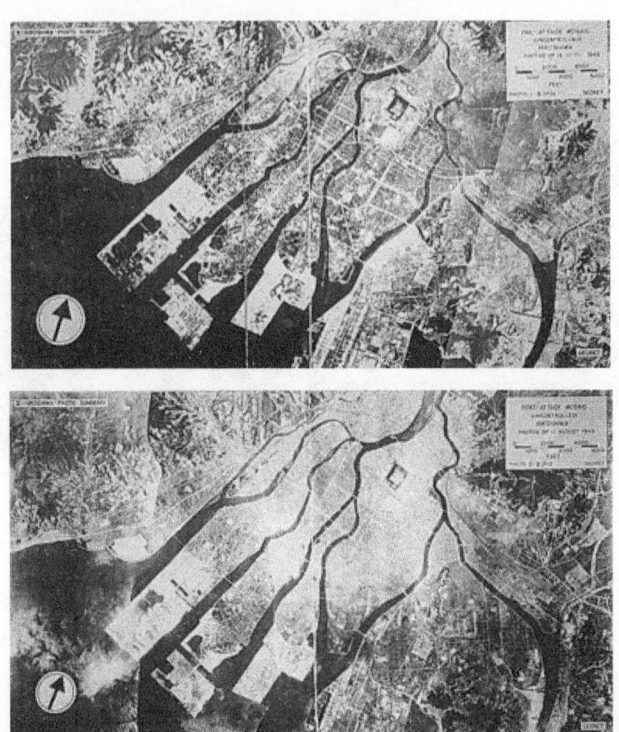

अमेरिकेच्या स्ट्रॅटेजिक बॉंबिंग सर्व्हेचे हे दोन, हल्ल्यापूर्वी आणि हल्ल्यानंतर, फोटो अणुबॉंबमुळे हिरोशिमा शहर किती भयंकर स्तरावर उद्ध्वस्त झाले हे दर्शवतात.

"फॅट मॅन" असे नामाभिधान देण्यात आले होते.

विरोधाभास म्हणजे हा बॉंब आशिया खंडातील सर्वात मोठ्या कॅथलिक कॅथेड्रलवरच फुटला. याची शक्ती होती बावीस किलोटन. या बॉंबच्या स्फोटामध्ये ४०,००० लोक निमिषार्धात मरण पावले. त्यातले फक्त २५० सैनिक होते.

हेन्री वॉलेस यांनी नागासाकीवरील बॉंबहल्ल्यानंतरच्या दुसऱ्या दिवशी, म्हणजे १० ऑगस्टला ट्रुमन आणि बर्न्स यांच्याबद्दल आपल्या डायरीमध्ये लिहिले : "ट्रुमन, बर्न्स आणि युद्धखाते व नौदल खाते ही दोन्ही खाती, यांची मानसिकता स्पष्ट सांगत होती, की ... अखेर हे लोक युद्ध करणारच."

मात्र असे असूनही ना नागासाकीवरील बॉंबहल्ल्याची घोषणा, ना 'आमच्याकडे आणखीन शंभर अणुबॉंब आहेत' ही पायदळ खात्याचे मंत्री अनामी यांनी दिलेली खोटी बातमी ऐकून जपान विनाअट शरणागतीच्या दिशेने तसूभर देखील हलले. कारण १९४५ या संपूर्ण वर्षामध्ये नित्यनेमाने जपानी शहरे नामशेष

होतच होती.

जपानच्या दृष्टीने एक विमान आणि एक बॉंब काय किंवा दोनशे विमाने आणि एक हजार बॉंब काय, त्यांच्यात फार फरक नव्हता. जपानी नेत्यांच्या दृष्टीने ९ ऑगस्टची खरी उद्ध्वस्त करणारी बातमी होती सोव्हिएत आक्रमण. नागासाकी काय, नष्ट झालेले आणखी एक शहर एवढेच. पण लाल सैन्य जपानी सैन्याला त्याच्या सर्वांत समृद्ध वसाहतीमध्ये, म्हणजेच मांचुकुओ या कठपुतळी देशामध्ये सहज पराभूत करते, ही अतिशय चिंतेची बाब होती. उपलष्करप्रमुख जनरल कावाबे म्हणाले, ''हिरोशिमाची जी भयानक दुर्दशा केली गेली होती त्याचे आकलन अगदी हळूहळू होत गेले ... त्या तुलनेत रशियाचा युद्धात प्रवेश प्रत्यक्षात आला, ही गोष्ट खूपच जबर धक्कादायक होती, कारण आम्हाला याच एका गोष्टीची सतत भीती वाटत आली होती. 'युरोपातले विशाल लाल सैन्य आता आमच्याकडे आपला मोहरा वळवते आहे' ही कल्पनाच खूप भयंकर होती.''

पंतप्रधान सुझुकी म्हणाले, की जपानने ताबडतोब शरणागती पत्करावी, अन्यथा ''सोव्हिएत युनियन फक्त मांचुरिया, कोरिया आणि काराफुतोच घेऊन थांबणार नाही, तर होक्कायडोदेखील घेईल. तसे झाले तर जपानचा पायाच नष्ट होईल. समोर फक्त अमेरिकाच आहे तोवर आपण हे युद्ध थांबवायला हवे.''

अमेरिकेच्या युद्धखात्याच्या ऑपरेशन्स विभागातील गुप्तवार्ता कर्मचाऱ्यांनी जानेवारी १९४६ मध्ये एक अत्यंत गोपनीय अभ्यास केला. त्याचा निष्कर्ष असा होता - ''जपानी मंत्रिमंडळाच्या बैठकीमध्ये अमेरिकेने टाकलेल्या अणुबॉंबचा फारसा उल्लेखही झाला नाही. हा बॉंब युद्ध संपवण्याचा एक बहाणा म्हणून वापरला गेला खरा. पण ... ही गोष्ट जवळ जवळ नक्की होती, की रशियाने युद्धात पाऊल ठेवताच तशीही जपानने शस्त्रे टाकली असती.''

सोव्हिएत रशियाने जपानचे साम्राज्य तर उद्ध्वस्त केलेच असते, पण खुद्द सम्राटालाही ठार मारण्यास अजिबात मागेपुढे पाहिले नसते. त्या लोकांनी १९१८ मध्ये त्यांच्या स्वतःच्या सम्राटालाही ठारच केले होते.

१४ ऑगस्ट रोजी, म्हणजे अमेरिकेने नागासाकी इथे दुसरा अणुबॉंब टाकल्याच्या पाचव्या दिवशी आणि रशियनांशी अजूनही जिवाच्या आकांताने लढाई सुरू असताना, सम्राट हिरोहिटो यांनी स्वतःचे अधिकार वापरले. जपानी सम्राट शतकानुशतके सामान्य जनतेच्या थेट संपर्कात येत नव्हते, कारण दैवी व्यक्ती म्हणून त्यांची पूजा होत होती. मात्र आता हिरोहिटो यांनी जपानी जनतेशी थेट संवाद साधला आणि रेडिओवरून शरणागती स्वीकारण्याचे आदेश दिले. प्रत्यक्ष 'देवाचा' आवाज बहुतेक जपानी लोकांनी आयुष्यात पहिल्यांदाच ऐकला.

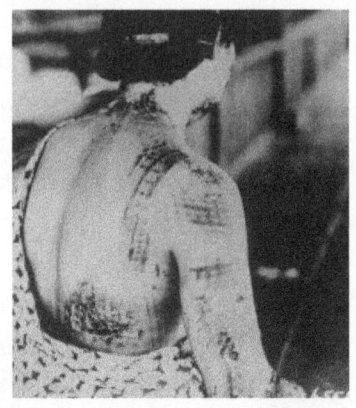
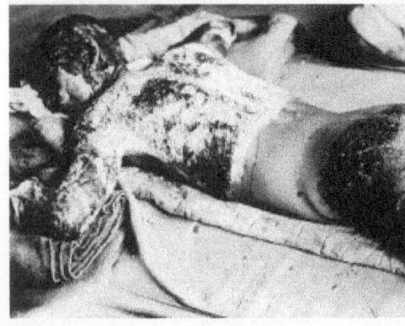

जखमी झालेल्या आणि भाजलेल्या पण जिवंत राहिलेल्या लोकांचे अतिशय वाईट हाल झाले. हिबाकुशा (बाँबहल्ल्यात जायबंदी झालेले लोक) लोकांनी त्यांच्या अवस्थेचे वर्णन जिवंतपणी नरकयातना भोगणे असे केले आहे.

दुसऱ्या महायुद्धातले भयंकर अनुभव आणि रक्तपात यामुळे अनेक (अमेरिकन) लोक इतरांच्या दुःखाबद्दल संवेदनाशून्य, बोथट होऊन गेले होते. पुढे चालून एक नामांकित पदार्थविज्ञानशास्त्रज्ञ झालेले फ्रीमन डायसन तीनशे ब्रिटिश बाँबर विमानांच्या 'टायगर फोर्स' या ताफ्यामध्ये होते. ते म्हणाले, ''निःशस्त्र, सुरक्षाहीन जपानी लोकांचे हे सातत्याने चाललेले शिरकाण मला शस्त्रसज्ज आणि संरक्षित जर्मनांच्या कत्तलीपेक्षा जास्त शिसारी आणणारे वाटत होते. तरीही मी काही लष्करी सेवेतून माघार घेतली नाही. तोपर्यंत मी इतके दिवस लढत आलो होतो, की मला शांतता कशी असते हे जणू आठवतही नव्हते. मला द्वेष किंवा पश्चात्तापाविना माणसे मारत राहणे शक्य करणारी हृदयशून्यता किंवा माझ्या अंतरात्म्याचा पोकळपणा मांडायला तेव्हा हयात असलेल्या कुठल्याही कवीकडे शब्दच नव्हते. पण शेक्सपियरला ही अवस्था समजलेली होती, त्यामुळे त्याने मॅकबेथच्या तोंडी हे शब्द दिले : '... मी रक्ताच्या चिखलामध्ये आहे, मी इथे आलो आहे जेणेकरून जर मी आणखी पुढे नाही जायचे ठरवले, तर मागे जाणेदेखील पुढे जाण्याइतकेच कष्टप्रद ठरेल.' ''

नागासाकीमधील विध्वंसाचे दृश्य. इथे अणुबॉंब टाकल्यावर ४०,००० लोक निमिषार्धात ठार झाले, १९४५ च्या अखेरपर्यंत ७०,००० आणि पुढच्या पाच वर्षांमध्ये १,४०,००० लोक मरण पावले. न्युरेंबर्ग खटल्यातील प्रमुख सरकारी वकील टेल्फोर्ड टेलर यांनी म्हटले, ''हिरोशिमाबद्दल काय चूक आणि काय बरोबर यावर वाद होऊ शकतो, पण नागासाकीचे कुठलेही पटेल असे स्पष्टीकरण मला ऐकायला मिळाले नाही.''

अशाच काहीशा विचाराने, या दोन अणुबाँबमुळेच युद्ध संपले अशी खात्री झालेल्या ८५ टक्के अमेरिकन जनतेने अणुबाँबच्या वापराचे कौतुक केले. जवळ जवळ २३ टक्के लोकांनी तर असेही म्हटले, की जपान इतक्या लवकर शरण नसते आले तर बरे झाले असते, कारण मग अमेरिका त्यांच्यावर आणखी अणुबाँब टाकू शकली असती.

जसजशी वर्षे उलटत गेली, तसतसे ट्रुमन यांच्या अंदाजातले अमेरिकन जीवितहानीचे आकडे वाढत गेले. बाँबहल्ल्यानंतर लगेचच जो अंदाज "हजारो" असा होता, तो एक दशकानंतर पाच लाखांपर्यंत जाऊन पोहोचला. पुढे जवळ जवळ पन्नास वर्षांनी, म्हणजे १९९१ मध्ये तत्कालीन राष्ट्राध्यक्ष जॉर्ज एच. डब्ल्यू. बुश यांनी "ट्रुमन यांच्या लक्षावधी अमेरिकन जीव वाचवणाऱ्या कठोर, विचारपूर्वक घेतलेल्या निर्णयाचे" कौतुक केले.

अणुबाँब टाकण्यासंबंधीचा विवाद अमेरिकन समाजाला ढवळून काढत राहिला. अमेरिकन लीजन, एअर फोर्स असोसिएशन आणि काँग्रेसमधील परंपरावादी सदस्यांनी केलेल्या निषेधांमुळे १९९५ मध्ये स्मिथसोनियन एअर अँड स्पेस म्युझियमला अणुबाँब टाकण्याच्या घटनेवरचे एक प्रदर्शन रद्द करावे लागले.

तरुण सेकंड लेफ्टनंट पॉल फुसेल हे अणुबाँब टाकण्याच्या वेळी प्रशांत महासागरावर होते. त्यांनी १९८८ मध्ये "थँक गॉड फॉर द अॅटम बाँब" हे पुस्तक प्रकाशित केले. त्यात त्यांनी लिहिले, "आपल्या पुरुषार्थाच्या खोट्या देखाव्याकरता आम्ही सुटकेच्या आणि आनंदाच्या भावनेने रडलो, ओरडलो. आम्ही जिवंत राहणार होतो. अखेर आम्ही प्रौढपणापर्यंत जिवंत राहणार हे निश्चित झाले होते."

त्यांच्या पिढीतल्या लाखो आणि तेव्हापासून जन्मलेल्या कोट्यवधी लोकांप्रमाणेच, फुसेल यांची पक्की खात्री होती, की ट्रुमन आणि अणुबाँब यांनी त्यांना जपानवर आक्रमण करण्यापासून वाचवले. पण विजयाचे श्रेय अणुबाँबला देणे एका अर्थी वर्षामागून वर्षे कष्टपूर्वक जपानचा पराभव करणाऱ्या अनेक स्त्री-पुरुषांच्या स्मृतीला अवमानजनक आहे.

युद्धसमाप्तीनंतर लगेचच रॉबर्ट ओपनहायमर हेन्री वॉलेसना भेटले. "पुढे चालून कोट्यवधी लोकांची कत्तल" होण्याबद्दल ते अतिशय काळजीत पडले होते. त्याआधी त्या वर्षी त्यांनी लष्करी आणि नागरी उच्चपदस्थांना कळवले होते, की तीन वर्षांमध्ये अमेरिका हिरोशिमावर टाकल्या गेलेल्या बाँबच्या सात हजार पट शक्तिशाली अस्त्रे निर्माण करण्याची शक्यता आहे. अमेरिकेच्या हेतूबद्दल संशय असलेल्या रशियाची भीती दूर करण्याकरता अणुतंत्रज्ञानावर आंतरराष्ट्रीय नियंत्रण असावे अशी कल्पना त्यांनी मांडली. वॉलेस यांनी आपल्या

डायरीत लिहिले : ''अणुशास्त्रज्ञांच्या मनामध्ये जागृत झालेली अपराधीभावना ही मी पाहिलेल्या सर्वांत आश्चर्यजनक गोष्टींपैकी एक आहे.''

त्यांनी ओपनहायमर यांच्या मताला सहमती दर्शवली. याकरता एक काहीतरी चांगले निमित्त आवश्यक होते आणि ते अचानक एका सर्वस्वी अनपेक्षित बाजूकडून समोर आले. हेन्री स्टिमसन ''कर्नल'' एक हाडाचे जुने सैनिक होते, पण त्यांनी ज्या शक्तींना मोकळे सोडण्यात मदत केली होती, त्यांच्यामुळे ते स्वत:च हादरून गेले होते आणि आता त्यांना तो राक्षस पुन्हा बाटलीमध्ये बंद करण्याची इच्छा झाली होती. सप्टेंबर महिन्याच्या सुरुवातीला स्टिमसन यांनी ट्रुमनना एक मेमो पाठवला, त्यात म्हटले होते, ''आपले ... रशियासोबतचे संबंध ... जवळ जवळ अणुबाँबच्या प्रश्नानेच भारलेले आहेत.'' त्यांनी पुढे ट्रुमनना सल्ला दिला, की सोव्हिएत रशियाला आपले दोस्तराष्ट्र म्हणून वागवावयास हवे : ''जर आपल्याकडे ... हे अस्त्र आपण अंमळ दिखाऊपणे कमरेला लटकावून फिरत राहिलो, तर त्यांचा संशय आणि आपल्या उद्देश आणि हेतूंबद्दलचा अविश्वास वाढत जाईल ... माझ्या दीर्घ आयुष्यामध्ये मी जो मुख्य धडा शिकलो आहे, तो म्हणजे एखाद्या व्यक्तीला विश्वासू बनवण्याचा एकमेव मार्ग म्हणजे त्याच्यावर विश्वास टाकणे हाच आहे आणि त्याला अविश्वासू करण्याचा एक खात्रीशीर मार्ग म्हणजे त्याच्यावर विश्वास न ठेवणे आणि तुमचा अविश्वास दाखवून देणे हा होय.''

त्यांनी सुचवले, की रशिया आणि अमेरिका या दोन्ही देशांनी अण्वस्त्र संशोधनावर बंदी घालण्याचे मान्य केले, तर अमेरिकेने आपले अणुबाँब विलग करावेत (डिसमॅन्टल) आणि अशाप्रकारे यावरील नियंत्रणासाठी एका आंतरराष्ट्रीय व्यवस्थेला सादर व्हावे. ट्रुमन यांनी त्यांची २१ सप्टेंबर, १९४५ रोजीची ऐतिहासिक मंत्रिमंडळ बैठक – ती स्टिमसन यांची शेवटची बैठक होती – स्टिमसन यांच्या प्रस्तावावर चर्चा करण्यात खर्च केली.

वॉलेस यांनी स्टिमसन यांची बाजू घेतली व आण्विक ''एकाधिकारशाही'' टिकवण्याचा प्रयत्न किती वेडगळ आहे, हे सूचित केले. ''मग मी एकूण शास्त्रीय पृष्ठभूमीवर सविस्तर बोललो. परदेशी ज्युईश शास्त्रज्ञांनी सर्वप्रथम ही (बाँबची) कल्पना १९३९ साली राष्ट्राध्यक्षांच्या गळी कशी उतरवली याचे वर्णन मी केले. मी असे सूचित केले, की या सगळ्या प्रकाराचा उगमच मुळी युरोपमध्ये झाला आहे आणि आपण कितीही प्रयत्न केले तरी ही गोष्ट दाबून ठेवणे अशक्य कोटीतले आहे.''

बर्न्स तिकडे लंडनमध्ये असल्यामुळे नौदल सचिव जेम्स फॉरेस्टल यांनी प्रतिपादन केले, की रशियावर विश्वास ठेवता येणार नाही. ते म्हणाले, ''रशियन्स,

जपानी लोकांप्रमाणेच विचारांच्या बाबतीत मूलतः पूर्वेकडचे आहेत.'' स्टिमसन यांच्या प्रस्तावावर मंत्रिमंडळामध्ये उभी फूट पडली आणि त्यामुळे अमेरिका पूर्णपणे जागतिक शांततेच्या बाजूला जाऊ शकत होती. पण ट्रुमन यांची चलबिचल झाली आणि अंतिमतः त्यांनी बर्न्स/फॉरेस्टल यांच्या जहाल गटापुढे मान तुकवली. भीतिदायक आणि आत्मघातकी ठरू शकणारी शस्त्रास्त्रस्पर्धा आता वाढत जाणार होती.

ऑक्टोबर १९४५ मध्ये ट्रुमन अखेर रॉबर्ट ओपनहायमरना भेटले, तेव्हा त्यांनी रशियन लोक त्यांचा अणुबॉंब केव्हापर्यंत तयार करतील याचा अंदाज त्यांना विचारला. ओपनहायमरना याबद्दल काहीच माहिती नव्हती. मग ट्रुमन त्यांना म्हणाले की, मी सांगतो. ''कधीच नाही.'' राष्ट्राध्यक्षांचे हे क्रूर अडाणीपण पाहून ओपनहायमर अत्यंत आश्चर्यचकित झाले आणि किती भयंकर संकटाचे वादळ निर्माण होते आहे, याचे गांभीर्य राष्ट्राध्यक्षांना यत्किंचितही समजत नाहीये, हे पाहून ते निराश झाले. ते एकदम ओरडले, ''मि. प्रेसिडेंट, माझे हात रक्ताने बरबटले असल्यासारखे मला वाटते आहे.'' यावर ट्रुमन रागाने म्हणाले, ''मी त्यांना म्हणालो, रक्ताने हात माझे बरबटले आहेत आणि त्याची चिंता मला करू दे.''

नंतर ट्रुमननी डीन अचिसनना सांगितले, ''मी त्या कुत्रीच्या पिलाला (सन ऑफ अ बिच) या ऑफिसमध्ये पुन्हा अजिबात पाहू इच्छित नाही.''

पुढे उजव्या गटाच्या परंपरावाद्यांनी ओपनहायमरवर सोव्हिएत हस्तक असल्याचा आरोप करत हल्ला चढवला आणि त्यांच्यामागे एफबीआयच्या असंख्य चौकशांचा ससेमिरा लावून दिला.

१९५४ मध्ये त्यांना देण्यात आलेली सुरक्षाविषयक सूट काढून घेण्यात आली. अमेरिकन अधिकाऱ्यांच्या दृष्टीने ओपनहायमर यांचा खरा गुन्हा हा होता की त्यांनी नवा हायड्रोजन बॉंब तयार करण्याला विरोध केला. कारण ओपनहायमर यांच्यामते हा बॉंब मोठ्या संख्येने लोक मारण्याचे अस्त्र होते.

ट्रुमन यांच्या आतल्या गोटाच्या अपेक्षेच्या विरुद्ध हिरोशिमा आणि नागासाकीवर अणुबॉंब टाकल्यामुळे सोव्हिएत युनियन मुळीच मऊ झाली नाही. सोव्हिएत सैन्याने कोरियन द्वीपकल्पाचा उत्तरेकडचा अर्धा भाग पादाक्रांत केला आणि दक्षिण भागात असलेल्या अमेरिकन लष्कराच्या समोरासमोर ते येऊन ठाकले. नंतरच्या काळात कोरिया हा शीतयुद्धातला एक मोठा संघर्षबिंदू ठरणार होता आणि पुढची पन्नास वर्षे जगावर त्याची काळी छाया पडणार होती.

पण एका अतिशय मोठ्या पातळीवर अणुबॉंबचा हल्ला सोव्हिएत माणसाला ग्रासून बसला होता. भावी परराष्ट्रमंत्री आंद्रे ग्रोमिको यांचा मुलगा अनातोली

आपल्या वडिलांनी या संदर्भात जे सांगितले त्याची आठवण सांगताना म्हणाला, हिरोशिमामुळे ''सोव्हिएत लष्कराचे डोके चक्रावून गेले. क्रेमलिनमधल्या लष्करप्रमुखांची अवस्था मनोरुग्णांसारखी होऊन गेली होती. त्यांच्या मनामध्ये दोस्तराष्ट्रांबद्दल अविश्वास झपाट्याने वाढला. भविष्यात आपल्यावर कुणी अणुबॉंब टाकले, तर त्यामुळे होऊ शकणारे नुकसान कमीत कमी करण्याकरता जमिनीवरचे मोठे लष्कर जतन करावे आणि वाढीव भूभागांवर आपले नियंत्रण प्रस्थापित करावे अशी मते वातावरणात पसरू लागली.''

आणि मग ज्याला क्रूर थट्टा म्हणावे अशी घटना घडली. जपानला अखेर त्यांचे सम्राटपद राहू देण्याची परवानगी देण्यात आलीच. सम्राटपद कायम राहणे युद्धोत्तर जपानच्या स्थैर्यासाठी अत्यावश्यक आहे असे बहुतेक तज्ज्ञांचे मत पडले. आणि हा निर्णय घेतल्यामुळे ट्रुमन यांना कुठलेही राजकीय परिणाम भोगावे लागले नाहीत!

ट्रुमन यांच्या अपेक्षेप्रमाणे त्यांनी जी प्रक्रिया सुरू केली होती, तिने या ग्रहावरचे जीवनच भविष्यामध्ये नष्ट होण्याची भीती निर्माण झाली. भांडकुदळ चर्चिलनाही नैतिक प्रश्न पडला. ट्रुमन यांच्या राष्ट्राध्यक्षपदाच्या शेवटच्या काळात ते ट्रुमनना भेटले. राष्ट्राध्यक्षांची मुलगी मार्गारिट हिने त्या प्रसंगाचे वर्णन केले. ''सगळे जण, विशेषत: माझे वडील खूप उत्साहात होते. मग अचानक मि. चर्चिल त्यांच्याकडे वळून म्हणाले, 'मि. प्रेसिडेंट, तुम्ही आणि मी जेव्हा सेंट पीटरसमोर उभे असू आणि तो म्हणेल, ''मला माहीत आहे त्या अणुबॉंबचे स्फोट करण्यासाठी तुम्ही दोघे जबाबदार आहात. त्याबद्दल तुम्हाला काय म्हणायचे आहे?'' तेव्हा तुमचे उत्तर तयार असेल अशी आशा करतो.' ''

हॅरी ट्रुमन राष्ट्राध्यक्ष म्हणून पायउतार झाले, तेव्हा त्यांना असलेली लोकांची पसंती इतकी कमी होती, की त्यानंतर इतक्या वर्षांमध्ये फक्त जॉर्ज डब्ल्यू. बुश हेच काय ते त्यांच्या जवळपास आले होते. मात्र आता अनेक लोक त्यांच्याकडे एक जवळ जवळ महान राष्ट्राध्यक्ष म्हणून पाहतात आणि रिपब्लिकन्स आणि डेमोक्रॅट्स नित्यनियमितपणे त्यांच्यावर स्तुतिसुमने उधळत असतात. माजी राष्ट्रीय सुरक्षा सल्लागार आणि सेक्रेटरी ऑफ स्टेट कॉन्डोलीझा राइस यांनी टाइम मासिकाशी बोलताना आपले ''मॅन ऑफ द सेंच्युरी'' म्हणून ट्रुमन यांचे नाव घेतले. ''मला सोव्हिएत युनियनबद्दल जे काही माहीत आहे, ते सगळे मला त्यांनीच सांगितले आहे,'' असे जॉर्ज बुश याच कॉन्डोलीझा राइस बाईबद्दल म्हणाले होते.

१९९३ मध्ये प्रसिद्ध झालेल्या डेव्हिड मॅकलो लिखित ट्रुमन यांच्या चरित्रग्रंथाने डेव्हिडना प्रचंड वाचकवर्ग आणि पुलित्झर पारितोषिक मिळवून दिले आणि

त्यापाठोपाठ १९९५ मध्ये एचबीओ केबल नेटवर्कवर आलेल्या त्यावर आधारित चित्रपटाला बेस्ट टीव्ही चित्रपट म्हणून एमी पुरस्कार मिळाला. हा चित्रपट कोट्यवधी लोकांनी पाहिला.

हा चित्रपट निर्माण करत असलेल्या दंतकथेमध्ये हेन्री स्टिमसन आणि जनरल जॉर्ज मार्शल यांना अंडरडॉग ट्रुमन यांच्यावर डोळे वटारून असलेले दाखवले आहे. पण खऱ्या ट्रुमनचा रंग मॅकलोंच्या हिरोसदृश अंडरडॉगपेक्षा खूप जास्त काळा होता. त्यांनी कितीही नाही म्हणू दे, पण जपानवर अणुबॉंबचा प्रयोग करण्याचा त्यांचा सदोष आणि दुःखद निर्णय म्हणजे सोव्हिएत युनियनने युरोप किंवा आशिया खंडात ढवळाढवळ चालूच ठेवली, तर अमेरिका मानवी विचार वगैरेचे बंधन न पाळता तिच्यावरही हे बॉंब टाकू शकते, असा अतिशय क्रूर आणि सर्वथा अनावश्यक इशारा होता. मात्र अधिक उच्च नैतिक पातळीवर ट्रुमनना हे चांगले माहीत होते, की असे करून ते या पृथ्वीतलावरचे समग्र जीवनच संपुष्टात आणू शकणाऱ्या एका प्रक्रियेला चालना देत आहेत. तसे त्यांनी स्पष्टपणे आणि किमान तीन वेळा बोलूनही दाखवले आहे – आणि तरीही त्यांनी अविचाराने ही गोष्ट तडीला नेलीच. विनाकारण माणसे मारणे हा युद्धगुन्हा आहे. मानवी अस्तित्वालाचा सुरुंग लावणे हा त्याच्या फार, फार पुढचा अपराध आहे.

अन्य कुणाही सरकारी अधिकाऱ्यापेक्षा ही गोष्ट हेन्री वॉलेसना जास्त प्रकर्षाने जाणवली होती. अणुबॉंबवरची अमेरिकेची एकाधिकारशाही संपुष्टात यावी याकरता सर्वतोपरी प्रयत्न ज्याने केला, तो मनुष्य इतिहासामध्ये बहुतांशी विस्मृतीत गेला.

१९४६ मध्ये सरकारमधून बाहेर पडल्यानंतर १९४८ मध्ये वॉलेस यांनी नव्याने स्थापन झालेल्या प्रोग्रेसिव्ह पार्टीचे उमेदवार म्हणून राष्ट्राध्यक्षपदाची निवडणूक लढवली. तणाव वाढत चाललेल्या त्या काळात त्यांचा शांततेचा संदेश कुणी ऐकलाच नाही. ट्रुमन आणि प्रसारमाध्यमांनी वारंवार कम्युनिस्टांचा सहानुभूतीदार म्हणून हल्ला चढवलेल्या वॉलेस यांना ३ टक्क्यांपेक्षाही कमी मते मिळाली. त्या निवडणुकीनंतर त्यांनी राजकारणातून संन्यास घेतला. आपल्या प्रचारादरम्यान कम्युनिस्टांची पाठराखण केल्याचे आरोप त्यांच्यावर वाढत्या संख्येने होत गेले त्यामुळे कोरियन युद्ध आणि मॅकार्थी कालखंडामधल्या दबावाला बळी पडून त्यांनी तडजोड केली आणि रशियाचा जोरदार आवाजात निषेध केला. मात्र आपले पुरोगामी आदर्श त्यांनी सोडले नाहीत आणि पुढे व्हिएतनाममध्ये अमेरिकेच्या हस्तक्षेपावर टीका केली. उत्तर आयुष्यात ते न्यूयॉर्कच्या उत्तरेला त्यांच्या शेतावर शांतपणे जीवन कंठू लागले आणि १९६५ मध्ये तिथेच त्यांचे निधन झाले.

जो विरोधाभास फक्त अमेरिकन भांडवलशाहीच अंगीकारू शकते तो म्हणजे वॉलेस यांनी १९२६ साली स्थापन केलेली हायब्रेड कॉर्न कंपनी १९९० च्या दशकाच्या अखेरीस ड्यू पॉंट कंपनीला विकण्यात आली, तब्बल ९ अब्ज डॉलर्सना. मि. स्मिथ गोज टू वॉशिंग्टन या चित्रपटाला भोळसट आणि साम्यवादी म्हणून वारंवार हिणवणाऱ्या लोकांसाठी ही एक कडू-गोड आठवण ठरावी.

वॉलेस म्हणजे दयाळू अमेरिका दाखवणारा दुसऱ्या महायुद्धाचा एक अज्ञात नायक आहेत. त्यांच्या स्वप्नाला पावलोपावली विरोध झाला, तरी ते नष्ट मात्र झाले नाही. आपल्या पूर्वसूरींच्या पावलांवर पाऊल ठेवत वाटचाल करणारे हेन्री वॉलेस पाया घालत राहिले – आणि इतर लोक त्यांच्या मार्गावर चालत राहिले.

फ्रँकलिन रूझवेल्ट म्हणाले, ''वॉलेस यांच्याइतका अमेरिकन मातीतला मनुष्य दुसरा कुणीही नव्हता.''

पण जुलै १९४४ मध्ये शिकागोतल्या त्या धुक्याच्या रात्री हेन्री वॉलेस अमेरिकेच्या उपराष्ट्राध्यक्षपदाकरता नामनियुक्ती मिळवण्याच्या किती जवळ आले होते, हे आज फार थोड्या लोकांच्या स्मरणात आहे.

इथेच रूझवेल्ट यांनी त्यांच्या देदीप्यमान कारकिर्दीतील सर्वात मोठी चूक केली होती आणि पक्षश्रेष्ठींनी निवड केलेले हॅरी ट्रुमन स्वीकारले होते. ते विरोध करू शकले असते आणि लोकांच्या पाठिंब्याच्या बळावर वॉलेस यांना परत आपले उपराष्ट्राध्यक्ष म्हणून आणू शकले असते. पण (वॉलेस यांच्या) जागतिक शांततेच्या स्वप्नाचा बचाव करून ते थकून गेले होते – ते खूप थकले होते आणि मृत्यूच्या जवळ येऊन ठेपले होते. संपूर्ण मानवी इतिहासात दिसून आलेली मानवी स्खलनशीलता हा दुःखद क्षण अगदी स्पष्टपणे दाखवून देतो. अपयश येणे ही दुःखद गोष्ट नसते. मानव असणे ही मात्र असते. एप्रिल १९४५ मध्ये ट्रुमन यांच्याऐवजी रूझवेल्ट यांची जागा वॉलेस यांनी घेतली असती, तर या देशाचे काय झाले असते? दुसऱ्या महायुद्धामध्ये अणुबॉंबचा वापरच झाला नसता? आपण अण्वस्त्र स्पर्धा आणि शीत युद्ध टाळू शकलो असतो? युद्धानंतर लगेचच नागरी हक्क आणि स्त्रियांचे हक्क बहाल झाले असते? वसाहतवाद कित्येक दशके आधीच संपुष्टात आला असता आणि विज्ञान व उद्योगांचा फायदा जगभर जास्त समानतेने झाला असता?

कुणास ठाऊक? या गोष्टी आपल्याला आता कधीच कळणार नाहीत.

प्रकरण सहा

दुसरे महायुद्ध संपल्यावर अमेरिकन आणि रशियन सैनिकांनी एल्बे नदीच्या तीरावर एकत्र आनंद साजरा केला. त्यांचे देश लवकरच एकमेकांचे कट्टर दुश्मन होणार आहेत याची त्यांना यत्किंचितही कल्पना नव्हती.

जेत्या राष्ट्रांमध्ये अमेरिका एकटीच जगाच्या सर्वोच्च स्थानावर विराजमान होण्याचा एक अल्पसा क्षण येऊन गेला. युद्धात रशियाने आपले २.७० कोटी लोक गमावले होते, तर त्या तुलनेत अमेरिकेच्या मृतांची संख्या ४,०५,००० होती. अर्थव्यवस्थेची घोडदौड सुरू होती. युद्धपूर्व काळापेक्षा दुप्पट निर्यात होत होती. औद्योगिक उत्पादन वर्षाला १५ टक्क्यांनी वाढत होते. जगाच्या एकूण सोन्याच्या साठ्यांपैकी दोन-तृतीयांश साठा अमेरिकेच्या ताब्यात होता आणि जगभरात गुंतवलेल्या एकूण भांडवलाच्या तीन-चतुर्थांश भांडवल अमेरिकेचे होते. जगातल्या एकूण वस्तू व सेवांच्या उत्पादनाच्या तब्बल पन्नास टक्के उत्पादन एकट्या अमेरिकेत होत होते!

१९४५ मध्ये ब्रेटन वूड्स, न्यू हॅम्पशायर इथे अमेरिकेने भांडवलशाहीच्या दोन नव्या प्रमुख संस्था स्थापन केल्या – जागतिक बँक आणि आंतरराष्ट्रीय नाणेनिधी. दोन्ही संस्थांचे अंदाजपत्रक प्रत्येकी ७-८ अब्ज डॉलर्स इतके होते.

संसदेमध्ये अतिरिक्त खर्चाची चौकशी करण्यामध्ये नाव कमावलेले राष्ट्राध्यक्ष हॅरी ट्रुमन यांच्या नजरेखाली प्रचंड मोठी सैन्यकपात सुरू झाली.

आणि तरीही, सैनिक घरापासून दूर गेलेले असताना घरच्या आघाडीवर मात्र समृद्धीची गंगा वाहत असलेल्या या नव्या समाजामध्ये एक प्रकारची बारीक अस्वस्थता सतत खदखदत होती.

दुसऱ्या महायुद्धामध्ये युरोप आणि आशिया खंडांमध्ये ७ कोटी लोक मरण पावले होते. त्यातील दोन-तृतीयांश लोकसंख्या नागरी होती. हिरोशिमा हा एक धोक्याचा इशारा होता. मंदी संपली होती पण अमेरिकेच्या व्यावसायिक आणि सामाजिक नियोजनकर्त्यांना या इतिहासाच्या पुनरावृत्तीचे भय वाटत होते आणि

जागतिक दारिद्र्य, निर्वासित लोक, बेघर लोक आणि बेरोजगारी या सर्वांचा परिणाम काय होईल या विचाराने त्यांना गिळंकृत करून टाकले होते. संपूर्ण जगामध्ये क्रांतीची लाट येईल की काय? मग अमेरिकेच्या व्यापार आणि गुंतवणुकीचे काय होणार?

फ्रान्समध्ये सुमारे पाच लाख सदस्यसंख्या असलेल्या कम्युनिस्ट पक्षाने नाझीविरोधात प्राणपणाने लढा दिला होता. त्यांना १९४५ च्या निवडणुकीत २६ टक्के मते मिळाली. इटलीत १७ लाख लोकांनी कम्युनिस्ट पक्षात प्रवेश केला.

ब्रिटनमध्येदेखील दोन महायुद्धे सोसून थकलेले आणि मानसिकदृष्ट्या कोलमडून गेलेले लोक त्यांच्या स्वभावाच्या विपरीत आपले जीवन सुसह्य करण्याकरता देशाच्या तोंडाकडे पाहू लागले.

आणि आपल्या काळातल्या सर्वांत आदरणीय मुत्सद्दी लोकांपैकी एक या मानाच्या स्थानी चर्चिलना नेऊन बसवणाऱ्या नियतीने, एखाद्या ग्रीक शोकांतिकेला साजेशा पराभवाद्वारे त्यांना बाजूला सारले.

पंतप्रधानपदी त्यांची जागा घेणारे क्लेमंट ॲटली हे नव्या समाजवादी युरोपियन मनुष्याचे मूर्तिमंत रूप होते. सर्वांसाठी मोफत आरोग्यसेवा व्यवस्था निर्माण करण्याचे वचन त्यांनी ब्रिटिश जनतेला दिले आणि ब्रिटनच्या सर्वांत जुन्या उद्योगांपैकी अनेकांचे संपूर्ण राष्ट्रीयीकरण करण्याचा प्रचार सुरू केला. हा मनुष्य साम्राज्याच्या विचाराने नव्हे, तर मोठ्या प्रमाणावरच्या समाजकल्याणकारी राष्ट्राच्या विचारांनी भारलेला होता. याउलट चर्चिलनी लोकांना साम्राज्य देऊ केले होते. १९४२ च्या अखेरीस जेव्हा इंग्लंडचे अवघे अस्तित्वच धोक्यात आले होते, तेव्हा ते म्हणाले होते, ''मी काही ब्रिटिश साम्राज्य संपुष्टात आणण्याच्या कामावर देखरेख करण्याकरता राजाचा प्रथम मंत्री झालेलो नाही.''

पण नेमके साम्राज्याचे तुकडे होत असताना पाहण्याकरताच ते जिवंत राहणार होते. ॲटलींनी भारत, पाकिस्तान, ब्रह्मदेश, श्रीलंका, जॉर्डन आणि पॅलेस्टाइनला स्वातंत्र्य बहाल करून टाकले. आता एक नवी अमेरिकन जागतिक व्यवस्था अस्तित्वात आली आहे हे ॲटलींनी जाणले होते. अमेरिकेने जवळ जवळ ४ अब्ज डॉलर्सचे कर्ज ब्रिटनला देऊ केले. हे कर्ज त्यांना पन्नास वर्षे परत करायचे नव्हते. आणि आता ती इंग्लंडच्या भूमीवर लष्करी तळाकरता जागा भाड्याने घेत होती. थोडक्यात सांगायचे, तर ब्रिटन अमेरिकेचे नवे ग्राहक राष्ट्र होऊ घातले होते.

राजा आणि साम्राज्य ही संकल्पनाच पसंत नसलेल्या फ्रँकलिन रूझवेल्ट यांनी ब्रिटनने भारत, ग्रीस आणि जगभरातल्या इतर ठिकाणी चालवलेल्या दडपशाहीबद्दल अमेरिकन समाजाची नापसंती उघडपणे व्यक्त केली होती.

त्यांनी ग्रेट ब्रिटन आणि सोव्हिएत युनियन यांच्या मधला रस्ता मोठ्या कौशल्याने निर्माण केला होता. रशियन लोकांना आपली पुनर्बांधणी करण्याकरता मोठ्या प्रमाणावर अमेरिकन कर्ज मिळू शकते या शक्यतेला त्यांनी प्रोत्साहन दिले होते आणि युद्ध सुरू असताना तसे ते उघडपणे बोललेही होते. पण हॅरी ट्रुमन यांच्याकडे रूझवेल्ट यांच्यासारखे कौशल्य नावालाही नव्हते. अमेरिका जेव्हा सर्वोच्च शक्तिमान होती त्या काळात ते ब्रिटिश गोटाकडे वाढत्या प्रमाणात झुकत गेले. रशियाला जेव्हा ब्रिटिशांच्या जवळपासदेखील जाणारी मदत मिळाली नाही, तेव्हा तो खूप नाराज झाला. युद्धोत्तर काळात सर्वात प्रथम युद्धकाळातील मैत्री नष्ट होईल हे त्यांना आधीच समजून चुकले होते.

१९४५ च्या सप्टेंबरच्या मध्यावर लंडनमध्ये झालेल्या एका परराष्ट्रमंत्री परिषदेमध्ये सेक्रेटरी ऑफ स्टेट जिमी बर्न्स यांनी पूर्व युरोपातील रशियन धोरणांबद्दल त्यांचे परराष्ट्रमंत्र मोलोटोव यांची खरडपट्टी काढली. त्याच्या उत्तरादाखल मोलोटोव यांनी अमेरिकेच्या, इटली, ग्रीस आणि जपानमध्ये इतरांना सहभागी न करून घेण्याच्या धोरणांवर बोट ठेवले आणि बर्न्स यांच्या भांडखोर वृत्तीला वैतागून प्रश्न केला, की तुम्ही अणुबॉंब खिशात तर घेऊन फिरत नाही ना? बर्न्स उत्तरले, "तुम्ही दक्षिण अमेरिकनांना ओळखत नाही. आम्ही आमचा तोफखाना खिशात घेऊन फिरत असतो. तुम्ही जर ही अडवणूक थांबवून आम्हाला काम करू दिले नाहीत, तर मी माझ्या खिशातून अणुबॉंब काढून तुमच्यावर टाकेन."

डिसेंबरमध्ये सेक्रेटरी ऑफ कॉमर्स हेन्री वॉलेस यांनी अमेरिकेची अण्वस्त्रे रशियाद्वेष्टे लेस्ली ग्रोव्हज यांच्या नियंत्रणातून काढून घ्या म्हणून ट्रुमन यांच्यावर खूप दबाव टाकला. अद्याप ग्रोव्हजचे त्यांवर एकहाती नियंत्रण होते. "अण्वस्त्रे तयार करण्याचा किंवा बाळगण्याचा" प्रयत्न करण्याची शक्यता असलेल्या कुणाही शत्रूवर आपण आधीच हल्ला करावा असे मत ग्रोव्हज यांनी मांडले होते.

रशियाने फॅसिस्टविरोधी लढ्यामध्ये प्रमुख भूमिका बजावल्यामुळे आणि आता त्याच्याकडे जगातले सर्वांत मोठे लष्कर असल्यामुळे रशियाचे नाव घेताच काही अमेरिकन अधिकाऱ्यांच्या अंगावर भीतीने काटा येत होता.

१९४६ च्या सुरुवातीच्या महिन्यांमध्ये एका गॅलप जनमतचाचणीमध्ये असे आढळून आले, की २६ टक्के अमेरिकनांना रशियाला जगावर अधिकार गाजवण्याची इच्छा आहे असे वाटत होते तर तेरा टक्के लोकांना असेच ब्रिटिशांबद्दल वाटत होते.

ट्रुमन प्रशासन उजवीकडे झुकत चालले आहे हे ठाऊक असूनही रशियाला अजूनही युद्धकालीन मैत्री पुढे चालू ठेवण्याची आशा वाटत होती आणि चीन, इटली, फ्रान्स व ग्रीसमधल्या आपल्या निराश झालेल्या साम्यवादी मित्रांना वेसण

घालून ठेवण्याकरता त्याने खास कष्ट घेतले. जर्मनी आणि जपान पुन्हा कधीही आपल्या देशाला धोका उत्पन्न करू न शकण्याची खात्री करून घेणे हेच ज्याच्या परराष्ट्र धोरणाचे मुख्य ध्येय होते, त्या स्टालिनला देशांतर्गत खूप अडचणी सतावत होत्या. त्याच्या देशामध्ये कमालीचे दारिद्र्य पसरले होते. पश्चिम आघाडीवर, विशेषत: युक्रेनमध्ये रशिया अजूनही तिथल्या बंडखोरांविरुद्ध विस्तृत आणि दीर्घकालीन लढाईमध्ये गुंतून पडला होता. युक्रेनमध्येच लवकरच भयंकर दुष्काळ पडणार होता. संयुक्त राष्ट्रसंघामध्ये रशिया एकटा पडला होता आणि अमेरिकेने अणुबाँबवर एकाधिकारशाही प्रस्थापित केली होती. आणि असे असूनही अमेरिका असे चित्र उभे करत होती, की सोव्हिएत युनियन जग ताब्यात घ्यायला निघाली आहे.

तिकडे जर्मनीमध्ये दोन प्रकारच्या व्यवस्थांमध्ये परस्परविरोध सुरू झाला होता. एके काळी रूझवेल्ट जर्मनीचे ग्रामिणीकरण करण्याबद्दल बोलले होते, पण एकूण युरोप आर्थिक संकटातून बाहेर येण्याकरता जर्मनीची अर्थव्यवस्था सुधारणे आवश्यक असल्याच्या विचाराने अमेरिकेने जर्मनीत त्या दृष्टीने काम करण्याचा निर्णय घेतला. पुढच्या काळात पश्चिम जर्मनीमध्ये काय घडले हे पाहता हा काही तसा वाईट निर्णय म्हणता येणार नाही, पण त्या वेळी मात्र ताज्या स्मृतीतील काळात जर्मन आक्रमकांनी ज्या देशावर दोन वेळा नांगर फिरवला होता, त्या देशाच्या चिंतेच्या बाबतीत हा निर्णय अतिशय असंवेदनशील होता. खरे तर यात अतिशय सखोल परस्परविरोधी हितसंबंधांचा प्रश्न उत्पन्न झाला होता आणि युरोपच्या पूर्वेकडच्या प्रदेशांतून शक्य ती सर्व साधनसंपत्ती रशिया आपल्या दरिद्री देशामध्ये नेते आहे, या प्रतिमेमुळे अनेक अमेरिकनांना रशिया लुटालूट करते आहे असे वाटत होते.

मागे, म्हणजे एकोणिसाव्या शतकामध्ये साम्यवादपूर्व रशियन साम्राज्याचा ब्रिटिश साम्राज्याशी संघर्ष झडला होता कारण दोघांनाही तुर्कस्थान आणि इराणवर आपला प्रभाव हवा होता. भूमध्य समुद्रातील उष्ण पाण्यातल्या बंदरांवर ताबा मिळवण्याचा रशियाने वारंवार प्रयत्न केला होता.

१९१७च्या रशियन क्रांतीदरम्यान पहिले लॉर्ड ऑफ ॲडमिरल्टी असलेले चर्चिल साम्यवादाचे कट्टर शत्रू होते. साम्यवादाला "पाळण्यातच गळ्याला नख लावायला हवे" असे ते जाहीरपणे म्हणाले होते. नव्या साम्यवादी राजवटीशी लष्करी संघर्षात अमेरिकेला ओढण्याची त्यांची इच्छा होती आणि नव्या राजवटीविरोधातील कडव्या प्रतिक्रांतीमध्ये चाळीस हजार ब्रिटिश आणि पंधरा हजार अमेरिकन सैनिक प्रत्यक्ष सहभागी झाले देखील होते. त्यामुळे सुरुवातीपासूनच त्या दोघांच्या संबंधांमध्ये विष कालवले गेले. अखेर रूझवेल्ट यांनीच १९३३

मध्ये सोव्हिएत युनियनला मान्यता दिली.

आता पद आणि जनाधार या दोन्हींपासून फारकत झालेल्या चर्चिलना भांडणाची खुमखुमी स्वस्थ बसू देत नव्हती. आणि असे भांडण मध्यपूर्वेत घडले यात आश्चर्य वाटायला नको. मध्यपूर्वेतील तेलावर ग्रेट ब्रिटनची मालकी ७२ टक्के होती. अमेरिकेची फक्त दहा टक्के होती आणि अमेरिकेला आणखी मोठा वाटा हवा होता. सोव्हिएत युनियनलादेखील यात हिस्सा हवा होता. युद्धादरम्यान तिथले तेल नाझींच्या हाती पडू न देण्याकरता उत्तर इराणशी जोडलेल्या आपल्या सीमेवर सैन्य ठेवलेली सोव्हिएत युनियन दक्षिणेकडे असलेल्या ब्रिटनच्या समोरासमोर ठाकली होती.

रशियाने तुर्कस्थानात चालवलेल्या चाचपणीमुळे ब्रिटनच्या मध्यपूर्वेतील प्रभावक्षेत्राला धोका उत्पन्न झाला आहे असाही चर्चिल यांनी आणखी एक चिंतेचा विषय उपस्थित केला.

१९४६ च्या फेब्रुवारी महिन्याच्या सुरुवातीला कॅनडामध्ये रशियाची गुप्तहेरांची साखळी उघडकीला आली आणि चर्चिलच्या धोक्याच्या इशाऱ्यांना विश्वासार्हता मिळाली. त्याशिवाय, सोव्हिएत युनियनची पुनर्बांधणी करण्याकरता स्टालिनने एका भाषणामध्ये युद्धोत्तर काळातील एक नवी पंचवार्षिक योजना जाहीर केली, तिचा चिथावणीखोर असा चुकीचा अर्थ लावला गेला आणि दोन प्रकारच्या राज्यव्यवस्थांमध्ये आता युद्ध अटळ असल्याची ही घोषणा आहे, असे समजले गेले. याच सर्व संदर्भात मार्च १९४६ मध्ये विन्स्टन चर्चिल यांनी आपण अजूनही एक महत्त्वाची ताकद आहोत याचे जगाला स्मरण करून दिले. ते मिसुरी राज्यातील फुल्टन इथे गेले. इथून ट्रुमन यांचे घर फार लांब नव्हते. तिथे त्यांनी शीतयुद्ध काळातल्या सर्वांत जास्त परिणाम घडवून आणणाऱ्या भाषणांपैकी एक, असे भाषण केले. त्यांच्या शब्दांनी अनेकांच्या मनामध्ये सोव्हिएत युनियन कायमकरता बदनाम झाली.

ट्रुमन यांनी सभेत चर्चिलची ओळख करून देताना त्यांना "या युगातील एक महान व्यक्ती" म्हटले. ते पुढे म्हणाले, "ते एक थोर इंग्रज गृहस्थ आहेत, पण ते अर्धे अमेरिकन आहेत."

वेस्टमिन्स्टर कॉलेजच्या त्या व्यासपीठावरून चर्चिल खास आवाज लावत म्हणाले, "बाल्टिकमधल्या स्टेटिनपासून ते ॲड्रियाटिक समुद्रातील त्रिएस्तेपर्यंत संपूर्ण खंडावर एक पोलादी पडदा पडला आहे ... अनेक देशांमध्ये ... साम्यवादी पक्ष किंवा पाचवे स्तंभ यांच्या रूपात ख्रिश्चन संस्कृतीसमोर एक वाढते आव्हान आणि धोका उभा राहत आहे ... सोव्हिएत रशियाला युद्ध हवे असेल असे मला वाटत नाही. त्यांना युद्धाची फक्त फळे हवी आहेत आणि त्यांच्या सत्ता आणि

फुल्टन, मिसुरी इथे जाताना रेल्वेमधून हात उंचावताना ट्रुमन आणि चर्चिल. मार्च १९४६ मधले चर्चिल यांचे ''पोलादी पडदा'' हे कुरापतखोर भाषण इथेच झाले.

विचारसरणीचा अमर्याद विस्तार हवा आहे.'

सोव्हिएत युनियनच्या संदर्भात युद्धखोरपणा करण्याच्या बाबतीत ही एक मोठी उडी होती.

न्यूयॉर्क टाइम्सने या भाषणाचे कौतुक केले व त्याबद्दल ''पूर्वी ज्याची भविष्यवाणी खरी ठरली होती, त्या भविष्यवेत्त्याच्या आवेशात उद्गारलेले शब्द,'' असे म्हटले.

उघडपणे संतप्त झालेल्या स्टालिनने चर्चिलवर आरोप केला, की फक्त इंग्रजीत बोलू शकणारे लोकच ''संपूर्ण जगाचे भवितव्य ठरवू शकतात'' या ''वंशवादी सिद्धांताचे'' अनुयायी असलेल्या ''युद्धखोरांशी'' ते शय्यासोबत करत आहेत.

पूर्व युरोपबद्दलचे चर्चिल यांचे मूल्यमापन मान्य करूनही शिकागो ट्रिब्यूनने चर्चिल यांच्या ''जगभर ब्रिटिशांची जुलूमशाही टिकवून ठेवण्याकरता ... त्या जुनाट आणि दुष्ट साम्राज्याकरता मदत मागण्या''वर जोरदार प्रश्नचिन्ह उपस्थित केले आणि ''गुलाम पाळण्यामध्ये आपण सहभागी होऊ शकत नाही,'' असे म्हटले.

फ्लोरिडाचे सिनेटर क्लॉड पेप्पर यांनी म्हटले की, चर्चिल ''जितके त्यांच्या स्वतःच्या देशामध्ये मजूर पक्षाच्या सरकारच्या विरुद्ध आहेत, तितकेच रशियाच्या

विरुद्ध आहेत.'' पेप्पर वार्ताहरांशी बोलताना म्हणाले, ''चेंबर्लेन काळातल्या जुन्या टोरीजनी (ब्रिटनमधील कॉन्झर्व्हेटिव्ह किंवा हुजूर पक्ष) रशियाविरोधी मोहिमेचा भाग म्हणून नाझींना बळ दिले होते, त्यांच्या पंगतीला चर्चिलनी जाऊन बसावे, हे पाहणे खूप धक्कादायक आहे.''

एलेनॉर रूझवेल्ट यांनी चर्चिलच्या भडकवणाऱ्या वक्तव्याची निंदा केली तर त्यांचा ज्येष्ठ मुलगा जेम्स रूझवेल्ट याने ट्रुमनना कळकळीची विनंती केली की, त्यांनी हेन्री वॉलेस यांना मॉस्कोला पाठवावे व स्टालिनला शांत करून तणाव कमी करावा.

पुढच्या महिन्यात रूझवेल्ट यांच्या पहिल्या स्मृतिदिनी वॉलेस यांनी एक वेगळा दृष्टिकोन मांडला : ''जगामध्ये साम्यवादाचा पराभव करण्याचा एकमेव मार्ग म्हणजे जास्तीत जास्त उत्पादन आणि गरजेनुसार वितरण करण्याचे काम त्यांच्यापेक्षा जास्त चांगले आणि सुरळीत करणे हा आहे ... एक निकोप स्पर्धा आपण करू या. ही जिद्दीने करण्याची स्पर्धा असेल, पण ती शांततापूर्ण असेल आणि तिचा मुख्य उद्देश मानवतेची सेवा करणे हा असेल ... आपल्या सगळ्या चुकांच्या मुळाशी आपली भीती आहे ... रशियाला अँग्लो-सॅक्सनांच्या घेरावाची भीती वाटते. आपल्याला साम्यवादाचा खोलपर्यंत प्रसार होण्याची भीती वाटते. ही भीती कायम राहिली, तर एक दिवस आपल्या मुलांना आणि नातवंडांना रक्ताच्या नद्यांच्या रूपात तिची किंमत मोजावी लागेल ... या भीतीपोटीच महान देशसुद्धा कोंडीत सापडलेल्या जनावरासारखे वागत आले आहेत, काहीही करून जिवंत राहायला हवे असा विचार करत आले आहेत ... गेल्या महिन्यात मि. चर्चिल यांनी 'अँग्लो-सॅक्सन शतक' या संकल्पनेचा हिरिरीने पुरस्कार केला. चार वर्षांपूर्वी मी 'अमेरिकन शतकाच्या' संकल्पनेला नकार दिला होता. आज मी त्याहीपेक्षा जास्त तीव्रतेने अँग्लो-सॅक्सन शतकाची संकल्पना नाकारत आहे. जगातील सामान्य जनता आता उदात्त अँग्लो-सॅक्सन संकल्पना आणि अणुबॉंबच्या छायेतसुद्धा साम्राज्यवादाची पुनरावृत्ती सहन करणार नाही. इंग्रजीभाषिक लोकांची नियती जगाची सेवा करणे आहे, त्याच्यावर सत्ता गाजवणे नव्हे.'

चर्चिल यांच्या भाषणानंतर परिस्थिती झपाट्याने ढासळत गेली. मार्च महिन्याच्या अंतिम मुदतीनंतरही जेव्हा सोव्हिएत सैन्य इराणमधून बाहेर पडले नाही, तेव्हा ट्रुमन यांनी युद्ध करण्याची धमकी दिली. त्यांनी लिहिले, ''रशियाला जर इराणच्या तेलावर प्रत्यक्ष किंवा अप्रत्यक्षपणे आपला ताबा ठेवायचा असेल तर पाश्चिमात्य जगाच्या अर्थव्यवस्थेवर खूप वाईट परिणाम होईल.''

नंतर सिनेटर हेन्री ''स्कूप'' जॅक्सन यांच्याशी खासगीत बोलताना ट्रुमननी दावा केला, की त्यांनी सोव्हिएत राजदूत आंद्रे ग्रोमिको यांना व्हाइट हाऊसमध्ये

बोलावून घेऊन सज्जड दम दिला, की सोव्हिएत सैन्य पुढच्या अठ्ठेचाळीस तासात तिथून (इराण) बाहेर पडले नाही, तर "आम्ही तुमच्यावर तो (अणुबॉंब) टाकू." त्यांनी पुढे दावा केला, की रशियन सैन्य चोवीसच तासांत बाहेर पडले. सोव्हिएत सैन्य माघारी गेले हे खरे आहे, पण ते बहुधा अन्य कारणांकरता गेले, अणुबॉंबच्या धमकीमुळे नव्हे. त्यानंतर दोन महिन्यांच्या आत अमेरिकेने पश्चिम जर्मनीकडून सोव्हिएत युनियनला देय असलेली आणि त्यांना अत्यंत निकड असलेली युद्धनुकसानभरपाईची रक्कम रोखली.

जुलै १९४६ मध्ये आपल्या उद्देशांबद्दलचा आणखी एक भयसूचक संदेश देत अमेरिकेने मार्शल बेटांवर अणुबॉंबचा चाचणीस्फोट करण्याचा निर्णय घेतला.

त्याच वर्षी सप्टेंबरमध्ये न्यूयॉर्कच्या मेडिसन स्क्वेअर गार्डनमध्ये वीस हजार लोकांच्या एका सभेत बोलताना हेन्री वॉलेस यांनी या वाढत्या वेडेपणाला पायबंद घालण्याचा प्रयत्न केला. त्यांनी इशारा दिला : "आपण जेवढे जास्त ताठर होऊ, तितकेच रशियन्ससुद्धा ताठर होत जातील... आपला मुख्य उद्देश ना ब्रिटिश साम्राज्य वाचवण्याचा आहे, ना पूर्वेकडचे तेल अमेरिकन सैनिकांचा बळी देऊन विकत घेण्याचा आहे, ही गोष्ट एकदा रशियाच्या लक्षात आली, तर माझी खात्री आहे ते आपल्याला सहकार्य करतील... मैत्रीपूर्ण आणि शांततामय स्पर्धेच्या वातावरणात रशियन जग आणि अमेरिकन जग यांच्यातला फरक हळूहळू धूसर होत जाईल. रशियन राज्यकर्त्यांना त्यांच्या लोकांना अधिकाधिक व्यक्तिगत स्वातंत्र्य देणे भाग पडेल आणि आपण सामाजिक-आर्थिक न्यायासंबंधीच्या आपल्या समस्यांमध्ये अधिकाधिक लक्ष घालू." मात्र त्यांनी बजावले, की "जो अणुबॉंबवर विश्वास ठेवेल, तो आज ना उद्या अणुबॉंबनेच नष्ट होईल."

त्यांचे हे भाषण जगभरात बातमीचा विषय झाले. सेक्रेटरी ऑफ स्टेट जिमी बर्न्स यांची त्यामुळे खूपच पंचाईत होऊन गेली आणि त्यांनी ट्रुमनना सांगून टाकले, की आता मला तरी जाऊ द्या, नाहीतर वॉलेसना तरी मंत्रिमंडळातून रजा द्या.

या वादात, ट्रुमन प्रशासनामध्ये उरलेले शेवटचे न्यू डील किंवा नवा करारवाले वॉलेस यांना एलेनॉर रूझवेल्ट आणि अल्बर्ट आइनस्टाईन यांच्यासारख्यांकडून मोठ्या प्रमाणात समर्थन मिळू लागले. अर्थात, त्यात ट्रुमन यांच्या आतल्या गोटातील सल्लागारांपैकी कुणीही नव्हते.

जेम्स फॉरेस्टल यांच्या मते हेन्री वॉलेस हे देशाच्या सुरक्षेला धोका होते आणि त्यांनी गुपचूप सेक्रेटरी ऑफ कॉमर्स हेन्री वॉलेस यांच्या हालचालींवर पाळत ठेवण्याकरता आपल्या नौदल गुप्तचरांचा एक गट नेमला. वॉलेस यांच्या निष्ठेबद्दल मनामध्ये घोर संशय असलेल्या एफबीआय प्रमुख जे. एडगर हूव्हर

यांना ते आपल्या गुप्तचरांकरवी गोळा केलेली माहिती पुरवत असत. याउलट वॉलेस यांच्यामते हूव्हर हे ''अमेरिकन हिमलर'' होते.

वॉलेस यांचे हे संपूर्ण भाषण आपण आधी वाचून मंजूर केले होते, असे सुरुवातीला मान्य करणाऱ्या ट्रुमन यांनी नंतर मात्र याचा इन्कार करण्याचा प्रयत्न केला. आपल्याच फसवाफसवीच्या जाळ्यात अडकलेल्या ट्रुमन यांनी आपल्या भावनांना आपल्या डायरीमध्ये वाट करून दिली : वॉलेस हे ''शंभर टक्के तडजोड आणि शांततावादी आहेत. आपण आपले लष्कर बंद करावे, रशियाला आपली आण्विक गुप्त माहिती देऊन टाकावी आणि क्रेमलिन पॉलिटब्युरोमधील धाडसी लोकांच्या टोळीवर विश्वास टाकावा अशी त्यांची इच्छा आहे. असला

व्हाइट हाऊसमध्ये मंत्रिमंडळाच्या बैठकीसाठी आलेले सेक्रेटरी ऑफ कॉमर्स हेन्री वॉलेस. १२ सप्टेंबर, १९४६ रोजी मेडिसन स्क्वेअर गार्डनमधील आपल्या भाषणामध्ये त्यांनी सोव्हिएत युनियनशी सामोपचाराने वागावे अशी मागणी केल्यानंतर ट्रुमन यांनी त्यांना मंत्रिमंडळातून डच्चू दिला. शीतयुद्धावर ठाम असलेल्या जेम्स बर्न्स यांच्यासारख्या लोकांनी वॉलेस यांना मंत्रीपदावरून कमी करण्याकरता ट्रुमन यांचे मन वळवले.

'स्वप्नाळू मनुष्य' माझ्या तर बुद्धीबाहेरच आहे.''

ट्रुमन यांनी वॉलेसना मंत्रिमंडळातून डच्चू दिला आणि अण्वस्त्रस्पर्धा टळण्याची शक्यता मावळली. १९४७ हे वर्ष त्या दृष्टीने कळीचे ठरले, कारण याच वर्षी अमेरिकेने स्वत:ला देशांतर्गत आणि देशाबाहेरही शीतयुद्धामध्ये पूर्णपणे झोकून दिले.

ब्रिटिश मलाया, फ्रेंच इंडोचायना आणि डच इंडोनेशिया या देशांमध्ये सुरू झालेल्या स्वातंत्र्यचळवळींच्या आड स्टालिन जगभर क्रांती पसरवतो आहे, असे भयंकर चित्र अमेरिकन नेत्यांनी रंगवले. आपल्या पूर्वीच्या दोस्ताशी कुठल्याही

वाटाघाटी करण्याचा मुद्दाच त्यांनी फेटाळून लावला आणि काळ्या आणि पांढऱ्या अशा दोनच रंगांमध्ये काढलेल्या निष्कर्षांमध्ये काही एक करडा भागही असू शकतो याकडे सपशेल दुर्लक्ष केले.

ग्रीसमध्ये ब्रिटिश सैन्याने तिथल्या लोकप्रिय, डाव्या नॅशनल लिबरेशन फ्रंटला सत्तेवरून खाली खेचले आणि तिथे राजेशाही आणि उजव्या गटांची हुकूमशाही पुन्हा प्रस्थापित केली. त्यामुळे तिथे साम्यवाद्यांच्या नेतृत्वाखाली उठावाला सुरुवात झाली.

१९४६-४७ च्या कडक हिवाळ्यानंतर आधीच आर्थिक अडचणीत सापडलेल्या ब्रिटिशांना या उठावावर नियंत्रण ठेवता आले नाही आणि त्यांनी ग्रीक बंडखोरांचा पराभव करणे आणि तुर्की सैन्याचे आधुनिकीकरण करणे या दोन बाबतींत अमेरिकेला पुढाकार घेण्यास सांगितले.

नंतर स्टेट डिपार्टमेंटमधील एका अधिकाऱ्याने याचे थोडक्यात वर्णन असे केल : 'ग्रेट ब्रिटनने अवघ्या एका तासात जगाचे नेतृत्व करण्याचे काम ... अमेरिकेच्या हाती सोपवले.'

युद्धाचा वीट आलेल्या जनतेमध्ये आता कुठलीही खर्चिक पावले सहन करण्याची शक्ती राहिली नव्हती, पण काँग्रेसच्या दोन्ही सभागृहांना उद्देशून भाषण करताना ट्रुमन यांनी लोकांना ४० कोटी डॉलर्स उभे करण्याचे आवाहन केले. जागतिक पोलिस म्हणून अमेरिकेचा नवा दृष्टिकोन त्यांनी या वेळी लोकांपुढे मांडला. ते म्हणाले, "आज कम्युनिस्टांच्या नेतृत्वाखालच्या हजारो सशस्त्र दहशतवाद्यांमुळे ग्रीस या देशाचे अस्तित्वच धोक्यात आले आहे ... जगाच्या इतिहासात या क्षणी जवळ जवळ प्रत्येकच देशाला जगण्याच्या विविध पर्यायांमधून एकाची निवड करणे आवश्यक झाले आहे ... माझ्यामते सशस्त्र अल्पसंख्यक गट किंवा बाह्य शक्तींद्वारे चाललेल्या दडपशाहीच्या प्रयत्नांना जे मुक्त समाज विरोध करू पाहत आहेत, त्यांना पाठिंबा देणे हेच अमेरिकेचे धोरण असायला हवे."

गंभीर आणि किरकोळ धोक्यांमध्ये फरक न करून आणि जगभरातल्या लोकांचे भवितव्य अमेरिकेच्या सुरक्षेशी जोडून ट्रुमन एक ऐतिहासिक विधान करत होते. कारण हेच शब्द कोरिया, व्हिएतनाम, इराक आणि अफगाणिस्तानच्या बाबतीतही लागू केले जाऊ शकतात. एका तीव्र वादानंतर काँग्रेसने राष्ट्राध्यक्षांपुढे मान तुकवली.

या युद्धखोर भाषेमुळे मॉस्कोला जबर धक्का बसला आणि त्यांनी परोपकाराच्या नावाखाली अमेरिकेचा साम्राज्यसदृश विस्तार करण्याचा आणि जुन्या जगातील मन्रो तत्त्वप्रणाली पुढे सुरू ठेवण्याचा प्रयत्न करण्याचा आरोप अमेरिकेवर केला.

सरकारच्या बाहेरून हेन्री वॉलेस यांच्या नेतृत्वाखाली या गोष्टीला विरोध सुरू झाला. तुर्कस्थान आणि ग्रीसमधील सरकारांना लोकशाही सरकारे म्हणणे हा ''तद्दन मूर्खपणा'' असल्याची टीका करून रूझवेल्ट यांच्या जागतिक शांततेच्या स्वप्नाला हरताळ फासण्याद्वारे ट्रुमन रूझवेल्ट यांच्या पाठीत खंजीर खुपसत असल्याचा आरोप त्यांनी केला. ''राष्ट्राध्यक्ष ट्रुमन पूर्व आणि पश्चिम यांच्यामध्ये जागतिक पातळीवर संघर्ष सुरू असल्याचा दावा करतात, तेव्हा प्रत्यक्षात ते आम्ही युद्धाची तयारी करतो आहोत असेच सोव्हिएत नेत्यांना सांगत असतात,'' असे म्हणून हेन्री वॉलेस यांनी पुढे म्हटले, की राष्ट्राध्यक्ष ट्रुमन यांचे जगातील बदल थोपवण्याचे प्रयत्न भरतीच्या लाटा थोपवणे किंवा सूर्याला मावळू न देण्याचा प्रयत्न करण्याइतकेच निरर्थक आहेत. पण एकदा का अमेरिका बदलाच्या विरोधात उभी राहिली, तर आपला पराभव निश्चित आहे. अमेरिका संपूर्ण जगाच्या द्वेषाची धनी होऊन बसेल. याला रशियन लोक जशास तसे उत्तर देतील अशी भीती व्यक्त करत त्यांनी इशारा दिला : ''ट्रुमन यांच्या धोरणामुळे युरोप आणि आशियामध्ये साम्यवाद फोफावेल.''

त्यानंतर दोन महिन्यांनी सोव्हिएत युनियनने हंगेरीतील लोकशाही मार्गाने निवडून आलेले सरकार तिथल्या साम्यवाद्यांना हाताशी धरून पाडले. न्यूयॉर्क टाइम्सने लिहिले : ''हंगेरीमधले बंड हे आपल्या ग्रीस आणि तुर्कस्थानातील कृतीला दिलेले उत्तर आहे.'' आणि संपूर्ण पूर्व युरोपमध्ये रशियाने जी एक नवी, जास्त कठोर व्यवस्था लादली, त्यात या घटनेचा हातभार लागल्याचे स्पष्टच दिसून आले.

दरम्यान, ग्रीसमधली यादवी अधिक रक्तरंजित झाली आणि ''सल्लागार'' म्हणवले जाणारे अमेरिकन सैनिक १९४७च्या जून महिन्यामध्ये युद्धक्षेत्रामध्ये प्रवेश करते झाले. अमेरिकेने तिथल्या उजव्या विचारसरणीच्या राजेशाहीला प्रचंड प्रमाणात शस्त्रे पुरवली आणि आपल्या या ग्राहकाने खूप मोठ्या प्रमाणात चालवलेल्या राजकीय धरपकड आणि हत्यांबद्दल सहिष्णू धोरण अवलंबले. छळछावण्यांमध्ये घाऊक पद्धतीने लोकांना पाठवणे, बंडखोरांच्या स्त्रिया व मुलांना घाऊक प्रमाणात तुरुंगात डांबणे, हत्या, संघटना मोडून काढणे, छळ करणे आणि संपूर्ण गावच्या गावे नापाम बॉंबने उद्ध्वस्त करणे यांसारख्या काही नव्या आणि काही जुन्या डावपेचांनी युक्त असा हा अतिशय नृशंस संघर्ष होता. पुढे व्हिएतनाममध्ये या सगळ्याचा अवलंब झाला आणि त्याची ही रंगीत तालीम ठरली. ग्रीसला श्रीमंत व्यापाऱ्यांच्या हातातले बाहुले बनवून ठेवण्यात आले. यातले अनेक व्यापारी पूर्वी नाझींच्या समवेत काम केलेले होते, तर संघर्षात बळी जाणारे लोक मुख्यतः नाझींना विरोध करणारे कामगार आणि मजूर होते.

सोव्हिएत युनियनने काही काळ डाव्या शक्तींना मदत केली, पण फेब्रुवारी १९४८ मध्ये स्टालिनने युगोस्लाव्हियाच्या जोसिप टिटो आणि आसपासच्या अल्बानिया आणि बल्गेरिया या देशांना आज्ञा केली, की त्यांनी बंडखोर चळवळीला मदत करणे थांबवावे. टिटोंची कानउघाडणी करत ते म्हणाले, ''तुम्हाला काय वाटते, ... जगातील सर्वांत बलाढ्य देश असलेली अमेरिका तुम्हाला भूमध्य समुद्रामध्ये त्यांच्या संपर्करेषेचा भंग करू देईल? हा मूर्खपणा आहे. आणि आपल्याकडे नौदलसुद्धा नाही. ग्रीसमधले बंड थांबवायला हवे आणि शक्य तितक्या लवकर.''

नाझींशी स्वत: लढलेले टिटो कणखर होते आणि स्टालिनच्या मारेकऱ्यांना अजिबात भीत नव्हते. त्यांनी स्टालिनला सरळ नकार दिला. स्टालिनने त्यांना आंतरराष्ट्रीय साम्यवादी चळवळीतून काढून टाकले. त्याकरता त्यांनी अजिबात तडजोड करू न इच्छिणाऱ्या माओंसारख्या दोस्तांना नाराज केले. स्टेट डिपार्टमेंटने या संदर्भात कळवले : ''इतिहासात प्रथमच कदाचित आपल्या आंतरराष्ट्रीय समुदायामध्ये एक कम्युनिस्ट देश समाविष्ट होण्याची शक्यता आहे ... मॉस्कोच्या मर्जीशिवाय ... क्रेमलिनला त्याचे स्वत:चेच एक प्यादे यशस्वीरित्या नकार देऊ शकते हे दर्शवणाऱ्या या घटनेमुळे जागतिक साम्यवादी चळवळीमध्ये एक अतिशय मूलभूत आणि महत्त्वाचा घटक नव्याने शिरलेला आहे.'' पण टिटोंना गुप्त पाठिंबा देत असूनही अमेरिकेने आपल्या पूर्वीच्या प्रतिपादनामध्ये बदल करून साम्यवाद हा काही एकपाषाणीय शिल्पासारखा अखंड नाही, या सत्याचे प्रतिबिंब त्यात कधीही दाखवले नाही. अमेरिकन नेत्यांच्या जाहीर वक्तव्यांमध्ये सोव्हिएत युनियन कम्युनिस्टांच्या जगावर राज्य करण्याच्या कटाच्या केंद्रस्थानीच राहिली.

मात्र सत्य इतके साधे नव्हते. १९५६ मध्ये दुसऱ्यांदा पंतप्रधानपद सोडावे लागलेले आणि निवृत्त जीवन जगणारे चर्चिल एका मुलाखतीत स्पष्टपणे म्हणाले, ''स्टालिन यांनी मला दिलेला शब्द कधीही मोडला नाही. बाल्कन देशांबद्दल आमचे मतैक्य झाले होते. मी त्यांना म्हणालो, तुम्ही रुमेनिया आणि बल्गेरिया घ्या आणि ते मला म्हणाले तुम्ही ग्रीस घ्या ... त्यांनी एका चिठ्ठीवर स्वाक्षरी केली आणि आपला शब्द कधीही मोडला नाही. अशा प्रकारे आम्ही ग्रीस वाचवले.' '

ग्रीक जनतेच्या उठावाला स्टालिनने पाठिंबा न दिल्याने बंडखोरांचे कंबरडे मोडले आणि १९४९ मध्ये राष्ट्रीय सरकारच्या विजयाने तिथली यादवी संपुष्टात आली. अमेरिकन अधिकाऱ्यांनी या विजयाबद्दल आनंद व्यक्त केला, पण खुद्द ग्रीक जनता मात्र अंमळ साशंकच होती. एक लाखाहून जास्त लोक या यादवीमध्ये ठार, तर आठ लाख लोक निर्वासित झाले होते. त्यानंतर आलेल्या प्रत्येक

सरकारने देशाच्या पोलिस, लष्कर आणि गुप्तचर खात्यांचा वापर देशावर फक्त जुलूमजबरदस्ती करून राज्य करण्याकरताच केला.

इकडे देशांतर्गत, क्लार्क क्लिफर्ड यांनी "राष्ट्राध्यक्ष तथाकथित साम्यवादी धोक्याला फारसे महत्त्व देत नसत. त्यांच्यामते हा सगळा एक भंपकपणा होता," असे जरी नंतर कबूल केले असले, तरीही उजव्या गटाच्या रिपब्लिकन सदस्यांच्या दबावामुळे ट्रुमन यांनी जनतेच्या साम्यवादासंबंधी वाढत्या अस्वस्थतेचे तुष्टीकरण करण्याचा निर्णय घेतला. "फुटीर शक्तींना" समूळ उखडून टाकण्याकरता सर्व सरकारी कर्मचाऱ्यांच्या निष्ठा तपासून पाहण्याचे आदेश त्यांनी दिले. धर्म, लैंगिक वर्तन, परराष्ट्र धोरण किंवा वंश यासंबंधात ज्याचे मत विरुद्ध असेल, अशी प्रत्येक व्यक्ती संशयित ठरणार होती. १९५२ च्या वर्षभरात निष्ठाविषयक मंडळांनी बावीस हजारांपेक्षा जास्त प्रकरणांचा आढावा घेतला आणि चार हजारांपेक्षा जास्त सरकारी कर्मचाऱ्यांना एक तर कामावरून काढून टाकण्यात आले किंवा मग त्यांनी स्वत:च राजीनामा दिला.

ऑक्टोबर १९४७ मध्ये 'हाऊस अन-अमेरिकन ॲक्टिव्हिटीज' कमिटीने (अमेरिकाविरोधी कारवायांसंबंधीची संसदीय समिती) हॉलिवूडमधल्या साम्यवादी प्रभावासंबंधी सुनावण्या घेतल्या. या सुनावण्यांना प्रचंड प्रमाणात प्रसिद्धी मिळाली. हॉलिवूड हे सोपे लक्ष्य होते.

ज्या लोकांवर आरोप ठेवण्यात आले होते, त्यांचा हॉलिवुडमधल्या स्टुडिओमालकांनी लाजिरवाण्या प्रकारे निषेध केला आणि ज्यांच्या निष्ठांबद्दल संशय असेल, अशा कुणालाही कामावर न ठेवण्याची प्रतिज्ञा केली. हॉलिवुडमधील मोठमोठ्या स्टार्सनी मोठ्या संख्येने या लोकांना शोधून मारण्याच्या प्रकारावर कडाडून टीका केली, पण "ब्लॅक लिस्ट"च्या ठिकाणी "ग्रे लिस्ट" आली आणि आणखी शेकडो लोकांना काम नाकारण्यात आले. या सुनावण्यांमध्ये ज्या सरकारी पक्षाच्या मित्रांनी साक्षी दिल्या, त्यात चित्रपट अभिनेते संघटनेचे (स्क्रीन ॲक्टर्स गिल्ड) अध्यक्ष रोनाल्ड रेगन, अभिनेते रॉबर्ट टेलर व गॅरी कूपर आणि स्टुडिओमालक वॉल्ट डिस्ने यांचा समावेश होता.

१९४८ ते १९५४ या कालावधीत चाळीसहून अधिक प्रखर साम्यवादविरोधी चित्रपट तयार झाले. त्यात एच. जी. वेल्स यांच्या 'द वॉर ऑफ द वर्ल्ड्स' सारख्या साम्यवादाचा धोका गर्भितार्थाने दर्शवणाऱ्या भयकारक काल्पनिक विज्ञानकथांचा समावेश नाही.

प्रसिद्धीची हौस असलेल्या आणि साम्यवादाने पुरते पछाडलेल्या जे. एडगर हूव्हर यांच्या नेतृत्वाखालील एफबीआयने साम्यवादाच्या अमेरिकेतील अस्तित्वाचा शोध सर्वांत जास्त घेतला. ज्यांच्यावर आरोप ठेवण्यात आले, त्यांना ते आरोप

कुठल्या आधारावर केले गेले आहेत हेदेखील कळले नाही. आपल्या झपाटलेपणापायी हूव्हर यांचा व्हाइट हाऊस, पेंटॅगॉन आणि न्यायखात्यावरदेखील विश्वास उरला नव्हता आणि अपेक्षित असलेला सोव्हिएत हल्ला झाल्यावर साम्यवाद्यांना मोठ्या प्रमाणावर तुरुंगात ठेवण्याची जी योजना त्यांनी आखली होती, तिच्या संदर्भात आपल्या सगळ्या हालचाली आणि कारवाया – कायद्याच्या चौकटीच्या आतही आणि बाहेरही – त्यांनी या सगळ्यांपासून लपवून ठेवल्या होत्या.

जुलै १९४७ मध्ये ट्रुमन यांनी राष्ट्रीय सुरक्षा कायदा संमत करून घेतला. त्याच्यामुळे मोठ्या प्रमाणावर एक नवी नोकरशाही निर्माण झाली. तिचे प्रमुख म्हणून देशाचे पहिलेवहिले सेक्रेटरी ऑफ डिफेन्स या नात्याने कडवे रशियाविरोधक जेम्स फॉरेस्टल यांची नियुक्ती झाली. याच कायद्यांतर्गत सेन्ट्रल इंटेलिजन्स एजन्सी (सीआयए) देखील अस्तित्वात आली आणि तिला चार कामे सोपवली गेली. त्यातील तीन कामे गुप्त माहितीचे संकलन, विश्लेषण आणि वाटप यांच्याशी निगडित होती. पण चौथे जे काम होते, ते सर्वांत धोकादायक ठरणार होते. या कामाबद्दल एक संदिग्ध शब्दयोजना असलेला एक परिच्छेद होता, ज्याद्वारे सीआयएला, राष्ट्राध्यक्षांना योग्य वाटेल त्याप्रमाणे ''देशाच्या सुरक्षेला बाधा आणणाऱ्या गुप्त माहितीच्या संदर्भात इतर सर्व कृती आणि कर्तव्ये'' करण्याची मुभा देण्यात आली होती.

या संदिग्ध शब्दयोजनेचा उपयोग करून सीआयएने जगभरात शेकडो गुप्त कारवाया केल्या. त्यात ट्रुमन यांच्या राष्ट्राध्यक्षपदावरील दुसऱ्या कार्यकाळात केलेल्या ऐंशीपेक्षा जास्त कारवायांचाही समावेश होता. सीआयएच्या सुरुवातीच्या यशांमध्ये १९४८ मध्ये इटलीतील निवडणुकांमध्ये हस्तक्षेप करून कम्युनिस्ट पक्षाचा पराभव होण्याची व्यवस्था करण्याचा समावेश आहे. बहुधा अमेरिकेच्या हितसंबंधांना बाधा येत नाही, तोवरच लोकशाही हा एक सद्गुण होता! जिला काही वेळा ''भांडवलशाहीचे अदृश्य सैन्य'' म्हटले जाते, ती सीआयए ही खऱ्या अर्थाने एका नव्या अमेरिकेचा अग्रदूत होती. ही नवी अमेरिका एका गुप्त राष्ट्राच्या रूपात निर्माण करण्यात आली होती आणि पुढच्या काही दशकांमध्ये तिचा वाढत्या प्रमाणात विस्तार होणार होता.

जनतेसमोर दाखवण्याचा ट्रुमन यांचा चेहरा वेगळा असला, तरी सीआयए हळूहळू ''गेस्टापो'' किंवा ''लष्करी हुकूमशाही'' होऊन बसेल अशी भीती त्यांना सुरुवातीपासूनच वाटत होती. १९६३ मध्ये जॉन केनेडींची हत्या झाल्यानंतर थोड्याच दिवसांनी ट्रुमन यांनी सीआयएने आपल्या सर्व कारवाया बंद करून फक्त गुप्त माहिती गोळा करावी अशी आश्चर्यकारक पण उघड मागणी केली. त्यांचे हे मत व्यक्त करणारा त्यांचा लेख वॉशिंग्टन पोस्टमध्ये प्रसिद्ध झाला, पण

आश्चर्य म्हणजे अन्य प्रसारमाध्यमांमध्ये यावर फारशी चर्चा झाली नाही आणि तो लेख लोकांच्या विस्मृतीत गडपही झाला.

दुसऱ्या महायुद्धामध्ये दोस्तराष्ट्रांच्या फौजांचे नेतृत्व करून त्यांना विजय मिळवून देणारे जनरल जॉर्ज मार्शल यांची टाइम मासिकाने जानेवारी १९४८ मध्ये पुन्हा एकदा "मॅन ऑफ द इयर" म्हणून निवड केली. आता शांतपणे निवृत्त जीवन जगण्याचे त्यांनी ठरवले होते. पण एव्हाना बर्न्स यांचे अजीर्ण होऊन कातावलेल्या ट्रुमन यांनी बर्न्स यांना राजीनामा द्यायला लावला आणि जॉर्ज मार्शलना आपले नवे सेक्रेटरी ऑफ स्टेट म्हणून त्यांच्याजागी बसवले.

ट्रुमन दाखवत असलेली कम्युनिस्टांची भीती अंमळ अतिरंजित असल्याचे मार्शल यांचे खासगी मत होते. त्यांच्या विवेकबुद्धीने त्यांना सांगितले, की युद्ध जिंकण्याचा सर्वोत्तम मार्ग म्हणजे ते घडूच न देणे. उद्ध्वस्त आणि दु:खी युरोपला आत्ता लष्करी नव्हे तर मानवतावादी प्रतिसादाची आवश्यकता होती. त्याच अनुषंगाने जून १९४७ मध्ये हार्वर्ड विद्यापीठाच्या दीक्षांत समारंभामध्ये

पार्श्वभूमीवर दिसणाऱ्या फलकावरून सूचित होत असल्याप्रमाणे, जून १९४८मध्ये एका मार्शल प्लॅन पुरस्कृत प्रकल्पावर काम करताना पश्चिम बर्लिनमधील एक कामगार. १९४८ ते १९५२ या कालावधीत अमेरिकेने युरोपच्या पुनर्वसन कार्यावर १३ अब्ज डॉलर्स खर्च केले. या निधीचे सर्वांत मोठे लाभार्थी ब्रिटन, फ्रान्स आणि जर्मनी होते आणि या मार्शल प्लॅनमुळे पुन्हा सशस्त्र झालेला जर्मनी आणि भांडवलशाही राष्ट्रांचा आपल्याभोवतीचा घेराव, या दोन गोष्टींची सोव्हिएत रशियाला वाटणारी भीती आणखीनच गडद झाली.

अमेरिकेच्या या सर्वांत प्रतिष्ठित लष्करप्रमुखाने युरोपमधील नेत्यांना त्यांच्या आर्थिक पुनर्बांधणीच्या योजना सादर करण्यासाठी आवाहन केले. यातूनच पुढे मार्शल प्लॅनचा जन्म झाला. मार्शल म्हणाले, ''आमचे धोरण कुठल्याही राष्ट्र किंवा विचारसरणीच्या नव्हे, तर भूक, गरिबी, अगतिकता आणि अनागोंदीच्या विरुद्ध आहे.''

दुसऱ्या महायुद्धानंतर अमेरिकेने जे काही केले, ते साम्राज्यांच्या इतिहासामध्ये क्वचितच कधी घडले असेल. आपले जुने शत्रू जर्मनी आणि जपान यांचे अमेरिकेने पुनर्वसन केले आणि त्यांना आपली आर्थिकदृष्ट्या प्रबळ दूरस्थ उपराष्ट्रे बनवली. मार्शल पुढे म्हणाले, ''हा कार्यक्रम खूप कठीण आहे आणि या कार्यक्रमामध्ये जे राजकीय प्रश्न सम्मिलित होते, ते माझ्यापेक्षा तुम्हीच जास्त चांगले जाणता. मात्र माझ्या मनामध्ये याबद्दल कुठलीही शंका नाही, की आपण जर हे करायचे ठरवले तर ते यशस्वीरीत्या करू शकतो.'

पुढे मग १९४८ ते १९५२ या कालावधीत अमेरिकेने युरोपच्या पुनर्वसन कार्यावर १३ अब्ज डॉलर्स खर्च केले. या निधीचे सर्वांत मोठे लाभार्थी ब्रिटन, फ्रान्स आणि जर्मनी होते. आणि जर्मनीच्या पुन्हा प्रबळ होण्याची सोव्हिएत युनियनला जी भीती वाटत होती, तिच्यात या गोष्टीने खूप मोठी भर टाकली. या योजनेमध्ये सहभागी होण्याचा प्रस्ताव सोव्हिएत युनियनने धुडकावला, कारण त्यामुळे सोव्हिएत अर्थव्यवस्थेवर अमेरिकेचे खूपच नियंत्रण येणार होते.

जेव्हा झेकोस्लोवाकियामध्ये मुक्त वातावरणात निवडून आलेल्या सरकारचे नेतृत्व चक्क तिथल्या कम्युनिस्ट पक्षाकडे होते, तेव्हा या सरकारने मदतीसाठीची मार्शल योजना स्वीकारली आणि योजनेवर काडीचाही विश्वास नसलेल्या स्टालिनकरता ही गोष्ट अती झाली. त्याने झेक लोकांनी योजना नाकारावी अशी मागणी केली. फेब्रुवारी १९४८ मध्ये झेकोस्लोवाकियावर स्टालिनप्रणीत राजवट लादण्यात आली. अमेरिका आणि युरोपातल्या उदारमतवाद्यांना यामुळे धक्का बसला. अभिनेता जेम्स कॅग्नी याने पाश्चिमात्य जगाचा दृष्टिकोनच आपल्या वक्तव्यामध्ये व्यक्त केला : 'साम्यवादाच्या विजयामध्ये प्रस्थापित व्यवस्थेला कोसळवणे हे अर्थातच एक महत्त्वाचे तंत्र आहे. १९४८ मध्ये झेकोस्लोवाकिया हे पूर्व युरोपातले एक प्रस्थापित लोकशाही राष्ट्र असते. अचानक तिथे संपाची एक लाट उसळते. परंपरावादी घटक राजधानीतून परततात, पण देशाच्या सर्वांत महान नायकाचा मुलगा जॅन मसारिक त्यांच्यासोबत न जाता परराष्ट्रखात्यामध्येच थांबतो. दोन आठवड्यांनी त्याचा मृतदेह सापडतो. त्याने आत्महत्या केली की त्याला ठार मारले गेले, हे आजतागायत कुणालाही कळलेले नाही.'

मसारिकचा मृत्यू ज्याप्रकारे झाला – बाथरूमच्या खिडकीतून बाहेर पडण्यामुळे

– त्याने विशेषत: फॉरेस्टल यांच्या मनावर खूप मोठा परिणाम झाला. या घटनेमुळे सोव्हिएत मनसुब्यांबद्दलच्या सर्वांत वाईट दृष्टिकोनाला पुष्टी मिळाली.

मात्र मार्शल यांनी आदल्या नोव्हेंबर महिन्यातच मंत्रीमंडळ बैठकीत सांगितले होते की, सोव्हिएत रशिया लवकरच ''केवळ स्वसंरक्षणार्थ'' झेकोस्लोवाकियावर आपला पोलादी पंजा आवळणार आहे. पण या घटनेमुळे उडालेल्या हलकल्लोळाचा फायदा घेत ट्रुमन यांनी काँग्रेसकडून मार्शल प्लॅन घाईघाईने मंजूर करून घेतला आणि त्याचबरोबर पेंटॅगॉन ज्याकरता खूप दिवसांपासून त्यांच्या मागे लागली होती, तो पुन:सशस्त्रीकरण कार्यक्रमही मंजूर करून घेतला. याच वेळी अमेरिकेने स्वतंत्र पश्चिम जर्मनी देशाची मागणी लावून धरण्याचा अतिशय घातक निर्णयही घेतला.

'मार्शल योजना' आणि 'ट्रुमन विचारसरणी' यांचे वर्णन ट्रुमन यांनी ''एकाच अक्रोडाचे दोन भाग'' असे केले. या योजनेमुळे युरोपच्या पुनर्वसनाला चालना मिळाली हे खरे, पण त्या अंतर्गत बराचसा निधी अमेरिकन कंपन्यांनी निर्यात केलेला माल खरेदी करण्याकरताच वापरला गेला. युरोपची स्वत:ची तेल शुद्धीकरण क्षमता पुन्हा पूर्ववत करण्याकरता या मदतीतला फारच थोडा भाग देण्यात आला आणि त्याऐवजी युरोपियन बाजारपेठेवर आपले वर्चस्व स्थापन करण्याची अमेरिकन तेल कंपन्यांना परवानगी देण्यात आली.

ही योजना गुप्त पातळीवर सीआयएला उदारहस्ते मदत करणारी होती. या संस्थेने मार्शल योजनेअंतर्गत मदतनिधीतला पैसा मोठ्या प्रमाणावर आपल्या गुप्त कारवायांकरता वळवला. १९४८च्या उन्हाळ्यात, म्हणजे झेकोस्लोवाकियामध्ये सत्तापालट झाल्यानंतर, ट्रुमन यांनी जागतिक पातळीवरच्या गुप्त कारवायांमध्ये मोठ्या संख्येने वाढ करण्याला मंजुरी दिली. त्यामुळे आता सोव्हिएत युनियन आणि पूर्व युरोपात गनिमी कारवाया सुरू करणे सोयीचे झाले. युक्रेनमधील अशाच एका प्रकल्पांतर्गत 'नाईटिंगेल' या सांकेतिक नावाने एक गनिमी बंडखोर सेना उभारण्यात आली. या सेनेत अतिकडव्या युक्रेनियन राष्ट्रवाद्यांचा समावेश होता आणि ही सेना मुळात १९४१ साली नाझींनी उभी केली होती. या बंडखोर गटांनी सोव्हिएत नियंत्रण फारसे घट्ट नसलेल्या दुष्काळपीडित प्रदेशामध्ये हैदोस घालायला सुरुवात केली. स्वतंत्र युक्रेन देशाला विरोध करणाऱ्या हजारो ज्यू, सोव्हिएत आणि पोलिश नागरिकांच्या त्यांनी हत्या केल्या.

१९४९ पासून पाच वर्षे सीआयएने युक्रेनियन घुसखोरांना पॅराशूटच्या सहायाने परत त्या प्रदेशामध्ये घुसवले. रशियाच्या दृष्टीने पाहता हे म्हणजे रशियाने अमेरिकेच्या कॅनडा आणि मेक्सिकोशी असलेल्या सीमाप्रदेशामध्ये गनिमी बंडखोरांना घुसवण्यासारखे होते. सोव्हिएत युनियनचे तिच्या सीमावर्ती क्षेत्रांमध्ये

मार्च १९४७ मध्ये काँग्रेसच्या संयुक्त अधिवेशनामध्ये भाषण करताना ट्रुमन. ग्रीस आणि तुर्कस्थानमधील कृतींकरता राष्ट्राध्यक्षांनी चाळीस लाख डॉलर्सची रक्कम मागितली. नंतर जी 'ट्रुमन विचारसरणी' म्हणून ओळखली जाऊ लागली, त्या अंतर्गत त्यांनी जाहीर केले, की अमेरिकेने 'सशस्त्र अल्पसंख्यक गट किंवा बाह्य शक्तींद्वारे चाललेल्या दडपशाहीच्या प्रयत्नांना मुक्त समाज जो विरोध करू पाहात आहेत,' त्यांच्या पाठीशी उभे राहणे आवश्यक आहे.

असलेले नियंत्रण आणि तिच्या हितसंबंधांचे वर्तुळ नष्ट करण्याकरता अमेरिका कुठल्या थरापर्यंत जाऊ शकते, याचा इशाराही यातून मिळाला.

सीआयए जर्मनीमध्येदेखील तितकीच सक्रिय होती. तिने अमेरिकन लष्कराकडून तिथली गेहलेन ही संघटना आपल्या ताब्यात घेतली होती. ही गेहलेन संघटना नाझींची संघटना होती आणि पूर्वी ती हिटलरसाठी पूर्व युरोप आणि सोव्हिएत युनियनमध्ये हेरगिरी करत असे. या संस्थेमध्ये आता नाझी आणि युद्धगुन्हेगारांचे एक जाळेच कामावर ठेवण्यात आले. या लोकांपैकी काही जण पूर्वी गेस्टापो आणि एसएस या संघटनांमध्ये काम केलेले लोक होते. पुढच्या काही वर्षांमध्ये या संघटनेने सोव्हिएत युनियनच्या प्रत्येक कृतीचे शक्य तितके वाईट चित्र निर्माण करण्याचे काम केले. एका सेवानिवृत्त सीआयए अधिकाऱ्याने कबूल केले, "ते आम्हाला हवे तेच सांगत असत. आम्ही त्यांनी दिलेली माहिती नेहमी वापरत असू आणि पेंटॅगॉन, व्हाइट हाऊस, वर्तमानपत्रे अशा इतर सगळ्यांना ती पुरवत असू. त्यांनाही ते वाचायला खूप आवडत असे. पण ती सगळी माहिती म्हणजे रशियन बागुलबुवाची अतिरंजित वर्णने होती आणि त्या खोट्यानाट्या गोष्टींमुळे या देशाचे खूप नुकसान झाले."

जून १९४८ मध्ये अमेरिकेने पश्चिम बर्लिनच्या तीन क्षेत्रांमध्ये चलनविषयक सुधारणा सुरू केली. ही तीन क्षेत्रे पूर्व जर्मनीपासून शंभर मैल आतमध्ये होती. या गोष्टीकडे सोव्हिएत युनियन पुन्हा लष्करसज्ज झालेला स्वतंत्र पश्चिम जर्मनी नावाचा देश असे पाहू लागली. त्याचबरोबर अंतःस्थतच समृद्ध असलेल्या पश्चिम भागाकडून युद्धाची नुकसानभरपाई देववण्याच्या अमेरिकेच्या आश्वासनाचा हा भंग आहे असेही त्यांना वाटू लागले. रशियाने मग बर्लिनला जाणारे खुष्की

आणि रेल्वेमार्ग बंद करून टाकले.

पाश्चिमात्य देशांनी बर्लिनमध्ये प्रवेश करण्याचा हक्क गमावला आहे, कारण एकसंध जर्मनीची युद्धोत्तर चौकट ते मोडू पाहात होते, असे स्टालिनने जाहीर केले. पाश्चात्य प्रसारमाध्यमांनी बर्लिनची नाकेबंदी करण्याच्या सोव्हिएत औद्धत्याबद्दल राळ उठवली आणि ती सामान्य नागरिकांना उपाशी ठेवून आपल्यासमोर झुकण्यास भाग पाडण्याचा प्रयत्न करत आहे असा आरोप या माध्यमांनी केला. मात्र सोव्हिएत युनियनमध्ये जे काही दोष असतील ते असोत, या सर्वसाधारण दृष्टिकोनाच्या विपरीत त्यांनी पश्चिम बर्लिनमधील नागरिकांना पूर्वेकडच्या क्षेत्रांतून किंवा तशी आवश्यकता भासल्यास थेट सोव्हिएत साठ्यामधून अन्नधान्य आणि कोळसा पुरवण्याची हमी दिली होती. अमेरिकन लष्करी गुप्तचरखात्याने या गोष्टीला दुजोरा दिला. ऑक्टोबर महिन्यात या खात्याने बातमी कळवली, की बर्लिनचे रस्ते, रेल्वे आणि जलमार्ग बंद केले याचा अर्थ या शहराची संपूर्ण आर्थिक नाकेबंदी केली आहे असा नाही. ना तसा हेतू आहे, ना प्रत्यक्ष परिस्थिती. पण बहुतेक लोकांच्या लक्षात जे राहिले, ते म्हणजे पुढच्या अकरा महिन्यांच्या काळात जनरल कर्टिस लीमे यांनी कोंडीत सापडलेल्या बर्लिन शहरात बावीस लाख लोकांना मोठ्या प्रमाणावर विमानातून अन्नधान्य व इंधन पोहोचवले. त्यांची ही कृती सोव्हिएत आक्रमणापासून स्वतःचा बचाव करत केलेली एक धाडसी कारवाई होती. अण्वस्त्रांचा प्रयोग करण्यालासुद्धा मंजुरी देण्यास तयार असलेल्या ट्रूमन यांनी सप्टेंबरमध्ये लिहिले, ''आम्ही युद्धाच्या अगदी काठावर पोहोचलो होतो.''

अमेरिकेच्या या कृतीबद्दल फ्रान्सला फारसा उत्साह नव्हता. कारण त्यांनाही पुन्हा लष्करसज्ज झालेल्या जर्मनीची भीती वाटत होती. त्याचप्रमाणे ब्रिटनलादेखील या कृतीचे फार कौतुक नव्हते. पण आपली अण्वस्त्रांवरची एकाधिकारशाही अंतिमतः बलिष्ठ ठरेल यावर अमेरिकेने हा जुगार खेळला आणि पश्चिम जर्मनी देशाचा आराखडा देणारा मूलभूत कायदा तसेच एप्रिल १९४९ मध्ये नॉर्थ अटलांटिक ट्रीटी ऑर्गनायझेशनची (नाटो) स्थापना या दोन गोष्टी साध्य होईपर्यंत रशियाच्या तडजोडीच्या प्रयत्नांना नकार देत राहिली. यामुळे इतिहासात प्रथमच अमेरिका पश्चिम युरोपात शांतताकालीन लष्करी युतीमध्ये बांधली गेली.

आपली उद्दिष्टे पूर्ण झाल्यानंतर आता अमेरिका जर्मनीच्या भवितव्याबाबत चर्चा करण्याकरता राजी झाली. आणि त्या वेळी रशियाने बर्लिनची नाकेबंदी उठवली.

अधिकृतरीत्या जर्मनीचे विभाजन झाले नव्हते आणि आपण देत असलेल्या परकीय मदतीच्या मोबदल्यात अमेरिकेने नाटोच्या साथीने फ्रान्स, इंग्लंड, इटली

आणि जर्मनी यांना लष्करसज्ज केले आणि नंतर जर्मनीच्या भूमीवर अण्वस्त्रेदेखील ठेवली. असे करण्याद्वारे अमेरिका वास्तविक तिसऱ्या महायुद्धात पश्चिम युरोपला आपली पहिली बचाव आघाडी आणि एक संभाव्य उड्डाणतळ म्हणून घोषित करत होती.

१९४८ च्या निवडणुकीचे पडघम वाजायला लागले. जनतेमध्ये रिपब्लिकन पक्षाच्या बाजूने प्रचंड झुकाव होता. हेन्री वॉलेस यांनी स्वत:ला प्रोग्रेसिव्ह पार्टी या पक्षाचा उमेदवार घोषित केले. त्यांच्या प्रचारसभांमध्ये ते आवर्जून सांगत असत, की १९४८ मध्ये शांततेच्या बाजूने जितकी अधिक मते पडतील तितके जगाला समजेल, की अमेरिका द्विपक्षी प्रतिगामी युद्ध धोरणाची समर्थक नाही. हे धोरण जगाला दोन सशस्त्र गटांमध्ये विभागणारे आहे आणि त्यातून एक दिवस असा नक्की उजाडेल, ज्या दिवशी अंगावर हिमविरोधी पोषाख चढवलेले अमेरिकन सैनिक रशियातील बर्फामध्ये जागोजाग पडलेले दिसतील. ते पुढे आग्रहपूर्वक म्हणाले, की या ट्रुमनप्रणित, वॉल स्ट्रीट संचलित आणि लष्करी समर्थनप्राप्त, तसेच जगभरामध्ये अमेरिकन लोकशाहीच्या नावाला काळिमा फासणाऱ्या टोळक्याव्यतिरिक्त आणखी एक अमेरिका आहे, हे जगातल्या लोकांना कळणे अतिशय आवश्यक आहे.

ट्रुमन यांच्या जवळच्या गोटाने अतिशय विखारी असा साम्यवादविरोधी प्रचार सुरू केला. त्यात त्यांनी उदारमतवाद्यांना समोर करून या माजी उपराष्ट्राध्यक्षांवर मॉस्कोच्या हातातील बाहुले म्हणून आरोप केला. ट्रुमन यांनी घोषणा केली : 'हेन्री वॉलेस आणि त्यांचे साम्यवादी लोक यांचे राजकीय समर्थन ना मला हवे आहे, ना मी ते स्वीकारणार आहे.'

कम्युनिझमशी माझा काहीही संबंध नाही असे वॉलेस वारंवार सांगत राहिले आणि अमेरिकन स्वातंत्र्याची गळचेपी करण्याकरताच साम्यवादविरोधी प्रचार केला जात आहे असा इशारा देत राहिले, पण त्यांच्या सभा जमावाकडून उधळल्या जात राहिल्या, विद्यापीठांनी त्यांना आपल्या परिसरामध्ये सभा घेण्यास व भाषण करण्यास मज्जाव केला आणि काही वेळा त्यांच्या समर्थकांना त्यांच्या नोकऱ्यादेखील गमवाव्या लागल्या. वॉलेस यांचे सह-उमेदवार (रनिंग मेट) इडाहोचे सिनेटर ग्लेन टेलर यांना अलाबामामधील बर्मिंगहम पोलिसांनी अटक करून मारहाण केली. का, तर त्यांनी "कलर्ड" असे लिहिलेल्या दरवाजामधून सदर्न निग्रो यूथ काँग्रेसच्या सभेमध्ये प्रवेश केला! वॉलेस यांनी टेलरना तार पाठवली : "आपल्या घरात स्वातंत्र्य पायदळी तुडवले जात असताना परदेशामध्ये स्वातंत्र्याचे रक्षण करण्याच्या नावाखाली शस्त्रखरेदीकरता अब्जावधी डॉलर्स खर्च करण्याच्या दुटप्पीपणाचे हे नाटक आहे."

साम्यवादी असल्याचे आरोप आणि प्रमुख वृत्तपत्रांनी दिलेली तुच्छ वागणूक या गोष्टींचा व्हायचा तोच परिणाम झाला. वॉलेस यांचा प्रचार साफ कोलमडला. दक्षिण कॅरोलायनामधील एका विभाजनवादी उमेदवाराच्याही खाली चौथ्या क्रमांकाची मते त्यांना पडली. पण देशांतर्गत प्रश्नांच्या, त्यातही नागरी हक्काच्या प्रश्नाच्या बाबतीतल्या त्यांच्या पुरोगामी कार्यक्रमपत्रिकेच्या बहुतांश भागाचा प्रभाव ट्रुमन यांच्यावर पडला असावा. आणि विचित्र गोष्ट म्हणजे याचमुळे फरक पडला. रिपब्लिकन पक्षाच्या विजयाच्या शक्यतेमुळे भ्यायलेले डेमोक्रॅटिक मतदार अखेरच्या क्षणी ट्रुमन यांच्या मागे आले आणि जवळजवळ नक्कीच विजयी होणार असलेल्या रिपब्लिकन पक्षाच्या थॉमस डेवी यांचा प्रचंड मतांनी पराभव करण्यात त्यांना मदत केली.

अमेरिकन राजकारणामधील हा मागाहून येऊन मुसंडी मारण्याचा एक चमत्कार होता, एक कथा होती हे खरे, पण चर्चिल यांच्याप्रमाणेच हॅरी ट्रुमननादेखील आपली कारकिर्द डोळ्यांसमोर ढासळताना पाहावी लागली. पुढच्या चार वर्षांमध्ये त्यांचा जनाधार मोठ्या प्रमाणावर कमी झालेला त्यांना पाहावा लागला. त्यांनी जेव्हा आपला कालावधी पूर्ण केला, तेव्हा त्यांना असलेली लोकांची पसंती जॉर्ज डब्ल्यू. बुश यांच्या, इतिहासातील सर्वांत कमी पसंतीच्या पातळीवर जाऊन पोहोचली होती.

सप्टेंबर १९४९ मध्ये पुढच्या तीन महत्त्वाच्या घटनांपैकी पहिली घडली. खरे तर या तिन्ही घटना अनपेक्षित असायला नको होत्या. ट्रुमन यांनी राष्ट्राला सांगितले, की आमच्याकडे असे पुरावे आले आहेत, की गेल्या काही आठवड्यांमध्ये रशियामध्ये अणुस्फोट चाचणी पार पडली आहे. हे ऐकून अमेरिकन जनतेला प्रचंड मोठा धक्का बसला. १९४८ मध्ये ओपनहायमर यांनी म्हटले होते, ''आपली आण्विक एकाधिकारशाही उन्हात ठेवलेल्या बर्फाच्या लादीसारखी आहे.'' हेन्री वॉलेस यांनी १९४५ मध्ये इशारा दिला होता, की ट्रुमन आणि त्यांच्या मर्जीतल्या लोकांचा, अमेरिकेची एकाधिकारशाही दीर्घ काळ चालेल हा भ्रम ही एक अतिशय भयंकर चूक आहे.

अमेरिकन जनतेला पूर्वी कधी वाटले नव्हते इतके आता असुरक्षित वाटू लागले आणि वॉलेस, तसेच वैज्ञानिकांना अण्वस्त्र स्पर्धेची जी भीती वाटत होती, ती आता आणखीनच वाढली. कारण अमेरिकेने हायड्रोजन बॉंब विकसित करण्याच्या प्रयत्नांना गती दिली.

१९४९ वर्ष संपेतोवर जगातला सर्वांत मोठा आणि सर्वांत जास्त लोकसंख्या असलेला चीन देश साम्यवादी झाला. माओ झेडाँग यांनी जेव्हा जियांग जिएशी यांच्या भ्रष्ट राष्ट्रवादी शक्तींची पार धूळदाण उडवली, तेव्हा १९१७ मध्ये

झारशाही उलथवण्याकरता रशियामध्ये झालेल्या क्रांतीनंतरची ही नि:संशयपणे सर्वांत महत्त्वाची क्रांती ठरली. टाइम या मासिकाने इशारा दिला, की जगाला गिळंकृत करू पाहणारी लाल लाट येते आहे. जनरल डग्लस मॅकऑर्थर यांनी लाइफ या मासिकात लिहिले, ''चीनच्या पाडावामुळे अमेरिका धोक्यात आली आहे.''

जणू भ्रष्ट राष्ट्रवाद्यांचा पराभव अनपेक्षित असावा अशाप्रकारे संतप्त होऊन अमेरिकेतील नेमस्त चीन लॉबीने याकरता सोव्हिएत युनियन, डेमोक्रेटिक पक्ष आणि स्टेट डिपार्टमेंटमधील चीनविषयक तज्ज्ञांनाच धारेवर धरले असे नाही, तर सेक्रेटरी ऑफ स्टेट जॉर्ज मार्शल यांनाही दोष दिला. त्यांचे हे आरोप पुढे चालून खोटे सिद्ध झाले. आपल्या तात्कालिक सुरक्षाविषयक चिंतांपुढे जागतिक क्रांतीला दुय्यम स्थान देत सोव्हिएत युनियनने क्रांतिकारकांना फारशी मदत आणि प्रोत्साहन कधीच दिले नव्हते. फेब्रुवारी १९५० मध्ये स्टालिनने माओशी अखेर युती केली, पण या जहाल चिनी नेत्याला अमेरिकेशी सौहार्दपूर्ण संबंध ठेवण्याची विनंतीही केली. दोन्ही पक्षांनी एकमेकांवर बेछूट आरोप केले, पण आपल्या देशात क्रांतिकारी बदल घडवून आणण्याबद्दल चीनचे ठाम असणे आणि संयुक्त राष्ट्रसंघामध्ये चीनच्या नव्या सरकारला मिळालेले स्थान योग्य आहे हे अमेरिकेने सपशेल नाकारणे व त्याचवेळी इतर हुकूमशाही राष्ट्रांना मात्र मान्यता देणे, या गोष्टींमुळे दोघांमध्ये शांतता प्रस्थापित होणे शक्यच नव्हते.

जून १९५० मध्ये उत्तर कोरियाने दक्षिण कोरियावर आक्रमण केले आणि शीतयुद्ध खरोखरच तापले.

उत्तर कोरियामध्ये सोव्हिएत रशियाने बसवलेला हुकूमशहा किम इल सुंग आणि दक्षिण कोरियामध्ये अमेरिकेने पाठिंबा दिलेला हुकूमशहा सिंगमन ऱ्ही हे दोघेही दोन्ही देशांना बलपूर्वक एक करण्याची धमकी देत होते. रशियाने ज्याच्याशी दोन अतिशय रक्तरंजित युद्धे लढली होती, त्या जपानच्या अमेरिकेने चालवलेल्या पुनरुभारणीमुळे चिंतेत पडलेल्या स्टालिनने किमला दक्षिण कोरियावर प्रथम हल्ला करण्यासाठी हिरवा कंदील दाखवला. किम इल सुंगला स्टालिनने सांगितले, ''युरोप, बाल्कन देश आणि मध्यपूर्वेमध्ये अमेरिकेचे अप्रामाणिक, विश्वासघातकी आणि उद्दाम वर्तन आणि विशेषत: नाटो स्थापन करण्याचा तिचा निर्णय'' याला प्रत्युत्तर देण्याचा युद्ध हाच मार्ग आहे. पण त्याच वेळी, अमेरिकेची शक्ती जाणून असल्यामुळे त्याला या युद्धाची व्याप्ती फार मोठी नको होती.

संरक्षण दलांच्या प्रमुखांची संयुक्त समिती आणि स्टेट डिपार्टमेंट यांनी कोरिया हा अमेरिकेच्या पूर्व आशियातील संरक्षण परिघाच्या बाहेरचा देश आहे असे उघडपणे घोषित केले होते. पण चीनमध्ये साम्यवादाला मिळालेला विजय

आणि क्रांतिकारक शक्तींनी व्हिएतनाम, मलाया व फिलिपिन्समधील पाश्चिमात्य देशांच्या पाठिंब्यावर उभी असलेली सरकारे उलथवण्याचे चालवलेले प्रयत्न यांच्यामुळे ट्रुमन यांना वाटले, की आपण कुठेतरी आपला निश्चय दाखवणे आवश्यक आहे. त्यात कोरिया हे एक नवे स्थान होते. "आपण जर कोरियाचा अपेक्षाभंग केला, तर सोव्हिएत रशिया पुढे-पुढे जात राहील आणि आशिया खंडातील एक-एक देश गिळंकृत करत जाईल. आपण जर आशिया हातचा जाऊ दिला, तर जवळच्या पूर्वेकडचे देश कोलमडतील आणि युरोपात काय होईल याबद्दल तर बोलायलाच नको."

लाखो सैनिकांना आघाडीवर पाठवूनही ट्रुमननी याला "युद्ध" म्हणायला नकार दिला आणि त्याऐवजी याला "पोलिस ॲक्शन" असे नाव दिले.

नावाला ही संयुक्त राष्ट्रसंघाची कृती होती, पण त्यातले अर्धे पायदळ आणि जवळपास संपूर्ण नौदल आणि वायुदल अमेरिकेचे होते. उरलेल्या अर्ध्या पायदळापैकी बहुतेक सैनिक दक्षिण कोरियाचे होते. ट्रुमन यांनी काँग्रेसची मान्यता घेण्यालादेखील फाटा दिला आणि भविष्यातल्या अशा हस्तक्षेपांचा मार्ग प्रशस्त करून ठेवला. या अनिर्णित, रक्तरंजित आणि तीन वर्षे चाललेल्या युद्धाची ट्रुमन यांना खूप मोठी किंमत मोजावी लागली.

जेम्स फॉरेस्टलच्या बाबतीत बोलायचे, तर वॉशिंग्टनमध्ये विखारी सोव्हिएतविरोधी वातावरण निर्माण करण्यात त्यांच्या दृष्टिकोनामुळे मदत झाली असली, तरी ट्रुमन यांच्याशी अनेक धोरणांबाबत सुरू असलेल्या संघर्षामध्ये त्यांची बाजू पडती ठरली होती आणि अखेर मार्च १९४९ मध्ये त्यांना समारंभपूर्वक सेवामुक्त करण्यात आले. त्यांना "जबर धक्का बसला" होता.

त्यांचे मित्र आणि सीआयएचे भावी संचालक जॉन मॅकोन एकदा त्यांना भेटायला गेले, तेव्हा अधिकाधिक भयगंडग्रस्त होत चाललेल्या फॉरेस्टल यांनी खिडकीच्या काचा खाली केल्या आणि दुरून नेम धरून ठार मारणाऱ्या बंदूकधाऱ्यांपासून (स्नायपर) बचाव करण्याकरता ते खिडकीपासून लांब जाऊन बसले. ते नेमके कुणाला "झियोनिस्ट एजंट्स" म्हणत होते, कम्युनिस्टांना की ज्युईश लोकांना, हे त्यांनी कधीच स्पष्ट केले नाही. फॉरेस्टल अंगात पायजमा घातलेल्या अवस्थेत, "रशियन्स येत आहेत! रशियन्स येत आहेत!" असे ओरडत रस्त्यांवर फिरताना आढळले, अशी एक अफवा वर्तमानपत्रांमध्ये पसरली आणि जगभर गेली.

फॉरेस्टल नियमित वैद्यकीय तपासणीकरता मेरिलँड इथल्या बेथेस्डा नेव्हल हॉस्पिटलमध्ये दाखल झाले आहेत असे पेंटॅगॉनने जाहीर केले. त्यांना रिॲक्टिव्ह डिप्रेशन किंवा प्रतिक्रियात्मक नैराश्य आले असल्याचे निदान करण्यात आले.

सोळाव्या मजल्यावर आपल्या खोलीमध्ये एकटे असताना त्यांना वारंवार आपला छळ केला जात असल्याची स्वप्ने पडत होती. झेकोस्लोवाकियाचे परराष्ट्रमंत्री जॅन मसरिक यांच्यासारखीच आपली गत होणार – आपल्यालाही कुणीतरी उचलून बळजबरीने खिडकीतून बाहेर फेकून देणार - असे त्यांना वाटत होते. पण नंतर त्यांची प्रकृती सुधारू लागली आणि २२ मे, १९४९ रोजी रात्री ते उशिरापर्यंत सोफोकलच्या ''द कोरस फ्रॉम अयाक्स'' या पुस्तकाची नक्कल करताना दिसले. या कथेचा नायक घरापासून लांब कुठेतरी आपले जीवन कसे असेल याचा विचार करत असतो. कथेमधला ''नाईटिंगेल'' हा शब्द लिहून होताच त्यांनी आपले पेन खाली ठेवले आणि सोळाव्या मजल्यावरून खाली उडी मारली.

तत्त्वज्ञ आणि वर्तमानपत्रांतील स्तंभलेखक वॉल्टर लिपमान यांनी फॉरेस्टल यांच्याबद्दल लिहिले, की एका आजाराचा अभ्यास करणाऱ्या आणि अखेर त्याच आजाराने ग्रस्त होणाऱ्या डॉक्टरसारखी त्यांची गत झाली.

अमेरिकेचे पहिले सेक्रेटरी ऑफ डिफेन्स, जेम्स फॉरेस्टल यांना तीव्र नैराश्याचा झटका आला आणि स्वतःच्या तीव्र साम्यवादविरोधी गंडापोटी त्यांनी बेथेस्डा नेव्हल हॉस्पिटलच्या सोळाव्या मजल्यावरच्या खोलीतून उडी मारून आत्महत्या केली.

फॉरेस्टल आपल्यामागे नव्याने जन्माला आलेली पेंटॅगॉन ही संस्था ठेवून गेले, जिला एका वेगळ्या जगाकरता संघर्ष करणाऱ्या लोकांशी सामना झाल्यावर त्यात फक्त कम्युनिस्टांची कटकारस्थानेच दिसत असत.

जगभरात आजही एक मूलभूत गैरसमज पसरलेला आहे, की अमेरिका शीतयुद्धामध्ये उतरली ते केवळ सोव्हिएत आक्रमणाला प्रत्युत्तर म्हणूनच. पोलंड, हंगेरी, रोमेनिया, बल्गेरिया, पूर्व जर्मनी, अल्बानिया आणि झेकोस्लोवाकियामध्ये रशियन नेतृत्वाने जुलमी आणि कुणी विरोध केला तर क्रूर होणाऱ्या राजवटी लादल्या यात शंकाच नाही. पण ही गोष्टही तितकीच स्पष्ट आहे, की सुरुवातीला

सोव्हिएत रशिया या देशांमध्ये आपल्याशी मित्रभावना बाळगणारी सरकारे स्वीकारण्याकरता तयार होती, पण नंतर पाश्चात्त्य देशांनी सोव्हिएत विचारप्रणाली आणि सोव्हिएत सुरक्षेलाच धोका निर्माण केला आणि ही स्थिती बदलली.

या युद्धोत्तर कालखंडामध्ये शीतयुद्धाला सुरुवात करण्यामध्ये सिंहाचा वाटा होता, अमेरिका आणि तिच्या आण्विक एकाधिकारशाहीचा, सोव्हिएत युनियनचा नव्हे.

शांततावादी ए. जे. मुस्ते यांनी १९४१ मध्ये लिहिले, "कुठल्याही युद्धानंतर समस्या त्यातल्या जेत्याची असते. त्याला असे वाटत असते, की युद्ध आणि हिंसा लाभदायक असतात असे त्याने नुकतेच सिद्ध करून दाखवले आहे. आता त्याला कोण धडा शिकवणार?"

अमेरिकेने पश्चिम युरोप मुक्त करण्यात मदत केली हे खरे, पण त्यांनतरच्या घडामोडींमधून असे संकेत मिळू लागले, की तिला भयगंड आणि आक्रमक प्रतिसाद देणे या दोन गोष्टींनी ग्रासले आहे, नव्हे जवळ जवळ हतबल करून टाकले आहे. सोव्हिएत युनियन जग गिळंकृत करणारच असा विचार करणाऱ्या कट्टर साम्यवादविरोधकांच्या मतापुढे ट्रुमन यांनी मान तुकवली, हा पहिला संकेत होता. नंतर रूझवेल्ट आणि स्टालिन यांच्यामध्ये जे ठरले होते ते त्यांनी धुडकावले. मग त्यांचे चिथावणीखोरपणे आणि अनावश्यकरीत्या अणुबाँब टाकणे, ग्रीसमध्ये साम्यवादाशी लढण्याची त्यांची हाक, देशात आणि देशाबाहेर साम्यवाद्यांचा धोका असल्याचे त्यांनी जाणूनबुजून रंगवलेले भडक चित्र, फुल्टन इथले चर्चिलचे भाषण, नाटोची स्थापना, जर्मनीचे विभाजन आणि लष्करीकरण, सोव्हिएत युनियनला धमकावण्याकरता अधिकाधिक मोठ्या अणू आणि हायड्रोजन बाँब्सच्या सातत्याने चाललेल्या चाचण्या आणि या सगळ्या वाकड्या वळणांना आव्हान देणाऱ्या प्रत्येकाचा अमेरिकेने केलेला छळ व मुस्कटदाबी, हे ते संकेत होते.

ही भीती कशासाठी? आपण सर्व अमेरिकन लोक एका नव्या देशामध्ये स्थलांतरित म्हणून आलो आहोत असे म्हटले गेलेले आहे. कुठल्या ना कुठल्या प्रकारे आपण छळ, गरिबी आणि भय यांपासून सुटका करून घेतली आणि दोन प्रचंड महासागरांचे अंतर मध्ये असूनही अजूनही त्या भीतीने आपली पाठ सोडलेली नाही. तीच भीती आपल्या मुलांना व नातवंडांनाही सतावते आहे. उत्तर अमेरिकेतील नागरिकांना, एका नव्या भूमिवर, एका नव्या शुद्ध मनाने पुन्हा सुरुवात करण्याविषयीची दंतकथा शिकवली गेली आणि त्यांना त्याची भुरळही पडली. ही दंतकथा म्हणजे पर्वतावर वसलेल्या एका नव्या जेरुसलेम शहरामधला अमेरिकन अपवादात्मकतावाद. मग असे असताना परदेशातून, कायमच जुन्या दुष्ट मार्गाचा प्रतिनिधी ठरेल, अशा एखाद्या भ्रष्ट परदेशी व्यक्तीकडून आपला

छळ होण्याची भीती वाढवून सांगण्याची काही गरज आहे का?

एकविसाव्या शतकाच्या सुरुवातीच्या काळात अमेरिकन लोकांच्या घरांमध्ये तीस कोटी बंदुका असतील. आपण जगातला सर्वांत सशस्त्र देश आहोत. पण एखादा देश जेव्हा स्वतःच्या बचावाकरता निकराचे प्रयत्न करतो, तेव्हा मानसिक पातळीवर कितीही मोठे संरक्षण त्याला कमी वाटणे अपरिहार्य आहे. त्याचबरोबर हेही बरेचदा खरे आहे की, आपली संरक्षणव्यवस्था जितकी मोठी होत जाते, त्याच प्रमाणात आपल्या मनातील शत्रूची प्रतिमादेखील मोठी होत जाते. यातून अतिशयोक्त प्रतिक्रिया आणि कधीही न संपणारी भीती घालवण्याच्या निष्फळ प्रयत्नांमध्ये तीव्र गतीने आपली ऊर्जा खर्च करणे, एवढेच निष्पन्न होते.

भीती आणि अनिश्चितता या दोन गोष्टींनी मानवी जीवनाचा अगदी आदिम काळापासून पिच्छा पुरवला आहे. आपण ज्याप्रमाणे जन्म आणि मृत्यू या दोन गोष्टी अटळ म्हणून स्वीकारल्या आहेत, तसेच भीती आणि अनिश्चितता या आपल्या मानवी जीवनातील दोन अनिवार्य घटकांनाही स्वीकारायला हवे. ''तुम्ही जर भीतीला जिंकू शकलात, तर तुम्ही मृत्यूलाही जिंकू शकता,'' ही संकल्पना अलेक्झांडर द ग्रेट याने मांडली असे म्हणतात. आणि आपल्या भीती आणि अनिश्चिततेला एकत्रितपणे तोंड देत त्यांना काबूत ठेवण्याने आपण आपोआपच जास्त कणखर बनत असतो. खासगी आणि सार्वजनिक अशा दोन्ही जीवनांमधला विरोधाभास असा आहे की, काळ बदलतो, तसे आपल्या भीतीचे कारण असलेला आपला शत्रू आपला मित्र किंवा सहयोगी होतो आणि तेही बरेचदा अगदी जिवलग मित्र बनतो.

आता मागे वळून पाहता, अमेरिकन नेत्यांनी हे जग दोन परस्परविरोधी सामाजिक व्यवस्थांमधील अस्तित्वाचा संघर्ष आहे, अशी मांडणी करण्याच्या इच्छेने, त्यांना हव्या असलेल्या एका शत्रूपासूनच्या धोक्याचे अतिशयोक्त चित्र उभे केले हे स्पष्ट दिसते. आपल्या सगळ्या चुका आपल्या भीतीपोटीच घडतात असा इशारा देणारे हेन्री वॉलेस यांनी त्या दोन सामाजिक व्यवस्थांमध्ये एक निकोप स्पर्धादेखील होऊ शकते असे म्हटले होते. पण अमेरिकन धोरणकर्त्यांमधील कडव्या लोकांना हे असंभव वाटत होते आणि त्यांनी वॉलेस यांची मूर्ख किंवा बेईमान म्हणून हेटाळणी केली. याच लोकांपैकी एक असलेले अमेरिकेचे पहिले सेक्रेटरी ऑफ डिफेन्स जेम्स फॉरेस्टल यांनी अत्यंत वाईट पद्धतीने आपल्या जीवनाचा अंत केला. ही गोष्ट आपल्याच सावलीला अधिकाधिक भिण्याच्या अमेरिकन परराष्ट्रधोरणाचा एक विचित्र पूर्वसंकेत बनून बसली.

विसाव्या शतकाच्या मध्यावर अमेरिकेने एका नव्या मानसिकतेचा पाया घातला होता. ती एका अनोख्या प्रकारे पूर्णपणे एक प्रकारचे साम्राज्य बनली. हे

साम्राज्य आर्थिकदृष्ट्या सर्वांत पुढे आणि प्रचंड प्रमाणात शस्त्रसज्ज होते. एकीकडे स्वातंत्र्य आणि लोकशाहीचा घोष करतानाच हे अमेरिकानामक साम्राज्य जगाची पोलिसगिरी करत होती. पोलिसाला गुन्हेगाराचा शोध लावून अटक करणे आवश्यक असते. त्यामुळे अमेरिकन इतिहासातील पुढची साठ वर्षे पूर्वीच्या साच्याबरहुकूम घडली. साम्राज्याच्या नागरिकांना पत्ता लागू न देता आपल्या गुप्त कारवाया वाढवणे, अधिकाधिक प्रादेशिक युद्धे लढणे आणि इतरांवर पुन:पुन्हा एक प्रकारचे नियंत्रण लादत राहणे असा हा साचा आहे.

प्रकरण सात

१९५२ साली रिपब्लिकन उमेदवार ड्वाईट डेव्हिड आयसेनहॉवर हे एकोणचाळीस राज्यांचा पाठिंबा मिळवत प्रचंड बहुमताने राष्ट्राध्यक्षपदी निवडून आले. दुसऱ्या महायुद्धातले हिरो असलेले 'आयके' मृदू आणि कणखर असे दोन्हीही होते. लष्करवादाच्या आपल्या काही मर्यादा आहेत हे ते जाणून असल्याने त्यांनी दीर्घ काळ लांबलेल्या कोरियन युद्धाची "निरुपयोगी" म्हणून संभावना केली. राष्ट्राध्यक्ष या नात्याने त्यांनी हे युद्ध थांबवले आणि "आता आपण स्वत:वर, आपल्या राष्ट्रावर, आणि आपल्या सर्वांचा पिता असलेल्या त्या (विश्व) निर्मात्यावर श्रद्धा ठेवून भविष्याकडे पाहूया," असे घोषित करून अमेरिकन जनतेचा आत्मविश्वास आणि आशावाद पुन:प्रस्थापित केले.

आजवरचा सर्वांत शक्तिमान शस्त्रसाठा गोळा करण्यावरही त्यांची श्रद्धा होती. आणि त्यांच्या निवडणुकीच्या तीनच दिवस आधी अमेरिकेने इल्युजलॅब नावाच्या एका बेटावर आपल्या पहिल्या हायड्रोजन बॉंबची चाचणी घेतली.

पासष्ट टन वजन असलेला हा बॉंब विमानामधून टाकणे अशक्य होते. स्फोटानंतर इल्युजलॅब बेट, सुमारे शंभर मैल लांबीच्या ढगाखाली सहा तास जळत होते आणि नंतर त्याचे अस्तित्व कायमकरता मिटून गेले.

आजोबांसारखा चेहरा असलेला हा नवा अमेरिकन राष्ट्राध्यक्ष नेमका कोण होता? पॉट्सडॅम इथे या माणसाने जपानवर अणुबॉंब टाकायला विरोध केला होता, १९४२ मध्ये सोव्हिएत रशियाच्या मदतीसाठी युरोपमध्ये दुसरी आघाडी उघडण्याकरता जंग-जंग पछाडले होते आणि जेव्हा त्याऐवजी उत्तर आफ्रिकेवर हल्ला चढवण्याकरता चर्चिल यांनी रूझवेल्ट यांचे मन वळवले, तेव्हा हा मनुष्य अतिशय संतप्त झाला होता. सोव्हिएत जनरल झुकॉव्ह यांच्याशी त्यांनी मैत्रीपूर्ण संबंध विकसित केले होते. स्टालिनला त्यांच्याबद्दल अतिशय आदर होता : "जनरल आयसेनहॉवर हा एक मोठा माणूस आहे. आणि हे केवळ त्यांनी लष्करामध्ये जी काही कामगिरी बजावली त्याकरता मी म्हणत नाही तर त्यांच्या

मानवी, मित्रत्वपूर्ण, करुणामय आणि मनमोकळ्या स्वभावामुळे म्हणतो आहे.''

मॉस्कोतल्या लाल चौकामध्ये लेनिनच्या थडग्यावर उभ्या केलेल्या मंचावर बसून परेड पाहणारे हे पहिलेवहिले परदेशी गृहस्थ होते. आणि राष्ट्राध्यक्षपदावर आल्यानंतर सहा आठवड्यांनी, म्हणजेच मार्च १९५३ मध्ये एक नवी संधी त्यांच्यासमोर चालून आली. जोसेफ स्टालिन यांच्या मृत्यूच्या बातमीनेच त्या दिवशी अमेरिकेची सकाळ झाली. क्रूरकर्मा असूनही बहुतेक रशियन लोक स्टालिनची पूजा करत असत. कारण त्यानेच देशाला नाझींवर विजय मिळवून दिला होता आणि मागासलेल्या रशियाला एक आधुनिक, औद्योगिक राष्ट्र बनवले होते.

एकीकडे रशियन जनता स्टालिनच्या मृत्यूबद्दल शोकमग्न असताना दुसरीकडे काहीशा दोलायमान अवस्थेत असलेल्या सोव्हिएत नेत्यांनी भांडवलशाहीवादी पाश्चात्त्य जगासोबतचा तणाव कमी करण्याचा निर्णय घेतला. ज्याने तीस वर्षे प्राचीन काळातल्या झारप्रमाणे त्यांच्या जीवनावर अधिराज्य गाजवले होते तो मनुष्यरूपी समंध आता त्यांच्या मानगुटीवरून उतरला होता आणि ते मुक्त झाले होते. त्यांचे सर्वांत मुख्य लक्ष्य होते देशांतर्गत जीवनाचा दर्जा सुधारणे आणि त्याकरता त्यांनी सहजीवन आणि शांततामय स्पर्धेचे आवाहन केले. अमेरिकेचे नवीन नेतृत्व याला कसे प्रतिसाद देणार होते?

१९५१ मध्ये पुन्हा पंतप्रधानपदी निवडून आलेले विन्स्टन चर्चिल गेल्या पन्नास वर्षांपासून आंतरराष्ट्रीय मुत्सद्देगिरी पाहत आले होते. युरोपियन साम्राज्यांच्या सुवर्णकाळापासून ते फॅसिझमच्या भयकारी उदयापर्यंत. पण या नव्या आण्विक युगाची एक आगळीच धास्ती या वयोवृद्ध नेत्याच्या मनामध्ये बसली होती. ही अभूतपूर्व संधी साधा आणि नव्या सोव्हिएत नेत्यांसमवेत एक आंतरराष्ट्रीय शिखर परिषद आयोजित करा, अशी विनंती त्यांनी वॉशिंग्टनला केली. त्यांना आयसेनहॉवर यांच्याबद्दल आशा वाटत होती. सहा आठवडे गेले. पण काहीच घडले नाही. सर्वत्र भयाण शांतता होती. आणि मग आयसेनहॉवर यांनी शांतता या विषयावर नितांतसुंदर भाषण केले. ''तयार करण्यात आलेली प्रत्येक बंदूक, जलावतरण झालेली प्रत्येक युद्धनौका आणि डागले गेलेले प्रत्येक क्षेपणास्त्र, जे भुकेले आहेत, ज्यांना अन्न मिळत नाही, जे थंडीने काकडत आहेत, ज्यांच्या अंगावर धड कपडा नाही त्या लोकांकडे अंगुलिनिर्देश करतात... ही जगण्याची पद्धत अजिबात नव्हे ... युद्धाच्या ढगांच्या कृष्णछायेत लोखंडी क्रूसावर लटकते आहे ती मानवता.''

हे भाषण ऐकून अतिशय उत्साहित झालेल्या रशियनांनी या भाषणाच्या प्रती छापून जागोजाग वाटल्या, पण मग दोनच दिवसांनी आयसेनहॉवर यांच्या सेक्रेटरी

ऑफ स्टेट जॉन फॉस्टर डलेस यांच्याकडून एक उत्तर मिळाले. त्यात त्यांनी आरोप केला, की सोव्हिएत युनियनचा "शांततेसाठीचा आक्रमक पवित्रा" हा प्रत्यक्षात अमेरिकेच्या ताकदीपुढे घेतलेला "शांततेसाठीचा बचावात्मक पवित्रा" आहे आणि साम्यवादी लोक "जगामधील प्रत्येक खरेखुरे स्वतंत्र सरकार उलथवून टाकण्यासाठी आतून निरंतर प्रयत्न करत असतात."

हा अपमान होता आणि सोव्हिएत नेते त्यामुळे संभ्रमात पडले. या नव्या प्रशासनाच्या वतीने मवाळ आयसेनहॉवर बोलत आहेत, की तुलनेने कडवे डलेस, असा प्रश्न त्यांना पडला.

एका प्रेस्बायटेरियन धर्मोपदेशकाचा मुलगा असलेल्या डलेस यांनी १९२० आणि १९३० च्या दशकामध्ये बलाढ्य कॉर्पोरेट कंपनी सुलिवन अँड क्रॉमवेलचे वकील म्हणून वॉल स्ट्रीटवर आपली कारकीर्द घडवली होती. अमेरिकेच्या व्यावसायिक हिताचे रक्षण करण्याप्रतीच्या बांधिलकीपासून किंवा साम्यवादाच्या द्वेषापासून डलेस कधीही तसूभरदेखील डगमगले नव्हते. नाझींशी आपले व्यावसायिक संबंध असल्याचा त्यांनी नंतर अतिशय जोरदार प्रतिवाद केला असला तरी त्यांनी कॉर्पोरेट कंपन्या आणि बँकर ग्राहकांच्या वतीने काम केले होते आणि अमेरिकेमध्ये जर्मन रोखेविक्रीतून एक अब्जपेक्षा जास्त डॉलर्स उभे करण्यात हातभार लावला होता. हिटलरच्या सरकारला लक्षणीय सहयोग देणाऱ्या आय. जी. फार्बेन या

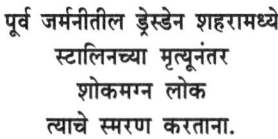

पूर्व जर्मनीतील ड्रेस्डेन शहरामध्ये स्टालिनच्या मृत्यूनंतर शोकमग्न लोक त्याचे स्मरण करताना.

कंपनीशीदेखील त्यांनी खूप मोठ्या प्रमाणावर व्यवहार केले होते.

सोव्हिएत नियंत्रणाखाली असलेल्या नागरिकांना आक्रमक धोरण अंगीकारून मुक्त करण्याच्या कल्पनेवर डलेस ठाम होते.

आयसेनहॉवर यांची राष्ट्राध्यक्षपदाची कारकिर्द सुरू होण्याच्या सुमारास कोरियातील पोलिस कारवाई अडीच वर्षांचे एक दु:स्वप्न बनून बसली होती. तिथे निरुपयोगी डोंगराळ जमिनीकरता जे क्रूर युद्ध सुरू होते, त्यातील जीवितहानी आणि अंतहीन कटकारस्थाने, पंधरा वर्षांनी दक्षिण व्हिएतनाममधील जंगलांमध्ये झालेल्या कारवायांइतकीच निराशाजनक होती.

सोव्हिएत-प्रशिक्षित व सोव्हिएत शस्त्रसज्जित उत्तर कोरियन लोकांना दुसऱ्या महायुद्धातील हिरो जनरल डग्लस मॅकऑर्थर यांनी लढत-लढत उत्तरेकडे चिनी सीमांपर्यंत मागे ढकलले होते आणि तेही बीजिंगकडून वारंवार यासंदर्भात इशारे दिले जात असताना. मॅकऑर्थर यांनी ट्रुमनना आश्वासन दिले, की चिनी लोक कधीही युद्धामध्ये पडणार नाहीत. १९५० च्या शिशिराच्या शेवटी-शेवटी लाखो चिनी सैनिक यालू नदी ओलांडून आले आणि त्यांनी अमेरिकन आणि दोस्तराष्ट्रांच्या फौजांना पळता भुई थोडी करून टाकली. टाइम मासिकाने या घटनेचे वर्णन ''अमेरिकेचा आजवरचा सर्वांत वाईट पराभव'' असे केले. ट्रुमन यांनी आपल्या

१९४८ साली, युद्धकाळात जपानी शहरांवर अग्निगोळ्यांचा वर्षाव करण्याच्या कारवाईमागचा मेंदू असलेल्या लेफ्टनंट जनरल कर्टिस लीमे यांनी अमेरिकेच्या वायुदलाच्या स्ट्रॅटेजिक एअर कमांडचा (एसएसी) पदभार स्वीकारला आणि ते या दलाला एका क्षणाच्या पूर्वसूचनेवर रशियाशी लढण्यास तयार असलेले अव्वल दर्जाचे लढाऊ दल करण्याच्या कामाला लागले.

डायरीमध्ये लिहिले, ''तिसरे महायुद्ध सुरू झाले आहे.''

मॅकऑर्थर अणुबॉंबचा वापर करण्याची धमकी वारंवार देत राहिले आणि नोव्हेंबर १९५० मध्ये एका पत्रकार परिषदेमध्ये ट्रुमन यांनीदेखील स्वतंत्रपणे हीच धमकी दिली. एका गॅलप सर्वेक्षणानुसार जनतेने बॉंबच्या वापराला ५२ टक्के विरुद्ध ३८ टक्के अशा फरकाने मान्यता दिली. मॅकऑर्थर यांनी सव्वीस लक्ष्यांची एक यादी सादर केली आणि आक्रमक फौजांवर व ''शत्रूची हवाई क्षमता जिथे-जिथे एकत्रित झाली आहे अशा अतिमहत्त्वाच्या ठिकाणांवर'' टाकण्याकरता आठ आणखी अणुबॉंब देण्याची विनंती केली.

जनरल कर्टिस लीमे यांनी या हल्ल्यांचे दिशादिग्दर्शन करण्याकरता स्वत: येण्याची तयारी दर्शवली आणि जनतेला हे माहीत नाही, पण अमेरिकन आणि सोव्हिएत वैमानिक थेट हवाई युद्ध करत होते. शीतयुद्धाच्या काळात या दोन शक्तींमध्ये दीर्घकाळ लढाई होण्याचा हा एकमेव प्रसंग होता.

संपूर्ण जगामध्ये अमेरिकेची छीथू झाल्याची बातमी न्यू यॉर्क टाइम्सने छापताच मॅकऑर्थर यांनी टोकियोमधून या लष्करी नामुष्कीकरता इतरांना दोष देणारी वक्तव्ये प्रसृत करायला सुरुवात केली आणि चीनविरुद्ध सर्वंकष युद्ध करण्याची मागणी लावून धरली. ट्रुमन शस्त्रसंधी करू इच्छित असल्याचे कळल्यावर

अमेरिकेने चीनवर आक्रमण करण्याची मागणी केल्याबद्दल १९५१ मध्ये ट्रुमन आणि लष्करी दलांच्या प्रमुखांच्या संयुक्त समितीने सेवामुक्त केलेले जनरल डग्लस मॅकऑर्थर आपल्या निरोपदौऱ्यामध्ये शिकागोतील सोल्जर फील्ड येथे भाषण करताना.

मॅकऑर्थर यांनी स्वतःच चीनला जाहीर अंतिम इशारा देऊन टाकला. त्यांचे एक महत्त्वाचे पत्र जेव्हा काँग्रेससमोर वाचण्यात आले, तेव्हा तिन्ही दलांच्या प्रमुखांनी एकमताने मॅकऑर्थर यांना पदमुक्त करण्याची शिफारस केली. टुमन यांनी मॅकऑर्थरना सेवेतून काढून टाकल्याची घोषणा केली.

आदेशभंगाच्या आरोपावरून टुमननी मॅकऑर्थर यांची हकालपट्टी केल्याचे नाट्य आणि अमेरिकेचे सर्वशक्तिमान लष्कर तुटपुंज्या सामग्रीसह लढणाऱ्या चिनी शेतकऱ्यांकडून पराभूत होण्याचा धक्का यांमुळे टुमन यांची लोकप्रियता २२ टक्के इतकी अभूतपूर्व पातळीवर खाली घसरली.

विजय कुठल्याही प्रकारे दृष्टिपथात येत नसताना संयुक्त राष्ट्राचे सैन्य महिन्यांमागून महिने दक्षिण आणि उत्तर कोरियावर प्रचंड प्रमाणात, अथकपणे पारंपरिक हवाई बाँबहल्ले करत चालले होते. पाच वर्षांपूर्वी जपानवर असेच हल्ले करण्यात आले होते. उत्तर कोरियातले जवळपास प्रत्येक मोठे शहर जमीनदोस्त झाले होते आणि दक्षिण कोरियामध्ये फार थोड्या इमारती अद्याप उभ्या होत्या.

हा संघर्ष जगभर पसरेल अशी माओ झेडाँगची कल्पना होती, पण १९५१च्या उन्हाळ्यामध्ये स्टालिनने उत्तर कोरियाला वाटाघाटींच्या टेबलावर ढकलले. या वाटाघाटींचे गुऱ्हाळ आणखी दोन वर्षे चालू राहिले.

चर्चेमध्ये थोडीफार प्रगती होऊनही आणि स्टालिनच्या मृत्यूनंतर रशियाने शांततेकरता पुढाकार घेऊनही आयसेनहॉवर यांनी युद्धाची व्याप्ती वाढवण्याची धमकी दिली. ते त्यांच्या लष्करी अधिकाऱ्यांना म्हणाले, की उत्तर कोरियातील कैसाँग भाग अमेरिकेचे नवे, डावपेचात्मक अणुबाँब जगापुढे प्रदर्शित करण्याकरता योग्य जागा ठरू शकेल.

संयुक्त लष्करप्रमुख आणि राष्ट्रीय सुरक्षा समिती यांनी चीनवर आण्विक हल्ले करण्याला मंजुरी दिली. आयसेनहॉवर आणि डलेस यांनी ही गोष्ट कम्युनिस्ट नेत्यांपर्यंत पोहोचण्याची व्यवस्था केली.

अमेरिकेने उत्तर कोरियातील प्याँगयांग शहराजवळच्या धरणांवरदेखील बाँबहल्ले करण्यास सुरुवात केली. त्यामुळे तिथे मोठे पूर आले आणि भातशेती नष्ट झाली. १९४४ मध्ये नाझींनी हॉलंडमध्ये अशाच प्रकारचे जे हल्ले केले होते, त्याला न्युरेंबर्ग न्यायालयाने युद्धगुन्हा ठरवून त्याची निर्भर्त्सना केली होती.

दोन्ही बाजूंना मृतांची संख्या वेगाने वाढत गेल्यामुळे अखेर जुलै १९५३ मध्ये शस्त्रसंधीकरारावर स्वाक्षऱ्या झाल्या. तीन वर्षांपूर्वी ज्या सीमेवरून हे युद्ध सुरू झाले होते, तीच विभाजन रेषा कायम झाली. आपण साम्यवादाला पायबंद घातला असा दावा अमेरिका करत असली, तरी तिचा पराभव झाल्याचे समजले गेले कारण ती जिंकली नव्हती.

उपराष्ट्राध्यक्ष रिचर्ड निक्सन यांनी नंतर आग्रहपूर्वक प्रतिपादन केले, की आयसेनहॉवर यांनी दिलेली आण्विक धमकी अतिशय यशस्वी ठरली व या घटनेने त्यांना अप्रत्याशिततेचे (अनपेक्षित वर्तन करणे) मूल्य शिकवले आणि त्यांना त्यांच्या सिद्धांताची प्रेरणा दिली. हा सिद्धांत ''वेडगळ मनुष्याचा'' सिद्धांत म्हणून प्रसिद्ध झाला आणि त्यानंतर वीस वर्षांनी त्यांनी त्याचा प्रयोग व्हिएतनाममध्ये केला.

यातून अमेरिकेच्या हितसंबंधांना आव्हान देण्याचा प्रयत्न केलेल्या आशियाई देशांना एक स्पष्ट संदेश मिळाला. या युद्धामध्ये तीन कोटी लोकसंख्येपैकी ३० ते ४० लाख कोरियन नागरिक (सुमारे १० टक्के किंवा त्याहीपेक्षा जास्त), तसेच दहा लाख चिनी लोक आणि ३७,००० हून अधिक अमेरिकन लोक (सैनिक) ठार झाले. चीन स्वाभिमानपूर्वक अमेरिकेसमोर उभा राहिला (नंतर व्हिएतनामनेही हेच केले) आणि त्या राष्ट्राची प्रतिष्ठा वाढली, पण पुढे १९७१ पर्यंत अमेरिकेने त्यांना संयुक्त राष्ट्रसंघामध्ये प्रवेश मिळू दिला नाही. त्या तुलनेत रशिया दुबळा ठरला आणि त्याच्या व चीनमध्ये एक मोठी दरी उत्पन्न झाली. अमेरिकेच्या बाबतीत बोलायचे तर चर्चिलना याचा खरा अर्थ उमगला. ते म्हणाले, ''आता कोरियाला फारसे महत्त्व उरलेले नाही. मी चौऱ्याहत्तर वर्षांचा होईपर्यंत या दळभद्री देशाचे नावदेखील ऐकले नव्हते. त्याने अमेरिकेला पुन्हा शस्त्रसज्ज केले, याच एका गोष्टीमध्ये या देशाचे महत्त्व दडलेले आहे.''

अमेरिकन धोरणे वाढत्या प्रमाणात लष्करशाहीवादाकडे झुकत चालल्यामुळे कंटाळून, ३१ डिसेंबर १९४९ रोजी लष्कराला वेसण घालण्याच्या धोरणाचे शिल्पकार जॉर्ज केनन यांनी स्टेट डिपार्टमेंटच्या धोरण नियोजन संचालकपदाचा राजीनामा दिला. त्यांच्या जागी फॉरेस्टल यांनी घडवलेले आणि वॉल स्ट्रीटच्या अंतःगोटातले पॉल नित्शे यांची नेमणूक करण्यात आली. नित्शे यांनी पदावर आल्यानंतर वेळ न घालवता एनएससी-६८ या नावाने प्रसिद्ध झालेला राष्ट्रीय सुरक्षा समिती अहवाल तयार करायला सुरुवात केली. या अहवालामुळे देशाच्या संरक्षण पवित्र्यामध्ये आमूलाग्र बदल झाला. अहवालामध्ये सोव्हिएत मनसुब्यांचे इतके भयंकर चित्र उभे केले गेले आणि रशियाच्या क्षमतेबद्दल इतके अतिशयोक्त वर्णन केले गेले, की तो अहवाल जणू दडवून ठेवला गेला. कोरियामध्ये युद्ध सुरू झाल्यावर त्याला पुन्हा संजीवनी मिळाली आणि त्यामुळे अमेरिकेची अतिलष्करवादाच्या दिशेने घोडदौड वेगाने सुरू झाली.

एनएससी-६८ मंजूर झाल्यावर संरक्षण अंदाजपत्रक एकदम चौपट वाढून जवळ जवळ ५० अब्ज डॉलर्स झाले. आणि १९५० च्या उर्वरित दशकामध्ये हाच लष्करी खर्च अमेरिकेच्या एकूण राष्ट्रीय अंदाजपत्रकाच्या ५० टक्क्यांहून

वर – अमेरिकेचे एक विमान उत्तर कोरियावर नापाम बाँब टाकताना. १९५१ च्या वसंत ऋतूमध्ये शांततेकरता वाटाघाटी सुरू झाल्यावरदेखील अमेरिकेचे हवाई युद्ध अखंडितपणे चालू होते आणि या वेळी त्यांचे आवडते अस्त्र होते नापाम बाँब. उत्तर कोरियामधले जवळपास प्रत्येक मोठे शहर जळून भस्मसात झाले.

खाली – सोलमधील महिला आणि मुले ढिगाऱ्यांमध्ये शोधाशोध करताना. या युद्धामध्ये ३० दशलक्ष किंवा तीन कोटी लोकसंख्येपैकी ३ ते ४ दशलक्ष कोरियन नागरिक (सुमारे १० टक्के किंवा त्याहीपेक्षा जास्त), तसेच दहा लाख चिनी लोक आणि ३७,००० हून अधिक अमेरिकन लोक (सैनिक) ठार झाले.

अधिक होत राहिला. आयसेनहॉवर यांच्या प्रशासनामध्ये कायमस्वरूपी युद्धकालीन अर्थव्यवस्था टिकवून ठेवण्यात आली. निराळ्या शब्दांत सांगायचे तर अमेरिकेकरता व्यावसायिक दृष्टीने फक्त जनरल मोटर्स ही कंपनीच नव्हे, तर साम्यवादविरोध हादेखील अतिशय उत्तम होता.

राष्ट्राध्यक्षपदाच्या निवडणुकीत प्रचारादरम्यान आयसेनहॉवर यांनी खरे सांगायचे तर शीतयुद्धाचा ज्वर कमी करण्याकरता फारसे काहीच केले नव्हते. उलट लोकशाहीवाद्यांच्या, (डेमोक्रॅट) ''कंटेनमेंट किंवा युद्ध मर्यादित ठेवण्याच्या'' धोरणाऐवजी रिपब्लिकन पक्षाच्या, इस्टर्न ब्लॉकच्या ''मुक्ती''च्या धोरणाचा पाठपुरावा करण्याची मागणी करून त्यांनी रशियाविरोधी आगीला आणखी वाराच घातला होता.

विस्कॉन्सिनचे जहरी साम्यवादविरोधी सिनेटर जो मॅकार्थी यांच्याबद्दल त्यांच्या मनामध्ये अतिशय द्वेष होता आणि खासगीमध्ये त्यांच्या डावपेचांवर ते टीकाही करत होते, पण असे असूनही, मॅकार्थींनी जेव्हा आयसेनहॉवर यांचे गुरू आणि मार्गदर्शक जनरल जॉर्ज मार्शल यांच्यावर त्यांच्या सेक्रेटरी ऑफ स्टेट पदावरील कारकिर्दीमध्ये चीन ''गमावल्याबद्दल'' जवळ जवळ देशद्रोहाचा आरोप केला, तेव्हा आयसेनहॉवरनी आपल्या प्रचारामध्ये मार्शल यांचा बचाव केला नाही. मॅकार्थी हे मार्शलना, ''खोटेपणामध्ये आकंठ बुडालेला मनुष्य'' म्हणाले आणि त्यांनी त्यांच्या राजीनाम्याची मागणीदेखील केली. त्यांनी घोषणा केली, की ''स्टेट डिपार्टमेंटमध्ये एकच कम्युनिस्ट मनुष्य असेल, तर तोदेखील जास्तीचाच आहे.''

मार्शल यांनी या टीकेला प्रत्युत्तर द्यायला नकार दिला आणि त्या वेळी ट्रुमनना ते म्हणाले, की आयुष्याच्या या टप्प्यावर जर त्यांना आपण देशद्रोही नाही असे स्पष्ट करून सांगावे लागणार असेल, तर मग कशालाच काही अर्थ नाही. मात्र लवकरच त्यांनी सेक्रेटरी ऑफ डिफेन्स पदाचा राजीनामा दिला. १९५०च्या दशकाच्या सुरुवातीपासूनच मॅकार्थी यांनी वृत्तपत्रांच्या मथळ्यांमध्ये स्थान मिळवले होते. आधी त्यांनी ९ फेब्रुवारी रोजी वेस्ट व्हर्जिनियाच्या व्हिलींग इथे बोलताना दावा केला, की माझ्या हातात आत्ता २०५ जणांची एक यादी आहे. ही यादी अशा लोकांची आहे जे कम्युनिस्ट पक्षाचे सदस्य आहेत आणि ही यादी सेक्रेटरी ऑफ स्टेट यांना दाखवण्यात आली होती, पण तरीही हे लोक स्टेट डिपार्टमेंटच्या धोरणांना आकार देत आहेत आणि त्यावर कामही करत आहेत. दुसऱ्या दिवशी, दुसऱ्या एका राज्यामध्ये बोलताना त्यांनी या यादीतल्या नावांचा आकडा सत्तावन्न सांगितला.

नेमक्या मोक्याच्या क्षणी ट्रुमन जरी गप्प राहिले होते, तरी पुढच्या राष्ट्राध्यक्षांनी

पूर्वी फारसे कुणाला माहीत नसलेले विस्कॉन्सिनचे सिनेटर जोसेफ मॅकार्थी शतकमध्यावरील साम्यवादद्वेषाचा विद्रूप चेहरा बनले.

ज्याची आवर्जून दखल घ्यायला हवी, अशा एका सुंदर भाषणामध्ये त्यांनी, त्यांनीच जो निर्माण करण्याकरता खूप काही केले होते त्या भावनिक उन्मादाचा निषेध केला. ''मी तुम्हाला आता आपण साम्यवादाशी कसे लढणार नाही आहोत, याबद्दल सांगणार आहे. आपण आपल्या भल्या चांगल्या एफबीआयचे गेस्टापो गुप्त पोलिस खात्यामध्ये रूपांतर करणार नाही आहोत. काही लोकांना नेमके हेच करायचे आहे. आपले नागरिक काय वाचतात, बोलतात आणि विचार करतात यावर नियंत्रण ठेवण्याचा प्रयत्न आपण करणार नाही आहोत. आपण डाव्या एकपक्षीय देशाच्या भीतीचा सामना करण्याकरता अमेरिकेचे रूपांतर एका उजव्या विचारसरणीच्या एकानुवर्ती देशामध्ये करणार नाही आहोत. थोडक्यात, आपण लोकशाहीला तिलांजली देणार नाही आहोत. आपण हक्कविषयक कायदा (बिल ऑफ राईट्स) लिखित स्वरूपात राहू देणार आहोत.''

मात्र १९५०च्या संपूर्ण दशकामध्ये अमेरिकेत राजकीय वादविवाद जणू अदृश्य झाले होते, कारण आयसेनहॉवर यांनी जाहीररीत्या ना ''लाल धोक्या''चा इन्कार केला, ना स्त्री व पुरुष समलिंगी व्यक्तीविरोधातल्या ''जांभळ्या धोक्याचा'' (लव्हेंडर स्केअर).

आयसेनहॉवर यांचा पूर्ण पाठिंबा लाभलेले एफबीआयचे संचालक जे. एडगर हूव्हर पडद्यामागून सर्व सूत्रे हलवत होते. फोन टॅप करणे, टपाल गुप्तपणे उघडून वाचणे, गुप्तपणे संभाषणे ऐकण्याकरता 'बग' बसवणे, कार्यालये आणि तिजोऱ्यांची अनधिकृतरीत्या गुप्तपणे तपासणी करणे, असल्या गोष्टी करत हूव्हर कायम रशियाच्या अमेरिकेवरील अचानक हल्ल्याचा बागुलबुवा उभा करत राहिले. आणि १९५६ मध्ये त्यांनी आयसेनहॉवरना मॅनहॅटनमध्ये 'डर्टी बॉँब' टाकून हजारो लोकांना कसे ठार मारले जाऊ शकते आणि न्यू यॉर्क शहर कसे अनेक वर्षे मानवी वस्तीला अयोग्य करून टाकले जाऊ शकते, याची भयप्रद माहिती दिली.

पहिल्या महायुद्धापासून सुरू झालेल्या कृष्णवर्णीय लोकांच्या नागरी हक्कांसाठीच्या आंदोलनामागे कम्युनिस्टच आहेत अशी हूव्हर यांची खात्री झाली होती आणि तेव्हापासून त्यांनी एकूण एक कृष्णवर्णीय नेत्यांवर नजर ठेवली होती. त्यांची एफबीआय संस्था इतरही अनेक आघाड्यांवर काम करत होती. जसे वृत्तपत्रांमध्ये काम करणाऱ्या त्यांच्या उच्चपदस्थ एजंट्सना गुप्त माहिती पुरवणे आणि ज्याचा उद्देशच सुमारे तेवीस हजार डाव्या संघटना उद्ध्वस्त करण्याचा होता, तो कोइंटेलप्रो (COINTELPRO) नावाचा घाणेरडी कटकारस्थाने करण्याचा कार्यक्रम राबवणे इत्यादी. १९६० साल उजाडेतो एफबीआयने चार लाखांहून अधिक व्यक्ती आणि गटांची चौकशी सुरू केली होती – आणि या सगळ्याला आयसेनहॉवर यांचा आशीर्वाद होता.

देशभरामध्ये उरबडव्या देशभक्तीचे सोहळे आणि देशाशी निष्ठेच्या शपथा घेणे असे कार्यक्रम सुरू झाले. देशभर याप्रकारचा एक मानसिक आजार पसरला होता.

दरम्यान हॉलिवूडमधल्या लोकांच्या सुनावण्यांची दुसरी फेरी सुरू झाली. ती पूर्वीपेक्षाही जास्त वाईट होती. कलावंत आणि नागरिकांनी नावे सांगावीत म्हणून त्यांना समित्यांसमोर ओढून आणण्यात आले.

लेखिका मेरी मॅकार्थी यांच्या मते या सुनावण्यांचा उद्देश देशद्रोहाचा सामना करणे नसून अमेरिकन लोकांना "चांगला नागरिक ठरण्याकरता विश्वासघात करण्याचे तत्त्व" स्वीकारण्यास तयार करणे हा होता. हा उद्देश यशस्वी झाला.

त्याआधी, राळ उडवून देण्याकरता प्रसिद्ध असलेल्या पत्रकार आय. एफ. स्टोन याने "अमेरिकेतल्या एका संपूर्ण पिढीला खबरी करण्याच्या" या प्रयत्नावर टीका केली होती.

बर्लिनमधील हवाई मदतकार्य, गुप्तहेर, कोरियन युद्ध आणि स्टालिनच्या क्रौर्याच्या नंतर उघडकीला आलेल्या आणखी कथा या सगळ्यांमुळे दुसऱ्या महायुद्धातल्या आपल्या शूरवीर दोस्तराष्ट्राबद्दलची प्रतिमा अमेरिकेमध्ये एव्हाना अतिशय खराब होऊन गेली होती. पण अमेरिकेचे सर्वांत जास्त नुकसान "लाल धोका" या भयगंडाने केले. त्याने अमेरिकेमध्ये कायदेशीररीत्या स्थापन झालेली कम्युनिस्ट पार्टी, यूएसए ही संघटना निश्चितपणे संपवली. त्यांची सदस्यसंख्या १९४४ मध्ये ८०,००० होती. ती १९५०च्या दशकाच्या मध्यावर १०,००० च्याही खाली गेली. त्यातही सुमारे १,५०० जण एफबीआयचे खबरेच असावेत.

त्याहीपेक्षा महत्त्वाची गोष्ट म्हणजे लाल धोक्याच्या या भयगंडाने, १९३० च्या दशकामध्ये ज्यांनी नव्या करारातील सुधारणांना चालना दिली होती, ते अमेरिकेतले डावे पक्ष, कामगार संघटना आणि विविध राजकीय व सांस्कृतिक

संस्थांचा कोथळाच बाहेर काढला. नागरी हक्क आणि अण्वस्त्रविरोधी चळवळींव्यतिरिक्त डाव्या विचारसरणीच्या लोकांचे वेगळे मत आणि त्यांचे पुरोगामी सुधारणांसाठीचे प्रयत्न ५०च्या दशकामध्ये लुप्त झाले. कामगार चळवळ तर यातून कधीच उठू शकली नाही.

अगदी आजसुद्धा आयसेनहॉवर यांचे ५० चे दशक एकाकी आणि दुःखी भांडवलशाही कॉर्पोरेट मनुष्य व त्याचा करड्या कापडातला एकसुरीपणा यांचे युग म्हणून लोकांच्या स्मरणात आहे. या युगामध्ये सामान्य जनतेला धाकाने मूक राहून गुपचूप सर्व स्वीकारायला भाग पाडण्यात आले होते.

संरक्षणखर्चामुळे देश दिवाळखोर होण्याच्या भीतीने आयसेनहॉवर आणि डलेस यांनी ज्यात लष्कराच्या संख्येमध्ये कपात असेल आणि ''अन्य दारूगोळ्याइतक्याच प्रमाणात'' उपलब्ध होऊ शकणाऱ्या स्वस्त अण्वस्त्रांवर भर दिला जाईल, अशा एका ''नव्या चेहऱ्याच्या'' संरक्षण धोरणाची आवश्यकता व्यक्त केली. ही त्यांची अपेक्षा या गृहीतकावर आधारलेली होती, की रशियाशी कुठलेही युद्ध पूर्णपणे आण्विक युद्धच होणार आहे.

कधीकाळी आयसेनहॉवर यांनी अण्वस्त्रांबद्दल घृणा व्यक्त केली असली, तरी ते ब्रिटिश राजदूताशी बोलताना म्हणाले, ''साम्यवादी होण्यापेक्षा मी आण्विक होणे पसंत करेन.'' मग ते पारंपरिक शस्त्रे आणि अण्वस्त्रे यांच्यामध्ये कसा काहीच फरक नाही हे साशंक जनतेच्या गळी उतरवण्याच्या कामाला लागले. १९५५ मध्ये एका पत्रकाराशी बोलताना ते म्हणाले, ''आपण ज्याप्रमाणे बंदुकीची गोळी किंवा तत्सम एखादी गोष्ट वापरतो, तशीच अण्वस्त्रेदेखील का वापरू नयेत, याचे एकही कारण मला सापडत नाही.''

हे ऐकून चर्चिलना प्रचंड धक्का बसला. पुलित्झर पारितोषिक विजेते न्यू यॉर्क टाइम्सचे स्तंभलेखक जेम्स रेस्टन यांचीही तीच अवस्था झाली. रेस्टन उद्गारले, की आयसेनहॉवर यांनी काँग्रेसची मंजुरी न घेताच ''अचानक आण्विक प्रतिसाद'' देण्याचा जो निर्धार व्यक्त केला होता, त्यावर एकाही काँग्रेस सदस्याने आवाज का उठवला नाही?

ऑगस्ट १९५३ मध्ये सोव्हिएत रशियाने चारशे किलोटन वजनाच्या प्रारूप हायड्रोजन बाँबचा कझाकस्तानमध्ये चाचणी स्फोट केला आणि सगळे जग हादरले. रशियाने या क्षेत्रातील आपली पिछाडी भरून काढल्याचे दिसत होते आणि आता ते अमेरिकेच्या हायड्रोजन बाँब बनवण्याच्या प्रयत्नांच्या फक्त दहाच महिने मागे असल्याचे चित्र समोर आले.

डिसेंबर १९५४ मध्ये आयसेनहॉवर यांनी एकूण साठ्याच्या ४२ टक्के आण्विक आणि ३६ टक्के हायड्रोजन बाँब परदेशांमधील सोव्हिएत युनियनच्या

लाल धोका आणि जोसेफ मॅकार्थी हे समानार्थी शब्द झाले असले, तरी खरे सूत्रधार होते एफबीआयचे प्रमुख जे. एडगर हूव्हर. १९६० वर्ष उजाडेतो एफबीआयने ४,३०,००० हून अधिक व्यक्ती आणि गटांची चौकशी सुरू केली होती. हूव्हर यांनी प्रसारमाध्यमांमधील आपल्या ओळखीचा फायदा घेत साम्यवादविरोधी भावनातिरेकाच्या आगीला वारा घालण्याचे कामही केले.

जवळपासच्या विविध स्थानांवर नेऊन ठेवण्याचे आदेश दिले.

दरम्यान, त्यांनी आणि डलेस यांनी अण्वस्त्रांच्या वापराबद्दल लोकांच्या मनातील निषिद्ध भावना दूर करण्याचे प्रयत्न आणखी वाढवले.

आयसेनहॉवर यांनी डिसेंबर १९५३ मध्ये संयुक्त राष्ट्रातील एका भाषणामध्ये आपला "शांततेकरता अणू" हा कार्यक्रम सादर केला आणि सभेला हजर असलेल्या ३,५०० प्रतिनिधींना मंत्रमुग्ध केले. "मोजमाप करण्याकरता मीटर बसवणे देखील परवडणार नाही इतकी ऊर्जा स्वस्त होईल," असे आश्वासन त्यांनी मायदेशात आणि परदेशातही लोकांना दिले. अणुऊर्जेचा वापर सार्वत्रिक होण्यातल्या धोक्याबद्दल शास्त्रज्ञांनी दिलेल्या इशाऱ्यांकडे त्यांनी सपशेल दुर्लक्ष केले. पुढल्या काळात अमेरिकन प्रशासनाने अणुबॉंबचा वापर परग्रहांवरील उत्खनन, अलास्का राज्यामध्ये बंदरे निर्माण करणे, जिथपर्यंत पोहोचता येत नाही अशा ठिकाणचे तेलसाठे मुक्त करणे, जमिनीखाली साठवणीच्या जागा तयार करणे, वाफनिर्मिती आणि खारे पाणी गोडे करणे अशा विविध कामांकरता करण्याचे प्रस्ताव सादर केले. सध्यापेक्षा मोठा आणि चांगला पनामा कालवा तयार करणे, हवामानाचा विद्यमान साचा बदलणे आणि दोन्ही ध्रुवांवरचे हिम वितळविण्याकरता देखील अणुबॉंबचे स्फोट करण्याच्या योजना तयार करण्यात आल्या होत्या.

पण मार्च १९५४मध्ये मार्शल बेटांवरची महाप्रचंड हायड्रोजन बॉंबचाचणी हाताबाहेर गेली आणि त्या बेटावरचे रहिवासी, तसेच जपानी मच्छीमारांमध्ये किरणोत्सर्ग झाला, तसा जगभर प्रचंड गदारोळ झाला. इंग्रजी शब्द "फॉलआऊट" (अणुस्फोटामुळे रेडिओॲक्टिव्ह कण हवेत फेकले जाऊन काही वेळाने धुळीच्या कणांप्रमाणे जमिनीवर पडणे) हा शब्द शब्दकोशामध्ये समाविष्ट झाला आणि त्याचबरोबर जगभर अण्वस्त्रचाचणीला असलेल्या विरोधाला धार चढली. नव्या

संस्थांचे पेव फुटले. लोक पुन्हा एकदा रस्त्यांवर निदर्शने करू लागले.

आदरणीय अलिप्ततावादी भारतीय पंतप्रधान नेहरू यांनी जाहीररीत्या अमेरिकन नेत्यांना, "आपल्या धोरणाच्या आड येणाऱ्या कुठल्याही देश किंवा समाजाला उडवून देऊ" शकणारे "धोकादायक आत्मकेंद्रित वेडे लोक" असे संबोधून त्यांची निर्भत्सना केली. आयसेनहॉवर आपल्या राष्ट्रीय सुरक्षा समितीसमोर बोलताना म्हणाले, "आपण हलकट, लष्करी सामर्थ्याबद्दल अहंकारयुक्त आणि युद्धखोर आहोत असे सगळ्यांनाच वाटते आहे." डलेस चिंताक्रांत होऊन म्हणाले, "आपल्या लष्करी यंत्रणेची तुलना आता हिटलरच्या लष्करी यंत्रणेशी केली जाऊ लागली आहे."

पण १९५३च्या अखेरीस आयसेनहॉवर अद्यापही मोठमोठे शब्द वापरू शकत होते आणि तरीही लोकांचा त्यांच्यावर विश्वास बसत होता. त्यांनी घोषणा केली, की "मी इथे अशा देशाचा प्रतिनिधी म्हणून आलो आहे, ज्याला अन्य कुणाच्या जमिनीचा एक एकर तुकडादेखील घेण्याची इच्छा नाही, जो दुसऱ्यांच्या सरकारवर कुठलेही नियंत्रण मिळवण्याचा प्रयत्न करत नाही, जो इतर लोकांना अडचण होईल अशा प्रकारे व्यापारी किंवा राजकीय किंवा कुठल्याही प्रकारच्या सत्तेच्या विस्तारासाठी काही कार्यक्रम राबवत नाही."

नेहरूंनी जगामध्ये अमेरिकन नेतृत्वावर टीका करण्याची, अण्वस्त्रसाठे निर्माण करण्याव्यतिरिक्त आणखीही कारणे होती. अमेरिकन जनतेपेक्षा नेहरूंना खूप गोष्टी माहिती होत्या. आयसेनहॉवर खरे बोलत नाहीत, हे नेहरूंना माहीत होते.

इराणमध्ये ब्रिटिशांनी सीआयएची मदत मागितली व धोक्याचा इशारा दिला, की मध्यपूर्वेतील तेलसाठे सोव्हिएत नियंत्रणाखाली जात आहेत. कॅस्पियन समुद्रापासून ते इराणच्या खाडीपर्यंतचा हा तेलसमृद्ध प्रदेश पाश्चात्त्य देशांच्या हितसंबंधांच्या दृष्टीने अतिशय महत्त्वाचा होता. कोरियाच्या बाबतीत असे नव्हते.

इराणचे लोकशाही मार्गाने निवडून आलेले आणि अतिशय लोकप्रिय पंतप्रधान मोहंमद मोसादेक एखाद्या युरोपियन विद्यापीठातून डॉक्टर ऑफ लॉ ही पदवी मिळवणारे पहिले इराणी नागरिक होते. टाइम या मासिकाचे १९५१ चे 'मॅन ऑफ द इयर' तेच होते. त्या संपूर्ण प्रदेशातील अरबांमध्ये देशप्रेमाचा एक ज्वर पसरला होता आणि त्यांना आपले देश स्वतःच्या हातात घेण्याची तीव्र इच्छा होती. त्या सर्वांना प्रेरणा देणारे होते मोसादेक.

जॉन फॉस्टर डलेस आणि आता सीआयएचे प्रमुख झालेले त्यांचे बंधू ॲलन या दोघांनाही मोसादेक साम्यवादी नाहीत हे माहीत होते, पण तरीही इराणमधला छोटासा कम्युनिस्ट पक्ष तिथली सत्ता काबीज करेल, अशी त्यांना भीती वाटली. मग आयसेनहॉवर यांच्या पूर्ण संमतीने त्यांनी "वेडा मोसादेक"

फेब्रुवारी १९५३ मध्ये इराणमध्ये सुरू असलेले मोहंमद मोसादेक समर्थक निदर्शन. मायदेशामध्ये अतिशय लोकप्रिय आणि आंतरराष्ट्रीय स्तरावर अतिशय आदरप्राप्त असलेल्या मोसादेक यांचे सरकार १९५३ मध्ये सीआयएने उलथवले.

याचा काटा काढण्याकरता सीआयएला कामाला जुंपले. पत्रकार, लष्करी अधिकारी, संसदसदस्य आणि सर्वांत भयंकर म्हणजे ''वॉरियर्स ऑफ इस्लाम' ही अतिरेकी आणि दहशतवादी टोळी, या सर्वांना पैसे देऊन खरेदी करण्यात आले.

१९५३च्या ऑगस्ट महिन्यात सुसंघटित जमावांनी तेहरानमध्ये गोंधळ घालायला सुरुवात केली. मोसादेक हे ज्युईश आणि कम्युनिस्ट असल्याच्या अफवा त्यांनी सर्वत्र पसरवल्या. शहरातल्या मशिदी उद्ध्वस्त करण्याकरता सीआयए आणि ब्रिटिश गुप्तहेर खात्याने स्थानिक गुंडांना हाताशी धरले आणि त्यांना पैसे दिले. दंगेखोरांमध्ये भविष्यात इराणचा नेता झालेल्या आयातुल्ला खोमेनीचा समावेश होता. मोसादेक आणि त्यांच्या हजारो समर्थकांना देशद्रोहाच्या आरोपाखाली अटक करण्यात आली आणि काहींना ठारही करण्यात आले.

इराणच्या शहाला पुन्हा सिंहासनावर बसवून अमेरिकेने पुढची पंचवीस वर्षे त्या देशामध्ये आपले आर्थिक नळ पूर्णपणे उघडून ठेवले आणि मध्यपूर्वेमध्ये आपला सर्वांत बलाढ्य लष्करी दोस्त निर्माण केला.

ब्रिटिशांच्या हिश्शामध्ये कपात करून पाच अमेरिकन तेल कंपन्यांनी एका नव्या संघटनेची ४० टक्के मालकी मिळवली. पाश्चात्त्य प्रसारमाध्यमांमध्ये ही गोष्ट एक महान विजय म्हणून जल्लोषपूर्वक साजरी केली गेली असली, तरी याची दुसरी बाजू खूप भयंकर ठरणार होती. स्टालिनच्या मृत्यूमुळे अमेरिकेच्या मानसिकतेत काही बदल होण्याऐवजी आणखी एका देशामध्ये तिने आपले

बाहुले असलेले सरकार सत्तेवर बसवलेले रशियाने पाहिले. आणि हा देश तर असा होता, की त्याची आणि रशियाची तब्बल दोन हजार मैलांची सीमारेषा एकच होती. नाटोच्या जोडीला आता सोव्हिएत रशियाची चहूबाजूंनी कोंडी करण्याची पाश्चात्य नीती रशियनांना दिसू लागली.

एखादा देश जेव्हा काही गुप्त कारवाई करतो, तेव्हा एखाद्या वेळी त्याच्याच नागरी जनतेला त्याचे जे अनपेक्षित हिंसक परिणाम भोगावे लागतात, त्याला हेरगिरीच्या जगात ''ब्लोबॅक'' अशी संज्ञा आहे. आणि या इराण प्रकरणात, तात्कालिक यश आणि तेलाचा नवा स्रोत मिळूनही अमेरिकेने एका अभिमानी देशाच्या जनतेला डिवचले होते.

यातला ''ब्लोबॅक'' पृष्ठभागावर येण्याकरता भलेही पंचवीस वर्षे लागली, पण १९७९ मध्ये तो आलाच. ठरवून होणाऱ्या निवडणुका आणि सवाक (SAVAK) - छळ करणारी तिरस्कारप्राप्त गुप्तचर संघटना - संघटनेचा जुलूम यांना कंटाळून इराणमधील जनतेने उठाव केला आणि अयातुल्ला खोमेनींच्या नेतृत्वाखालच्या इस्लामिक क्रांतीची कास धरली व शहाला देशाबाहेर पळवून लावले.

या इराणी बंडामुळे पुढची किमान तीस वर्षे, म्हणजे जॉर्ज डब्ल्यू. बुश आणि बराक ओबामा यांच्या राष्ट्राध्यक्ष पदाच्या कारकिर्दीपर्यंत तरी अमेरिकेच्या इराणी जनतेशी असलेल्या संबंधांमध्ये विष कालवले गेले.

आता सीआयए आपल्या मर्जीने चालू लागली होती. पुढच्याच वर्षी तिने ग्वाटेमालामधले लोकप्रिय नेते जेकोबो आरबेन्झ गुझमान यांचे सरकार उलथवले. आरबेन्झ यांनी आपल्या गरीब मध्य अमेरिकन देशामधल्या अमेरिकेच्या प्रचंड मोठ्या व्यापारी हितसंबंधांना आव्हान दिले होते. युनायटेड फ्रूट कंपनीच्या ताब्यातल्या २,३४,००० एकर जमिनीच्या राष्ट्रीयीकरणाने सुरुवात करून प्रचंड मोठ्या प्रमाणावर जमीन कायद्यांमध्ये सुधारणा करण्याची एक योजना त्यांनी जाहीर केली होती. या कंपनीच्या ताब्यात असलेल्या या जमिनीपैकी ९० टक्क्यांहून अधिक जमीन तशीही वापरली जातच नव्हती. फॉस्टर डलेस यांच्या मते आरबेन्झ हे छुपे कम्युनिस्ट होते आणि त्यांना जर पायबंद घातला नाही तर ते लवकरच या प्रदेशामध्ये सोव्हिएत घुसखोरीला आमंत्रण देतील. त्यांनी इशारा दिला, की देशद्रोही पद्धतीने, ग्वाटेमालाचा आपल्या दुष्ट हेतूंकरता वापर करू पाहणाऱ्या एका परकीय दडपशाहीचे हस्तक न बनलेल्या आणि ग्वाटेमालाशी एकनिष्ठ असलेल्या नेत्यांच्या हातात ग्वाटेमालाचे भवितव्य असायला हवे. प्रत्यक्षात, तिथे कम्युनिस्टांचा प्रभाव अतिशय नगण्य होता. त्या पक्षाचे त्या देशात जेमतेम चार हजार सदस्य होते.

होंडुरास आणि निकाराग्वा इथल्या तळांवरून जून १९५४ मध्ये सीआयएने प्रशिक्षण दिलेले भाडोत्री सैनिक ग्वाटेमालावर चालून गेले आणि आरबेन्झ लष्करी सूत्रसंचालकांना शरण आले. डलेस यांनी त्यावर कावकाव केली, की गेले काही महिने आणि दिवसांतील घटनांमुळे अमेरिका खंडातील देशांच्या आधीच महान असलेल्या परंपरेमध्ये एक नवे, तेजस्वी प्रकरण समाविष्ट झाले आहे.

आरबेन्झ यांच्या जागी कम्युनिस्टविरोधी गटाचा प्रबळ नेता कार्लोस कॅस्टियो अर्मास हा आला आणि त्याने ''मृत्यूपथकांचा'' समावेश असलेली एक अतिशय क्रूर अशी लष्करी हुकूमशाही ग्वाटेमालामध्ये स्थापन केली. तीन वर्षांनी त्याची हत्या झाली.

पूर्वी लोकशाही मार्गाने निवडून आलेल्या आरबेन्झ यांनी इशारा दिला, की ''आता पुढील वीस वर्षांसाठी एक फॅसिस्ट जुलूमशाही'' या देशामध्ये येऊ घातली आहे. ते चूक होते. ती जी जुलूमशाही आली, ती प्रत्यक्षात चाळीस वर्षे चालली आणि तिने जवळपास दोन लाख लोकांचा बळी घेतला.

''कम्युनिस्ट'' हे नामाभिधान आता फक्त सोव्हिएत व्यवस्थेच्या समर्थकांकरता नाही तर कुठल्याही स्थळी, कुठल्याही वेळी आणि जो कुणी आपल्या देशामध्ये पुरोगामी बदल घडवून आणू इच्छित असेल, मग तो एखादा कामगार नेता असो, सुधारक असो, शेतमजुरांचा कार्यकर्ता असो, मानवीहक्क कार्यकर्ता असो किंवा अगदी बायबलमधील गॉस्पेल्स वाचून जहाल किंवा मवाळ संदेशांवर आधारित स्वयंसेवा गटांचे संघटन करणारा एखादा धर्मगुरू का असेना, अशा प्रत्येकाला लागू केले जाऊ लागले.

त्याचवेळी तिकडे व्हिएतनाममध्ये आणखीन जास्त महत्त्वाच्या घटना उलगडण्यास सुरुवात झाली होती. ब्रिटिशांनी त्यांचे बरेचसे साम्राज्य एव्हाना सोडून दिले होते, पण दुसऱ्या महायुद्धामध्ये जर्मन आक्रमणामुळे मानहानी झालेले फ्रेंच लोक अजूनही इंडोचायना आणि आफ्रिकेमधील त्यांच्या मोठमोठ्या वसाहती टिकवण्यासाठी धडपडत होते.

अमेरिकेची मदत मिळवण्याकरता ब्रिटनने इराणमध्ये जे केले, तेच फ्रेंचांनी त्यांचा शत्रू हो ची मिन्ह याची एक कट्टर कम्युनिस्ट म्हणून राक्षसी प्रतिमा निर्माण करून केले. खरे तर अठराव्या शतकाच्या अखेरपासूनच फ्रेंचांविरुद्ध तिथे जे बंड चालले होते, त्याचे मिन्ह हे एक प्रतिनिधीमात्र आहेत हे फ्रेंचांना चांगले ठाऊक होते. व्हिएतनामची जनता कायमच स्वातंत्र्यासाठी लढत आली होती. रशियन राज्यक्रांती आणि साम्यवादाच्या संकल्पनेने मूळ धरण्याची गोष्ट खूप नंतरची आहे. पण त्या काळात आशियामधील साम्यवाद मॉस्कोच्याच आज्ञेने चालतो

असे स्वाभाविकपणे गृहीत धरले जात होते. सत्य असे होते, की स्टालिनने जवळ जवळ नेहमीच आशियामध्ये सावध पवित्रा घेतला होता. त्याने माओलादेखील मोठ्या प्रमाणावर मदत करायला नकार दिला होता आणि फ्रेंचांना डिवचून आपल्याला काहीही लाभ होणार नाही हे जाणून त्याने हो ची मिन्ह यांनादेखील अशी मदत केली नसती.

दुसऱ्या महायुद्धामध्ये हो ची मिन्ह यांनी जपान्यांविरुद्धच्या लढ्यामध्ये नेतृत्व केले होते, तेव्हा त्यांना अमेरिकेची मदत मिळाली होती. स्वतंत्र व्हिएतनाम देश उभा करण्यात त्यांनी राष्ट्राध्यक्ष ट्रुमन यांची मदतही मागितली होती. पण त्यांना कुठलाही प्रतिसाद मिळाला नव्हता. १९५० मध्ये त्याचे कारण त्यांना कळले - ट्रुमन त्यांच्या विरोधी पक्षाला मदत करत होते.

एप्रिल १९५४ मध्ये हो ची मिन्ह यांच्या शेतमजुरांच्या सैन्याने पार करण्यास जवळ जवळ अशक्य अशा निबिड जंगले आणि डोंगराळ प्रदेशांमधून अतिशय अवजड अशा विमानविरोधी तोफा आणि हॉविट्झर तोफा ओढत नेल्या आणि दिएन बिएन फू इथे अडकलेल्या फ्रेंच सैन्याला वेढा घातला.

धक्कादायक गोष्ट म्हणजे, फ्रेंचांच्या युद्धखर्चाचा ८० टक्के भाग अमेरिका उचलत होती. आयसेनहॉवर यांनी या गोष्टीचे समर्थन करताना म्हटले, की या भागातले देश डॉमिनो इफेक्ट (साधारणत: पत्त्यांच्या बंगल्याप्रमाणे) सारखे कोसळत आहेत. अंतिमत: हे लोण थायलंड, इंडोनेशिया आणि मलेशियापासून सुरू करून खुद्द जपानपर्यंत येऊन पोहोचेल.

अमेरिकेचे जमिनीवरचे लष्कर पाठवण्याला आयसेनहॉवर यांनी नकार दिला खरा, पण संयुक्त लष्करप्रमुख समितीने 'ऑपरेशन व्हल्चर' या हवाई मोहिमेची योजना तयार केली, ज्यात हो ची मिन्ह यांच्या मोर्चांवर थेट हल्ला केला जाणार होता आणि दोन ते तीन डावपेचात्मक अणुबॉंबदेखील वापरले जाणार होते. नंतर आयसेनहॉवर यांनी असल्या कहाण्यांचा प्रतिवाद केला, पण उच्चपदस्थ फ्रेंच अधिकाऱ्यांनी सांगितले, की डलेस यांनी त्यांना दोन अणुबॉंब देऊ केले होते. ते जे असेल ते असो, पण फ्रेंचांनी आणि ब्रिटिशांनी हा पर्याय नाकारला आणि ७ मे रोजी, अतिशय खडतर अशा तब्बल छप्पन्न दिवसांनी, फ्रेंच बालेकिल्ला पडला आणि आशिया खंडातील फ्रेंचांच्या वसाहती संपुष्टात आल्या.

सोव्हिएत रशिया आणि चीनला अमेरिका मध्ये पडेल अशी भीती वाटत होती, त्यामुळे देशाचा बहुतांश भाग हो ची मिन्ह यांच्या फौजांच्या ताब्यात असूनही त्यांनी या दोन देशांच्या दबावापुढे नमते घेतले आणि जिनिव्हा इथे व्हिएतनामचे सतराव्या अक्षांशावर विभाजन करण्याचा प्रस्ताव मान्य केला. यानुसार मिन्ह यांच्या फौजा उत्तरेकडे तर फ्रेंचांचा पाठिंबा असलेल्या फौजा दक्षिणेकडे

मागे सरकतील असे ठरले.

देश पुन्हा एक करण्याकरता १९५६ मध्ये तिथे निवडणुका घेण्याचेही ठरवण्यात आले. अमेरिकेने आपण यात मध्ये पडणार नाही असे आश्वासन दिले, पण ती पडलीच आणि तिने त्या बौद्धधर्मीय देशामध्ये एका प्रतिगामी आणि भ्रष्ट अशा कॅथलिक मनुष्याला सर्वोच्च पदावर बसवले. नगो दिन्ह दिएम यांनी पदावर येताच तत्काळ आपल्या विरोधकांना चिरडून टाकले आणि साम्यवाद्यांना तुरुंगामध्ये डांबले. त्यांच्यापैकी हजारो जणांना ठार केले गेले.

अमेरिकेचा पाठिंबा असल्यामुळे दिएम यांनी मग जिनिव्हा करारातल्या सर्वांत महत्त्वाच्या कलमाला फाटा दिला आणि १९५६ मध्ये होणार असलेल्या निवडणुका रद्द केल्या. नंतर याचे स्पष्टीकरण देताना आयसेनहॉवर म्हणाले, की "एकीकडे युद्ध सुरू असताना," जर निवडणुका झाल्या असत्या, "तर बहुधा ऐंशी टक्के जनतेने कम्युनिस्ट हो ची मिन्ह यांनाच मते दिली असती." परिणामतः, लवकरच बंडखोरीला सुरुवात झाली आणि काही वर्षांतच फ्रेंचांचे हे युद्ध अमेरिकेचे युद्ध होऊन गेले.

जगाच्या दुसऱ्या टोकाला, म्हणजे सुदूर आफ्रिकेमध्ये व्हिएतनामचा लढा अल्जेरियन क्रांतिकारकांचे प्रेरणास्थान ठरला आणि १९५४ ते १९६२ अशा आठ वर्षे चाललेल्या या क्रूर लढाईमध्ये ते फ्रेंचांना पुरून उरले. फ्रेंचांचे आफ्रिकेतले साम्राज्य अखेर नष्ट झाले.

१९५३ मध्ये आयसेनहॉवर यांनी स्पेनचा भयंकर फॅसिस्ट हुकूमशहा फ्रान्सिस्को फ्रँको याला एक प्रचंड मोठे कर्ज देऊ केले आणि त्या बदल्यात त्याच्या देशामध्ये आपले अण्वस्त्र तळ उभे केले. त्यानंतर लगेचच १९५५ मध्ये स्पेनला संयुक्त राष्ट्रसंघामध्ये प्रवेश देण्यात आला, मात्र कम्युनिस्ट चीनला अद्यापही तो देण्यात आला नव्हता.

अमेरिकेने पोर्तुगाललादेखील पाठिंबा दिला. आफ्रिकेच्या दक्षिण भागामध्ये तसेच शेजारच्या दक्षिण आफ्रिका या देशामध्ये आपले दुरवस्थेतले प्रचंड मोठे मळे आणि वर्णद्वेषी (ॲपर्थाईड) साम्राज्य यांना तो देश चिकटून बसला होता. या दोन्ही ठिकाणी अल्पसंख्याक गोरे लोक बहुसंख्य कृष्णवर्णीय लोकांवर अनन्वित अत्याचार करत होते.

१९५०च्या दशकाच्या मध्यापर्यंत तिसऱ्या जगामध्ये अमेरिकेची प्रतिमा पार रसातळाला गेली होती, कारण ती जगातल्या सर्व प्रतिगामी राजवटींच्या बाजूला उभी राहिली होती.

मोठ्या प्रमाणावर प्रत्युत्तर देण्याच्या अमेरिकेच्या क्षमतेमुळे रशियासोबत तिचा सत्तासमतोल टिकून राहिला असेल, पण विकसनशील देशांमध्ये जी

आयसेनहॉवर आणि डलेस दक्षिण व्हिएतनामचे राष्ट्राध्यक्ष नगो दिन्ह दिएम यांचे वॉशिंग्टन नॅशनल विमानतळावर स्वागत करताना. अमेरिकन नेत्यांनी नाना क्लृप्त्या लढवून फ्रेंचांच्या हातातले बाहुले असलेल्या बाओ दाई यांच्या जागी दिएम यांना बसवले होते आणि दिएम यांनी पदावर येताच ताबडतोब आपल्या विरोधकांना चिरडून टाकले आणि दक्षिण भागात माजी 'व्हिएत मिन्ह' सदस्यांवर अनन्वित अत्याचार केले. हजारो सदस्यांना ठार मारण्यात आले.

क्रांतीची प्रचंड लाट आली, तिला प्रतिबंध करण्याच्या कामी मात्र ही क्षमता कुचकामी ठरली. या विकसनशील जगाला भांडवलशाही आणि समाजवादी आघाडी यांच्या मधोमध एका अलिप्त मार्गावर वाटचाल करण्याची इच्छा होती. विकासकामांना पैशांची वानवा जाणवत असताना शस्त्रास्त्रांवर अब्जावधी डॉलर्स खर्च करणे त्यांना हिडिसपणाचे वाटत होते.

अलिप्ततावादाच्या दृष्टिकोनातून आयसेनहॉवर यांच्या नजरेखाली सुरू असलेले अमेरिकेचे शीतयुद्ध हे प्रत्यक्षात साम्यवादाविरुद्धचे युद्ध नसून, पृथ्वीच्या पोटातल्या नैसर्गिक साधनसंपत्तीकरता पृथ्वीच्या पाठीवरच्या गरीब लोकांविरुद्धचे युद्ध होते.

१९५५ मध्ये इंडोनेशियातल्या बांडुंग इथे एकोणतीस आफ्रिकन आणि आशियाई देशांचे नेते भेटले. इंडोनेशियाचे सुकार्नो या परिषदेचे यजमान होते. त्यांनी डच वसाहतवादाविरुद्ध लढा दिला होता. या परिषदेतले चमकते तारे होते युगोस्लावियाचे कपटी नेते मार्शल टिटो, ज्यांनी त्यांच्यावर अनेक प्राणघातक हल्ले होऊनही स्टालिनच्या पोलादी पंजामधून आपली मान सोडवली होती;

इजिप्तचे नासेर, ज्यांनी ब्रिटिश साम्राज्याला अंगावर घेतले होते; स्वतंत्र भारताचे पहिले नेते नेहरू; घानाचे क्वामे नक्रुमा आणि व्हिएतनामचे हो ची मिन्ह.

अमेरिकेचे दोस्तराष्ट्र समजल्या जाणाऱ्या इस्राईलला या परिषदेचे आमंत्रण नव्हते. पण कम्युनिस्ट चीनला होते. हे सर्व नेते इंडोनेशियातल्या निसर्गरम्य जावा बेटावर भेटले. इंडोनेशिया हा जगातला चौथ्या क्रमांकाचा मोठा देश. त्या देशात जगातले सर्वांत जास्त मुसलमान आणि तिसऱ्या क्रमांकाचा सर्वांत मोठा कम्युनिस्ट पक्ष होता.

तटस्थता ही एक कालबाह्य संकल्पना आहे असे डलेस यांनी घोषित केले. त्याचबरोबर ही संकल्पना अनैतिक आणि लघुदृष्टी आधारित आहे, असेही त्यांनी म्हटले. आणि या कालखंडातला एक अतिशय विचित्र आणि फारशा कुणाला माहीत नसलेला प्रसंग म्हणजे, तैवानच्या जियांग जिएशी यांच्या राष्ट्रवादी सरकारने चीनचे पंतप्रधान चाऊ-एन-लाय यांना लक्ष्य करणे आणि त्यात सीआयएने त्यांना केलेली गुप्त मदत. चाऊ यांच्या विमानामध्ये एक बॉंब आणि स्फोटक (डिटोनेटर) ठेवण्यात आले होते. पण त्यांनी ऐनवेळी विमान बदलल्यामुळे चाऊ वाचले. मात्र त्या विमानामध्ये असलेले सोळा लोक आकाशात गूढरीत्या झालेल्या स्फोटात ठार झाले. चाऊ-एन-लाय यांनी या संदर्भामध्ये आश्चर्यकारकरित्या मौन बाळगले आणि परिषद अतिशय यशस्वी झाल्याचे मानले गेले. पण कालौघात यातल्या बहुतेक स्वतंत्र नेत्यांना अमेरिकेने उलथून टाकले.

सोव्हिएत युनियनने आपल्या भूतकाळाचा सामना करण्यास सुरुवात केली होती. आयसेनहॉवरप्रमाणेच सामान्य कुटुंबातून आलेल्या राष्ट्राध्यक्ष निकिता ख्रुश्चेव्ह यांनी स्टालिनग्राडच्या लढाईच्या वेळी राजकीय व्यवस्थापक या नात्याने दुसऱ्या महायुद्धाची काळी बाजू अगदी जवळून पाहिली होती. फेब्रुवारी १९५६ मध्ये त्यांनी आपल्या देशाच्या ताज्या भूतकाळातील अतिशय कटु सत्ये भावनापूर्ण पद्धतीने विशद करून कम्युनिस्ट जगाला धक्का दिला. स्टालिनच्या खुनी दहशतीच्या कथा त्यांनी सविस्तर वर्णन केल्या. या दहशतीने त्यांच्या देशातील कोट्यवधी लोकांचा बळी घेतला होता आणि ज्याप्रकारच्या निमूटपणे सहन करत राहण्याच्या परिस्थितीने अमेरिकेला विळखा घातला होता, त्यापेक्षा कितीतरी जास्त भयंकर परिस्थिती त्या देशाच्या समाजामध्ये भीतीपोटी उत्पन्न झाली होती. त्यांनी स्टालिनच्या व्यक्तिपूजन संस्कृतीवर टीका केली आणि सोव्हिएत युनियनला स्टालिनच्या प्रभावाखालून बाहेर काढण्याकरता अतिशय आवश्यक असलेल्या धोरणांची रुजुवात केली.

संपूर्ण कम्युनिस्ट जगतामध्ये यावर एक प्रक्षोभक प्रतिक्रिया उमटली. अनेक लोकांना अतिशय जबर धक्का बसला होता. चीनमध्ये माओ अतिशय खवळले

होते. बहुतांश पूर्व युरोपमध्ये असंतोषाची एक लाट आली. हंगेरीमध्ये तिथल्या संसदभवनापुढे लोक मोठ्या संख्येने गोळा झाले आणि त्यांनी तिथला स्टालिनचा भव्य पुतळा जमीनदोस्त केला, तसेच रस्त्यारस्त्यांवर गुप्त पोलिस अधिकाऱ्यांना ठेचून ठार मारले.

खुश्चेव्ह यांनी हे बंड त्याच्या-त्याच्या पद्धतीने सुरू राहू दिले, पण जेव्हा मवाळपंथी हंगेरियन पंतप्रधानांनी मुक्त वातावरणातील निवडणुकांची घोषणा केली आणि म्हटले, की १९५५ मध्ये पाश्चात्त्य देशांच्या नाटो संघटनेच्या विरोधात स्थापन करण्यात आलेल्या वॉर्सा करारातून हंगेरी माघार घेत आहे, तेव्हा आपण जर आता काही हालचाल केली नाही तर आपल्या पक्षातील कडवे लोक आपल्याला पदावरून दूर करतील असे खुश्चेव्हना जाणवले. रशियन रणगाडे जुन्या बुडापेस्ट शहरामध्ये शिरले आणि त्यांनी बंड चिरडून टाकले. सुमारे पंचवीस हजार हंगेरीयन नागरिक मृत्यू पावले. अमेरिकेने तिसऱ्या जगातील देशांमध्ये केलेल्या हस्तक्षेपांमुळे मरण पावलेल्या लोकांच्या संख्येच्या तुलनेत ही संख्या काहीच नसली, तरी हंगेरी ही शीतयुद्धाच्या काळातल्या सर्वांत मोठ्या कहाण्यांपैकी एक बनली. सोव्हिएत क्रौर्य आणि वर्चस्वाचे ती प्रतीक बनली.

टाइम मासिकाने हंगेरियन स्वातंत्र्ययोद्ध्याला ''मॅन ऑफ द इयर'' घोषित

ड्वाईट आयसेनहॉवर आणि निकिता खुश्चेव्ह यांच्यामध्ये बरीच साम्यस्थळे होती. दोघेही सामान्य कुटुंबांमधून आले होते आणि दोघांनाही आपापल्या देशातील राजकीय व्यवस्थाच श्रेष्ठ असल्याचा अतिशय ठाम विश्वास होता.

केले. त्याचवेळी, अमेरिकन जनतेच्या नजरेआड, अमेरिकेची प्रचंड ताकद जगभर दिसतच राहिली.

इंडोनेशियाचे सुकार्नो हे तिचे प्रमुख लक्ष्य बनले. त्यांना पदावरून खाली खेचण्यासाठी सीआयएने केलेल्या काही योजना हास्यास्पद म्हणाव्यात अशा होत्या. त्यात त्यांनी लैंगिक चित्रपट (पॉर्न) आणि सुंदर रशियन ब्लॉंड युवतींचा उपयोग करण्याचा प्रयत्न केला होता आणि १९५७ मध्ये एका लष्करी बंडामध्ये सीआयएच्या वैमानिकांनी लक्ष्यांवर बॉंबहल्ले केले होते. आयसेनहॉवर यांनी यात अमेरिकेचा हात नसल्याचे सांगितले, पण जेव्हा अमेरिकन वैमानिक अल् पोप याचे विमान पाडले गेले आणि त्याला एका पत्रकार परिषदेमध्ये पत्रकारांसमोर आणले गेले, तेव्हा त्यांचा खोटेपणा उघड झाला. अमेरिकेच्या या उद्योगांमुळे संतप्त झालेले सुकार्नो रशियाशी जवळीक साधू लागले. इंडोनेशियामध्ये सत्ताबदल घडवून आणण्याकरता अमेरिकेला आणखी आठ वर्षे लागली. त्यात त्या वेळी गेल्या शतकातला लोकांचा सर्वांत रक्तरंजित संहार घडला.

१९५७ च्या हिवाळ्यात नव्याने शाळेत प्रवेश घेतलेल्या कृष्णवर्णीय हायस्कूल विद्यार्थ्यांना हिंसक व द्वेषपूर्ण जमावांपासून वाचवण्याकरता आयसेनहॉवर यांना अर्कान्सस राज्यामध्ये लष्कर पाठवावे लागले, तेव्हा अमेरिकेच्या जगापुढच्या प्रतिमेला आणखी एक मोठा धक्का बसला.

दुसरीकडे, सोव्हिएत युनियनने स्पुटनिक हा पृथ्वीभोवती प्रदक्षिणा घालणारा पहिलावहिला उपग्रह अवकाशात सोडून जगाची प्रशंसा मिळवली.

अमेरिकेकडे अणुबॉंब होते, पण अचानक रशियाने अंतराळावर कब्जा केला; कारण आता त्यांच्याकडे अग्निबाण आणि क्षेपणास्त्रे होती. सिनेटमधल्या बहुमतातील पक्षाचे नेते लिंडन जॉन्सन म्हणाले, की रशिया आता लवकरच "लहान मुले ज्याप्रमाणे हमरस्त्यांवरील पादचारी पथांवर उभी राहून, खालून जाणाऱ्या वाहनांवर दगड टाकतात, तसे आपल्यावर अंतराळातून बॉंब टाकेल.''

या घटनेवर आयसेनहॉवर यांची प्रतिक्रिया उदासीन म्हणावी तशी होती. ते म्हणाले, "त्या लोकांनी एक छोटासा चेंडू वर सोडला आहे.'' आणि आपण फारसे प्रभावित झालेलो नाही, हे जणू अधोरेखित करण्याकरता त्या आठवड्यात ते गॉल्फच्या पाच फेऱ्या खेळले अशा बातम्या आल्या.

याचे कारण म्हणजे त्यांना एक सत्य माहीत होते आणि ते ते उघड करू शकत नव्हते. अमेरिकन तंत्रज्ञांनी एक अतिगोपनीय असे यू-२ नावाचे टेहळणी विमान विकसित केले होते आणि गेल्या वर्षभरात त्या विमानाने सोव्हिएत हवाईहद्दीच्या सत्तर हजार फुटांवरून घिरट्या घालत रशिया शस्त्रस्पर्धेमध्ये नेमकी किती मागे आहे याची छायाचित्रे काढली होती. सीआयएचे संचालक ॲलन

डलेस यांनी नंतर फुशारकी मारली, की मी सोव्हिएत युनियनमधल्या गवताचे प्रत्येक पाते पाहू शकत असे.

त्यानंतर एक महिन्याने सोव्हिएत युनियनने अत्यंत अवजड असा सहा-टनी स्पुटनिक-२ अवकाशात सोडला. मात्र ख्रुश्चेव्ह यांनी आयसेनहॉवरना साद घातली आणि अवकाशात शांततापूर्ण स्पर्धा व शीतयुद्धाला पूर्णविराम या दोन गोष्टी करू या असे आवाहन केले. पण आयके (आयसेनहॉवर) यांच्यावर प्रचंड राजकीय दबाव आला होता आणि त्यापायी त्यांनी जाहीररीत्या अमेरिकेच्या प्रचंड आणि वाढतच चाललेल्या लष्करी सामर्थ्याच्या बढाया मारायला सुरुवात केली. ''आम्ही सोव्हिएत लोकांच्या खूप पुढे आहोत... संख्यात्मक आणि गुणात्मकदृष्ट्यादेखील. त्यांच्यापुढेच राहण्याचा आमचा निश्चयही आहे.'' यात त्यांनी अमेरिकेच्या पाणबुड्या आणि प्रचंड मोठी विमानवाहू जहाजे आता अण्वस्त्रेदेखील वाहून नेत असल्याकडे इशारा केला.

पण तरीही डेमोक्रेटिक पक्षाने ही संधी साधली. संसदेतले नेते जॉन मॅकारमॅक यांनी जाहीर केले, की आता ''राष्ट्र नष्ट'' होण्याचा धोका अमेरिकेला भेडसावतो आहे. या ''क्षेपणास्त्रांमधील फरकाच्या'' चालत्या गाड्यावर उत्साहाने उडी मारणाऱ्या अनेक लोकांमध्ये मॅसेच्युसेट्सचे कनिष्ठ सिनेटर जॉन एफ. केनेडी यांचा समावेश होता. आयसेनहॉवर यांनी आपल्या या टीकाकारांना ''सज्जनपणाचा आव आणणारे ढोंगी व नीच लोक'' असे संबोधून उडवून लावले.

त्यांनी सुरक्षाविषयक आढावा घेण्याची एक गुप्त मोहीम सुरू केली. हा मूलत: पॉल नित्शे यांच्या सुपीक मेंदूतून निघालेला एक किडा होता. नित्शे हे वॉल स्ट्रीटवर काम करणारे, अत्यंत जहाल कम्युनिस्टविरोधक आणि जॉन फॉरेस्टल यांनी घडवलेले व्यक्ती होते. त्यांनी सादर केलेला 'गैदर अहवाल' भयानक होता आणि तो फुटला. बहुधा नित्शे यांनी स्वत:च तो 'वॉशिंग्टन पोस्ट' वर्तमानपत्राजवळ फोडला असावा. या वर्तमानपत्राने लिहिले, की (हा अहवाल) अमेरिकेसमोर तिच्या इतिहासातल्या सर्वांत गंभीर धोका उभा ठाकला आहे असे चित्र रंगवणारा आहे. पीतपत्रकारितेच्या परंपरेला अनुसरून या वर्तमानपत्राने देश दुय्यम दर्जाची सत्ता ठरण्याच्या दिशेने चालला आहे असे चित्र उभे केले आणि आत्ता, या क्षणी लष्करावरील खर्चामध्ये प्रचंड मोठी वाढ करण्याची आणि पुढे १९७०च्या संपूर्ण दशकामध्ये ती चालू ठेवण्याची तातडीची मागणी केली.

नेव्हिल शूट यांची 'ऑन द बीच' ही कादंबरी १९५७ मध्ये प्रकाशित झाली आणि दोन वर्षांनी त्यावर आधारित, जगभर प्रशंसा झालेला चित्रपटही प्रदर्शित झाला. या कथेमध्ये अंगावर काटा आणणारा प्रसंग आहे, की अणुयुद्धानंतर वाचलेले मूठभर लोक जीव मुठीत घेऊन जगाच्या दक्षिणेकडचे सर्वांत शेवटचे

शहर असलेल्या ऑस्ट्रेलियातल्या मेलबर्न इथे फॉलआउट (किरणोत्सर्गित आण्विक धूळ) खाली बसताना पाहत आहेत. या धुळीने उर्वरित संपूर्ण मानवजात त्याआधीच नष्ट केलेली असते.

एव्हाना निवृत्त आयुष्य जगत असलेले विन्स्टन चर्चिल एका पार्टीला गेले असताना त्यांना कुणीतरी विचारले, की या कादंबरीची एक प्रत ते आयसेनहॉवरना पाठवणार का? एकेकाळी जोरदारपणे शीतयुद्ध लढणारा तो योद्धा उद्गारला, "तसे करणे म्हणजे पैसे वाया घालवण्यासारखे होईल. आता त्यांच्या डोक्यामध्ये इतका प्रचंड गोंधळ माजला आहे, की ... मला वाटते आता लवकरच ही पृथ्वी नष्ट होणार आहे ... आणि मी जर देव असतो, तर मी (हे जग) पुन्हा निर्माणच करणार नाही. या लोकांनी पुढच्या वेळी त्यालाच नष्ट केले तर काय घ्या!"

दोन वेळा हृदयविकाराचा झटका येऊन गेल्यावरसुद्धा आयसेनहॉवर अजूनही एका सभ्य, सद्विचारी मनुष्यासारखे भासत होते, पण ते हरवून गेल्यासारखे, आजूबाजूला जे घडते आहे त्याच्याशी संपर्क सुटल्यासारखे दिसत होते. १९५९ च्या सुरुवातीच्या काळात त्यांच्या नाकाखाली आणि अगदी अमेरिकेच्या परसात फिडेल कॅस्ट्रो आणि त्यांच्या क्रांतिकारकांनी अखेर क्युबातील बातिस्ता याची हुकूमशाही उलथवून टाकली. या हुकूमशहाच्याच राजवटीत अमेरिकेतल्या उद्योगांनी क्युबातल्या ८० टक्के नैसर्गिक संसाधनांवर कब्जा करून ठेवला होता.

कॅस्ट्रो यांनी जमिनीचे पुनर्वाटप आणि शिक्षणव्यवस्थेमध्ये सुधारणा या कामांना सुरुवात केली. युनायटेड फ्रूट व अन्य दोन कंपन्यांच्या ताब्यात असलेली दहा लाख एकरांपेक्षा जास्त जमीन आणि क्युबातल्या मोठमोठ्या जमीनदारांच्या जमिनी त्यांनी ताब्यात घेतल्या. त्याकरता त्यांनी काही मोबदलादेखील देऊ केला, पण युनायटेड फ्रूटने तो नाकारला. तिसऱ्या जगातील अनेक अलिप्ततावादी नेत्यांप्रमाणेच कॅस्ट्रो यांनीदेखील रशियाची आर्थिक मदत स्वीकारली.

एप्रिल १९५९ मध्ये त्यांनी अमेरिकेला भेट दिली आणि उपराष्ट्राध्यक्ष निक्सन यांच्याशी एक छोटीशी चर्चा केली. निक्सन यांनी कॅस्ट्रो साम्यवादाच्या बाबतीत भोळसट आहेत अशी त्यांची संभावना केली आणि पुढे त्यांचा काटा काढण्याला पाठिंबा दिला.

आणि अमेरिकन आणि ब्रिटिश तेल कंपन्यांनी जेव्हा त्यांच्या क्युबातील तेल शुद्धीकरण कारखान्यांमध्ये रशियाकडून आलेल्या कच्च्या तेलावर प्रक्रिया करण्यास नकार दिला, तेव्हा कॅस्ट्रोंनी या कारखान्यांचे राष्ट्रीयीकरण करून टाकले आणि या बेटावरची अमेरिकेची संपूर्ण मालमत्ता ताब्यात घेण्याची धमकी दिली. आयसेनहॉवर यांनी क्युबावर कठोर व्यापारी निर्बंध घोषित केले आणि क्युबन जनतेला इतर अनेक गोष्टींसोबतच त्यांच्या साखरेकरता बाजारपेठ नाकारली.

ही साखर विकत घेण्याकरता रशिया आणि चीन पुढे आले.

कालौघात या व्यापारी निर्बंधांचा भयंकर परिणाम झाला. एकविसावे शतक उजाडण्याच्या सुमारास अमेरिकेने ते हटवले असले, तरी ते पन्नास वर्षांहून अधिक काळ चालले. या दरम्यान अमेरिकेमध्ये दहा राष्ट्राध्यक्ष होऊन गेले. संयुक्त राष्ट्रसंघाच्या आमसभेमध्ये मोठ्या बहुमताने या निर्बंधांचा वारंवार निषेध केला गेला होता. २०११ मध्ये १८६ देशांनी या निर्बंधांच्या विरोधात मतदान केले. फक्त दोन देशांनी त्यांच्या बाजूने मत टाकले – अमेरिका आणि इस्त्रायल.

मार्च १९६० मध्ये आयसेनहॉवर यांनी कॅस्ट्रोंना उलथवण्याकरता क्युबातून पळून आलेल्या लोकांचे एक निमलष्करी दल स्थापन करण्याच्या सीआयएच्या योजनेला हिरवा कंदील दाखवला. या योजनेमध्ये कॅस्ट्रोंच्या हत्येची शक्यतादेखील समाविष्ट होती. कॅस्ट्रो यशस्वी ठरले तर ते जगापुढे एक प्रतीक ठरतील, त्यामुळे त्यांना यशस्वी होऊ देणे चालणार नव्हते.

शतकाच्या सुरुवातीला जोसेफ कॉनरॅड यांच्या ''हार्ट ऑफ डार्कनेस'' या पुस्तकामध्ये बेल्जियन काँगो या देशाचे अतिशय वाईट वर्णन केले होते. तेव्हापासून तिथे फारसा काहीही बदल झाला नव्हता. १९६०मध्ये जेव्हा बेल्जियमने तो देश सोडला, तेव्हा नवे समाजवादी अध्यक्ष पॅट्रिस लुमुंबा आर्थिक मदतीकरता अगतिक होऊन वॉशिंग्टनला गेले, पण आयसेनहॉवर यांनी त्यांना साधी भेटसुद्धा नाकारली. सीआयएचे प्रमुख अॅलन डलेस यांनी आयसेनहॉवरना सांगितले, की लुमुंबा हे आफ्रिकेतले फिडेल कॅस्ट्रो आहेत आणि त्यांची हत्या करण्याच्या योजनेला राष्ट्राध्यक्षांनी मंजुरी घ्यावी. ही योजना फसली, पण काँगोमध्ये अनागोंदी माजून यादवी सुरू झाली आणि जानेवारी १९६१ मध्ये तिथल्या लष्करी बंडखोरांनी बेल्जियन अधिकाऱ्यांच्या समक्ष लुमुंबा यांना पदच्युत केले. नंतर त्यांचा छळ करून त्यांना ठार मारण्यात आले आणि ते तत्काळ तिसऱ्या जगाचे शहीद, राष्ट्रवादी हिरो झाले. अनेकांनी याकरता अमेरिकेला दोष दिला.

संयुक्त राष्ट्रसंघाच्या शांतता योजनेला हरताळ फासून सीआयएने जोसेफ मोबुटु यांना पाठिंबा दिला. त्या देशाच्या नैसर्गिक संसाधनांची लूट करत आणि आपल्या अमेरिकन पाठीराख्यांकडूनही अब्जावधी डॉलर्स उकळत, तसेच आपली सत्ता टिकवण्याकरता अगणित लोकांना यमसदनाला धाडत मोबुटु यांनी एक अब्जाधीश हुकूमशहा व सीआयएचा आफ्रिकेतील सर्वांत विश्वासू मित्र म्हणून तब्बल तीन दशके राज्य केले.

जानेवारी १९६१ मध्ये, आयसेनहॉवर यांना आपण निर्माण केलेल्या राक्षसाचे भयंकर रूप जाणवले असल्याचे त्यांनी केलेल्या निरोपादाखलच्या उल्लेखनीय भाषणामध्ये दिसून आले आणि त्यात त्यांनी त्याकरता जवळ जवळ क्षमायाचनादेखील

केली. ''आपल्याला एक प्रचंड मोठा आणि चिरकालीन शस्त्रास्त्रनिर्मिती उद्योग निर्माण करण्यास भाग पाडण्यात आले आहे. संरक्षणविषयक संस्थांमध्ये पस्तीस लाख स्त्री-पुरुष थेट काम करत आहेत ... याचा संपूर्ण प्रभाव – आर्थिक, राजकीय आणि आध्यात्मिकदेखील – प्रत्येक शहर, प्रत्येक राज्याचे विधिमंडळ, संघराज्याच्या सरकारचे प्रत्येक कार्यालय यांमध्ये जाणवतो आहे ... अनावश्यक प्रभाव मिळवण्याच्या या प्रकारापासून आपल्या सरकारी सल्लागार मंडळांनी सावध राहणे आवश्यक आहे, मग तशी लष्करी-औद्योगिक संयुगाची (मिलिटरी-इंडस्ट्रियल कॉम्प्लेक्स) इच्छा असो वा नसो ... या संयुगाच्या बलामुळे आपले सर्व स्वातंत्र्य किंवा आपल्या लोकशाही प्रक्रियांना धोका कधीही निर्माण होऊ देता कामा नये.''

खासगीमध्ये ते ॲलन डलेसना म्हणाले, ''मी माझ्या उत्तराधिकाऱ्याकरता फक्त राख मागे ठेवून चाललो आहे.'' त्यांचे हे बोलणे सत्याच्या अगदी जवळ जाणारे होते. इतर देशांमधली सरकारे उलथविणे आणि जगभर मुक्तपणे हस्तक्षेप करत राहणे या गोष्टींव्यतिरिक्त, ज्या मिलिटरी-इंडस्ट्रियल कॉम्प्लेक्सबद्दल त्यांनी सावध राहण्याचा इशारा दिला, तो मुळात निर्माण करण्यामध्ये इतर कुणाहीपेक्षा आयसेनहॉवर यांचाच जास्त हात होता.

त्यांच्या राजवटीत अमेरिकेचा अण्वस्त्रांचा साठा १,००० पासून २२,००० पर्यंत वाढला. एकूण त्यांनी ३०,००० पेक्षा जास्त अस्त्रांना मंजुरी दिली होती. उरलेली अस्त्रे केनेडींच्या कारकिर्दीमध्ये गोळा झाली.

अणुबॉंब हे आता अमेरिकन साम्राज्याचा पाया बनून बसले होते आणि त्यांनी नव्या सम्राटाला, म्हणजेच अमेरिकेच्या राष्ट्राध्यक्षाला एक काहीसा गूढ अधिकार प्रदान केला होता, जो अधिकाधिक घुसमटवणाऱ्या गोपनीयतेची मागणी करणारा होता. त्याशिवाय, घटनेमध्ये परिभाषित केलेल्या, कार्यकारी अधिकारांच्या मूळ मर्यादांच्या पार पुढे जाणारे इतरही अनेक अधिकार त्यांनी त्याला बहाल केले होते.

आणि प्रत्यक्ष बॉंब्स तयार करण्याचा खर्च फार नसला, तरी त्याकरता लागणाऱ्या प्रचंड यंत्रणेचा खर्च खूप मोठा होता, कारण त्यासाठी अमेरिकेत आणि इतर देशांमध्ये तळ आवश्यक होते, तसेच बॉंबर विमाने, क्षेपणास्त्रे, विमानवाहू नौका आणि पाणबुड्या यांच्या रूपात वितरणप्रणाली आवश्यक होती.

त्याशिवाय आयसेनहॉवर यांनी आण्विक हल्ला करण्याची धमकी देण्याला अमेरिकेचे एक प्रकारे स्वीकारार्ह धोरण करून टाकले.

१९५६ मध्ये 'लाईफ' या मासिकाला दिलेल्या एका मुलाखतीत डलेस यांनी त्यांच्या धोकादायकपणाच्या काठावर चालणाऱ्या धोरणांचा बचाव करताना,

तीन वेगवेगळ्या प्रसंगांकडे बोट दाखवले ज्यांमध्ये सरकार अणुयुद्धाच्या काठावर ठेपले होते आणि त्याने साम्यवाद्यांना माघार घेणे भाग पाडले होते. हे तीन प्रसंग म्हणजे कोरियन युद्ध, व्हिएतनाम युद्ध आणि फॉर्मोसा बेटांच्या बाबतीतला पेचप्रसंग. १९५६ मध्ये सुवेझ कालव्याच्या पेचप्रसंगात अमेरिकेने रशियासमोर पुन्हा एकदा हेच केले होते आणि प्रत्युत्तरादाखल रशियानेदेखील आपल्या अण्वस्त्रांचा वापर करण्याची धमकी दिली होती. नंतर १९५८ मध्ये क्यूमॉय आणि मात्सु या लहानशा बेटांवरून चीनचा सामना झाला तेव्हाही अमेरिकेने हेच केले.

अमेरिकेची मागणी मान्य न करणाऱ्या व अमेरिकेच्या दृष्टीने तिचा शत्रू असलेल्या प्रत्येकाच्या बाबतीत, त्यांना अण्वस्त्र वापराची धमकी देण्याचा आयसेनहॉवर यांचा हाच कित्ता त्यांच्यानंतर व्हाइट हाऊसमध्ये आलेल्या प्रत्येक राष्ट्राध्यक्षाने गिरवला.

आणखी एक फारशी कुणाला माहीत नसलेली गोष्ट म्हणजे, परिस्थिती तशी असेल आणि राष्ट्राध्यक्षांशी संपर्क होणे शक्य नसेल, तर खुशाल आण्विक हल्ला चढवण्याचा अधिकार आयसेनहॉवर यांनी प्रत्यक्ष युद्धभूमीवरच्या आणि अन्य काही विवक्षित लष्करी अधिकाऱ्यांना देऊन ठेवला होता.

आणि आयसेनहॉवर यांच्या मंजुरीनेच त्यातल्या काही अधिकाऱ्यांनी तोच अधिकार खालच्या पातळीवरच्या अधिकाऱ्यांनाही देऊन टाकला होता. अशा प्रकारे आता त्या 'बटणा'वर डझनावारी बोटे होती. आणि त्याकाळी अण्वस्त्रांना अडकणीची प्रणाली (लॉकिंग डिव्हायसेस) अस्तित्वात नव्हती!

ऑगस्ट १९६० मध्ये आयसेनहॉवर यांनी युद्ध सुरू झाल्यास चोवीस तासांच्या आत सोव्हिएत युनियन आणि चीन यांच्यावर एकाच वेळी आण्विक हल्ला करण्याच्या कृतीविषयक योजनेला मंजुरी दिली. अमेरिकेने टाकलेले बॉंब आणि त्यातून उडालेल्या आण्विक धुळीमुळे किती मृत्यू होऊ शकतील, याचा सावध संभाव्य आकडा होता साठ कोटी! ही संख्या शंभर होलोकॉस्ट (ज्यूंचा नरसंहार) पेक्षा जास्त होती आणि त्यामुळे जगभरामध्ये जो एक अणुयुक्त हिवाळा सुरू झाला असता, त्यामुळे पृथ्वीच्या पाठीवरची समग्र जीवसृष्टी नष्ट होऊ शकली असती.

आता मागे वळून पाहिले तर असे वाटते, की जगातल्या सर्वांत बलवान राष्ट्राच्या प्रमुखपदावर त्याच्या सर्वांत प्रदीर्घ तणावपूर्ण कालखंडामध्ये विराजमान असलेले आयसेनहॉवर धाडसी कृती करून जगाला एका वेगळ्याच दिशेने नेऊ शकले असते. मॉस्कोने दर्शवलेल्या चिन्हांवरून असे दिसले होते, की क्रेमलिन त्याचा मार्ग बदलायला तयारही होते. पण विचारप्रणाली, राजकीय गणिते,

लष्करीकरण झालेल्या देशाच्या बाध्यता आणि मर्यादित कल्पनाशक्ती यामुळे आयसेनहॉवर समोर आलेल्या संधीचा फायदा घेण्यात वारंवार अपयशी ठरले.

१९५३ मध्ये आयसेनहॉवर अधिकाधिक शीतयुद्ध योद्धे बनत चालले असताना त्यांचे मार्गदर्शक जनरल जॉर्ज मार्शल हे नोबेल शांतता पुरस्कार मिळवणारे एकमेव लष्करी अधिकारी बनले, ही गोष्ट नक्कीच रोचक म्हणता येईल. इतिहासाची आणि युद्ध का होते त्याच्या कारणांची अधिक चांगली समज असण्याच्या गरजेवर भर देत ते म्हणाले होते, "माझ्यासमोर युद्धाच्या खर्चाचे विवरण सतत मांडले जात असते. हे विवरण कितीतरी लेजर्समध्ये अगदी सुव्यवस्थितपणे लिहिलेले असते आणि या खतावण्यांमधल्या उभ्या रेघा म्हणजे थडग्यांवरचे दगड असतात."

परंपरावादी असलेल्या मार्शल यांनी दोन महायुद्धे आणि एक मंदी पाहिलेली होती आणि अनेक इतर जनरल्सच्या विपरीत ते सार्वजनिक ठिकाणी आपली पदके छातीवर क्वचितच लावून फिरत असत. त्यांना त्यांच्या आठवणी लिहिण्याकरता देऊ करण्यात आलेली खूप मोठी रक्कम त्यांनी नाकारली असे सांगितले जाते. असे मार्शल १९५९ मध्ये त्यांचा मृत्यू होईपर्यंत एकप्रकारे आदरयुक्त पण एकाकी रुबाबात जगले. माथेफिरू उन्मादाच्या क्षणी संयत राहिल्याबद्दल आणि ते खरोखर ज्या सहिष्णू वृत्तीची मूर्ती होते त्या सहिष्णुतेबद्दल उजव्या विचारसरणीच्या अनेक लोकांनी त्यांना अखेरपर्यंत वाळीतच टाकले होते.

आयसेनहॉवर यांच्या कारकिर्दीची वर्षे शांततामय आणि समृद्धीची म्हणून लक्षात ठेवली जातात याबद्दल शंकाच नाही. तो असा काळ होता जेव्हा रशियाशी युद्ध होण्याची खूप शक्यता दिसत होती आणि अशा काळात ते टाळण्याचे श्रेय त्यांना द्यायलाच हवे. पण नजरेआड करता न येण्याजोगे सत्य हे आहे, की लष्करी ताकदीचा इतिहासातला सर्वांत महाप्रचंड असा विस्तार करून माननीय ड्वाईट आयसेनहॉवर यांनी जगाला संपूर्ण विनाशाच्या खाईकडे नेणाऱ्या घसरगुंडीवर नेऊन ठेवले होते आणि त्यांनी पहिल्यांदा पदभार स्वीकारला तेव्हा हे जग जसे होते, त्यापेक्षा खूप जास्त धोकादायक करून ते गेले.

प्रकरण आठ

१९६० ची राष्ट्राध्यक्षपदाची निवडणूक मुख्यत: साम्यवाद किंवा कम्युनिझमच्या मुद्द्यावर लढवली गेली. पुढे २००८ मध्ये बराक ओबामांनी ज्याप्रमाणे ''बदल आणणारा उमेदवार'' असा स्वत:चा प्रचार केला, तशीच स्वत:ची प्रतिमा या निवडणुकीत तरुण आव्हानवीर जॉन एफ. केनेडी यांनी उभी केली होती. त्यामुळेच आपल्या देशाची क्षेपणास्त्र क्षमतेमधली पिछाडी भरून काढण्यात अपयशी ठरल्याबद्दल आणि फ्लोरिडाच्या किनारपट्टीपासून जेमतेम नव्वद मैलांवर एक साम्यवादी राजवट प्रस्थापित होऊ दिल्याबद्दल ते प्रखर साम्यवादविरोधी रिपब्लिकन उमेदवार रिचर्ड निक्सन यांना धारेवर धरू शकले.

केनेडी हे अमेरिकेचे पहिले कॅथलिक राष्ट्राध्यक्ष अतिशय कमी फरकाने निवडणूक जिंकले. ते ''चोरून'' जिंकले असेही कदाचित म्हणता येईल, पण आपले व्यवहारचातुर्य आणि आकर्षक व्यक्तिमत्त्व यांच्या बळावर त्यांनी वॉशिंग्टन आणि एकूणच जगाला झपाटून टाकले. ब्रिटनचा दंतकथात्मक राजा आर्थर याच्या कथेवरून केनेडींच्या प्रशासनाला शांततेचे गोलमेज असलेले कॅमेलॉट असे म्हटले जात असे. (राजा आर्थर याच्या दरबारामध्ये एक गोल मेज होते व त्याच्या भोवती दरबारातले अमीर-उमराव बसत असल्याने त्यांच्यामध्ये उच्चनीच असा भेदभाव नव्हता. या आर्थरच्या दरबाराला कॅमेलॉट असे म्हटले जाते.) आपले उपराष्ट्राध्यक्ष म्हणून त्यांनी संधिसाधूपणाने, पण राजकीयदृष्ट्या अत्यंत धूर्तपणे केलेली टेक्सासच्या लिंडन जॉन्सन यांची निवड म्हणजे पक्षांतर्गत उदारमतवाद्यांच्या गटाचा त्यांच्यावर मुळीच विश्वास नसल्याचा पुरावाच होता.

१९५२ मध्ये सिनेटवर निवडून आलेले केनेडी शीतयुद्धकालीन उदारमतवादी होते. त्यांच्या कुटुंबाचे जुने मित्र असलेल्या जोसेफ मॅकार्थींवर केनेडींनी टीका करणे कायम टाळले होते. केनेडींचे धाकटे बंधू रॉबर्ट तर मॅकार्थींचे कर्मचारीच होते. केनेडींच्या पुलित्झर पारितोषिक विजेत्या प्रोफाइल्स इन करेज या पुस्तकाबद्दल एलेनॉर रूझवेल्ट एकदा म्हणाल्या होत्या, की केनेडींकडे प्रोफाइल थोडे कमी

केनेडींच्या नव्या प्रशासनाने महत्त्वाकांक्षी, अत्यंत बुद्धिमान आणि व्यवस्थेतल्या अंत:गोटातल्या लोकांची निवड करून त्यांना कामावर घेतले होते. डेव्हिड हाल्बरस्टाम यांनी नंतर ''सर्वोत्तम आणि सर्वांत हुशार'' असे नामाभिधान बहाल केले होते, जे अमळ विरोधाभासी होते. या गुणवैशिष्ट्यांची उत्तम उदाहरणे म्हणजे राष्ट्रीय सुरक्षा सल्लागार, हार्वर्ड विद्यापीठातील कला व विज्ञान शाखेचे डीन मॅकजॉर्ज बंडी (डावीकडे, केनेडी यांच्यासमवेत) आणि संगणकसदृश बुद्धिमत्ता तसेच चमकदार व्यवस्थापकीय कौशल्याकरता प्रसिद्ध असलेले, संरक्षण सचिव रॉबर्ट मॅक्नमारा (उजवीकडे)

आणि धैर्य थोडे जास्त असते तर किती बरे झाले असते!

केनेडींची टीम म्हणजे विविध न्यास, मोठ्या कंपन्या आणि वॉल स्ट्रीटवरील कंपन्यांमधील अंत:गोटातल्या व्यक्तींचा एक संच होता. त्यांच्यामध्ये काही पुरोगामी आणि बुद्धिवादी लोकांचाही समावेश होता. या टीमला सर्वोत्तम आणि सर्वांत हुशार टीम असे बिरुद मिळाले; कारण तिची बुद्धिमत्ता, तिने साध्य केलेल्या गोष्टी आणि 'आपण हे करू शकतो' अशी तिची वृत्ती. या गुणवैशिष्ट्यांचे उत्तम उदाहरण म्हणजे राष्ट्रीय सुरक्षा सल्लागार मॅकजॉर्ज बंडी – येल विद्यापीठाच्या तिन्ही प्रवेशपरीक्षांमध्ये पैकीच्या पैकी गुण मिळवणारा पहिला उमेदवार विद्यार्थी.

संरक्षणखात्यामध्ये केनेडींनी एका प्रशासनबाह्य, नागरी व्यक्तीला आणले. ती व्यक्ती म्हणजे रॉबर्ट मॅक्नमारा. त्यांची प्रखर, संगणकसदृश बुद्धिमत्ता आणि फोर्ड मोटर कंपनीचे ते करत असलेले उत्तम नेतृत्व यांच्यामुळे ते प्रसिद्ध होते आणि पेंटॅगॉनच्या कारभारावर भिंग लावून लक्ष ठेवायला सुरुवात करून त्यांनी आल्या-आल्याच लष्करी अधिकाऱ्यांची नाराजी मिळवली. आयसेनहॉवर यांनी नव्या प्रशासनाला एक अत्यंत विध्वंसक अणुयुद्ध योजना हस्तांतरित केली होती. संरक्षणखात्यामध्ये त्यांना जे पाहायला मिळाले, त्याने मॅक्नमारा सर्दच झाले.

वाईटात वाईट काय घडू शकेल याचाच विचार करत राहण्याची, एक गंडसदृश संस्कृती त्यांनी या खात्यामध्ये पाहिली. पण आकडेवारीत तल्लख असलेल्या मॅक्नमारांना केनेडींनी फक्त क्षेपणास्त्र संख्येच्या बाबतीत रशियाच्या तुलनेत तफावत (कमतरता) खरोखर किती आहे याची शहानिशा करायला सांगितले, तेव्हा अशी काहीही तफावत नाही, हे कळायला त्यांना तीन आठवडे लागले आणि उलट अमेरिका रशियापेक्षा खूप मोठ्या फरकाने पुढेच आहे हे लक्षात यायला काही महिने लागले. अमेरिकेकडे सुमारे २५,००० अण्वस्त्रे होती तर सोव्हिएत रशियाकडे २,५००. अमेरिकेकडे मोठ्या प्रमाणावर बॉंबहल्ले करण्यास सक्षम असलेली बॉंबर विमाने १,५०० होती – त्यातील १,००० तर रशियापासून माऱ्याच्या टप्प्याच्या अंतरावर युरोपमध्येच तैनात होती – तर रशियाकडे अशी १९२ विमाने होती. अमेरिकेकडे ४५ आयसीबीएम (इंटरकॉंटिनेंटल बॅलिस्टिक मिसाईल्स- आंतरखंडीय क्षेपणास्त्रे) होती तर रशियाकडे ४!

क्युबावर आक्रमण करण्याच्या आयसेनहॉवर यांच्या योजनेबद्दल ॲलन डलेस यांनी केनेडींना माहिती दिली आणि असे आश्वासन दिले, की क्युबन

ऑगस्ट १९५७ मध्ये रशियाने जगातल्या पहिल्यावहिल्या आंतरखंडीय क्षेपणास्त्राची – आयसीबीएम - यशस्वी चाचणी घेतली. सोव्हिएत युनियनच्या दृष्टीने या प्रकारच्या क्षेपणास्त्रांमुळे, अमेरिकेने युरोपात नाटोच्या तळांवर आपली बॉंबर विमाने ठेवून जे प्रचंड लष्करीदृष्ट्या वरचढ स्थान मिळवले होते, त्याची भरपाई होऊ शकत होती. ऑक्टोबर महिन्यात अशाच एका क्षेपणास्त्राचा उपयोग करून रशियाने स्पुटनिक यान अवकाशात पाठवले, तेव्हा काही अमेरिकनांना प्रचंड भीती वाटून गेली होती.

जनतादेखील या वेळी आपल्या मदतीकरता उठेल. या योजनेवर अनेक नागरी सल्लागारांनी अतिशय तीव्र चिंता व्यक्त केली, पण अननुभवी राष्ट्राध्यक्ष महोदयांना, आयसेनहॉवर आणि संयुक्त लष्करप्रमुख समितीने पाठिंबा दिलेल्या योजनेमध्ये आडकाठी करण्याची भीती वाटली.

एप्रिल १९६१ मध्ये, प्रत्यक्ष कारवाईच्या ३ दिवस आधी ८ अमेरिकन बी-२६ बाँबर विमानांनी कॅस्ट्रोंच्या हवाईदलाची अर्धी शक्ती नष्ट केली. ही विमाने चालवणारे वैमानिक क्युबातून पळून आलेले शरणार्थी होते.

अमेरिकेचे संयुक्त राष्ट्रसंघातील राजदूत अदलाय स्टिव्हन्सन यांनी अतिशय लाज आणणारे भाषण करत म्हटले, की अमेरिकेने क्युबामध्ये कुठल्याही प्रकारचे आक्रमण केलेले नाही आणि तिच्या फ्लोरिडा अथवा अन्य कुठल्याही भागामधून हवाई हल्लेही चढवलेले नाहीत. मग तथाकथितरीत्या एक क्युबन निर्वासित चालवत असलेल्या एका विमानाचे छायाचित्र त्यांनी सभेत दाखवले. पण हे विमान सीआयएचे आहे हे ताबडतोब उघडकीला आले. संयुक्त राष्ट्रसभेपुढे असेच लाजिरवाणे भाषण पुढे २००३ मध्ये कॉलिन पॉवेल यांनी इराकच्या संदर्भात केले होते.

सुमारे पंधराशे ते सोळाशे क्युबन निर्वासित सात जहाजांमधून बे ऑफ पिग इथे येऊन पोहोचले. त्यातील दोन जहाजे युनायटेड फ्रूट कंपनीच्या मालकीची

सप्टेंबर १९६० मध्ये संयुक्त राष्ट्राच्या आमसभेच्या बैठकीमध्ये फिडेल कॅस्ट्रो. फुलजेन्सियो बातिस्ता यांची अमेरिकाधार्जिणी हुकूमशाही राजवट कॅस्ट्रोंनी १९५९ च्या नववर्षदिनी उलथून टाकली. अमेरिकेने नव्या सरकारची आर्थिक गळचेपी करण्याचे प्रयत्न सुरू करताच कॅस्ट्रो मदतीकरता रशियाकडे वळले.

होती. पण क्युबाचे लष्कर तयारच होते आणि क्युबन जनतेचा उठाव वगैरे काहीही घडले नाही.

आक्रमणकर्त्यांनी अमेरिकेच्या थेट मदतीची याचना केली आणि केनेडींनी ती नाकारून सीआयएला जबर धक्का दिला. आपण असे करू असा इशारा त्यांनी पूर्वी दिला होता, कारण याच्या प्रत्युत्तरादाखल रशिया पश्चिम बर्लिनमध्ये गडबड करेल अशी त्यांना भीती वाटत होती.

भर मध्यरात्री झालेल्या एका बैठकीमध्ये लष्करी नेते आणि सीआयएच्या गुप्तसेवांचे प्रमुख यांनी जमिनीवरची व हवाई मदत पाठवण्याकरता तीन तास केनेडींवर दबाव आणला. तुमच्याकडून हीच अपेक्षा आहे आणि आयसेनहॉवर यांनी ती तत्काळ पूर्ण केली असती अशा प्रकारचा हा दबाव होता. लष्करप्रमुखांच्या संयुक्त समितीचे प्रमुख म्हणाले, की या कारवाईच्या पायाखालून अशा प्रकारे जाजम ओढून घेणे हे "दोषार्हच नव्हे, तर गुन्हेगारी स्वरुपाचे" वर्तन ठरेल. पण केनेडी आपल्या निर्णयावर ठाम राहिले. शंभरपेक्षा जास्त बंडखोर मारले गेले आणि सुमारे बाराशे जण पकडले गेले.

अत्यंत खळबळजनक दशकाची ही अंगावर शहारा आणणारी नांदी होती आणि हे १९६०चे दशक जग कायमकरता बदलून टाकणारे ठरणार होते.

या एकूणच दु:खदायक प्रकरणाने राष्ट्राध्यक्षांवर अत्यंत सखोल परिणाम झाला. एका वजनदार पत्रकारमित्राशी बोलताना ते म्हणाले, "माझ्यानंतर येणाऱ्या राष्ट्राध्यक्षाला मी पहिला सल्ला हा देईन, की लष्करी दलांच्या प्रमुखांपासून सावध राहा आणि केवळ ते लोक लष्करात काम करणारे असल्यामुळे लष्करी विषयांच्या बाबतीत त्यांच्या मतांना खूप काही अर्थ असतो असे समजण्याचे काहीही कारण नाही." आयसेनहॉवर कुठल्या गोष्टीबद्दल सावधगिरीचा इशारा देत होते हे बहुधा केनेडींच्या लक्षात येऊ लागले होते, पण त्या शीतयुद्धकालीन विचारपद्धतीच्या पिंजऱ्यात अडकणे टाळण्याकरता त्यांना खूप लवकर गोष्टी शिकणे आवश्यक होते.

जाहीररीत्या या फियास्कोची संपूर्ण जबाबदारी केनेडींनी स्वीकारली. खासगीत मात्र ते लष्करप्रमुखांवर ("सन्स ऑफ बिचेस") आणि सीआयएवर ("दोज सीआयए बास्टर्ड्स") खूप चिडत असत आणि "मी सीआयएचे एक हजार तुकडे करून ते वाऱ्यावर उधळून टाकीन" असे बोलत असत. आश्चर्याची गोष्ट म्हणजे त्यांनी ॲलन डलेसना डच्चू दिला. अर्थात, मुत्सद्दीपणानेच. त्यांच्याबरोबरच आणखी दोन उच्चपदस्थ अधिकाऱ्यांनादेखील त्यांनी घरी पाठवले आणि सीआयएच्या परदेशातल्या प्रत्येक कर्मचाऱ्याला त्या त्या ठिकाणच्या राजदूतांप्रती उत्तरदायी करून टाकले.

आपल्या लष्करी आणि गुप्तचर खात्याशी संबंधित सल्लागारांबद्दल केनेडींचा अविश्वास वाढत चालल्यामुळे, १९६१ मध्ये लाओस या छोट्याशा आशियाई आणि चारही बाजूंनी इतर देशांच्या सीमांमुळे बंदिस्त झालेल्या देशामध्ये फौजा पाठविण्याकरता या सल्लागारांनी आणलेला दबाव झुगारणे त्यांना थोडे सोपे गेले. आयसेनहॉवर यांनी जाता जाता केनेडींना इशारा दिला होता, की कम्युनिस्टांवर मात करण्याकरता तुम्हाला कदाचित या देशामध्ये आपले सैन्य पाठवणे आवश्यक ठरू शकेल.

संयुक्त लष्करप्रमुखांची अशी इच्छा होती, की आक्रमणांसाठी म्हणून एक मोठी फौज तयार ठेवण्याकरता केनेडींनी त्यांना पूर्वपरवानगी देऊनच ठेवावी.

आर्थर श्लेझिंजर हे केनेडींचे एक सहायक होते आणि एक आदरणीय इतिहासकारही. त्यांनी नंतर सांगितले, की बे ऑफ पिग प्रकरणानंतर केनेडींच्या डोक्यामध्ये संयुक्त लष्करप्रमुख समितीबद्दल एक तिडीक बसली होती... म्हाताऱ्या लोकांचे टोळके, अशा शब्दांत ते त्यांची संभावना करत असत. त्यांच्या मते (लष्करप्रमुखांच्या संयुक्त समितीचे प्रमुख लायमन) लेम्नित्झर एक मंदबुद्धी गृहस्थ होते.'' याचा परिणाम? केनेडींनी लाओसमध्ये ताटस्थ्य अवलंबले, ज्यामुळे पेंटॅगॉन खवळले. पुढे ही गोष्ट त्यांना वारंवार छळणार होती.

केनेडी जेव्हा जून १९६१ मध्ये पहिल्यावहिल्या शिखरपरिषदेमध्ये ख्रुश्चेव्हना भेटायला व्हिएन्नाला गेले, तेव्हा एकूण वातावरण गंभीर होते. अमेरिकेच्या जागतिक साम्राज्यवादी वृत्तीबद्दल ख्रुश्चेव्हनी तरुण अमेरिकन राष्ट्राध्यक्षांना फैलावर घेतले. नंतर एक सिनेटर रशिया भेटीवर गेले असता ते त्यांच्याजवळ म्हणाले, 'इकडे सोव्हिएत युनियनमध्ये आम्हा लोकांचे असे मत आहे, की क्रांतीच्या प्रक्रियेला जगण्याचा हक्क असायला हवा.' ख्रुश्चेव्ह यांच्या दृष्टीने महत्त्वाचा प्रश्न होता जर्मनी. अमेरिकेने सोव्हिएत युनियनच्या इतक्या जवळ जी अण्वस्त्रे आणून ठेवली होती, तिच्यावर एक दिवस पश्चिम जर्मनी कब्जा मिळवेल ही भीती त्यांना भेडसावत होती.

आणि १९६१च्या सुमारासच जवळ जवळ २० टक्के पूर्व जर्मन लोक (साधारणपणे २५ लाख लोक) खुल्या सीमांचा लाभ घेत अधिक चांगल्या आयुष्याच्या इच्छेने पश्चिम जर्मनीला पळून गेले होते. सोव्हिएत युनियनकरता ही एक उघडी आणि भळभळती जखम होऊन बसली होती आणि आता त्यांना दोन्ही जर्मनी हे स्वतंत्र देश आहेत हे मान्य करणारा एक करार हवा होता. त्याचबरोबर, पश्चिम बर्लिनमधून पाश्चात्त्य देशांच्या फौजांनी माघार घ्यावी अशीही त्यांची मागणी होती.

ख्रुश्चेव्ह एका अमेरिकन पत्रकाराशी बोलताना म्हणाले, 'जर्मनीसोबत आमचा

जून १९६१ मध्ये व्हिएन्नातल्या शिखर परिषदेमध्ये ख्रुश्चेव्ह यांनी अमेरिकेच्या जागतिक साम्राज्यवादी वृत्तीबद्दल केनेडींना फैलावर घेतले. अमेरिका-रशिया संबंध जर्मनीच्या प्रश्नावर लोंबकळलेले आहेत असे त्यांनी जाहीर केले. केनेडी निराश होऊन व्हिएन्नाहून निघताना ख्रुश्चेव्हना म्हणाले, "माझ्यामते हा हिवाळा खूप कडक असणार आहे."

एक प्रदीर्घ इतिहास आहे. तिथली सरकारे किती झटकन बदलतात आणि जर्मनी हा देश किती सहजपणे सामूहिक हत्याकांडाचे एक साधन बनू शकतो, हे आम्ही पाहिलेले आहे ... इथे आमचे म्हणणे आहे, की 'जर्मन मनुष्याला एकदा बंदूक हातात दिली, की आज ना उद्या तो ती रशियाकडे रोखणारच.' ... तिकडे अमेरिकेत तुम्हाला असा विचार करायला फार आवडते, की आमच्याकडे जनतेला काही मतच नाही. पण त्याबद्दल फार खात्री बाळगू नका. जर्मनीच्या विषयात आमच्या लोकांच्या भावना फार तीव्र आहेत. मला नाही वाटत या भावनेच्या विरुद्ध जाण्याचा प्रयत्न केला तर इथे कुठलेही सरकार टिकेल. ... आम्ही जर्मनीला काही मिनिटांत चिरडून टाकू शकतो. पण ... आम्हाला भय आहे ... जर्मनी अमेरिकेला ... जागतिक अणुयुद्ध सुरू करायला भरीस पाडेल याचे. अग्नीचा आदर करायला शिकण्यासाठी तुम्हाला आणखी किती वेळा जळण्याची इच्छा आहे?' व्हिएन्नामध्ये ख्रुश्चेव्ह यांचा निरोप घेताना केनेडी त्यांना म्हणाले, 'माझ्या मते हा हिवाळा खूप कडक असणार आहे.'

त्या वर्षीचा उन्हाळा संपता संपता केनेडींनी आपल्या लष्करी दर्पोक्तीपूर्ण भाषणाने पेचप्रसंग आणखीनच तीव्र करून टाकला. ते म्हणाले, 'जगामधील समस्या आणि तणावाचा स्रोत मॉस्को आहे, बर्लिन नव्हे. आणि युद्ध जर सुरू

अमेरिकेच्या सिव्हिल अँड डिफेन्स मोबिलायझेशन खात्याने तयार केलेला फॉलआऊट आश्रयस्थान किंवा घराचा एक नमुना. १९६१ मध्ये उद्‌भवलेल्या बर्लिन समस्येने या फॉलआऊट आश्रयस्थानांवरच्या वादविवादामध्ये एक नवी तातडी भरली.

झालेच, तर ते मॉस्कोत सुरू होईल, बर्लिनमध्ये नव्हे.'

संरक्षणाकरता केनेडींनी अतिरिक्त ३.४ अब्ज डॉलर्सचा निधी घोषित केला, सैन्यभरतीमध्ये सुमारे तीन लाख सैनिकांची वाढ करण्याची योजना मांडली आणि आण्विक धुळीपासून (फॉलआऊट) बचावाकरता खासगी आणि सार्वजनिक आश्रयस्थाने बांधण्याचा एक कार्यक्रम जाहीर केला. ते अमेरिकन जनतेला उद्देशून म्हणाले, 'या औष्णिक-आण्विक युगामध्ये कुठल्याही एका पक्षाकडून दुसऱ्या पक्षाच्या हेतूबद्दल चुकीचा अंदाज बांधला गेला, तर मानवी इतिहासामध्ये आजवर झालेल्या सर्व युद्धांमध्ये मिळून जेवढा विध्वंस झाला नसेल, तितका काही तासांमध्ये घडू शकेल.'

वॉर्सा करारामध्ये सहभागी असलेल्या देशांनी याला नाट्यपूर्ण म्हणावा असा प्रतिसाद दिला. १३ ऑगस्ट रोजी पूर्व जर्मन सैन्याने संपूर्ण देशभर रस्त्यांमध्ये अडथळे उभारले आणि देश सोडून पळून चाललेल्या पूर्व जर्मन नागरिकांच्या लोंढ्यांना अडसर घातला. सुरुवातीला काटेरी तारांच्या रूपातल्या या अडथळ्यांच्या जागी लवकरच काँक्रीटचे अडथळे आले. केनेडी यांनी मग उद्दामपणे पश्चिम जर्मनीतून खुष्कीच्या मार्गाने पंधराशे अमेरिकन सैनिकांना पश्चिम बर्लिनमध्ये पाठवले. तिथे उपराष्ट्राध्यक्ष लिंडन जॉन्सन यांनी स्वत: त्यांचे स्वागत केले.

त्याच महिन्यात ख्रुश्चेव्ह यांनी अणुचाचण्या पुन्हा सुरू केल्या. केनेडींना

जेव्हा ही बातमी मिळाली, तेव्हा ते उसळून उद्गारले, 'पुन्हा एकदा सत्यानाश!'

अमेरिका अण्वस्त्रांच्या संख्येच्या बाबतीत आधीच श्रेष्ठ असूनही वायुदलाला क्षेपणास्त्रांची संख्या तीन हजारांपर्यंत वाढवण्याची इच्छा होती. मॅक्नमारांनी त्यांच्याशी वाद घालून अखेर तडजोडीच्या रूपात एक हजार ही संख्या मान्य केली.

ऑक्टोबर महिना उजाडेतो रशिया तीस मेगाटन वजनाच्या बाँबचा स्फोट करण्यास सक्षम झाला होता. आजवरचा हा सर्वांत मोठा स्फोट होता. पुढच्याच आठवड्यात त्यांनी पन्नासपेक्षा जास्त मेगाटनी बाँबचा चाचणी स्फोट केला. या बाँबची क्षमता हिरोशिमावर टाकण्यात आलेल्या बाँबच्या तीन हजारपट जास्त होती! एव्हाना केनेडींनी धोक्याच्या काठावर चालण्याच्या प्रवृत्तीच्या डलेस यांचा पूर्णच रोष ओढवून घेतला होता.

अमेरिकेमध्ये १९६१च्या उन्हाळा आणि हिवाळ्यात लोकांच्या घरामध्ये फॉलआउट आश्रयस्थाने बांधण्यासंबंधी देशभर सुरू असलेले प्रदीर्घ चर्वितचर्वण आणि त्या स्थानांच्या रक्षणाकरता शेजारी किंवा मित्रमैत्रिणींना ठारही मारण्यामागची नैतिकता यांच्याकडे अमेरिकेबाहेरून पाहणाऱ्या एखाद्या व्यक्तीला असे वाटले असेल, की बहुधा अमेरिकन लोकांची बुद्धी भ्रष्ट झाली आहे.

प्रसारमाध्यमांचा दबाव असूनही फार थोड्या लोकांनी प्रत्यक्षात अशी शेल्टर्स बांधली हे एक आश्चर्यच होते. एक तर लोकांनी बधिर होऊन परिस्थितीपुढे शरणागती पत्करायचे ठरवले असावे किंवा मग असे काही घडलेच, तर यातून वाचण्याला तरी काही अर्थ आहे किंवा नाही या विचाराने असे घडले असावे.

आता मागे वळून पाहता, पूर्व आणि पश्चिम जर्मनीच्या मध्ये महाकाय बर्लिन वॉल बांधण्यामुळे ताबडतोब युद्ध होण्याचा धोका टळला होता आणि त्यामुळे ख्रुश्चेव्हना त्यांच्याकडच्या जहालमतवाद्यांचे मन वळवण्याची संधी मिळाली होती. केनेडींनी खासगीत कबूल केले, की ही काही फार छान गोष्ट नाही, पण युद्धापेक्षा भिंत बांधणे कितीतरी चांगले आहे.

मात्र जगाच्या दुसऱ्या एका भागात केनेडींनी राजकीयदृष्ट्या महत्त्वाच्या, फ्लोरिडास्थित क्युबन निर्वासितांना कॅस्ट्रोचे सरकार उलथवण्यात मदत करण्याचे वचन देऊन टाकले आणि यामुळे सोव्हिएत युनियनसोबतच्या संबंधांमध्ये लक्षणीय तणाव उत्पन्न झाला.

नोव्हेंबर महिन्याच्या सुरुवातीच्या दिवसांमध्ये त्यांनी 'ऑपरेशन मुंगूस' या त्यांचे बंधू रॉबर्ट यांच्या देखरेखीखालच्या, तसेच एडवर्ड लॅन्सडेल यांच्याद्वारे चालवल्या गेलेल्या दहशती मोहिमेला सुरुवात केली. या मोहिमेचा उद्देश क्युबाची अर्थव्यवस्था उद्ध्वस्त करणे आणि इतर अनेक गोष्टीसोबतच, आत्तापर्यंत फसतच

आलेले कॅस्ट्रोंच्या हत्येचे प्रयत्न गुप्तपणे पुढे सुरू ठेवणे हा होता.

लष्करी कारवाईकरता काहीतरी निमित्तच शोधत असलेल्या लष्करप्रमुख संयुक्त समितीने त्याच वेळी 'ऑपरेशन नॉर्थवूड्स'ला मान्यता दिली. या कारवाईत, १८९८ मध्ये स्पेन-अमेरिका युद्ध ज्यामुळे सुरू झाले होते, त्या 'मेन' नावाचे जहाज बुडवण्याच्या घटनेच्या धर्तीवर तशीच घटना घडवून आणण्याचा समावेश होता. या योजनेमध्ये, अमेरिकेने क्युबन सरकार ताब्यात घेणे, शक्यतो ज्यामध्ये कॉलेजचे विद्यार्थी असतील असे एखादे नागरी विमान पाडणे, फ्लोरिडाला पळून जाणाऱ्या क्युबन नागरिकांच्या बोटी बुडवणे, ग्वाटानामो खाडीच्या आसपास विविध घटना घडवून आणणे आणि अखेर या सर्व गोष्टींसाठी तिथल्या कम्युनिस्ट सरकारला दोष देणे, या गोष्टींचा समावेश होता.

केनेडींनी ही योजना फेटाळली, पण १९६२ या संपूर्ण वर्षामध्ये अमेरिकेच्या ज्या काही कारवाया चालल्या होत्या, त्या पाहून रशियाची खात्री पटली, की लवकरच क्युबावर हल्ला होणार आहे. जानेवारी महिन्यात अमेरिकेने लॅटिन अमेरिकन देशांचे हात पिरगळून त्यांना क्युबाचे ओएस (ऑर्गनायझेशन ऑफ अमेरिकन स्टेट्स) या संघटनेचे सदस्यत्व स्थगित करायला लावले. त्यानंतर, १९६२ च्या वसंत, ग्रीष्म आणि शरद ऋतूंमध्ये अमेरिकेने कॅरिबियन बेटांवर अनेक लष्करी सराव केले. त्यामध्ये ७९ जहाजे, ३०० विमाने आणि ४०,००० पेक्षा जास्त सैनिकांचा सहभाग होता. ऑक्टोबर महिन्यात झालेल्या यातल्या शेवटच्या सरावाचे नाव होते ऑपरेशन ओर्तसॅक. यात ७,५०० नौसैनिकांचा सहभाग होता आणि यात एका बेटावर हल्ला चढवून तिथले सरकार कसे उलथवावे याचा सराव झाला. यातला संदेश स्पष्ट होता. 'ओर्तसॅक (ORTSAC)' म्हणजे कॅस्ट्रो (CASTRO) या नावातील इंग्रजी आद्याक्षरे उलट होती.

व्हिएतनाममधल्या कम्युनिस्टांच्या समोर उभे राहण्याचाही केनेडींचा निर्धार तितकाच पक्का होता. पण इतिहासाचा विद्यार्थी या नात्याने त्यांच्या मनामध्ये आशिया खंडात आणखी एक जमिनीवरचे युद्ध लढावे की नाही याबद्दल साशंकता असावी. तरुण काँग्रेसमन म्हणून पूर्वी १९५१ मध्ये त्यांनी व्हिएतनामला भेट दिली होती. कोरियन युद्धातल्या नामुष्कीचा तो काळ होता. त्या वेळी त्यांनी फ्रेंच वसाहतवाद्यांना मदत देऊ नये असा सल्ला दिला होता. नंतर त्यांनी ढोबळमानाने बोलताना अरब, आफ्रिकन आणि आशियाई लोकांचा पाठिंबा जिंकण्याची गरज व्यक्त केली होती. कारण ते लोक, "त्यांचे रक्त वाहवणाऱ्या, त्यांना मारहाण करणाऱ्या, त्यांचे शोषण करणाऱ्या आणि त्यांच्यावर राज्य करणाऱ्या गोऱ्या लोकांचा द्वेष करतात.'' एकीकडे आफ्रिका आणि आशियामध्ये फ्रेंच साम्राज्याला मदत करायची आणि दुसरीकडे सोव्हिएत रशियाच्या हंगेरी आणि पोलंडमधील

कारवायांना विरोध करायचा यातल्या विरोधाभासावरही त्यांनी बोट ठेवले होते.

मात्र आता ते राष्ट्राध्यक्षपदावर आरूढ झाले होते आणि सार्वजनिक सभा, काही राजकीय पक्ष तसेच अगदी सार्वजनिक नृत्याच्या कार्यक्रमांवरदेखील बंदी घालणाऱ्या भ्रष्ट दक्षिण व्हिएतनामी सरकारचा बचाव करू लागले होते.

आयसेनहॉवर यांचा डॉमिनो सिद्धांत अंगीकारत केनेडी आता आग्रहाने सांगत होते, की दक्षिणपूर्व आशियामध्ये व्हिएतनाम "द फिंगर इन द डाईक" किंवा धरणाला पडलेल्या भेगेमध्ये हाताची बोटे घालून पाणी वाहून जाणे थांबवणारा देश आहे, मुक्त जगाच्या पायाचा दगड आहे.

मे १९६१ मध्ये लिंडन जॉन्सन व्हिएतनामला गेले आणि त्यांनी हुकूमशहा दिएम यांना "दक्षिणपूर्व आशियाचे विन्स्टन चर्चिल" असे म्हणून त्यांची स्तुती केली. मग त्यांनी तिथली एकूण परिस्थिती अतिशय भयंकर असल्याचे चित्र रंगवत अमेरिकेचा इथे आणखी सहभाग आवश्यक असल्याची गागणी केली. तिन्ही दलांचे लष्करप्रमुख आणि मॅक्नमारा हेदेखील या भागात साम्यवादाला विजयापासून दूर ठेवायचे असेल तर फक्त अमेरिकेचे सैन्यच हे काम करू शकते या दृष्टिकोनाशी सहमत होते. मात्र दुसऱ्या महायुद्धामध्ये शौर्यपदके प्राप्त केलेले माजी सैनिक केनेडी यांनी अमेरिकन लष्कर पाठवण्याला विरोध केला. ते आर्थर श्लेझिंजरना म्हणाले, "लष्कराच्या तुकड्या तिथे शिरतील, त्यांचा लष्करी वाद्यवृंद बँडवादन करेल, लोक आनंदाने टाळ्या वाजवतील आणि चार दिवसांनी सगळ्यांना याचा विसर पडेल. मग आपल्याला सांगितले जाईल, की आणखी सैन्य पाठवा. हे म्हणजे मद्यपानासारखे आहे. आधी घेतलेल्या मद्याचा अंमल संपला की तुम्हाला आणखी मद्य प्यावे लागते."

मात्र दुसऱ्या महायुद्धातल्या गोरिला वॉरफेअरचे (गनिमी युद्ध) त्यांना प्रचंड कौतुक होते. त्यावेळी ब्रिटिश आणि अमेरिकन फौजांनी ब्रह्मदेशच्या जंगलासारख्या ठिकाणी युद्धरेषेच्या अलीकडे राहून युद्ध केले होते. त्यांनी लष्करप्रमुखांच्या इतर शिफारशी मात्र मान्य केल्या आणि लष्करी सहभाग वाढवला. केनेडींनी राष्ट्राध्यक्षपदाची शपथ घेतली तेव्हा व्हिएतनाममध्ये काम करणाऱ्या अमेरिकन लोकांची संख्या आठशे होती. १९६३ मध्ये ही सल्लागारांची संख्या आठशेवरून एकदम सोळा हजारांपेक्षा जास्त झाली. या नव्या 'मधाच्या पोळ्यावर' घोंघावण्याकरता सीआयएचे गुप्तचर आणि असंख्य खासगी अमेरिकन कंत्राटदारांसुद्धा त्यांनी मोकळीक दिली. केनेडींच्या नजरेखाली तीन वर्षांमध्ये सीआयएने जगभरात १६३ गुप्त कारवाया केल्या. ही संख्या आयसेनहॉवर यांच्या आठ वर्षांच्या कारकिर्दीतल्या कारवायांच्या संख्येपेक्षा फक्त सातने कमी होती.

सुरुवातीच्या काळात व्हिएतनामचे युद्ध "सीआयएचे युद्ध" म्हणवले जात

दक्षिण व्हिएतनाममध्ये गनिमांच्या एका बालेकिल्ल्याभोवतीचे वृक्ष नष्ट करण्याकरता तिथल्या जंगलावर वनस्पतिनाशक औषध फवारताना अमेरिकेचे एक विमान. अशा फवारणीमुळे पर्यावरण आणि आरोग्याच्या दृष्टीने जे भयंकर दीर्घकालिक परिणाम झाले, ते व्हिएतनामी आणि अमेरिकन लोकांकरता अतिशय हानिकारक ठरले.

असे. वेस्ट पॉईंट (अमेरिकेचे लष्करी प्रशिक्षण केंद्र) इथे केनेडींनी या मताला आणखीनच पुष्टी देत म्हटले, की हे एक ''वेगळ्या प्रकारचे युद्ध आहे, ज्याची मुळे जुनीच आहेत, पण ज्याची तीव्रता मात्र नवी आहे ... गनिमी कावा ... यात शत्रूशी थेट युद्ध करण्याऐवजी त्याची शक्ती क्षीण करून त्याला थकवून सोडले जाते.'' मात्र व्हिएतनाममध्ये नेमके याच्या विरुद्ध घडले हे इतिहास जाणतो.

केनेडींच्या शासनकाळामध्ये अमेरिकेने अविश्वासू दक्षिण व्हिएतनामी सरकारी फौजांच्या संरक्षणात काटेरी कुंपणाने बंदिस्त ठिकाणांमध्ये गावकऱ्यांना बंदुकीच्या धाकाने राहायला लावले होते आणि बंडखोर जिथे राहत असत अशा ठिकाणी वृक्षराजीचा नाश करण्याकरता वनस्पतिनाशक रसायने फवारली होती. आणि अमेरिकन जनतेला हे बहुतांशी माहितीच नाही. अशा फवारणीमुळे पर्यावरण आणि आरोग्याच्या दृष्टीने जे भयंकर दीर्घकालिक परिणाम झाले, ते व्हिएतनामी आणि अमेरिकन लोकांकरता अतिशय हानिकारक ठरले.

पण केनेडींच्या भांडखोर शीतयुद्ध धोरणांचे संभाव्यत: हानिकारक पडसाद त्यांना ऑक्टोबर १९६२ मध्ये क्युबन क्षेपणास्त्र पेचप्रसंगामध्ये खऱ्या अर्थाने जाणवले. रविवार दि. १४ ऑक्टोबर, १९६२ या दिवशी एक यू-२ टेहळणी विमान, क्युबामध्ये सज्ज करून पेरलेल्या मध्यम पल्ल्याच्या बॅलिस्टिक क्षेपणास्त्रांचे फोटो मिळवून परतले. अमेरिकेला याचा प्रचंड धक्का बसला.

आपण क्युबामध्ये कुठलीही आक्रमक अस्त्रे ठेवणार नाही असे वचन देणारे

दि. १४ ऑक्टोबर, १९६२ या दिवशी एका यू-२ टेहळणी विमानाने क्युबामध्ये घेतलेले हवाई छायाचित्र. या फोटोमध्ये रशियाने या बेटावर ठेवलेली मध्यम पल्ल्याची बॅलिस्टिक क्षेपणास्त्रे (एमआरबीएम) आढळून आली. या क्षेपणास्त्रांमध्ये अमेरिका खंडापर्यंत १ मेगाटन वजनाचे बॉंब वाहून नेण्याची क्षमता होती. हे उघडकीला आल्यामुळे क्युबन क्षेपणास्त्र पेचप्रसंग निर्माण झाला.

खुश्चेव्ह केनेडींशी खोटे बोलले होते, पण असे करताना ते वास्तविक एक अतिशय मोठी आणि भयंकर घोडचूक करत होते कारण १९६२ मध्ये रशियाला सर्वांत जास्त कुठली गोष्ट नको असेल, तर ती म्हणजे अमेरिकेशी थेट संघर्ष. विश्वसनीयरीत्या अमेरिकेच्या भूमीपर्यंत पोहोचू शकतील अशी दहाहून थोडीच जास्त आंतरखंडीय क्षेपणास्त्रे आणि ३०० पेक्षा कमी आण्विक वॉरहेड्स एवढ्या तुटपुंज्या बळाचा अमेरिकेच्या ५,००० अणुबॉंब आणि २,००० आंतरखंडीय क्षेपणास्त्रे व बॉंबर विमानांपुढे काय टिकाव लागणार?

मग खुश्चेव्ह यांनी असे का केले? अमेरिकन जनतेला हे कधीच कळले नाही. प्रसारमाध्यमांनी रशियनांच्या क्युबातील कृतींना सरळसरळ सोव्हिएत आक्रमणाचा रंग दिला. पण सोव्हिएत दृष्टिकोनातून अमेरिका सोव्हिएत युनियनविरुद्ध प्रथम आक्रमण करण्याची जी चिन्हे दिसून येत होती त्याविरुद्धचा हा एक वाजवी प्रतिसाद होता आणि एव्हाना खेळातले एक प्यादे बनून बसलेल्या क्युबावर जे

आक्रमणाचे ढग घोंघावत होते, ते या क्षेपणास्त्रांमुळे दूर होण्याची शक्यताही होतीच. या क्षेपणास्त्रांमुळे अमेरिका आक्रमण करण्यापूर्वी निदान एकदा विचार करण्यास बाध्य झाली असती, असे खुश्चेव्ह म्हणाले. अमेरिकनांना हा "त्यांच्याच औषधाचा एक छोटा डोस" होता.

शिवाय, खुश्चेव्ह यांना कॅस्ट्रोंचे खूप कौतुक असण्याचा अजिबात प्रश्न नव्हता, कारण कॅस्ट्रो कुठल्याही बाह्य शक्तीच्या मदतीशिवायच सत्तेवर आले होते आणि तिसऱ्या जगामध्ये त्यांना एक प्रचंड मोठे प्रतिकात्मक मूल्य निर्माण झाले होते. काहीही झाले तरी कम्युनिस्ट जगामध्ये आपल्या नेतृत्वगुणांवर प्रश्नचिन्ह उभे करणाऱ्यांना शांत बसवण्याचा क्षेपणास्त्रे हा एक अगदीच कमी खर्चिक मार्ग होता. पण तरीही त्यांनी जे केले, ते खूप धोकादायक होते.

आपली आण्विक क्षेपणास्त्रे क्युबामध्ये असल्याची घोषणा खुश्चेव्ह ७ नोव्हेंबर या बोल्शेव्हिक क्रांतीच्या पंचेचाळिसाव्या वाढदिवशी करू इच्छित होते. पण लष्करी विश्लेषक डॅनियल एल्सबर्ग यांनी म्हटल्याप्रमाणे, आपण डावपेचात्मक क्रूझ आणि बॅलिस्टिक क्षेपणास्त्रे क्युबामध्ये पोहोचवल्याची माहिती गुप्त ठेवून खुश्चेव्ह अमेरिकन आक्रमणाला पायबंद घालण्याच्या एका संभाव्यतः परिणामकारक गोष्टीला खळबळ माजवणाऱ्या चिथावणीचे रूप देऊन बसले आणि त्याचा परिणाम उलटाच झाला. वॉरहेड्स क्युबात कधीच येऊन पोहोचली आहेत हे अमेरिकेला कळलेच नाही.

आजही, खूप कमी लोकांना क्युबन क्षेपणास्त्र पेचप्रसंगाचे गांभीर्य कळते आणि त्याहीपेक्षा कमी लोकांना त्यातून काय धडा घ्यायचा याचे आकलन होते. धोक्याच्या काठावरून चालण्याच्या डलेस यांच्या वारशाने अखेर त्याचा फ्रॅंकेस्टाइनचा राक्षस निर्माण केला होता.

रशियन क्षेपणास्त्रांची जुळणी पूर्ण होण्यापूर्वीच त्यांना थांबवता येईल या आशेने दोन दिवसांनी केनेडींनी त्यांच्या सर्वोच्च सल्लागारांची एक गुप्त बैठक घेतली. तीन दिवसांनी, म्हणजे १९ ऑक्टोबर रोजी त्यांनी तिन्ही सैन्यदलांच्या प्रमुखांची भेट घेतली. कुठलीही पूर्वसूचना न देता सर्जिकल स्ट्राइक करून क्षेपणास्त्रे नष्ट करावी आणि त्यापाठोपाठ क्युबावर पूर्ण शक्तिनिशी आक्रमण करावे, असा सैन्यदलप्रमुखांनी आग्रह धरला. लीमे यांनी केनेडींना खात्री दिली, की रशियन्स याला प्रत्युत्तर देणार नाहीत.

अणुयुद्ध आता अटळ आहे आणि सध्या आपला देश हे युद्ध जिंकण्याच्या स्थितीत आहे, या गोष्टीचा लीमे यांना आनंदच वाटला. पुन्हा अशी संधी मिळेल की नाही कुणास ठाऊक? रशियन अस्वलाविरुद्ध त्यांनी आरोळी ठोकली, 'या अस्वलाचा पार वृषणापर्यंतचा पाय उखडून टाकूया. किंवा थांबा, मला वाटते

पेचप्रसंगादरम्यान राष्ट्रीय सुरक्षा समितीच्या कार्यकारी समितीसोबत – एक्सकॉम – बैठकीमध्ये केनेडी.

आपण त्याचे वृषणदेखील कापून टाकूया.'

या भेटीनंतर केनेडी त्यांचे सहायक केनी ओ'डोनेल यांना म्हणाले, ''आपण जर या लोकांचे ऐकून त्यांच्या सांगण्याप्रमाणे केले, तर त्यांची चूक झाली असे सांगायलासुद्धा आपल्यापैकी कुणीही जिवंत नसेल.''

तुर्कस्थानातील अमेरिकन क्षेपणास्त्रे रशियाच्या इतक्या जवळ असल्यामुळे मॅक्नमारा म्हणाले, की सत्तेचा डावपेचात्मक समतोल अजिबात बदललेला नाही. केनेडींनी हे मान्य केले, पण राजकीय प्रतिकात्मकता लक्षात घेऊन ते म्हणाले, की क्षेपणास्त्रे तशीच राहू देण्याने जगभर, विशेषत: लॅटिन अमेरिकेत, अमेरिकेची प्रतिमा खराब होईल.

भाऊ रॉबर्टला विश्वासात घेत केनेडी म्हणाले, की बे ऑफ पिग्समध्ये जे केले त्यानंतर आता जर मी काही कठोर पाऊल उचलले नाही, तर माझ्यावर महाभियोग चालवला जाईल.

केनेडींच्या व्यक्तिवैशिष्ट्याची ही कसोटीची घडी होती. हेच वैशिष्ट्य निर्माण करण्याकरता तर ते नौदलातला लेफ्टनंट म्हणून दक्षिण प्रशांत महासागरामध्ये शूरपणे लढले होते आणि आपल्या सहसैनिकांचे जीव वाचवले होते. आणि आता त्यांना गणवेशातल्या उच्च अधिकाऱ्यांची भीतीदेखील वाटणे संपले होते. पुढच्या काही दिवसांमध्ये त्यांनी त्यांच्यापेक्षा वयाने ज्येष्ठ लोकांचा आणि पॉल नित्शे, डीन अॅचिसन एवढेच नव्हे तर खुद्द ड्वाईट आयसेनहॉवर यांचादेखील सल्ला डावलला. त्यांनी निर्बंधांचा मार्ग निवडला आणि हेसुद्धा एक प्रकारचे युद्धच आहे, हे सत्य थोडे सौम्य करण्याकरता त्याला ''विलगीकरण (क्वारंटाइन)'' असे म्हटले. २२ ऑक्टोबर रोजी, म्हणजे क्षेपणास्त्रांचे फोटो मिळाल्यानंतर

आठ दिवसांनी, केनेडींनी गंभीरपणे अमेरिकन जनतेला माहिती दिली, की क्युबाकडे जाणाऱ्या कुठल्याही देश किंवा बंदरावरून निघालेल्या, कुठल्याही प्रकारच्या जहाजामध्ये जर आक्रमक शस्त्रास्त्रे आढळली, तर ती जहाजे परत पाठवली जातील ... आणि तरीही अशी आक्रमक लष्करी तयारी सुरूच राहिली आणि पृथ्वीच्या या अर्धगोलामध्ये धोका वाढवण्याचे प्रयत्न झाले, तर पुढची कुठलीही कारवाई समर्थनीय ठरेल.

त्यांनी अमेरिका सोव्हिएत रशियाच्या अकारण आक्रमकपणाचा निष्पाप बळी आहे असे चित्र जगापुढे रंगवले आणि १९५९ च्या अखेरपासून अमेरिका क्युबाविरुद्ध एक दहशतवादी युद्ध लढत असल्याची गोष्ट लपवून ठेवली.

संपूर्ण जगातले वातावरण तापले. लोकांच्या मनावर ताण निर्माण झाला आणि ते टीव्ही व रेडिओला खिळून बसले. लहान मुलेदेखील बातम्या पाहू लागली आणि त्यांचे आईवडील घाबरून गेले. त्याच दिवशी स्ट्रॅटेजिक एअर कमांड (एसएसी), संरक्षणसिद्धता स्थिती (डेफकॉन)-३ पातळीवर गेली आणि दोन दिवसांनी इतिहासात पहिल्यांदाच तिथून डेफकॉन-२ वर नेली गेली (अधिक कडक केली गेली) आणि सोव्हिएत युनियनमधील लक्ष्यांवर हल्ले करण्याची तयारी केली गेली. आयसेनहॉवर यांनी देऊन ठेवलेल्या अधिकारांतर्गत एसएसीचे कमांडर जनरल थॉमस पॉवर यांनी राष्ट्राध्यक्षांशी न बोलताच अणुयुद्धाच्या कड्यावर जाऊन उभे राहण्याचा निर्णय घेऊन टाकला. भरीस भर म्हणून सामान्यतः अपेक्षित असते तसे आपले आदेश सांकेतिक भाषेत न पाठवता स्पष्ट शब्दांमध्ये पाठवून सोव्हिएत रडार ऑपरेटर्सना ते कळतील याची काळजी घेतली गेली. त्यानंतर एसएसीच्या विमानांचा ताफा हवेत झेपावला. त्यांच्यामध्ये इंधनदेखील हवाई टँकर्सद्वारे भरण्यात आले.

१९६० मध्ये एका संरक्षण विश्लेषकाशी बोलताना हेच पॉवर म्हणाले होते, की एकूण उद्देश त्या भ XXX ना ठार मारणे हा आहे! बघाच तुम्ही. हे युद्ध संपल्यावर जर दोन अमेरिकन आणि एक रशियन मनुष्य वाचला, तरी आम्हीच जिंकणार आहोत!' त्या विश्लेषकाने सूज्ञ सल्ला दिला, ''ठीक आहे, पण वाचलेल्या दोघांपैकी एक स्त्री आणि एक पुरुष असेल, असे पाहा म्हणजे झाले.''

त्यानंतर एकापाठोपाठ एक अशा काही वाईट घटना घडत गेल्या, की त्यांच्यापैकी कुठल्याही एकीमुळे भयंकर असा मानवसंहार सुरू होऊ शकला असता. एसएसीने अमेरिकेतूनच मार्शल बेटांच्या दिशेने एक चाचणी क्षेपणास्त्र सोडले. पण काही अधिकाऱ्यांचा गैरसमज झाला आणि त्यांनी वर कळवले, की टॅम्पा आणि मिनेसोटावर हल्ला झाला आहे.

२५ ऑक्टोबरला सोव्हिएत नेत्यांनी निर्णय घेतला की, आपल्याला आपली क्षेपणास्त्रे क्युबातून काढून घ्यावी लागतील, पण अजूनही त्यांना आशा वाटत होती, की त्या बदल्यात अमेरिकेने तुर्कस्तानमधली आपली ज्युपिटर क्षेपणास्त्रे काढून घेण्याचा सौदा होऊ शकतो. क्युबावरचे आक्रमण सुरू होत आहे अशी चुकीची बातमी खुश्चेव्हना मिळाली.

२६ ऑक्टोबर उजाडेतो अमेरिकेची विमाने क्युबामध्ये झाडांच्या शेंड्यांच्या उंचीवर उडू लागली होती आणि २,५०,००० अमेरिकन सैनिक फ्लोरिडाच्या समुद्रकिनाऱ्यावर आगेकूच करण्याच्या तयारीत होते. दोन हजार हवाई बाँबफेकीची उड्डाणे करण्याची योजना तयार करण्यात आली होती. अमेरिका पुढच्या बहात्तर तासांत आक्रमण करेल, असा अंदाज कॅस्ट्रोंनी व्यक्त केला. ४२,००० हून अधिक संख्येने सोव्हिएत सैनिक स्टालिनग्राड युद्धातील एका विजयीवीराच्या नेतृत्वाखाली आणि सुमारे १,००,००० क्युबन सैनिकांच्या रसदीसह युद्धभूमीवर वापरण्याजोगी सुमारे १०० अण्वस्त्रे बाळगून होते, याचा अमेरिकन गुप्तचर खात्याला पत्ताही नव्हता.

परिस्थिती खुश्चेव्ह यांच्या हातातून निसटत चालली होती. एका आश्चर्यचकित करणाऱ्या क्षणी त्यांनी त्यांच्या सेनाप्रमुखांना विचारले, की या मार्गाने जाण्याची परिणती ५ कोटी लोकांच्या मृत्यूमध्ये होणार नाही याबद्दल ते हमी देऊ शकतील का? ''माझ्या आयुष्याच्या शेवटच्या तासामध्ये मला जर कुणी सांगितले, की आमचा महान देश आणि अमेरिका पूर्णपणे नष्ट झाले आहेत, मात्र सोव्हिएत युनियनची राष्ट्रीय प्रतिष्ठा शाबूत आहे, तर त्याचा काय उपयोग?''

मॅक्नमारांनी ज्याला, ''मी आजवर पाहिलेला सर्वांत विलक्षण असा राजनैतिक संदेश'' असे म्हटले, त्या खुश्चेव्ह यांनी केनेडींना तातडीचे पत्र लिहून पाठवलेल्या संदेशात म्हटले होते, की तुम्ही क्युबावर आक्रमण करणार नाही याचे वचन द्या. त्यांनी असा इशारा दिला, की दोन्ही देश अपरिहार्यपणे युद्धाच्या दिशेने चालले आहेत आणि ''हे युद्ध थांबवणे आपल्या हातात राहणार नाही ... कुठलेही युद्ध शहरे आणि गावांवर नांगर फिरवत जाते आणि सगळीकडे मृत्यू आणि विध्वंस पेरीत जाते.''

२७ ऑक्टोबरला अशी एक घटना घडली, जिचे वर्णन श्लेझिंजर यांनी नुसता शीतयुद्धातला सर्वांत धोक्याचा क्षण नव्हे, तर ''मानवी इतिहासातला सर्वांत धोक्याचा क्षण'' असे केले. रशियन जहाजे क्वारंटाइन रेषेच्या दिशेने निघाली होती. या जहाजांच्या संरक्षणाकरता पाठवण्यात आलेल्या चार सोव्हिएत पाणबुड्यांपैकी एकीचा यूएसएस रँडॉल्फ ही विमानवाहू नौका दिवसभर माग काढत होती. मनाईरेषेच्या शंभरहून अधिक मैल आधी रँडॉल्फने डेप्थ चार्जेस

(पाणबुडी विनाशक बॉंब) टाकायला सुरुवात केली, त्या वेळी, त्या पाणबुडीमध्ये अण्वस्त्रे आहेत हे जहाजाच्या कप्तानाला ठाऊकच नव्हते.

बॉंबस्फोटामुळे पाणबुडी हादरली आणि इमर्जन्सी दिव्यांव्यतिरिक्त ती पूर्णपणे अंधारात बुडाली. पाण्याचे तापमान अचानक खूप वाढले आणि हवेतले कार्बन डायऑक्साइडचे प्रमाण प्राणघातक पातळीपर्यंत जाऊन पोहोचल्यामुळे लोकांना श्वासही घ्यायला त्रास व्हायला लागला. सैनिक बेशुद्ध होऊन जागोजागी कोसळू लागले. सलग चार तास हा त्रास होत राहिला. मग सिग्नल ऑफिसरने कळवले, ''अमेरिकनांनी आमच्यावर काहीतरी तीव्र अस्त्र सोडले ... आम्हाला वाटले संपले आता- हाच आपला शेवट.'' रशियामध्ये घबराट पसरली. कमांडर व्हॅलेंतिन सावित्स्की यांनी लष्करी कर्मचाऱ्यांच्या अधिकाऱ्याशी संपर्क साधण्याचा प्रयत्न केला, पण संपर्क होऊ शकला नाही. त्यांनी गृहीत धरले, की युद्ध सुरू झाले आहे आणि आता काहीच केले नाही असा ठप्पा बसून आपण सगळे मरणार. त्यांनी मग आण्विक पाणतीर सोडण्याची तयारी करण्याचा आदेश देऊन टाकला. मग ते पाणबुडीवरच्या अन्य दोन अधिकाऱ्यांकडे वळले. मानवजातीचे नशीब, की त्यातले राजकीय अधिकारी व्हॅसिली अर्खिपोव यांनी सावित्स्की यांना शांत केले आणि आण्विक पाणतीर न सोडण्याबद्दल त्यांचे मन वळवले. या एका मनुष्याने जणू एकट्याने अणुयुद्ध टाळले होते.

या सगळ्या चिंताजनक संघर्षाच्या ऐन मध्यात, जेव्हा राष्ट्रीय सुरक्षा समितीला संदेश मिळाला, की क्युबाच्या हवाई हद्दीमध्ये एक यू-२ विमान पाडण्यात आले आहे, तेव्हा गोष्टी अगदी तुटायच्या बेताला येऊन ठेपल्या. ख्रुश्चेव्ह यांनी याची परवानगी दिली नव्हती. लष्करप्रमुखांच्या संयुक्त समितीला ताबडतोब कृती करून गोळीबार होत असलेली सर्व ठिकाणे आणि सर्व क्षेपणास्त्रे उद्ध्वस्त करण्याची इच्छा होती. केनेडी म्हणाले, 'नाही'. यू-२ पाडल्याच्या घटनेमुळे केनेडी आणि ख्रुश्चेव्ह या दोघांनाही जाणीव झाली, की त्यांचे आपापल्या प्रचंड युद्धयंत्रणांवरचे नियंत्रण निसटत चालले आहे. टेलिव्हिजनवर सतत प्रक्षेपण पाहायला मिळत असलेले अमेरिकन लोक त्यांनी केवळ स्वप्नातच जे अनुभवले होते अशा भयंकर भीतीच्या दडपणाने बधिर होऊन गेले होते. नंतर रॉबर्ट मॅक्नमारा यांनी शनिवार, २७ ऑक्टोबरच्या रात्री पोटोमॅक गावामध्ये पाहिलेल्या सूर्यास्ताचे वर्णन केले. ''शरदातील ती एक सुंदर संध्याकाळ होती. पेचप्रसंग शिगेला जाऊन पोहोचला होता आणि मी मोकळी हवा छातीत भरून घेण्याकरता आणि तिचा सुगंध घेण्याकरता गच्चीवर गेलो कारण मला वाटले, की माझ्या आयुष्यातला हा शेवटचाच शनिवार!''

वॉशिंग्टन आणि न्यू यॉर्कमध्ये सोव्हिएत मुत्सद्दी त्यांच्या सगळ्या फायली

जाळत होते. वॉशिंग्टनमधल्या आतल्या वर्तुळातले लोक गुपचूप त्यांच्या कुटुंबीयांना राजधानीमधून बाहेर काढण्यात मग्न होते. दक्षिणेकडे शक्य तितक्या वेगाने आणि शक्य तितक्या दूर निघून जा, असे ते त्यांच्या बायका-मुलांना सांगत होते.

त्या शनिवारी एक शेवटचा, जिवाच्या आकांताचा प्रयत्न म्हणून केनेडींनी त्यांच्या भावाला सोव्हिएत राजदूत अनातोली डोब्रिनिन यांच्याकडे पाठवले आणि रशियाने क्युबामधून आपले तळ काढून घेण्याचे वचन तत्काळ दिले नाही, तर अमेरिका कुठल्याही क्षणी हल्ला चढवेल असा निरोप त्याच्याजवळ दिला. अमेरिका क्युबावर आक्रमण करणार नाही आणि येत्या चार ते पाच महिन्यांत ती तुर्कस्तानातून आपली ज्युपिटर क्षेपणास्त्रेही काढून घेईल, असे वचनही त्यांनी दिले.

डोब्रिनिन यांनी या निरोपातील तातडी खुश्चेव्हना कळवली. खुश्चेव्हनी नंतर आपल्या आठवणींमध्ये लिहिले, की रॉबर्ट केनेडी यांचा निरोप त्याहीपेक्षा जास्त अगतिकतेचा होता. "लष्कर आपल्याला उलथवून सत्ता ताब्यात घेणारच नाही, याची काहीही शाश्वती राष्ट्राध्यक्षांना उरलेली नाही." ही अगतिकता त्यात होती.

दुसऱ्या दिवशी, म्हणजे रविवार दि. २८ ऑक्टोबर रोजीची सकाळ कृपा घेऊन उगवली. सोव्हिएत रशियाने आपण आपली क्षेपणास्त्रे काढून घेत असल्याची घोषणा केली. संपूर्ण जगाने जणू एकाच वेळी नि:श्वास सोडला. पडद्यामागे पेचप्रसंग आणखी तीन आठवडे सुरूच राहिला आणि अखेर २० नोव्हेंबरला तो संपला. कारण युद्धभूमीवरची आपली अण्वस्त्रे आणि आयएस-२८ ही बॉंबर विमाने क्युबन सैनिकांकडून परत आपल्या ताब्यात घेण्याकरता रशियाला तितके दिवस लागले. ही क्षेपणास्त्रे मग खरोखरच क्युबामधून बाहेर निघाली.

मागे वळून पाहताना काही गोष्टी लक्षात घेणे रोचक ठरेल, त्या म्हणजे सोव्हिएत क्षेपणास्त्रांमध्ये इंधन कधी भरलेच गेले नव्हते, लाल सैन्याची राखीव फौज कधीही बोलावली गेली नव्हती आणि बर्लिनविरुद्ध कुठलीही धमकी दिली गेली नव्हती.

१९९२ मध्ये, म्हणजे ३० वर्षांनी मॅक्नमारांना जेव्हा समजले, की अमेरिकन सैन्याने जर आक्रमण केले असते, तर क्युबामध्ये रशियन सैनिक अमेरिकेला ज्ञात असलेल्या संख्येच्या चौपट संख्येने होते आणि खुद्द क्युबन सैनिकसंख्याही त्यांच्या अंदाजित संख्येच्या तिप्पट होती, एवढेच नव्हे, तर अमेरिकन सैन्याविरुद्ध युद्धभूमीवर वापरण्याजोगी शंभर अण्वस्त्रे वापरली जाऊ शकली असती, तेव्हा त्यांना प्रचंड धक्का बसला. ते म्हणाले, की असे झाले असते तर अमेरिकेने क्युबाचे अस्तित्वच समूळ नष्ट केले असते आणि मग अमेरिका आणि सोव्हिएत

युनियन यांच्यामध्ये सर्वंकष अणुयुद्ध होऊ शकले असते. त्यात कोट्यवधी लोक आणि बहुधा संपूर्ण मानवजातच नष्ट होऊ शकली असती. नुकतेच संशोधकांना असे आढळून आले आहे, की त्या काळात ओकिनावा बेटावर मेगाटनांमध्ये वजन असलेल्या आण्विक वॉरहेड्सने सज्ज असलेली क्षेपणास्त्रे आणि हायड्रोजन बॉंबने सज्ज असलेली एफ-१०० बॉंबर विमाने प्रचंड मोठ्या संख्येने कृतीकरता तयारी करत होती. त्यांचे संभाव्य लक्ष्य सोव्हिएत युनियन नव्हे, तर चीन होते.

क्युबावर हल्ला झाल्याविनाच पेचप्रसंग संपुष्टात आल्याने लष्करी नेते संतप्त झाले. त्यांच्यामध्ये आलेल्या कडवटपणाची आठवण सांगताना मॅक्नमारा म्हणाले, ''पेचप्रसंगादरम्यान दिलेल्या पाठिंब्याकरता आभार प्रदर्शित करण्यासाठी म्हणून राष्ट्राध्यक्षांनी संरक्षणदल प्रमुखांना भेटायला बोलावले, तेव्हा तिथे एक विलक्षण दृश्य दिसले. कर्टिस लीमे उद्गारले, 'आपला पराभव झाला आहे. आपण आजच्या आज तिथे जाऊन त्यांना संपवायला हवे.' ''

खरे म्हणजे हे युद्ध टाळण्याचे केनेडींपेक्षा जास्त श्रेय खुश्चेव्ह यांना द्यायला हवे, पण त्यांना उलट खलनायक ठरवले गेले. तीन दशकांनंतर, इच्छा नसूनही ज्यांनी राष्ट्राध्यक्ष म्हणून लोकशाही मार्गाने सोव्हिएत युनियनची विघटन प्रक्रिया पार पाडली, त्या मिखाईल गोर्बाचेव्ह यांचेही असेच झाले. चीनने खुश्चेव्ह यांनी दबावाखाली मान झुकवल्याबद्दल त्यांच्यावर भ्याडपणाचा आरोप केला, तर रशियन जहालमतवादी म्हणाले, खुश्चेव्ह ''पॅंटमध्ये हगले.'' मात्र आपली युद्ध करण्याची तयारी आहे हे पाहूनच रशियाला माघार घेणे भाग पडले, असा विश्वास असलेल्या पेंटॅगॉनमधल्या बहुतांश लोकांनी ठरवले, की आपल्या श्रेष्ठ ताकदीचा दबदबा सगळीकडेच कामाला येईल, विशेषत: व्हिएतनाममध्ये. तिथे अमेरिकन अधिकाऱ्यांनी पुन्हा एकदा असा विश्वास व्यक्त केला, की साम्यवादाविरुद्ध उभे राहायलाच हवे आहे.

सोव्हिएत युनियनने मात्र या घटनेपासून एक वेगळाच बोध घेतला. पुन्हा कधीही आपली अशी नाचक्की होऊ नये आणि आपल्या कमकुवततेपायी आपल्याला झुकावे लागू नये असा त्यांनी चंगच बांधला. अमेरिकेची बरोबरी साधण्याकरता त्यांनी प्रचंड मोठ्या प्रमाणावर अण्वस्त्रनिर्मिती सुरू केली. या पेचप्रसंगामुळे देशांतर्गत पत कमी झालेल्या खुश्चेव्हना पुढल्या वर्षी सत्तेतून घालवण्यात आले.

मात्र त्याआधी त्यांनी केनेडींना एक दीर्घ आणि विलक्षण पत्र लिहिले : ''वाईटातूनही काहीतरी चांगले निष्पन्न झाले आहे ... औष्णिक-आण्विक युद्धाच्या वाफांमध्ये श्वास घेणे काय असते, हे लोकांना अधिक स्पष्टपणे लक्षात आले आहे.'' याच अनुषंगाने त्यांनी, ''आपल्या परस्परसंबंधांमध्ये एखादा नवीन पेचप्रसंग निर्माण करू शकणारी प्रत्येक गोष्ट'' नष्ट करण्याकरता काही धाडसी

प्रस्तावही मांडले. नाटो आणि वॉर्सा करारामध्ये सहभागी असलेल्या देशांमध्ये एक ना 'आक्रमण समझोता' करावा अशी त्यांनी सूचना केली. आपण ''सर्व लष्करी संघ (ब्लॉक) मोडीत'' का काढू नयेत, सर्व प्रकारच्या अण्वस्त्रांची चाचणी - हवेत, अवकाशात, पाण्याखाली आणि जमिनीखालीदेखील - का थांबवू नये, असे त्यांनी विचारले. त्याचबरोबर त्यांनी जर्मनी आणि चीन यांच्या बाबतीतील संघर्षावर काही तोडगेदेखील सुचवले.

इथे याची नोंद घेणे रोचक ठरेल, की त्याच सुमारास आजवरचे सर्वांत लोकप्रिय पोप ठरलेले पोप जॉन पॉल तेविसावे यांची कारकीर्द अल्पकालीन ठरल्यावर सर्वत्र ख्रिश्चन धर्माचे खूप मोठ्या प्रमाणावर पुनरुज्जीवन होत होते. त्यांनी दुसरी व्हॅटिकन परिषद बोलावली होती आणि या परिषदेने पोप यांच्या नावे जारी केलेल्या पत्राने अवघे कॅथलिक जगत ढवळून निघाले. या पत्राचे शीर्षक *पीसेम इन टेरी* – पृथ्वीवर शांतता – असे होते आणि त्याने धर्मगुरूंच्या विचारसरणीमध्ये एक बदल घडवण्यास सुरुवात केली. विशेषत: लॅटिन अमेरिकेमध्ये धर्मगुरू, नन आणि चर्चचे इतर अधिकारी गरीब आणि गांजलेल्या लोकांना बायबलमधील गॉस्पेल्सचा संदेश समजावून सांगू लागले आणि आपल्या जीवनातील दु:खावर मात करण्याकरता त्यांनी आपले भवितव्य आपल्या हाती घ्यावे यासाठी त्यांना प्रेरणा देऊ लागले. या ''स्वातंत्र्यप्राप्तीचे धर्मशास्त्र'' म्हणून प्रसिद्ध झालेल्या तत्त्वज्ञानामुळे केनेडींच्या उत्तराधिकाऱ्यांना अमेरिकेच्या परसातच अनेक प्रश्नांना तोंड द्यावे लागले.

केनेडींचा ख्रुश्चेव्हना प्रतिसाद अगदीच मुळमुळीत असला, तरी केनेडींचे विचार आता प्रगल्भ होऊ लागले होते आणि क्षेपणास्त्र पेचप्रसंगानंतर पुढल्या वर्षी त्यांच्यामध्ये लक्षणीय परिवर्तन घडून आले. पूर्व-पश्चिम संघर्षातून मागे येण्याकरता घेण्याचे एक पाऊल या दृष्टीने ते व्हिएतनामकडे पाहू लागले. अर्थात, हे सोपे नाही हे त्यांना पक्के ठाऊक होते.

केनेडींचा व्हिएतनाममध्ये नक्की काय करण्याचा उद्देश होता, याबद्दल अनेकदा खूप तीव्र वाद होत आले आहेत आणि त्यांनी स्वत: केलेली परस्परविरोधी विधाने आणि दिलेले संमिश्र संकेत यांच्यामुळे गोंधळात अजून भरच पडली आहे. त्यांना नेमून दिलेल्या मार्गाने पुढे जात राहण्याकरता त्यांच्यावर खूपच दबाव होता ही गोष्ट तर सूर्यप्रकाशाइतकी स्वच्छ आहे. जुलै १९६३ मध्ये देखील केनेडी एका पत्रकार परिषदेमध्ये म्हणाले, की आम्ही माघार घेण्याने ... फक्त दक्षिण व्हिएतनामच नव्हे तर संपूर्ण आग्नेय आशिया कोलमडून जाईल.

खासगीत मात्र ते याबद्दल शंका व्यक्त करत असत. १९६२ च्या अखेरीस त्यांनी सिनेटमधील बहुमतप्राप्त आणि आदरणीय नेते माईक मॅन्सफील्ड यांना

व्हिएतनामला जाऊन परिस्थितीचा अंदाज घ्यायला सांगितला. मॅन्स्फील्ड अतिशय निराशाजनक निष्कर्ष घेऊन परतले आणि त्यांनी सुचवले, की अमेरिकेने आपले सैन्य तिथून काढून घ्यायला हवे. केनेडींचे सहायक केनी ओ'डोनेल यावरच्या केनेडींच्या प्रतिक्रियेचे वर्णन करताना म्हणतात : "सिनेटर महाशयांच्या अनपेक्षित प्रतिपादनाला केनेडी उत्तरच देऊ शकले नाहीत, इतके ते अस्वस्थ झाले. नंतर त्याविषयी बोलताना ते मला म्हणाले, 'आपल्या धोरणाच्या इतक्या विरुद्ध जाण्याकरता मला माईक यांचा खूप राग आला होता आणि मला माझा स्वत:चासुद्धा राग आला होता कारण मला त्यांचे मत पटत होते.' "

११ जून, १९६३ रोजी व्हिएतनामी बौद्ध भिक्खू थिच क्वांग दुक यांनी सायगावच्या एका वर्दळीच्या चौकामध्ये, भ्रष्ट दक्षिण व्हिएतनामी सरकारचा निषेध म्हणून स्वत:ला जाळून घेतले. याचे छायाचित्र पाहून संपूर्ण जगाला तीव्र धक्का बसला.

टप्प्याटप्प्याने सैन्य माघारी घेण्याची योजना तयार करा, म्हणून मॅक्नमारा संरक्षणदल प्रमुखांच्या संयुक्त समितीच्या मागे लागले. मे १९६३ मध्ये केनेडींनी ही योजना मंजूरही केली, पण तिला औपचारिक स्वरुप मात्र ते देऊ शकले नाहीत. त्या वर्षाच्या शेवटी सुमारे एक हजार सैनिक परत येणार होते. सप्टेंबरमध्ये त्यांनी मॅक्नमारा आणि संरक्षणदल प्रमुखांच्या संयुक्त समितीचे त्यांच्या विश्वासातले नवे प्रमुख जनरल मॅक्सवेल टेलर यांना दहा दिवसांच्या सत्यशोधन मोहिमेवर व्हिएतनामला पाठवले. या मंडळींनी २ ऑक्टोबरला त्यांचा अहवाल सादर केला. त्यामध्ये १९६३ वर्ष संपायच्या आत सैन्य माघारी घेण्याची सुरुवात करून १९६५च्या अखेरीपर्यंत ही माघारी प्रक्रिया पूर्ण करण्याची शिफारस करण्यात आली होती.

या संदर्भातील आपली बांधिलकी केनेडींनी नॅशनल सिक्युरिटी ॲक्शन मेमोरँडम २६३ मध्ये औपचारिक स्वरूपात मांडली आणि ११ ऑक्टोबर रोजी त्यावर स्वाक्षरी करून हे निवेदन प्रसारमाध्यमांना सादर केले. केनेडींची यावेळी द्विधा मन:स्थिती झाली होती यात काही शंकाच नाही. त्यांनी ओ'डोनेलना आपली मन:स्थिती सांगताना म्हटले : "१९६५ मध्ये मी इतिहासातला सर्वांत अ-लोकप्रिय राष्ट्राध्यक्ष ठरणार आहे. कम्युनिस्टांचे लांगूलचालन करणारा म्हणून सर्वत्र माझी छी थू होईल, पण मला त्याची पर्वा नाही. मी जर आता व्हिएतनाममधून आपले सैन्य पूर्णपणे माघारी घ्यायचे ठरवले, तर आपल्यासमोर आणखी एक 'ज्यो मॅकार्थी लाल धोका' उभा राहू शकतो, पण मी पुन्हा निवडून आल्यावर त्याला तोंड देऊ शकतो, तेव्हा आपल्याला काहीही करून मी पुन्हा निवडून येण्याची खात्री करायला हवी."

रिपब्लिकन पक्ष त्यांना खाली खेचण्याकरता जिवाचे रान करत होता. न्यू यॉर्कचे गव्हर्नर नेल्सन रॉकफेलर यांनी आरोप केला, की ते (केनेडी) साम्यवादाविरुद्ध सौम्यपणा दाखवत आहेत, आणि सोव्हिएत नेते "विचारी आहेत ... आणि पाश्चात्त्य देशांशी एक मूलभूत तडजोड करू इच्छित आहेत," यावर भोळसटपणे विश्वास ठेवत आहेत. मवाळ रिपब्लिकन असलेले रॉकफेलर पुढे म्हणाले, "आपल्या सुरक्षिततेचा जो पाया आहे, त्यातील शक्तीच काढून घेतली जाते आहे." केनेडींनी लाओसमधले कम्युनिस्ट आक्रमण थोपवलेले नाही. बे ऑफ पिग्स प्रकरणात त्यांनी हवाई मदत देण्यात कुचराई केली आणि ते "बर्लिनमध्ये भिंत बांधली जात असताना काहीही न करता नुसते बघत उभे राहिले." रॉकफेलर यांच्या पाठोपाठ जहाल रिपब्लिकन सिनेटर बॅरी गोल्डवॉटर उभे राहिले. पुढे १९६४ मध्ये त्यांना पक्षाची उमेदवारीदेखील मिळाली.

दक्षिण व्हिएतनाममधील परिस्थिती सुधारेल, या आशेने अगदी ऑक्टोबर १९६३ पर्यंत केनेडींनी दिएम यांचे जुलमी सरकार उलथवण्याच्या मताला पाठिंबा दिला, पण त्यांची हत्या घडवून आणण्याला मात्र नकार दिला. मग जेव्हा व्हिएतनामचे राष्ट्राध्यक्ष आणि त्यांच्या भावाची दक्षिण व्हिएतनामी लष्कराने हत्या केली, तेव्हा केनेडी अतिशय संतापले. मात्र तरीही त्यांच्या मनोभूमिकेत काहीही बदल झाला नाही.

केनेडी सैन्य मागे घेऊ इच्छित होते याला दुजोरा देण्याकरता नंतर पुढे आलेल्या लोकांमध्ये रॉबर्ट मॅक्नमारा, आर्थर श्लेझिंजर, माईक मॅन्स्फील्ड, सहायक सेक्रेटरी ऑफ स्टेट रॉजर हिल्समन, टेड सोरेनसेन, सिनेटर वेन मोर्स, केनी ओ'डोनेल आणि संसदेचे सभापती टिप ओ'नील यांचा समावेश होता.

पुढे १९६७ मध्ये, युद्धाबाबत जनमत बदलण्याआधी डॅनियल एल्सबर्ग यांनी रॉबर्ट केनेडींची एक मुलाखत घेतली. त्यात केनेडींनी सांगितले, की "जमिनीवर लढणारी फौज न पाठवण्याचा (माझ्या भावाचा) निर्धार अतिशय पक्का होता." एल्सबर्ग यांनी त्यांना विचारले, की कम्युनिस्टांच्या हातून पराभव त्यांच्या भावाने स्वीकारला असता का? यावर रॉबर्ट केनेडी उत्तरले, "आम्ही तिथे सगळा गोंधळ माजवला असता. एक तर आम्ही तिथे असे सरकार आणले असते ज्याने आम्हाला बाहेर जायला सांगितले असते किंवा मग विरुद्ध पक्षाशी वाटाघाटी केल्या असत्या. आम्ही इथली परिस्थितीदेखील लाओससारखीच हाताळली असती." तुमच्या भावाचे बहुतेक वरिष्ठ सल्लागार आपला वरचश्मा कायम ठेवण्यावर इतके ठाम असतानाही त्यांच्या विचारांमध्ये इतकी स्पष्टता कशी काय होती, असे एल्सबर्ग यांनी विचारल्यावर रॉबर्ट केनेडी म्हणाले, "याचे कारण आम्ही स्वत:ही तिथे प्रत्यक्ष राहून आलो होतो. १९५१ मध्ये आम्ही तिथे हजर

होतो. फ्रेंचाची काय गत होत होती हे आम्ही आमच्या डोळ्यांनी पाहिले होते आणि आपली अशी गत होऊ न देण्याचे माझ्या भावाने पक्के ठरवलेले होते.''

आयुष्याच्या त्या शेवटच्या काही विलक्षण महिन्यांमध्ये केनेडींनी कॅस्ट्रोंच्या क्युबाच्या बाबतीतदेखील आपला मार्ग बदलण्याचा विचार केला होता. या संबंधांमध्ये त्यांची धोरणे नेहमीच चुकीची ठरली होती. पण व्हिएतनाममधून सैन्य काढून घेण्याकरता पावले उचलतानादेखील त्यांनी विजयाची आशा सोडली नव्हती, त्याचप्रमाणे एकीकडे खुद्द कॅस्ट्रोंशी गुप्त संधान बांधण्याचे इतर मार्ग धुंडाळता-धुंडाळता दुसरीकडे त्यांनी सीआयएला नव्याने त्या देशात उत्पात माजवण्याकरता पाठिंबा दिला होता. कॅस्ट्रोला भेटायला चाललेल्या ज्यॉ दानिएल या प्रभावशाली फ्रेंच पत्रकाराला ते म्हणाले होते, ''माझ्या मते जगामध्ये असा एकही देश नसेल ... जिथे क्युबापेक्षा जास्त प्रमाणात आर्थिक वसाहतवाद, मानहानी आणि पिळवणूक होत असेल. आणि याकरता काही प्रमाणात बातिस्तांच्या राजवटीच्या वेळची माझ्या देशाची धोरणेदेखील जबाबदार आहेत.'' दानिएल आणि कॅस्ट्रोंची अखेर भेट झाली, पण केनेडींच्या हत्येच्या दोन दिवस आधी. दानिएल यांच्याशी बोलताना अमेरिकेच्या वर्तनावर कॅस्ट्रोंनी टीकाच केली, पण केनेडींमध्ये असलेल्या क्षमतेचे मात्र कौतुक केले. त्यातून त्यांनी एक नवी आशा दाखवली. कॅस्ट्रो ठामपणे म्हणाले, की केनेडी ''अजूनही इतिहासाच्या दृष्टिकोनातून अमेरिकेचा सर्वांत महान राष्ट्राध्यक्ष ठरू शकतात. भांडवलशाहीवादी आणि समाजवादी लोक एकत्र नांदू शकतात हे अखेर समजू शकलेला नेता ठरू शकतात.''

शीतयुद्धाच्या ऐन मध्यावर केनेडींच्या पुढ्यात अमेरिकन राजकारणाचे एक अटळ सत्य उभे ठाकले होते : माणसाने बलिष्ठच असायला हवे. आणि तुम्ही मृदू किंवा दुबळे असल्याची इतरांची धारणा झाली, तर तुम्ही इथे टिकू शकत नाही. आणि सत्तेच्या संबंधात ही सर्वांत मोठी गोंधळात पाडणारी गोष्ट आहे. केनेडींना ॲडिसन्स डिसीज हा विकार जडला होता आणि दुसऱ्या महायुद्धामध्ये झालेल्या जखमांमुळे त्यांच्या पाठीच्या मणक्यावर कराव्या लागलेल्या शस्त्रक्रियांचे परिणाम त्यांना जाणवत होते, त्यामुळे ते तसे बरेच आजारी होते. वेदनाशामक औषधे आणि विविध 'भुकांच्या' बाबतीतला त्यांचा अधाशीपणा यांच्या आहारी गेल्यामुळे त्यांच्याभोवती फसवाफसवीयुक्त एक कोश तयार झाला होता. ते फक्त स्वतःलाच फसवत होते असे नव्हे, तर त्यांची पत्नी, त्यांची क्युबा आणि व्हिएतनाममधील धोरणे आणि त्यांचा देश, या सर्वांशीच ते प्रतारणा करत होते. मात्र तरीही जॉन केनेडी त्यांच्या भयगंडामुळे एकाकी भासत असत. रूझवेल्ट यांच्याप्रमाणेच त्यांचे व्यक्तिमत्त्व डौलदार होते आणि टेलिव्हिजनवर सत्य न

लपण्याच्या या नव्या युगामध्ये त्यांचे मन खूप मोठे होते.

जून १९६३ मध्ये अमेरिकन विद्यापीठाच्या नव्या सत्राच्या प्रारंभीचे भाषण देताना संयुक्त लष्करप्रमुख समिती, सीआयए किंवा स्टेट डिपार्टमेंट यांपैकी कुणाकडूनही काही माहिती न घेतासुद्धा केनेडींनी विसाव्या शतकातले एक अत्यंत विलक्षण राष्ट्राध्यक्षीय भाषण केले. हे भाषण प्रत्यक्षात 'सॅटर्डे रिव्ह्यू'चे संपादक आणि अण्वस्त्रविरोधी कार्यकर्ते नॉर्मन कझिन्स यांनी सादर केलेल्या एका मजकुराच्या मसुद्यावर आधारलेले होते. नॉर्मन हे केनेडी आणि ख्रुश्चेव्ह यांच्यामधला दुवा म्हणून काम करत असत. या भाषणामध्ये केनेडींनी श्रोत्यांना सोव्हिएत लोकांकडे मानवी परिभाषेत बघण्याचे आवाहन केले आणि शीतयुद्ध संपवण्याची अपेक्षा व्यक्त केली:

"मला कुठल्या प्रकारची शांतता अभिप्रेत आहे? आपल्याला कुठल्या प्रकारची शांतता हवी आहे? अमेरिकेने शस्त्रास्त्रांच्या धाकाने जगावर लादलेली (पॅक्स अमेरिकाना) अमेरिकन देखरेखीखालील शांतता नव्हे ... सोव्हिएत युनियनच्या संदर्भातल्या आपल्या मनोभूमिकेचा जरा फेरविचार करूया ... आपल्यामधली दरी किती मोठी आहे याची जाणीव ... दुःखद आहे. आणि जर आता आपण आपल्यातील मतभेद मिटवू शकत नसू, तर किमान वैविध्याच्या दृष्टीने तरी जग अधिक सुरक्षित करण्यात नक्की मदत करू शकतो. कारण अंतिमतः, आपला सर्वांत मूलभूत जोडणारा धागा म्हणजे आपण दोघेही या छोट्याशा ग्रहाचे रहिवासी आहोत. आपण एकाच हवेत श्वास घेतो. आपल्या मुलांच्या भविष्याची स्वप्न आपण सर्वच पाहतो. आणि आपण सगळेच मर्त्य आहोत."

त्याच वर्षी सप्टेंबर महिन्यात सिनेटने आठ विरुद्ध एकोणीस मतांनी आंशिक अणुचाचणी बंदी करारावर (पार्शल न्युक्लिअर टेस्ट बॅन ट्रीटी) शिक्कामोर्तब केले. राष्ट्राध्यक्षांची भाषणे लिहिणारे टेड सोरेनसेन यांच्या मते, "केनेडींना या गोष्टीचे जितके समाधान वाटले, तितके व्हाइट हाऊसमध्ये असताना त्यांनी साध्य केलेल्या इतर कुठल्याही गोष्टीने मिळाले नव्हते."

रशियाशी अंतराळात स्पर्धा करणे हा केनेडींची छाप असलेला प्रमुख उपक्रम होता, पण आणखी एका आश्चर्यचकित करणाऱ्या घूमजावमध्ये केनेडींनी त्याच अंतराळातील स्पर्धेचे रूपांतर अमेरिका-रशियाच्या संयुक्त अवकाश संशोधन मोहिमेमध्ये केले आणि चंद्रावर स्वारी करण्याची मागणी केली. ते म्हणाले, "या मोहिमेला आंतरराष्ट्रीय कायदा आणि संयुक्त राष्ट्रसंघाची सनद यांची चौकट असेल. चंद्रावर जाणे या गोष्टीला राष्ट्रा-राष्ट्रांमधल्या स्पर्धेचे रूप कशाकरता हवे?"

१९६४ च्या निवडणुकीमध्ये पुन्हा निवडून येण्याकरता आपल्या प्रचाराचा

ख्रुश्चेव्ह यांच्या आदल्या वर्षीच्या शांततेसाठीच्या प्रयत्नांना सर्वांत स्पष्ट प्रतिसाद केनेडींनी १९६३ मध्ये अमेरिकन विद्यापीठामध्ये नवीन सत्राच्या शुभारंभाच्या भाषणामध्ये दिला. टेड सोरेनसेन आणि नॉरर्मन कझिन्स यांच्या साह्याने त्यांनी लष्करप्रमुख, सीआयए किंवा स्टेट डिपार्टमेंट यांच्यापैकी कुणाकडूनही काही सूचना न घेता आपले भाषण तयार केले होते.

नारळ फोडण्यासाठी केनेडी डॅलसला निघाले, त्या वेळपर्यंत त्यांनी गुप्तचर खाते, लष्कर आणि उद्योगवर्तुळातल्याच नव्हे तर माफिया, दक्षिणेतले विभक्ततावादी आणि क्युबन लोकांच्या कॅस्ट्रोसमर्थक व कॅस्ट्रोविरोधक अशा दोन्ही गटांमधल्या बलवान उच्चपदस्थांमध्ये खूप शत्रू निर्माण करून ठेवले होते. या लोकांच्या मते बे ऑफ पिग्स प्रकरणामध्ये शेवटपर्यंत साथ न देणे, सीआयएचे खच्चीकरण करणे व तिच्यातल्या वरच्या पातळीवरील अधिकाऱ्यांना नोकरीतून काढून टाकणे, लाओसमध्ये हस्तक्षेप करण्यास नकार देणे, अणुचाचणीवर बंदी आणण्याचा करार अमलात आणणे, व्हिएतनाममधून सैन्यमाघारीची योजना तयार करणे, अंतराळातील स्पर्धा सोडून देणे, तिसऱ्या जगातील राष्ट्रवादाला उत्तेजन देणे, शीतयुद्ध संपुष्टात आणण्याचे प्रयत्न करणे आणि सर्वांत वाईट म्हणजे, क्युबन क्षेपणास्त्र पेचप्रसंगामध्ये वाटाघाटींद्वारे समस्या दूर करण्यास मान्यता देणे हे केनेडींचे अपराध होते. त्यांच्याविरुद्ध अगदी अंतरंगातून विरोध उफाळला होता.

१९६२ मध्ये सर्वाधिक खपलेले 'सेव्हन डेज् इन मे' हे पुस्तक केनेडींनी वाचले होते. या पुस्तकामध्ये, एका उदारमतवादी राष्ट्राध्यक्षाने रशियासोबत

जॉन एफ. केनेडी यांनी जोरदार उद्घाटकीय भाषण केले. हे भाषण सोव्हिएत युनियनपर्यंत त्यांच्या मैत्रीचे नाते उभारण्याच्या आशेच्या संदर्भातही पोहोचले आणि केनेडींची पिढी ''स्वातंत्र्यावर आलेल्या सर्वांत भयंकर गंडातराच्या घडीमध्ये त्याचे रक्षण करण्यास'' आणि त्याकरता ''कुठलीही किंमत मोजण्यास, कितीही बोजा उचलण्यास आणि कुठल्याही प्रकारे त्रास सहन करण्यास'' तयार असल्याचा पुनरुच्चार करण्याच्या संदर्भातही पोहोचले.

नवीन अणुकरार केल्यामुळे चिडलेला एक संयुक्त लष्करप्रमुख राष्ट्राध्यक्षांना बाजूला करून सत्ता बळकावतो, असे कथानक रंगवले होते.

आपल्या एका मित्राजवळ ते म्हणाले, ''हे शक्य आहे. असे काहीतरी या देशातसुद्धा घडू शकते.'' बे ऑफ पिग्स तिसऱ्यांदा जर घडले असते, तर असे नक्कीच होऊ शकले असते.

सीआयएचे माजी संचालक ऑलन डलेस यांचा खूप मोठा प्रभाव ज्यावर होता त्या वॉरन आयोगाने नंतर असा निष्कर्ष काढला, की ली हार्वे ओस्वाल्ड याने स्वतंत्रपणे एकट्यानेच केनेडींची हत्या केली. मात्र काही एक विशिष्ट हेतू मनात ठेवून अशी स्वतंत्रपणे हत्या करणाऱ्या इतर अनेकांच्या विपरीत, ओस्वाल्ड याने आपला दोष असल्याचे सपशेल अमान्य केले. त्याच्याविरुद्धचा खटला अप्रत्यक्षपणे राष्ट्रीय पातळीवरच्या प्रसारमाध्यमांनीच उभा केला होता, पण वॉरन आयोगाच्या सातपैकी चार सदस्यांनी या एकूण प्रकाराबद्दल शंका व्यक्त केली होती. हल्ल्यामध्ये जखमी झालेल्या लिंडन जॉन्सन, रॉबर्ट केनेडी आणि गव्हर्नर जॉन कॉनली या तिघांनीदेखील आयोगाच्या निष्कर्षावर प्रश्नचिन्ह उपस्थित केले. जनतेला आयोगाचा अहवाल विश्वास ठेवण्यायोग्य वाटला नाही. या हत्येला

कोण जबाबदार होते आणि त्यांचा नेमका हेतू काय होता हे कदाचित आपल्याला कधीही कळणार नाही, मात्र १९४४ मध्ये अमेरिकेला अशाच शांततेच्या मार्गाने नेऊ पाहणाऱ्या हेन्री वॉलेसना ज्यांनी खच्ची केले होते, त्याच शक्ती केनेडींच्या शत्रूंमध्ये सामील होत्या हे मात्र आपण सर्व नक्कीच जाणतो.

पुढल्या वर्षी ख्रुश्चेव्ह यांचीदेखील गत तितकीच लज्जास्पद झाली. फक्त ती रक्ताळलेली नव्हती. क्रेमलिनमधील त्यांच्या शत्रूंनी त्यांना सत्तेवरून दूर केले. नंतर ते सोव्हिएत सरकारचे टीकाकार झाले आणि 'ख्रुश्चेव्ह रिमेम्बर्स' या नावाने पाश्चात्त्य जगामध्ये प्रसिद्ध करण्याकरता त्यांनी गुप्तपणे आपल्या आठवणी रशियाबाहेर पाठवल्या. हे पुस्तक अतिशय लोकप्रिय झाले. १९७१ मध्ये त्यांचा मृत्यू झाल्यावर त्यांना मॉस्कोतल्या एका दफनभूमीमध्ये एका कोपऱ्यात पुरण्यात आले. अनेक वर्षे त्यांचे कुठलेही स्मृतिस्थान उभे केले गेले नाही.

अंध:काराची खाई समोर दिसलेल्या आणि समोरचे दृश्य पाहून माघारी फिरलेल्या या दोन शूर मानवांचे भावी पिढ्यांवर अनंत उपकार आहेत. कदाचित त्यांचे अस्तित्व हेच या दोघांचे त्यांच्यावरील उपकार आहेत. त्याचप्रमाणे, एका अनाम सोव्हिएत पाणबुडी अधिकाऱ्याचेदेखील त्यांच्यावर विशेष उपकार आहेत. त्या माणसाने एकहातीच अणुयुद्ध टाळले.

उपराष्ट्राध्यक्ष लिंडन जॉन्सन राष्ट्राध्यक्षपदावर आरूढ होण्यामुळे केनेडींच्या अनेक धोरणांमध्ये महत्त्वाचे बदल घडणार होते, विशेषत: सोव्हिएत युनियन आणि व्हिएतनामच्या संदर्भात.

जानेवारी १९६१ मध्ये, त्या दशकातल्या सर्वांत महत्त्वाच्या प्रात:काळी आपल्या पहिल्यावहिल्या भाषणामध्ये केनेडी यांनी आशेचा संदेश दिला होता : ''सगळीकडे, मित्र आणि शत्रू या दोघांपर्यंत आज, या ठिकाणापासून हा संदेश जाऊ दे, की अमेरिकन जनतेच्या नव्या पिढीकडे आता मशाल हस्तांतरित झाली आहे.''

पण त्यांच्या हत्येमुळे ती मशाल पुन्हा एकदा जॉन्सन, निक्सन, फोर्ड आणि रीगन या मागल्या पिढीतल्या नेत्यांकडे गेली. केनेडींनी आपल्या शेवटच्या वर्षामध्ये जे आश्वासक वातावरण तयार केले होते, ते या नेतेमंडळींनी पद्धतशीरपणे नष्ट केले आणि देशाला पुन्हा एकदा युद्ध आणि जुलमशाहीकडे नेले. ख्रुश्चेव्ह आणि केनेडी यांनी दाखवलेले स्वप्न त्यांच्यासोबतच गेले असले तरी ते मेले मात्र नाही. त्यांनी पेरलेली बीजे त्यांच्या मृत्यूनंतर दीर्घ काळाने पुन्हा रुजून अंकुरली.

आपल्यापैकी १९६० चे दशक पाहिलेल्या लोकांकरता बर्लिन प्रश्नावरून युद्ध होण्याच्या धोक्यापाठोपाठच उभा राहिलेला क्युबन क्षेपणास्त्र पेचप्रसंग ही

एक भयंकर भयप्रद घटना होती. आपल्या अनेक दुःस्वप्नांपैकी ते एक दुःस्वप्न होते. ही सर्व दुःस्वप्ने म्हणजे जिने इतक्या वेगाने, नाट्यमयरीत्या आणि इतक्या हिंसक पद्धतीने इतिहास उलगडताना कधीही पाहिला नव्हता, त्या अमेरिकेतल्या नव्या पिढीच्या पोटात मारले गेलेले गुद्दे होते, अशीदेखील उपमा त्यांना देता येऊ शकेल. कारण त्यानंतर लगेचच व्हिएतनाम युद्ध आले. हे युद्ध म्हणजे अमेरिकेने स्वतःच घडवलेला रक्तपात आणि भयंकर स्वप्न होते आणि त्याने जवळ जवळ दशकभर व्हिएतनामी आणि अमेरिकन सैनिकांना जिवंतपणे गिळंकृत केले. आणि सर्वात भयंकर घटना तर त्या दशकाच्या अखेरीला घडणार होत्या, पण आता मागे वळून पाहिले, तर डॅलसमधल्या त्या दुपारी जॉन केनेडींचा मेंदू भरदिवसा उडवण्यात आल्याची घटना म्हणजे भयानक ग्रीक राक्षसी मेडुसा हिने अमेरिकन जनतेला आपला भेसूर चेहरा दाखवण्यासारखी होती. आता पुढे आणखी काय वाढून ठेवले आहे अशा भीतीने आपण सर्व थिजलो होतो.

प्रकरण नऊ

एप्रिल १९६७ मध्ये, नोबेल शांतता पुरस्कारविजेते डॉ. मार्टिन ल्यूथर किंग, ज्युनिअर यांनी अमेरिकेच्या व्हिएतनामवरील आक्रमणाबाबत आपले मौन सोडले : ''अगतिक, नाकारलेले आणि संतप्त अशा तरुणांमध्ये मिसळत असताना मी त्यांना सांगितले, की मोलोटोव्ह कॉकटेल्स आणि रायफलींनी त्यांच्या समस्या सुटणार नाहीत... पण त्यांनी मला उलट प्रश्न विचारला, 'व्हिएतनामचे काय?' आणि त्यांचा तो प्रश्न योग्यच होता... अमेरिकेचा आत्मा जर पूर्णपणे विषाक्त झाला, तर त्याच्या शवविच्छेदन अहवालामध्ये व्हिएतनामचे नाव यायलाच हवे ... एखादा देश जर वर्षानुवर्षे सामाजिक उत्थानाच्या कार्यक्रमांपेक्षा लष्करी संरक्षणावर जास्त पैसे खर्च करत असेल, तर तो त्याच्या आध्यात्मिक मृत्यूकडे वाटचाल करत असतो ... आपल्या आर्थिक गुंतवणुकीच्या हिताकरता सामाजिक स्थैर्य टिकवण्याची ही गरजच ग्वाटेमालामध्ये अमेरिकन सैन्याच्या क्रांतिविरोधी कृतीची जनक आहे. कोलंबियातील गनिमी लढवय्यांविरुद्ध अमेरिकेचे हेलिकॉप्टर का वापरले जात आहे आणि पेरूमधल्या बंडखोरांविरुद्ध अमेरिकन नापाम बॉंब आणि हिरव्या टोप्या घातलेले लष्कर का काम करत आहेत, या प्रश्नांचे उत्तर त्यामध्ये आहे ... ती तरुण मंडळी मला विचारतात, आपलाच देश त्याचे प्रश्न सोडवण्याकरता, त्याला हवे ते बदल घडवून आणण्याकरता प्रचंड मोठ्या प्रमाणात हिंसेचा वापर करत नाही काय? त्यांचे ते प्रश्न माझ्या पार हृदयाला भिडले आणि मला जाणवले, की आज जगामध्ये हिंसा घडवून आणणाऱ्या सर्वांत मोठ्या शक्तीशी - म्हणजे माझ्याच सरकारशी - आधी स्पष्ट शब्दांत मी बोललो नाही, तर झोपडपट्ट्यांमध्ये गोरगरिबांविरुद्धच्या हिंसाचाराबद्दल आवाज उठवणे मला कधीही शक्य होणार नाही.'

राष्ट्राध्यक्षांच्या कार्यालयामध्ये पाऊल ठेवल्यानंतर दोनच दिवसांनी आणि जॉन केनेडींचे दफन करण्याच्या एक दिवस अगोदर, रविवारी, लिंडन जॉन्सन यांनी त्यांच्या लष्करी सल्लागारांसोबत एक बैठक घेतली आणि म्हणाले, की ते

केनेडींच्या हत्येनंतर २२ नोव्हेंबर, १९६३ रोजी लिंडन जॉन्सन यांनी राष्ट्रपतीपदाची शपथ घेतली. नवे राष्ट्राध्यक्ष त्यांच्या दिवंगत पूर्वसूरीपेक्षा हर तऱ्हेने कल्पनातीतरीत्या वेगळे होते.

व्हिएतनामचे युद्ध कधीही हरणार नाहीत आणि केनेडींच्या सैन्यमाघारीच्या निवेदनाशी ते मुळीच सहमत नव्हते. त्यानंतर दोन दिवसांनी त्यांनी एक नवे निवेदन जारी केले, ज्यात असे सूचित केले गेले होते, की इथून पुढे अमेरिका जास्त प्रत्यक्ष सहभागाचा मार्ग स्वीकारणार आहे. परराष्ट्रधोरणाच्या संदर्भात त्यांचे विचार मूलतःच अत्यंत अप्रगत होते. ''जगामध्ये ३ अब्ज लोक आहेत, आणि आपल्या देशात त्यातले फक्त २ कोटी आहेत. इतर लोकांची संख्या आपल्या तुलनेत एकास पंधरा या प्रमाणात आहे. जर बळी तो कान पिळी असे असते, तर ते सगळे लोक अमेरिकेवर तुटून पडले असते आणि त्यांनी आपल्या नागवले असते. त्यांना जे हवे आहे ते सगळे आपल्याकडे आहे,'' असा त्यांचा युक्तिवाद होता.

यातले ''ते'' म्हणजे कोण? त्यांच्या उपमा ओबडधोबड असतील, पण निराळ्या दृष्टीने पाहिले तर संघर्ष साम्यवादाचा नसून पहिले जग आणि तिसरे जग यांच्यामधला होता.

सुधारणा घडवून आणण्याच्या केनेडींच्या प्रयत्नांना पूर्णविराम देऊन जॉन्सन यांनी नव्या ''मॅन डॉक्ट्रीन (मॅन सिद्धांत)'' मध्ये हे स्पष्ट केले, की अमेरिकेने सर्व लॅटिन अमेरिकन देशांमध्ये केलेल्या ९ अब्ज डॉलर्सच्या गुंतवणुकी ते देश कशा व किती सुरक्षित ठेवतात यावरून त्यांचे मूल्यमापन केले जाईल, हे देश

एप्रिल १९६२ मध्ये न्यू यॉर्कमध्ये टिपलेले ब्राझीलचे राष्ट्राध्यक्ष जोआओ गुलार्ट यांचे छायाचित्र. आपल्या लोकांवर काटकसर करण्याकरता कठोर निर्बंध लागू करण्यास त्यांनी नकार दिला आणि उलट जमीन सुधारणा कार्यक्रम राबवला, परदेशी भांडवलावर नियंत्रण मागितले, तसेच क्युबाला मान्यता दिली. अमेरिकेच्या पाठिंब्याने ब्राझीलमध्ये उठाव करण्यात येऊन गुलार्टना पदच्युत करण्यात आले.

आपापल्या जनतेचे हित कसे जपतात यावरून नाही. इथून पुढे अमेरिका उजव्या विचारसरणीच्या हुकूमशहांविरुद्ध कुठलाही भेदभाव करणार नव्हती आणि केनेडींनी सुचवलेल्या आर्थिक मदतीपेक्षा लष्करी मदत ही जास्त सूज्ञ गुंतवणूक आहे असे समजणार होती.

नैसर्गिक संसाधनांनी समृद्ध आणि आकाराने जगातला पाचव्या क्रमांकाचा मोठा देश असलेल्या ब्राझीलला या धोरणाचा पहिला फटका बसला. १९६४ मध्ये तिथे लोकशाही मार्गाने निवडून आलेले नवे राष्ट्राध्यक्ष जोआओ गुलार्ट यांनी जमीन सुधारणा राबवल्या आणि परदेशी भांडवलावर आपले नियंत्रण असण्याची मागणी केली. क्युबापासून धडा घेतलेल्या अमेरिकेला आणखी एक कॅस्ट्रो सहन करण्याची इच्छा नव्हती. लिंडन जॉन्सन यांनी ब्राझीलला देण्याच्या आर्थिक मदतीमध्ये मोठी कपात केली. त्यामुळे तिथली चलनवाढ एकदम आकाशाला भिडली. मग सीआयएने तिथल्या सरकारविरोधी निदर्शनांना पैसा पुरवला आणि अमेरिकन दूतावासाने ते सरकार उलथवण्याकरता तिथल्या उजव्या गटाच्या अधिकाऱ्यांना चाचपडून पाहण्यास सुरुवात केली.

त्यानंतर काही दिवसांतच तिथे नवे सरकार आले आणि या नव्या सरकारने आणीबाणी घोषित केली. आणीबाणीच्या पहिल्या महिन्यातच सुमारे पन्नास हजार लोकांना तुरुंगामध्ये डांबण्यात आले. त्यांचा छळ सुरू झाला. अमेरिकेची मदत आणि गुंतवणूक यांचा ओघ ब्राझीलमध्ये सुरू राहिला आणि पुढची वीस वर्षे त्या देशामध्ये एक जुलमी लष्करी राजवट नांदली. यामुळे जगातल्या गरीब आणि

श्रीमंतांमधली दरी खूपच रुंद होऊन बसली. पुन्हा एकदा संपूर्ण दक्षिण अमेरिका खंडामध्ये बाहुल्या - म्हणजे या संदर्भात लोकशाही सरकारे - धडाधड पडू लागल्या.

१९६५ मध्ये जॉन्सन यांनी डॉमिनिकन रिपब्लिक देशामध्ये, तिथे झालेल्या लष्करी बंडानंतर घटनात्मक व्यवस्था पुनर्प्रस्थापित करण्याकरता लोकांनी जो उठाव केला होता तो चिरडण्याकरता तेवीस हजार सैनिक पाठवले. जॉन्सन यावेळी त्यांच्या वकिलांना म्हणाले, "यामागे कॅस्ट्रोचाच हात आहे यात काहीही संशय नाही ... हे लोक आता आपल्या अर्धगोलातल्या इतर देशांनाही चिथवू लागले आहेत. व्हिएतनामशी निगडित हा सगळाच्या सगळा कम्युनिस्टांचा एक साचा असावा."

लोकशाहीचा जिथे जन्म झाला आणि जिथे शीतयुद्धाला जोरात सुरुवात झाली होती आणि जिथे अनेक वर्षांपासून अमेरिकेने एका उजव्या विचारसरणीच्या सरकारवर वरदहस्त ठेवला होता, त्या ग्रीसमध्ये नव्याने लोकशाहीची मागणी जोर धरू लागताना दिसू लागली आणि तिथले ज्येष्ठ उदारमतवादी नेते जॉर्ज पॅपेन्ड्रु पुन्हा पंतप्रधान होण्याची स्पष्ट चिन्हे दिसू लागली. जॉन्सन यांनी ग्रीक राजदूतांना

१९६५ मध्ये अमेरिकेने डॉमिनिकन रिपब्लिकवर केलेल्या आक्रमणाला मदत करण्याकरता होंडुरासचे सैनिक निघाले तेव्हाचे दृश्य. डॉमिनिकन रिपब्लिकमध्ये घटनात्मक व्यवस्था आणि लोकशाही मार्गाने निवडून आलेल्या आणि लष्कराने नुकतेच पदच्युत केलेल्या युआन बॉश या राष्ट्राध्यक्षांना पुन्हा सत्तेवर आणण्याकरता लोकांनी सुरू केलेले आंदोलन अमेरिकेने चिरडून टाकले.

बोलावून अगदी या शब्दांत सांगितले: ''हे पाहा राजदूत महाशय - तुमची संसद आणि तुमची राज्यघटना खड्ड्यात गेली! अमेरिका म्हणजे हत्ती आहे आणि सायप्रस हे एक य:कश्चित गोचिड. ग्रीसही एक गोचिडच आहे. ही दोन गोचिडे जर हत्तीला त्रास देत राहिली तर हत्तीच्या सोंडेने त्यांना चिरडले जाऊ शकते - अक्षरश: पूर्णपणे चिरडले जाऊ शकते! ... राजदूत महोदय, आम्ही ग्रीकांना चांगले भरपूर अमेरिकन डॉलर्स देतो ... तुमचे पंतप्रधान जर मला लोकशाही, संसद आणि राज्यघटना असल्या गोष्टींवर भाषणे देऊ लागले, तर ते, त्यांची संसद आणि त्यांची घटना, फार काळ टिकू शकणार नाही.''

आणि खरोखर तसेच झाले. १९६७ मध्ये एका लष्करी गटाने ग्रीसची सत्ता हस्तगत केली आणि मिनिस्कर्ट, लांब केस, तसेच परदेशी वृत्तपत्रांवर बंदी जाहीर केली. त्याचप्रमाणे चर्चमधली उपस्थिती अनिवार्य करण्यात आली. लैंगिक स्वरूपाचे छळ आणि क्रौर्याच्या अनेक घटना तिथे घडू लागल्या. त्या देशाचा नवा पंतप्रधान पूर्वी नाझी सुरक्षा बटालियनचा कॅप्टन होता आणि ग्रीसमधील नाझीविरोधी लढवय्यांना शोधून काढण्याचे काम त्याने केले होते. हा मनुष्य एखाद्या युरोपियन देशाच्या प्रमुख पदावर बसलेला पहिला सीआयए हस्तक ठरला.

मात्र अमेरिकेच्या उद्दिष्टपूर्तीमध्ये सर्वांत मोठा अडसर आणला तो आशिया खंडाने. याला जपानचा अपवाद होता कारण हा देश अमेरिकेला तिचे तळ चालवण्याकरता तिला पैसा पुरवणारा संपन्न ग्राहक देश म्हणून पुढे येऊ लागला होता. ऑक्टोबर १९६४ मध्ये चीनने त्याचा पहिला अणुस्फोट केला आणि वॉशिंग्टनला तीव्र धक्का दिला. अमेरिकेला या गोष्टीचा जराही सुगावा लागला नव्हता. तिकडे इंडोनेशिया हा देश आग्नेय आशियातल्या प्रमुख समुद्रीमार्गांवर मांड ठोकून बसला होता. तिथल्या कम्युनिस्ट पक्षाची सदस्यसंख्या तब्बल ३५ लाख असल्यामुळे हा पक्ष सोव्हिएत रशिया आणि चीनच्या खालोखाल तिसऱ्या क्रमांकाचा मोठा पक्ष ठरला होता. देशाच्या राष्ट्रप्रमुख पदावरून खाली खेचण्याचे अमेरिकेने वारंवार चालवलेले प्रयत्न सुकार्नो यांनी हाणून पाडले होते. आपणही अणुबाँबची चाचणी घेत आहोत असे जाहीर करून सुकार्नोंनी अमेरिकेला आणखीनच त्रस्त केले. पण चीनने त्यांना मदत केली नाही आणि त्यांनी जेव्हा उत्तर व्हिएतनामला मान्यता दिली, अमेरिकेच्या ताब्यातले रबराचे मळे जप्त करून स्वत:कडे घेतले आणि अमेरिकेच्या तेलकंपन्यांचे राष्ट्रीयीकरण करण्याची धमकी दिली, तेव्हा लिंडन जॉन्सन यांनी त्यांच्यावर जोरदार प्रहार केला. इंडोनेशियन लष्कराचे अर्धेअधिक अधिकारी अमेरिकेने प्रशिक्षित केले होते, त्यांच्या आणि सीआयएच्या बळावर ऑक्टोबर १९६५ मध्ये जनरल सुहार्तो यांनी लष्कराच्या

साह्याने सुकार्नोंच्या समर्थकांना चिरडून टाकले.

पुढच्या काही महिन्यांमध्ये सुहार्तोंचे सशस्त्र बंडखोर आणि नागरी टोळ्यांनी घरोघरी घुसून जे साम्यवादी असल्याचा संशय होता त्यांना त्यांच्या कुटुंबीयांसहित ठार मारले. सुमारे पाच ते दहा लाख लोकांची त्यांनी कत्तल केली. अमेरिका, ब्रिटन आणि ऑस्ट्रेलियाच्या गुप्तचरांनी हजारो कम्युनिस्ट, शिक्षक आणि सुधारकांची नावे लष्कराला पुरवली.

१९६७ मध्ये अखेर सुकार्नो यांना बाजूला सारून त्यांच्या जागी सुहार्तो आले. सुहार्तोंनी सत्तेवर आल्यावर आपण स्वत:, आपले कुटुंबीय आणि अमेरिकन कंपन्या यांना पुढची अनेक दशके मालामाल करून टाकले. १९९८ मध्ये विद्यार्थी चळवळ कार्यकर्त्यांच्या नेतृत्वाखाली तेथील जनतेने त्यांना पदावरून खाली खेचेपर्यंत त्यांचा हा उद्योग सुरू होता.

बहुतांश जनतेला हे माहीत नसेल, पण इंडोनेशियातले लष्करी बंड वॉशिंग्टनमध्ये सीआयएची इतिहासातील सर्वांत मोठी कामगिरी म्हणून गौरवले गेले होते. १९६८ मध्ये सीआयएने हे मान्य केले, की इंडोनेशियात झालेली कत्तल हे विसाव्या शतकातले सर्वांत भीषण सामूहिक हत्याकांड होते.

राष्ट्राध्यक्ष केनेडींचे राष्ट्रीय सुरक्षा सल्लागार मॅकजॉर्ज बंडी यांनी नंतर अमेरिकेच्या व्हिएतनाम युद्ध धोरणावर टीका करताना लिहिले, की इंडोनेशिया हा आशिया खंडातला खऱ्या अर्थाने विघटन बिंदू होता. अमेरिकेच्या उद्दिष्टांच्या दृष्टीने इंडोनेशिया व्हिएतनामपेक्षा कितीतरी जास्त महत्त्वाचा होता, त्यामुळे व्हिएतनामचे युद्ध "अनावश्यक" होते. पण तरीही आता इतिहास म्हणून पाहिले तर अमेरिकेने व्हिएतनाममध्ये जे घडवून आणले, त्याच्यासमोर इंडोनेशियातला भयंकर रक्तपात फिकाच पडतो.

व्हिएतनामचा इतिहास आणि गेल्या अनेक शतकांमध्ये त्यांनी चिन्यांना आणि फ्रेंचांना केलेला तीव्र आणि चिवट प्रतिकार जॉन्सन आणि त्यांच्या सल्लागारांना जराही कळला नव्हता. हो ची मिन्ह यांच्या चळवळीमागे असलेल्या राष्ट्रवादाचे महत्त्व जाणण्यात ते सपशेल चुकले आणि त्यांनी गृहीत धरले की पुरेसा विध्वंस आणि पुरेशा संख्येने लोकांना ठार केले, तर व्हिएतनामी लोक आपसूक शरण येतील. केनेडींच्या मृत्यूनंतर दोन महिन्यांच्या आत, म्हणजे जानेवारी १९६४ मध्ये जॉन्सन आणि मॅक्नमारा यांनी उत्तर व्हिएतनाम विरोधातील छुप्या लष्करी कारवाया वाढवल्या. त्या भागातले पूल, रेल्वे आणि समुद्रकिनाऱ्यावरची बांधकामे पाडणे, उत्तर व्हिएतनामी लोकांचे अपहरण करणे आणि सीमावर्ती भागातील खेड्यांवर बॉम्बहल्ले चढवणे, या सगळ्या कामांकरता गुप्तचरांच्या आणि कमांडोंच्या तुकड्या हवाईमार्गाने तिथे उतरवण्यात आल्या.

खोटे बोलणे ही जॉन्सन यांची सहजप्रवृत्ती होती. २००३ मध्ये इराकमध्ये सामूहिक विध्वंसाच्या अस्त्रांच्या (वेपन्स ऑफ मास डिस्ट्रक्शन) बाबतीत जसे घडले, तसेच तेव्हाही घडले आणि व्हिएतनाम युद्धाचे मूळ खोटेच होते हे अमेरिकन जनतेला कालांतराने समजले.

ऑगस्ट १९६४ मध्ये जॉन्सन आणि मॅक्नमारा यांनी उत्तर व्हिएतनाममधील गल्फ ऑफ टोन्किनमधल्या एका धादांत खोट्या घटनेचे निमित्त करून युद्धाची तीव्रता आणखी वाढवली. एका अमेरिकन जहाजावर हल्ला झाल्याची ती खोटी कथा प्रसारमाध्यमांनीही उचलून धरली.

थेट लष्करी कारवाईला मंजुरी मिळवण्याकरता जॉन्सन यांनी संसदेला भरीला घातले. आणि सुमारे चाळीस मिनिटांच्या चर्चेनंतर हाऊसने हा ठराव ४१६ विरुद्ध ० मतांनी मंजूर केला. सिनेटमध्ये तो ८८ विरुद्ध ० मतांनी मंजूर झाला.

काही दिवसांनंतर जॉन्सन अंडरसेक्रेटरी ऑफ स्टेटना म्हणाले, "खरे सांगू, ते मूर्ख, बावळट नावाडी फक्त हवेत उड्या मारणाऱ्या माशांवर गोळ्या झाडत होते." सिनेटर वेन मोर्स यांनी जणू भविष्य वर्तवत म्हटले, "हा ठराव नेमका काय आहे हे अमेरिकन जनतेला कळते आहे याबद्दल मला शंका आहे. या ठरावाद्वारे अमेरिकेच्या राष्ट्राध्यक्षाला युद्ध घोषित न करताही युद्ध करण्याचा अधिकार मिळतो आहे."

१९६४ च्या निवडणुकीत जॉन्सन यांनी व्हिएतनाममध्ये अण्वस्त्रांचा वापर करण्याची धमकी देणाऱ्या ऑरिझोनाच्या सिनेटर बॅरी गोल्डवॉटर यांना धूळ चारली. शांततेचा प्रचंड विजय, असे या निवडणुकीचे वर्णन करण्यात आले होते. पण निवडून आल्यानंतर जॉन्सन यांनी युद्धाची तीव्रता वाढवण्याची प्रक्रिया सुरू केली. जिथे कुठलीही हालचाल दिसल्यास तिला लक्ष्य करणे कायदेशीर ठरेल असे "मुक्त गोळीबार क्षेत्र" त्यांनी अचानक मोठ्या प्रमाणात वाढवून टाकले. बाळगण्यास मान्यता असलेल्या अमेरिकन शस्त्रांच्या यादीमध्ये नापाम बॉंब, क्लस्टर बॉंब आणि मानवी शरीराच्या कातडीवर पडताच थेट हाडांपर्यंत जाळत जाणारे आणि अतिशय भयानक मरण आणणारे श्वेत फॉस्फरस यांचा समावेश होऊन त्यांची संख्या वाढली. दुसऱ्या महायुद्धानंतर चालवण्यात आलेला न्युरेम्बर्ग खटला आता असता, तर त्यामध्ये या सगळ्याच शस्त्रांना बेकायदेशीर रासायनिक अस्त्रे ठरवण्यात आले असते.

आपल्या योजनेबद्दलचा जॉन्सन यांचा खोटेपणा वेगाने वाढत गेला आणि एप्रिल १९६५ मध्ये त्यांनी पंचाहत्तर हजार लढवय्ये सैनिक व्हिएतनामला पाठवले. १९६७ अखेरपर्यंत त्यांनी पाच लाखांपेक्षाही जास्त सैनिक पाठवले. व्हिएतनाम कुठल्या बिंदूला मोडून पडतो हेच पाहण्याकरता निघालेल्या अमेरिकेमध्ये

१९६५ मध्ये अमेरिकेच्या दौऱ्यावर आलेले राष्ट्राध्यक्ष सुकार्नो.

राष्ट्राध्यक्ष निक्सन राष्ट्राध्यक्ष सुहार्तो यांच्याशी हस्तांदोलन करताना. अमेरिकेच्या मदतीने पाच ते दहा लाख कम्युनिस्ट आणि इतर डाव्या लोकांचे शिरकाण करून त्यांनी इंडोनेशियाची सत्ता हस्तगत केली होती. नंतर सीआयएने या नरसंहाराला ''विसाव्या शतकातल्या सर्वांत भीषण सामूहिक हत्याकांडांपैकी एक'' असे म्हटले.

व्हिएतनामवर नापाम आणि श्वेत फॉस्फरस बाँब टाकले जातानाचे दृश्य.

व्हिएतनामवरील बाँबहल्ले. जॉन्सन यांच्या कारकिर्दीत व्हिएतनाममध्ये अधिकृतरीत्या वापरल्या जाऊ शकणाऱ्या शस्त्रास्त्रांच्या यादीमध्ये नापाम बाँब, क्लस्टर बाँब आणि मानवी शरीराच्या कातडीवर पडताच थेट हाडांपर्यंत जाळत जाणारे आणि अतिशय भयानक आणि वेदनादायक मरण आणणारे श्वेत फॉस्फरस यांची भर पडली.

जनरल नगुयेन व्हान थिउ जॉन्सन यांच्याशी चर्चा करताना (मागे) आणि एअर मार्शल नगुयेन काओ काय मॅक्नमारांसमवेत (समोर). मे १९६५ मध्ये सत्ता काबीज करणाऱ्या दक्षिण व्हिएतनाम सरकारचे काय आणि थिउ प्रमुख होते. नंतर विल्यम बंडी यांनी म्हटले होते, की नवे सरकार "आम्हा सर्वांनाच अगदी गाळ वाटले, अगदीच तळाचा गाळ!"

दर महिन्याला ३५,००० नवे सैनिक सैन्यामध्ये भरले जात होते.

पण लष्करप्रमुखांच्या संयुक्त समितीने जेव्हा एका बैठकीमध्ये सर्वंकष युद्धाकरता आणखी शस्त्रे व दारुगोळ्याची मागणी केली, तेव्हा मेजर चार्ल्स कूपर यांच्या आठवणीप्रमाणे जॉन्सन यांनी अकांडतांडव केले : "स्वत:ला माझ्या जागी कल्पून विचार करा - समजा तुम्ही अमेरिकेचे राष्ट्राध्यक्ष आहात - आणि पाच नालायक लोक तुमच्या कार्यालयामध्ये येऊन तुम्हाला तिसऱ्या महायुद्धाबद्दल सांगू लागले आहेत असा विचार करा ... यात खूप मोठा धोका आहे. तुम्ही सगळे हरामखोर लोक चीन काय करू शकेल याचा विचार का करत नाही आहात? सडक्या मेंदूच्या माणसांनो, तुम्ही इथे येऊन माझे कार्यालय घाण करून टाकले आहे. आत्ताच्या आत्ता इथून तोंड काळे करा."

सर्व जनरल्स बाहेर पडले. काही वेळानंतर जॉन्सन यांनी उत्तर व्हिएतनाममध्ये बॉंबहल्ले वाढवण्यास सुरुवात केली.

चीन आणि उत्तर व्हिएतनामची तीव्र प्रतिक्रिया ओढवून न घेता बॉंबहल्ल्यांची तीव्रता वाढवण्याच्या आपल्या रणनीतिचे स्पष्टीकरण आपल्या अनोख्या पद्धतीने जॉर्ज मॅकगव्हर्न यांना देताना ते म्हणाले : "मी एक-एक इंच सरकत तिच्या पायांमध्ये शिरतो आहे ... काय घडते आहे हे या लोकांना कळण्याआधीच मी झडप घालू शकेन."

लहानशा व्हिएतनामवर अमेरिकेने संपूर्ण दुसऱ्या महायुद्धामध्ये टाकले होते, त्याच्या तिप्पट संख्येने बॉंब टाकले. केनेडींनी मंजूर केलेल्या धोरणानुसार प्रत्यक्ष जमिनीवर ५० लाखांहून अधिक शेतमजुरांना जबरदस्तीने खेड्यांमधून बाहेर काढून काटेरी कुंपणामध्ये बंदिस्त छावण्यांमध्ये ठेवण्यात आले. हजारोंच्या संख्येने तथाकथित कम्युनिस्टांना "फिनिक्स कारवाई" अंतर्गत गोळ्या घालण्यात आल्या. त्यातले अनेक जण प्रत्यक्षात सुधारणावादी आणि सरकारचे टीकाकार होते. पण तरीही विरोधी चळवळीचा जोर तसूभरही कमी झाला नाही. सामान्य नागरिकांच्या हत्या सामान्य घटना होऊन गेल्या होत्या. अमेरिकेचे उच्चपदस्थ लष्करी अधिकारी जनतेला कम्युनिस्ट आता नामशेष होण्याच्या मार्गावर आहेत हे सांगण्याकरता मृतांचे आकडे वाढवून-चढवून सांगत होते आणि त्याच वेळी आणखी जास्त-जास्त सैनिकांची मागणी करत होते.

दक्षिण व्हिएतनाममध्ये पाच सरकारे आली आणि गेली. त्यातले शेवटचे सरकार प्रचंड भ्रष्टाचार आणि आपल्याच लोकांविरुद्ध हिंसाचार करत सत्तेला चिकटून राहिले होते.

अमेरिकेच्या महाविद्यालयांमध्ये युद्धविरोधी चळवळ सुरू झाली. ऑक्टोबर १९६७ मध्ये विस्कॉन्सिन विद्यापीठामध्ये पहिली हिंसक चकमक झडली. या युद्धविरोधी चळवळीमागे कम्युनिस्टांचा हात आहे अशी खात्री असलेल्या जॉन्सन यांनी सीआयएला प्रचंड प्रमाणात लोकांवर नजर ठेवून, त्यांची माहिती गोळा करून याचे पुरावे मिळवण्याचे आदेश दिले. सीआयएच्या या बेकायदेशीर, देशांतर्गत कारवाईचे सांकेतिक नाव "केऑस" असे ठेवण्यात आले होते आणि ती जवळ जवळ सात वर्षे चालू होती. यादरम्यान तीन लाख नागरिक आणि संस्थांची संगणकीय यादी तयार करण्यात आली आणि सुमारे सात हजारपेक्षा जास्त व्यक्तींवर जाडजूड फायली तयार करण्यात आल्या, पण त्यांना कुठेही कम्युनिस्टांच्या गुंतणुकीचा पुरावा सापडला नाही.

एफबीआयच्या प्रमुख लक्ष्यांमध्ये नोबेल शांतता पुरस्कारविजेते डॉ. मार्टिन ल्यूथर किंग ज्युनिअर हे होते. अमेरिकेतील कृष्णवर्णीय जनता बंडखोरीच्या काठावर येऊन पोहोचली होती. अनेक वर्षे अमेरिकेतल्या शहरांमध्ये दंगे होत होते. पण आता, १९६७ च्या उन्हाळ्यामध्ये, दोन किंवा त्यापेक्षा अधिक दिवस चाललेले मोठे पंचवीस आणि त्यापेक्षा कमी कालावधीचे लहान-सहान तीस दंगे झाले. पोलिस आणि नॅशनल गार्ड्स यांनी नेवार्क शहरात सव्वीस तर डेट्रॉईट शहरात त्रेचाळीस कृष्णवर्णीयांना ठार मारले.

'रॅम्पार्ट्स' या मासिकाच्या मार्च १९६७ च्या अंकात छापून आलेल्या गौप्यस्फोटाने दाखवून दिले, की नॅशनल स्टुडंट्स असोसिएशनला पैसा खुद्द

न्यू जर्सीतल्या न्यू ब्रुन्सवीक इथे रुटजर्स विद्यापीठाच्या आवारामध्ये एका युद्धविरोधी सभेमध्ये बोलताना पीटर कुझ्निक. व्हिएतनाममधील अत्याचारांच्या कथा अमेरिकेमध्ये जसजशा पोहोचू लागल्या, तसतशी युद्धविरोधी चळवळ वाढत गेली.

१९६७ मध्ये ऑलिव्हर स्टोन यांनी लष्करामध्ये आपले नाव नोंदवले आणि व्हिएतनाममध्ये लढण्याकरता स्वतः होऊन नेमणूक मागितली. तिथे त्यांनी पंधरा महिने सेवा बजावली आणि या काळात ते दोन वेळा जखमी झाले. प्रत्यक्ष युद्धामध्ये शौर्य दाखवल्याबद्दल त्यांना ब्रॉन्झ स्टार आणि पर्पल हार्ट विथ ओक लीफ क्लस्टर ही दोन पदके प्रदान करण्यात आली.

सीआयए पुरवत होती. अन्य उदारमतवादी गट म्हणजे सीआयएनेच उभी केलेली बुजगावणी होती आणि सीआयएचा पैसा कम्युनिस्टविरोधी प्राध्यापक, पत्रकार, सामाजिक साहाय्य कार्यकर्ते, धर्मप्रचारक, कामगार नेते आणि नागरी हक्क चळवळ कार्यकर्त्यांना पोहोचतो आणि त्या बदल्यात हे लोक सीआयएकरता वाईट कामे करतात असाही गौप्यस्फोट या लेखात करण्यात आला होता. यामध्ये ज्या संस्थांची इभ्रत धुळीला मिळाली होती, त्या म्हणजे फोर्ड फाउंडेशन, रेडिओ फ्री युरोप, रेडिओ लिबर्टी आणि काँग्रेस फॉर कल्चरल फ्रीडम.

एरवी विवेकी स्वभावाच्या मॅक्नमारांनादेखील आता शंका येऊ लागली. ऑक्टोबर १९६७ मध्ये सुमारे एक लाख लोक पेंटॅगॉनवर मोर्चा घेऊन गेले. सशस्त्र पायदळ तुकड्यांनी त्यांना तिथपर्यंत पोहोचू दिले नाही, पण आपल्या रायफली लोड करू नका असे आदेश मॅक्नमारांनी त्यांना दिले. पेंटॅगॉनच्या छतावर एका कमांड चौकीमध्ये बसून त्यांनी एकट्याने हे सर्व दृश्य पाहिले.

एव्हाना व्यवस्थेमध्ये वाळीत टाकले गेलेल्या मॅक्नमारांना खूप दु:ख झाले. ते मानसिकदृष्ट्या उद्ध्वस्त झाल्याची अफवा लिंडन जॉन्सन यांच्या कानांवर आली. ''आणखी एक फॉरेस्टल आपल्याला परवडणार नाही,'' ते म्हणाले. आणखी बॉंबहल्ले करून काही होणार नाही असे जेव्हा मॅक्नमारा त्यांना म्हणाले, तेव्हा जॉन्सन अतिशय संतप्त झाले. आपल्या आणखी एका सहायकाशी बोलताना ते म्हणाले, ''मला फक्त निष्ठा नको, तर पूर्ण निष्ठा हवी आहे. भर दुपारी मेसीज् या दुकानाच्या खिडकीत उभे राहून त्यांनी माझ्या पार्श्वभागाचे चुंबन घ्यावे आणि तिथे गुलाबाचा वास येत असल्याची ग्वाही द्यावी. मला त्यांचे शिशन माझ्या खिशामध्ये हवे आहे.''

ऑक्टोबर १९६७ मध्ये पेंटॅगॉनवर गेलेल्या मोर्चांतील युद्धविरोधी चळवळीचे निदर्शक. युद्धाप्रति लोकांच्या विरोधाचा स्फोट झाला तसे एफबीआयने ही चळवळ मोडून काढण्याकरता प्रयत्न सुरू केले.

जॉन्सन यांनी मॅक्नमारांची हकालपट्टी केली आणि ते आता जागतिक बँकेचे अध्यक्ष असतील असे घोषित केले. मॅक्नमारांच्या एका सहायकाने सांगितले, की आपल्या अखेरच्या मंत्रिमंडळ बैठकीमध्ये रॉबर्ट मॅक्नमारांना अखेर रडू कोसळले आणि ते म्हणाले : ''ही जी बाँबहल्ल्यांची घाणेरडी मोहीम आहे, तिचा काहीही उपयोग झालेला नाही. तिने काहीच साध्य झाले नाही. या लोकांनी संपूर्ण दुसऱ्या महायुद्धामध्ये संपूर्ण युरोपात टाकले नसतील, त्यापेक्षा जास्त बाँब इथे फेकले, पण त्याचा शून्य उपयोग झाला आहे!''

१९६८ हे वर्ष विलक्षण बदलांचे वर्ष होते. जानेवारी महिन्यामध्ये उत्तर व्हिएतनामी आणि व्हिएतकाँग सैन्यांनी व्हिएतनामच्या बहुतेक मोठ्या शहरांवर आणि प्रांतीय राजधान्यांवर एकाच दिवशी हल्ला चढवला. अंतिमत: हे हल्ले परतवले गेले आणि व्हिएतनामी सैन्याचे खूप लोक मारले गेले, पण वॉशिंग्टनमध्ये मात्र दु:खाचे वातावरण पसरले.

ज्येष्ठ मुत्सद्दी लोकांच्या एका द्विपक्षीय गटाने परिस्थितीचे पुनर्मूल्यांकन केले. अमेरिकेने व्हिएतनाममधून बाहेर पडण्याची वेळ आता आली होती.

नेतृत्वावर शंका घेण्यात आल्यामुळे लिंडन जॉन्सन यांच्या प्रचंड मोठ्या अहंकाराला अतिशय सखोल ठेच पोहोचली आणि अंतर्गत तसेच बाह्य शत्रूंनी त्यांना सगळीकडूनच घेरले. त्यांची लोकप्रियता झपाट्याने खालावली. अशा

फेब्रुवारी १९६८ मध्ये एका मंत्रिमंडळ बैठकीमध्ये स्पष्टपणे अस्वस्थ दिसणारे जॉन्सन मॅक्नमारांसमवेत. युद्धाच्या उपयोगितेबद्दल शंका व्यक्त करून राष्ट्राध्यक्षांची खप्पा मर्जी ओढवून घेतल्यानंतरही त्यांना जागतिक बँकेच्या अध्यक्षपदी नेमून जॉन्सन यांनी मॅक्नमारांना आश्चर्याचा धक्का दिला.

परिस्थितीत मार्च १९६८ मध्ये त्यांनी आपण दुसऱ्यांदा निवडणुकीला उभे राहणार नाही असे जाहीर करून सगळ्यांना तीव्र धक्का दिला. संपूर्ण देश अवाक् झाला. युद्धाचा नेताच माघार घेत होता.

जे लोक युद्धाच्या विरोधात होते, त्यांच्याकरता हा एक मोठा विजय होता. पण अनेक अमेरिकन नागरिक, तसेच तटस्थ देश आणि दोस्तराष्ट्रे यांनाही आता अमेरिका हा एक दिशाहीन आणि अनैतिक देश वाटू लागला - अंगावर कपडे न घातलेल्या राजासारखा. चिनी लोकांनी अमेरिकेची संभावना ''कागदी वाघ'' अशी केली.

आपल्या मनातल्या भुतांनी त्रस्त झालेल्या जॉन्सन यांनी त्यांच्या हृदयामध्ये जपलेले, एक महान समाजसुधारक बनण्याचे स्वप्न व्हिएतनाममधल्या मृत्यूभूमीमध्ये दफन होऊ दिले. त्या दशकाच्या अखेरीस एका इतिहासकाराशी बोलताना त्यांनी दु:खाने म्हटले, की महान लोकांच्या गटामध्ये मोडण्याची संधी गमावण्याचा विचार खूप दु:खदायक होता, पण कम्युनिस्टांकडून अमेरिकेचा पराभव होण्यास जबाबदार असण्याच्या दु:खापेक्षा ते दु:ख कमी होते. त्यापेक्षा जास्त वाईट कदाचित काही असू शकत नव्हते.

ज्याच्यामध्ये खूप महान होण्याची क्षमता होती असा हा मनुष्य, मनातल्या करुणेकडे पाठ फिरवल्यामुळे खास अमेरिकन झपाटलेपणाने ग्रस्त झाला होता. हे खास अमेरिकन झपाटलेपण म्हणजे दुर्बल ठरण्याची भीती.

हूव्हर यांची एफबीआय युद्धविरोधी चळवळ विस्कळीत करण्याकरता तिला शक्य ते सर्व करत होती. वर्षानुवर्षे नागरी हक्क चळवळीच्या बाबतीत ही संस्था हेच करत आली होती. हजारोंच्या संख्येने एफबीआयचे एजंट नव्या डाव्या संस्थांमध्ये शिरून बसले. एफबीआय आणि सीआयएचे माध्यमप्रतिनिधी युद्धाच्या टीकाकारांचे महत्त्व कमी करण्याकरता आणि त्यांच्या देशभक्तीवर प्रश्नचिन्ह उभे करण्याकरता जिवाचे रान करत होते.

ही युद्धविरोधी चळवळ कृष्णवर्णीयांच्या स्वातंत्र्यचळवळीमध्ये मिसळेल की काय, याची भीती हूव्हरना विशेषकरून सतावत होती, त्यामुळे निदर्शनांमध्ये आघाडीवर असलेले कृष्णवर्णीय लोक गोऱ्या लोकांच्या तुलनेत जरा जास्तच संख्येने मारले गेले.

नागरी हक्क चळवळीच्या मागे कम्युनिस्टच आहेत याची पक्की खात्री असलेले हूव्हर मार्टिन ल्यूथर किंग यांच्या सतत मागावर होते, पण त्यांच्या संरक्षणासाठी काहीही करत नव्हते. अखेर एप्रिल १९६८ मध्ये आणखी एका तथाकथित एकुलत्या आणि स्वतंत्र मारेकऱ्याने किंग यांची हत्या केली. किंग यांना हूव्हर यांनी एक घाणेरडे, निनावी, धमकीवजा आणि द्वेषपूर्ण पत्र लिहून

आत्महत्या करण्यास प्रवृत्त करण्याचाही प्रयत्न केला होता.

पुन्हा एकदा संपूर्ण अमेरिकेत वांशिक दंगलींचा उद्रेक झाला. धर्मगुरू असलेल्या बेरिगन बंधूंना फायली जाळण्याबद्दल तुरुंगवासात पाठवण्यात आले. जगातले सर्वांत आघाडीचे बालरोगतज्ज्ञ बेंजामिन स्पॉक, येल विद्यापीठातले खाजगी धर्मोपदेशक विल्यम स्लोन कॉफिन, तरुण चित्रपट अभिनेत्री जेन फोंडा आणि हेवी वेट बॉक्सिंगमधले दैवत मुहंमद अली हे सगळेच लोक उघडपणे बोलू लागले होते.

१९६८ मध्ये देशभरामध्ये नव्याने करिष्मा प्राप्त झालेले रॉबर्ट केनेडी युद्धाला वैतागलेल्या आबालवृद्धांच्या गळ्यातले ताईत बनले. आपल्या भावाचा वारसा पुढे चालवत ते एका नव्या अमेरिकेच्या निर्माणासाठी लोकांना साद घालत होते. गोरे, काळे, गव्हाळ - कुठल्याही रंगाचे त्यांना वावडे नव्हते. त्यांच्या डोळ्यांपुढे कॅमेलॉट होते. बदल आणि सुधारणांचा अग्नी पुन्हा एकदा प्रज्ज्वलित झाला होता.

अखेरच्या क्षणी राष्ट्राध्यक्षपदासाठी आपलीच निवड होईल अशी सुप्त आशा मनी बाळगून असलेल्या लिंडन जॉन्सनना इतर कुणाहीइतकीच केनेडींची भीती वाटत होती. पण नियती केनेडी बंधूंच्या बाबतीत कल्पनातीतरीत्या क्रूर वागली आणि कॅलिफोर्नियातील प्राथमिक फेरीत त्यांना ज्या दिवशी विजय मिळाला, त्याच रात्री त्यांना अतिशय क्रूरपणे गोळ्या घातल्या गेला. याहीवेळी घटनाक्रम मोठा विचित्र आणि अतर्क्य होता आणि मारेकरी एक तथाकथित माथेफिरूच पण एक पॅलेस्टिनियन तरुण होता. सुधारणावादी चळवळीच्या मूळ गाभ्यालाच जणू यामुळे गंभीर आणि उद्ध्वस्त करणारा धक्का बसला.

१९६४ मध्ये (महा)युद्धोत्तर जन्मलेली मुले महाविद्यालयांमध्ये गर्दी करू लागली होती. आदर्शवादाचे बाळकडू मिळालेली, शीतयुद्धाच्या विचारसरणीचा तिटकारा असलेली आणि आपल्या आईवडिलांच्या नेमस्त मूल्यांबद्दल मनामध्ये चीड असलेली ही मुले-मुली होती. त्यांनी सुरू केलेली निषेधाची लाट सर्व जगभरात पसरली. औद्योगिकदृष्ट्या प्रगत देशांमध्ये विद्यार्थी आणि कामगार एकत्र आले आणि प्राग, टोकियो, पश्चिम बर्लिन, तुरिन, माद्रिद, रोम, तसेच मेक्सिको सिटी या ठिकाणी संघर्ष झडू लागले. त्या-त्या ठिकाणच्या लष्कराने शेकडो निदर्शक विद्यार्थ्यांना गोळ्या घालून ठार मारले.

१९६८ च्या उन्हाळ्यात एका डेमोक्रॅटिक पक्ष अधिवेशनामध्ये दहा हजार निदर्शकांना मारहाण करण्यात आली. शिकागो पोलिसांच्या या कारवाईतून प्रसारमाध्यमांचे प्रतिनिधीदेखील सुटले नाहीत. आता दूरचित्रवाणीचा उदय झाल्यामुळे लोकांना पूर्वी जी कधीही दिसली नव्हती, ती गोष्ट दाखवली जात होती - ती

''सूज्ञ मंडळींच्या'' शिखर परिषदेतील एक बैठक. मार्च १९६७ मध्ये या ज्येष्ठ मुत्सद्दी लोकांच्या सलग दोन दिवसांच्या बैठकींनंतर डीन अचिसन यांनी सर्वांच्या मताचा सारांश सांगताना म्हटले, की आपल्याकडे आता जो वेळ शिल्लक आहे, त्यात आपण जे साध्य करायला निघालो होतो ते होणे अशक्य आहे, त्यामुळे आता आपण माघार घेणे आवश्यक आहे.

मार्च ३१, १९६८ रोजी जॉन्सन यांनी घेतलेली पत्रकार परिषद. यात त्यांनी आपण पुन्हा निवडणुकीसाठी उभे राहणार नसल्याचे घोषित केले. व्हिएतनाममुळे ज्यांचा बळी गेला, त्यात जॉन्सन यांचे राष्ट्राध्यक्षपद हे काही शेवटचे नव्हते.

जुलै १९६८ मध्ये व्हिएतनाममधून आलेली एक टेप ऐकताना उद्विग्न झालेले जॉन्सन. जॉन्सन यांनी महान लोकांच्या पंक्तीत बसण्याऐवजी व्हिएतनाम युद्ध निवडल्यामुळे त्यांचे राष्ट्राध्यक्षपद आणि देश, या दोन्हींचे खूप नुकसान झाले.

म्हणजे अमेरिकन सत्ताधारी देशातही आणि परदेशातही दादागिरी करतात. देशाची शिवण उसवते आहे की काय असे भासू लागले होते. युद्धविरोधी डावे आणि युद्धसमर्थक उजवे यांच्यामधली प्रचंड दरी म्हणजे यादवी असल्याचे लोक बोलून दाखवू लागले. एक शतकापूर्वी अशाच एका यादवीने देशाला विदीर्ण केले होते.

ही भयप्रद उलथापालथ सुरू असतानाच्या काळातच कडवे साम्यवादविरोधी रिचर्ड निक्सन यांना त्यांची नियती भेटली. १९६०च्या निवडणुकीत जॉन केनेडींनी त्यांना कडवी लढत देऊन पराभूत केले होते. मात्र याहीवेळी ते जवळ जवळ हरण्याच्या बेताला आले होते. निवडणुकीच्या जेमतेम महिनाभर आधीपर्यंत, सद्य वातावरणामध्ये धक्कादायकरीत्या अलाबामाचे विभाजनवादी गव्हर्नर जॉर्ज वॉलेस २१ टक्के मते मिळवून निक्सन यांच्या निवडीला आडवे येतात की काय, अशी भीती वाटत होती. वॉलेस यांचे रनिंग मेट निवृत्त जनरल कर्टिस लीमे हे होते. "गप्प बसणारे बहुसंख्य" असे निक्सन यांनी नंतर ज्यांना नाव दिले, त्या गोऱ्या मतदारांच्या नाराजीच्या भावनेवर स्वार झालेल्या निक्सन यांनी दिलेला कायदा आणि सुव्यवस्थेचा संदेश त्या लोकांना भावला. गरीब वस्त्यांमधला हिंसाचार, महाविद्यालयांच्या आवारामधला गोंधळ आणि वाढती गुन्हेगारी यांमुळे हे गोरे मतदार घाबरून गेले होते. अतिशय निसटत्या मताधिक्याने निक्सन निवडणूक जिंकले.

आपल्याकडे व्हिएतनाममधले युद्ध थांबवण्याची एक "गुप्त योजना" असल्याचा दावादेखील निक्सन करत होते, मात्र तिचे तपशील देण्यास नकार देत होते. प्रत्यक्षात रिचर्ड निक्सन यांनी देशाला ना शांतता दिली, ना कायदा, ना सुव्यवस्था. उलट त्यांनी युद्ध, अनागोंदी आणि अव्यवस्थाच दिली. मानहानीपूर्वक

पदाचा राजीनामा द्यावा लागलेले ते एकमेव राष्ट्राध्यक्ष ठरले.

निक्सन आणि त्यांचे आधी राष्ट्रीय सुरक्षा सल्लागार आणि नंतर सेक्रेटरी ऑफ स्टेट असलेले हेन्री किसिंजर या दोघांनी प्रत्यक्षात युद्धाची व्याप्ती वाढवली. त्यामुळे युद्ध पुढे आणखी सात वर्षे चालू राहिले. या युद्धातल्या एकूण अमेरिकन जीवितहानीपैकी अर्धी निक्सन यांच्या कारकिर्दीमध्ये झाली. पुढे किसिंजर यांनी लिहिले : "उत्तर व्हिएतनामसारख्या चौथ्या दर्जाच्या किरकोळ सत्तेला विघटन बिंदू नाही, यावर मी मुळीच विश्वास ठेवणार नाही."

आणि हा बिंदू शोधण्याचे प्रयत्न त्यांनी निक्सनसोबत सुरू केले. युद्ध संपुष्टात आणण्याची निक्सन यांची गुप्त योजना म्हणजे एप्रिल १९६९ पासून व्हिएतनाममधून अमेरिकन सैन्य काढून घेणे आणि त्याच्याजागी अमेरिकेद्वारे प्रशिक्षित आणि शस्त्रसज्जित व्हिएतनामी सैन्याचा उपयोग करून घेणे आणि त्याच वेळी उत्तर व्हिएतनामी आणि व्हिएतकाँग सैनिकांवर पद्धतशीर आणि अमानुष बॉंबवर्षाव करून त्यांना शरण यायला लावणे, ही होती.

आयसेनहॉवर यांनी कोरियाच्या संदर्भात दिलेल्या अण्वस्त्रांच्या धमकीमुळेच ते युद्ध थांबले होते अशी या योजनेची त्या धमकीशी तुलना करत निक्सन त्यांच्या सहायकाला गर्वाने म्हणाले : "मी याला वेडा मनुष्य सिद्धांत म्हणतो ... हे युद्ध संपवण्याकरता मी आता कुठल्याही थराला जाऊ शकतो असे उत्तर व्हिएतनामींना वाटावे अशी माझी इच्छा आहे. आम्ही त्यांना हळूच एक संदेश पोहोचवू की ... 'निक्सन हे कम्युनिस्टांबद्दल झपाटलेले आहेत. ते चिडल्यावर आपण त्यांना थांबवू शकणार नाही आणि त्यांचा एक हात आण्विक युद्धाच्या बटणावर आहे.' मग दोन दिवसांत हो ची मिन्ह स्वत: शांततेची भीक मागत पॅरिसला येतो की नाही पाहा."

राष्ट्राध्यक्षपदावर येऊन दोन महिने झाले आणि निक्सन यांनी उत्तर व्हिएतनामी सैन्याचे तळ उद्ध्वस्त करण्याकरता शेजारच्या कंबोडियामध्ये घुसून गुप्तपणे बॉंबहल्ले करण्याची मोहीम सुरू केली. ही गोष्ट काँग्रेसपासून लपवून ठेवण्याकरता त्यांनी नाही नाही ते उपाय योजले. अगदी प्रत्यक्ष बॉंबर विमानातल्या कर्मचाऱ्यांनादेखील आपण दक्षिण व्हिएतनामी लक्ष्यांवर मारा करायला निघालो आहोत असेच वाटत होते.

आपण कुठल्या देशावर आक्रमण करत आहोत याबद्दल बहुतेक अमेरिकन लोक अंधारात होते, पण अधूनमधून सत्य बाहेर डोकावत होते. जसे नोव्हेंबर १९६९ मध्ये मुक्त पत्रकार साय हर्श यांनी गौप्यस्फोट केला की, सुमारे दीड वर्षापूर्वी अमेरिकन लष्कराने माय लाय या खेड्यातल्या पाचशेच्या आसपास सामान्य नागरिकांची कत्तल केली. या खेड्यातले लोक शत्रूबद्दल सहानुभूती

बाळगत असल्यामुळे त्याला ''पिंकविल (गुलाबी खेडे)'' असे नाव देण्यात आले होते.

परिस्थितीवरचे नियंत्रण सुटल्यावर लहान बाळे, गर्भवती स्त्रिया आणि वृद्धांवर अत्याचार आणि बलात्कार झाले, त्यांची मुंडकी उडवण्यात आली आणि शरीरे विद्रूप करण्यात आली. अमेरिकन लष्करावर स्पष्टपणे एकही गोळी झाडण्यात आली नव्हती. त्या वेळी एकूणच लोकांचा अमानुषपणा कसा वाढत होता आणि दुसऱ्या महायुद्धामध्ये अमेरिकेची जपानी लोकांबद्दल जी मानसिकता होती, तीच मानसिकता कशी आताही अमेरिकन जनतेची होती, हे दाखवणारी गोष्ट म्हणजे एका सर्वेक्षणात ६५ टक्के अमेरिकनांनी या कत्तलीबद्दल आपल्याला काहीही वाटत नसल्याचे सांगितले.

यात दोषी आढळलेल्या एकमेव अधिकाऱ्याला निक्सन यांनी अंशत: माफी देऊन टाकली. जनमत मोठ्या प्रमाणात माफीच्या बाजूने होते.

निक्सन यांच्या विचार करण्याला मर्यादा अशी फारशी नव्हतीच. त्यांनी किसिंजर यांच्या मदतीने १९६९ च्या हिवाळ्यामध्ये एक अतिशय रानटी आणि गरज भासल्यास अण्वस्त्रांचाही वापर करून हल्ला चढवण्याची योजना आखली,

१९६८ च्या प्रचारमोहिमेमध्ये निक्सन. ''गप्प बसणारे बहुसंख्य'' असे निक्सन यांनी नंतर ज्यांना नाव दिले, त्या गोऱ्या मतदारांच्या युद्धविरोधी निदर्शकांबद्दलच्या नाराजीच्या भावनेवर स्वार होऊन आणि आपल्याजवळ व्हिएतनाममधले युद्ध थांबवण्याची एक ''गुप्त योजना'' असल्याचा दावा करत निक्सन यांनी ह्युबर्ट हम्फ्री यांना अगदी थोड्याच मतांनी हरवले.

पण ऑक्टोबरच्या तात्पुरत्या शांतताकाळामध्ये देशभरामध्ये कोट्यवधी लोकांनी युद्धाबद्दल नाराजी दर्शवल्यामुळे आणि नोव्हेंबर महिन्यात जवळ जवळ नऊ लाख निदर्शक वॉशिंग्टनमध्ये मोर्चे घेऊन गेल्यामुळे त्यांना काहीही करता आले नाही. तरीही निक्सन यांनी बेदरकारपणे लष्कराला गुप्तपणे सज्ज राहण्याचे आदेश दिले आणि रशियन नेत्यांनी उत्तर व्हिएतनामला शांततेसाठीच्या अमेरिकेच्या अटी मान्य करायला भाग पाडावे, या हेतूने उत्तर ध्रुवावरून रशियाच्या दिशेने अण्वस्त्रसज्ज बी-५२ बॉंबर विमाने रवाना केली. अर्थात, यातही त्यांना अपयशच आले.

१९६९ मध्ये हो ची मिन्ह यांच्या निधनानंतर ली ड्युआन यांनी नेतृत्वपदाची धुरा हाती घेतली. नंतर पत्रकारांशी बोलताना ते म्हणाले, की एकूण तेरा वेळा अमेरिकेने त्यांना अण्वस्त्रांचा प्रयोग करण्याची धमकी दिली होती. मात्र त्यामुळे त्यांच्या धोरणामध्ये काहीही बदल झाला नव्हता.

व्हिएतनामी जनतेला आपल्या स्वातंत्र्याची अतिशय मोठी आणि भयंकर किंमत मोजावी लागली असली, तरी अमेरिकन नेत्यांना जे सत्य कधीही कळले

१९७० मध्ये दक्षिण व्हिएतनामचे सैनिक अमेरिकन लष्करी प्रशिक्षण घेताना. एप्रिल १९६९ मध्ये निक्सन यांनी व्हिएतनाममधून अमेरिकन सैन्य मागे घेऊन त्यांच्याऐवजी अमेरिकेचे प्रशिक्षण आणि शस्त्रास्त्रे व दारूगोळा प्राप्त व्हिएतनामी सैन्याला लढवायच्या योजनेला मंजुरी दिली. जर ही नीती अपयशी ठरली, तर आपण आपले ''वेडा माणूस'' अस्त्र - उत्तर व्हिएतनामला अण्वस्त्रांच्या हल्ल्याची धमकी देणे - वापरू शकतो असे निक्सनना वाटले होते.

नाही, असे एक मूलभूत सत्य त्या जनतेला कळले होते. नंतर एकदा त्या देशाचे परराष्ट्रमंत्री म्हणाले होते : ''ते लोक व्हिएतनाममध्ये कायम राहू शकणार नाहीत, पण व्हिएतनामला व्हिएतनाममध्येच कायम राहायचे आहे, हे आम्हाला माहीत होते.''

व्हिएतनाम युद्ध स्वातंत्र्य आणि कालावधी (केव्हा) या दोन गोष्टींवर आधारलेले होते. त्यात कुणी किती प्रदेश जिंकला किंवा कुणाचे किती सैनिक मरण पावले याला काहीही महत्त्व नव्हते. अमेरिकेचे सहावे राष्ट्राध्यक्ष जॉन क्विन्सी ॲडम्स यांनी शंभर वर्षांपूर्वी एक इशारा दिला होता, की कुठल्याही देशाने ''मारण्यासाठी भुते शोधायला अन्य देशात'' जाता कामा नये. अमेरिकेचे सर्वांत मोठे भूत तिला इथे व्हिएतनाममध्येच सामोरे आले. हे भूत म्हणजे परकीय आक्रमकांपासून आपली मायभूमी वाचवण्याकरता लढणारे आणि त्यामुळेच कधीही पराभूत न होणारे लोक. अमेरिकेने प्रत्येक मोठी लढाई जिंकली, पण तिला युद्ध कधीच जिंकता आले नाही.

निक्सन यांचे वकील जॉन डीन आणि त्यांच्या आतल्या गोटातल्या इतर मंडळींच्या मते त्या वेळी युद्धविरोधी निदर्शकांची भीती निक्सन यांच्या मनामध्ये पक्की बसली होती आणि त्या लोकांचा संताप कमी करण्याकरता त्यांना आपल्या भांडखोरपणाला बरेचदा आवर घालावा लागला होता.

पण याक्षणी, म्हणजे एप्रिल १९७० मध्ये मोठ्या प्रमाणात मद्यपान करत आणि 'पॅटन' हा चित्रपट वारंवार पाहत स्वत:चे मनोबल वाढवणाऱ्या निक्सन यांनी व्हिएतनामच्या सीमेपलीकडे कंबोडियामध्ये असलेले उत्तर व्हिएतनामी सैन्याचे तळ उद्ध्वस्त करण्याकरता अमेरिका आणि दक्षिण व्हिएतनाम यांच्या कंबोडियावरच्या संयुक्त चढाईची घोषणा केली.

मिसिसिपी राज्यातल्या जॅक्सन स्टेट आणि ओहायोतल्या केन्ट स्टेट इथे सहा विद्यार्थ्यांची गोळ्या घालून हत्या झाली. याचा निषेध करण्याकरता चाळीस लाख विद्यार्थी आणि साडे तीन लाख प्राध्यापक रस्त्यावर आले. देशभरातल्या एक तृतीयांशपेक्षा जास्त महाविद्यालये आणि विद्यापीठांनी आपल्या वर्गांना कुलपे ठोकली. एकाच आठवड्यामध्ये आरओटीसीच्या (राखीव अधिकारी प्रशिक्षण केंद्र) तीस इमारती एक तर जाळण्यात आल्या नाही तर त्यामध्ये बॉम्बस्फोट घडवण्यात आले. निदर्शने आणि हिंसक चकमकींचे लोण जवळ जवळ सातशे महाविद्यालये आणि विद्यापीठांमध्ये पसरले.

वॉशिंग्टन ''एक विळख्यात अडकलेले शहर'' बनले आणि ''सरकारची इमारत मुळापासून ... ढासळत होती'' असे त्यावेळचे वर्णन किसिंजर यांनी केले.

हवाईयुद्धाची तीव्रता वाढवण्यात आली. ''हवेत उडू शकणारी प्रत्येक वस्तू मला तिथे जायला हवी आहे आणि तिने त्या लोकांना फोडून काढायला हवे आहे,'' १९७० मध्ये निक्सन उद्गारले. मुत्सद्दी नव्हे तर एखादा गुन्हेगारी टोळीचा सदस्य असावा अशाप्रकारे किसिंजर यांनी, ''उडणाऱ्या किंवा हालचाल करणाऱ्या'' कुठल्याही गोष्टीवर बाँब टाका असे आदेश दिले. हे शब्द न्यूरेंबर्गच्या खटल्यात आरोपीच्या पिंजऱ्यात उभे करण्यात आलेल्या कुठल्याही (नाझी) व्यक्तीला शोभून दिसले असते.

निक्सन यांनी राजीनामा दिल्यानंतर त्यांना त्यांच्या कायदा धाब्यावर बसवण्याच्या कृत्यांबद्दल जाब विचारला असता ते उत्तरले : ''एखादा राष्ट्राध्यक्ष जेव्हा काही करतो, तेव्हा ती गोष्ट बेकायदा असत नाही.'' या वेळपर्यंत कंबोडियावर पाच वर्षे सतत तुफान बाँबवर्षाव करण्यात आला होता आणि तिथली यादवीदेखील वाढतच चालली होती. या दोन्हींमुळे सामान्य नागरिकांसहित लाखो कंबोडियन लोक ठार झाले होते.

कंबोडियावर बाँबहल्ले करण्याची मोहीम ऑगस्ट १९७३ पर्यंत सुरूच होती. त्या महिन्यामध्ये अमेरिकेच्या काँग्रेसने युद्धनिधीला कात्री लावली. अमेरिकेने तोवर कंबोडियातील एक लाख ठिकाणे उद्ध्वस्त केली होती. त्या देशाची अर्थव्यवस्था पार नष्ट झाली होती आणि देशभरातून उद्ध्वस्त निर्वासितांचे लोंढेच्या लोंढे राजधानी नॉम पेन्ह इथे लोटत होते.

तिथल्या ख्मेर रूज या कम्युनिस्ट बंडखोरांच्या संघटनेने या अत्याचारांचा लाभ उठवत खेड्यापाड्यांमधून संतापलेले शेतमजूर आपल्या संघटनेमध्ये भर्ती केले आणि एकीकडे बाँबहल्ल्यांचा धुमाकूळ चालू असताना आपली संघटना कैक पटींनी वाढवली. अखेर १९७५ मध्ये त्यांनी अमेरिकापुरस्कृत भ्रष्ट लष्करी हुकूमशहाकडून सत्ता हस्तगत केली आणि आपल्याच देशबांधवांवर अनन्वित अत्याचार करायला सुरुवात केली. अमेरिकेचा युद्धामध्ये सहभाग असल्याच्या टप्प्यामध्ये जे पाच लाख कंबोडियन लोक ठार झाले होते, त्यात आता पंधरा लाखांची भर पडली. या लोकांना पोल पॉटच्या राक्षसी राजवटीने यमसदनाला धाडले. या कालावधीत कंबोडियाची पंचवीस टक्के लोकसंख्या नष्ट झाली असावी.

दरम्यान व्हिएतनाममध्ये, अनेक अमेरिकन सैनिक युद्धावर जायचे की नाही याचा निर्णय वैयक्तिक पातळीवर घेऊ लागले होते. १९७१ मध्ये आर्म्ड फोर्सेस जर्नल नियतकालिकामध्ये प्रसिद्ध झालेल्या एका लक्षणीय कबुलीजबाबात असे उघड करण्यात आले, की व्हिएतनाममध्ये जितक्या सैनिकांचे मानसिक खच्चीकरण झाले होते, त्यापेक्षा जास्त हा प्रकार फक्त फ्रेंच लष्करामध्ये बंड झाले, तेव्हा

माय लाय खेड्यामध्ये अमेरिकन लष्कराने केलेल्या कत्तलीनंतर मृत व्हिएतनामी लोकांचे इतस्ततः पडलेले देह. नोव्हेंबर १९६९ मध्ये पत्रकार सेमूर हर्श यांच्याकडून अमेरिकन जनतेला कळले, की, आदल्या नोव्हेंबर महिन्यात अमेरिकन लष्कराने या खेड्यामध्ये बहुतांशी स्त्रिया, मुले आणि वृद्धांचा समावेश असलेल्या सुमारे ५०० सामान्य नागरिकांची कत्तल केली होती.

आणि १९१७ मध्ये रशियन सैन्य नेस्तनाबूद झाले तेव्हाच घडला होता.

मात्र निक्सन यांनी लष्करी मोहीम थांबवली नाहीच. कंबोडियामध्ये आणि १९६४ मध्ये छोट्याशा लाओस देशामध्येही सुरू झालेले अमानुष बाँबहल्ले सुरूच ठेवत त्यांनी १९६८ नंतर पहिल्यांदाच उत्तर व्हिएतनामी शहरांवर बाँब टाकले. सामान्य नागरिकांच्या मृत्यूचा आकडा प्रचंड वाढला.

आणि १९७२ च्या निवडणुकीत युद्धविरोधी उमेदवार जॉर्ज मॅकगव्हर्न यांचा प्रचंड बहुमताने पराभव केल्यानंतर निक्सन यांनी उत्तर व्हिएतनामवर बारा दिवसांचे "ख्रिसमस बाँबिंग" सुरू केले. या युद्धातला हा आजवरचा सर्वांत मोठा आणि भीषण बाँबवर्षाव होता. जगभरामध्ये याचे उमटलेले पडसाद कानाचे पडदे भेदणारे होते. पुढच्याच महिन्यात पॅरिसमध्ये एक शांतता करार करण्यात आला. मूलतः १९६८ मध्ये लिंडन जॉन्सन यांच्यापुढे करण्यात आलेलाच हा मसुदा होता आणि त्या वेळी निवडणूक जिंकण्याकरता रिचर्ड निक्सन यांनीच त्याला पाने पुसली होती.

अमेरिकेने उत्तर व्हिएतनामला युद्ध नुकसानभरपाई म्हणून ३.२५ अब्ज डॉलर्स देण्याचे मान्य केले, पण नंतर हे वचन मोडले. व्हिएतनाममध्ये तत्काळ

३० एप्रिल, १९७० रोजी घेतलेल्या पत्रकार परिषदेमध्ये बोलताना निक्सन. या परिषदेत त्यांना कंबोडियावरच्या आक्रमणाची घोषणा केली. राष्ट्राध्यक्षांच्या या निर्णयामुळे देशभरातल्या महाविद्यालये व विद्यापीठांमध्ये ओरड सुरू झाली आणि निषेध व निदर्शनांची एक नाट्यपूर्ण लाट सर्वत्र पसरली.

निवडणुका घेण्याचेही वचन देण्यात आले होते, पण दक्षिण व्हिएतनाम कचरले आणि त्यांनी त्या निवडणुका आणखी दीड वर्ष लांबवल्या.

शेवटचा अमेरिकन सैनिक निक्सन यांनी मार्च १९७३ मध्ये परत आणला. अमेरिकेने प्रचंड पैसा खर्च करून आपल्या भ्रष्ट दक्षिण व्हिएतनामी दोस्त पक्षाला स्वत:च्या बळावर लढण्याकरता लष्करी प्रशिक्षण आणि शस्त्रास्त्रे व दारुगोळा पुरवला. आणखी काही दशकांनंतर इराक आणि अफगाणिस्तानात अमेरिका हेच करणार होती.

पण हा उद्योग फेल गेला. निक्सन यांचा वेड्या माणसाचा सिद्धांतही कुचकामी ठरला. एप्रिल १९७३ मध्ये दक्षिण व्हिएतनामी सैन्याला आणखी थोडा वेळ मिळावा याकरता त्यांनी या युद्धातले त्यांनी भयानक बॉंबहल्ले करण्याचे आदेश हवाईदलाला दिले. मात्र त्याच वेळी वॉटरगेट प्रकरण उद्‌भवले आणि त्यांना आपले आदेश मागे घेणे भाग पडले.

युद्ध आणखी दोन वर्षे सुरू राहिले. नंतर दक्षिण व्हिएतनामी सैन्याचा डोलारा पत्त्यांच्या बंगल्याप्रमाणे उद्‌ध्वस्त झाला आणि ते लोक पळून गेले. उत्तर व्हिएतनामी सैन्याने एप्रिल १९७५ मध्ये सायगाव काबीज केले. जीव वाचवत पळणारे नागरिक, युद्ध सोडून पळ काढणारे दक्षिण व्हिएतनामी सैन्यातले सैनिक व त्यांच्याही एक पाऊल पुढे पळणारे त्यांचे अधिकारी आणि अमेरिकन दूतावासाच्या

छतावरून उडण्यास सज्ज असलेले शेवटचे हेलिकॉप्टर पकडून अमेरिकेला जाण्याचा जिवाच्या आकांताने प्रयत्न करणाऱ्या, अमेरिकेत लागेबांधे असलेल्या व्हिएतनामी लोकांना दूर ढकलणारे दूतावासाचे सैनिक यांची छायाचित्रे अमेरिकन जनतेच्या मनातून कधीच पुसली जाणार नाहीत. या छायाचित्रांनी, आधीच खवळलेल्या युद्धसमर्थकांच्या त्राग्याच्या आगीत जणू तेलच ओतले. निक्सन यांच्याप्रमाणेच या लोकांचेही म्हणणे होते, की प्रसारमाध्यमांनी व्हिएतनामची वाट लावली.

दरम्यान, वॉटरगेट प्रकरण या नावाने ओळखल्या गेलेल्या गुन्ह्यांच्या जाळ्यामध्ये निक्सन अडकले. आपल्या देशांतर्गत शत्रूंबद्दल त्यांच्या मनामध्ये खूप मोठा गंड निर्माण झाला होता आणि प्रस्तुत घोटाळ्यामध्ये त्यांनी केलेल्या अनेक आघाड्यांवरच्या बेकायदा गोष्टी उघडकीला येत गेल्यामुळे ते अधिकाधिक विचित्र वागू लागले. त्यांच्याच संरक्षण सचिवांनी लष्करी अधिकाऱ्यांना आदेश दिले, की त्यांनी निक्सन यांच्या आज्ञा पाळू नयेत. संपूर्ण व्यवस्थेला खरोखरच भेगा पडू लागल्या होत्या. निक्सन यांना असलेला पाठिंबा संपुष्टात आल्यामुळे त्यांनी अखेर राजीनामा दिला.

अशा प्रकारे त्यांनी महाभियोग तर टाळला, पण त्यांच्या गोतावळ्यातले चाळीसहून अधिक लोक गुन्हेगारीसाठी दोषी ठरले आणि त्यातले अनेक जण तुरुंगातही गेले. त्यांच्या जागी आलेल्या उपराष्ट्राध्यक्ष जेराल्ड फोर्ड यांनी निक्सनना माफी दिली. युद्ध, लिंडन जॉन्सन आणि रिचर्ड निक्सन अमेरिकन टीव्ही पडद्यावरून नाहीसे झाले, पण राष्ट्राध्यक्षपद व अमेरिकन जनता यांच्यामध्ये असलेल्या विश्वासाच्या नात्याच्या पाठीत खंजीर खुपसला गेला होता.

त्या वेळी सेक्रेटरी ऑफ स्टेट म्हणूनही काम पाहणारे किसिंजर सहीसलामत सुटले. १९७३ मध्ये ते आणि उत्तर व्हिएतनामचे ली ड्युक थो यांना शांततेचा नोबेल पुरस्कार देण्यात आला. निक्सन यांच्या प्रशासनाच्या बुडत्या जहाजातील समंजस मार्गदर्शक व्यक्ती म्हणून किसिंजरना आंतरराष्ट्रीय प्रतिष्ठा प्राप्त झाली. अजूनही शांतता साध्य झालेली नाही हे जाणून ली ड्युक थो यांनी नोबेल पुरस्कार नाकारण्याचा सभ्यपणा दाखवला.

अमेरिका आपल्या जखमा चाटत होती, पण सत्तेत असलेल्या फार थोड्यांनी जे घडले त्यावर खोलात जाऊन विचार केला. आयसेनहॉवर यांचा डॉमिनो सिद्धांत खोटा ठरला होता. ज्याची भीती वाटत होती तो (साम्यवादाचा) विषाणू काही पसरला नाही. थायलंड, मलेशिया, सिंगापूर, इंडोनेशिया, तैवान, फिलिपिन्स आणि सर्वांत महत्त्वाचे म्हणजे जपान या सर्व देशांची भरभराट होऊन ते पाश्चात्त्य देशांच्या तंबूतच पक्के राहिले.

आशियामध्ये अमेरिकेची जी नाचक्की झाली, तिच्यामुळे चिंतेत बुडालेल्या आणि हुकूमशहांना पाठिंबा देण्याचे परिणाम समजण्यात सरळसरळ अक्षम ठरलेल्या निक्सन आणि किसिंजर यांनी अमेरिकेचे वर्चस्व पुन्हा नव्याने दाखवून देण्याच्या उद्देशाने लॅटिन अमेरिकेकडे एका नव्या दृष्टीने पाहण्यास सुरुवात केली.

चिली १९३२ पासून एक आदर्श लोकशाही राष्ट्र म्हणून टिकून होते. मात्र निक्सन-किसिंजर यांच्यापुढे त्याचा टिकाव लागला नाही.

तिथले समाजवादी नेते साल्वादोर अलेंदे यांनी १९७० ची निवडणूक जिंकली. त्यांनी आपल्या जनतेला आयटी अँड टी सारख्या अमेरिकन कंपन्यांचे राष्ट्रीयीकरण करण्याचे वचन दिले होते. मूलत: चिलीची अर्थव्यवस्था याच कंपन्यांच्या दावणीला बांधलेली होती. निक्सन यांनी त्यांच्या सीआयए प्रमुखांना आदेश दिले, ''या अर्थव्यवस्थेला किंकाळी फोडायला लावा.'' रॉबर्ट मॅकनमारा जिचे अध्यक्ष होते त्या जागतिक बँकेसहित सर्व आंतरराष्ट्रीय संस्थांनी अलेंदे सरकार पाडण्याचा कट रचला. सीआयएने विरोधी पक्षाला पैसा पुरवला, अपप्रचार आणि खोटी माहिती पसरवण्याचे उद्योग जोमाने सुरू केले, लाच देऊ केली आणि सरकारविरुद्ध निदर्शने आणि हिंसक कारवाया घडवून आणल्या. अखेर एक दिवस, लोकशाहीचे संरक्षण करण्याची शपथ घेतलेल्या अतिशय बलिष्ठ अशा चिलीच्या लष्करप्रमुखांची जेव्हा हत्या झाली, तेव्हा त्याकडे चक्क काणाडोळा केला.

डिसेंबर १९७२ मध्ये साल्वादोर अलेंदे यांनी संयुक्त राष्ट्रसंघाच्या भरगच्च सभेसमोर अमेरिकेविरुद्ध आपली तक्रार मांडली, तेव्हा टाळ्यांचा प्रचंड कडकडाट झाला. पण कदाचित त्यावेळी त्यांनी स्वत:च्या मृत्यूला आमंत्रण दिले होते. सभेसमोर ते म्हणाले होते, ''आमच्यासमोर अंधारामध्ये काम करणाऱ्या, हातात कुठलाही झेंडा न घेतलेल्या, शक्तिशाली शस्त्रास्त्रांनी सज्ज आणि प्रचंड प्रभावशाली शक्ती उभ्या ठाकल्या आहेत ... आम्ही सगळे तसे खूप समृद्ध होऊ शकणारे देश असूनही आम्ही दारिद्र्यात राहतो आहोत. एकीकडे आम्ही मोठ्या प्रमाणावर भांडवलाची निर्यात करतो आहोत आणि दुसरीकडे कर्जे आणि मदतीसाठी हातात कटोरा घेऊन भीक मागत फिरतो आहोत. भांडवलशाही आर्थिक प्रणालीमधला हा एक विलक्षण विरोधाभास आहे.''

सीआयएने त्यांच्या चिलीतील एजंटांना कामाला जुंपले. जनरल ऑगस्टो पिनोशे यांच्या मार्गदर्शनाखाली उच्च लष्करी अधिकाऱ्यांनी ११ सप्टेंबर, १९७३ रोजी बंड पुकारले. चहूबाजूंनी लष्कर त्यांच्याभोवती फास आवळत चाललेले असताना अलेंदे यांनी त्यांच्या राष्ट्राध्यक्षीय निवासस्थानातून शेवटचे रेडिओ

भाषण केले : ''मी राजीनामा देणार नाही ... साम्राज्यवादी व प्रतिगामी वृत्तींचा संयोग असलेल्या परदेशी शक्तीने लष्कराला त्याच्या परंपरेपासून दूर जाण्यासाठीचे वातावरण निर्माण केले आहे ... चिली चिरायू होवो! जनता चिरायू होवो! हे माझे अखेरचे शब्द आहेत. माझे बलिदान व्यर्थ जाणार नाही अशी माझी खात्री आहे. माझी खात्री आहे की, हे बलिदान किमान एक नैतिक धडा ठरेल आणि गुन्हेगारी, भ्याडपणा व विश्वासघाताविरुद्धचा निषेध ठरेल.''

फिडेल कॅस्ट्रोंनी एकदा त्यांना भेट म्हणून दिलेल्या रायफलची गोळी झाडून घेऊन अलेंदे यांनी आत्महत्या केली. पिनोशेंनी सत्ता बळकावली. त्यांच्या लष्करी हस्तकांनी तीन हजार दोनशेहून अधिक विरोधकांना ठार तरी केले किंवा गायब तरी आणि आपल्या राक्षसी राजवटीमध्ये आणखी हजारो लोकांचा अनन्वित छळ केला. कुप्रसिद्ध 'कॅरॅव्हॅन ऑफ डेथ' किंवा लष्करी मृत्युदूतांचा ताफा यात आघाडीवर होता. चिलीच्या जनतेकरता ९/११ या आकड्यांचा अर्थ हा अमेरिकन जनतेच्या ९/११ पेक्षा जास्त दुःखद आहे. याच दिवशी अमेरिकेने त्यांचे स्वतंत्र सरकार संपवले होते. त्यापाठोपाठ डाव्यांविरुद्धच्या भयंकर अशा ''डर्टी वॉर''द्वारे अर्जेंटिनामध्येही चिलीचीच पुनरावृत्ती झाली. हे डर्टी वॉर १९७६ पासून ते १९८३ पर्यंत चालले आणि त्यात नऊ ते तीस हजार लोक मरण पावले किंवा गायब झाले.

चिलीमधल्या पिनोशेंच्या नव्या सरकारला ताबडतोब मान्यता देण्यात आली आणि हे सरकार १९९८ पर्यंत सत्तेमध्ये राहिले. चिलीच्या अमेरिका-प्रशिक्षित गुप्तचर खात्यामागचा मेंदू कर्नल मॅन्युएल कॉन्ट्रिआस यांचा होता. हा इसम सीआयएच्या पैशांवर काम करणारा एजंट होता. लॅटिन अमेरिका, युरोप आणि अमेरिकेमध्ये लपून बसलेल्या राजकीय विरोधकांना शोधून काढून ठार करणाऱ्या मारेकरी तुकड्या त्याने तयार केल्या होत्या. पिनोशेंच्या राजवटीवर टीका करणाऱ्या एका माजी चिलियन मुत्सद्याला बॉंबस्फोटात ठार करण्याकरता त्याच्या गुप्त पोलिस दलाचे एजंट वॉशिंग्टन डी. सी. ला गेले होते. 'ऑपरेशन कॉन्डोर' असे नाव देण्यात आलेल्या या हत्याप्रकरणांमध्ये चिली, अर्जेंटिना, उरुग्वे, बोलीव्हिया, पॅराग्वे आणि ब्राझील या देशांमधली उजव्या गटाची सरकारे गुंतली होती. मारेकऱ्यांच्या या सर्व तुकड्यांनी मिळून त्यांच्या-त्यांच्या देशाच्या एकूण तेरा हजारांपेक्षा जास्त विरोधकांना परदेशात जाऊन शोधले आणि ठार मारले. त्याशिवाय लाखो लोकांना छळछावण्यांमध्ये टाकून दिले. या सर्व देशांच्या गुप्तचर खात्यांच्या प्रमुखांमध्ये परस्परसंपर्क ठेवण्याचे काम तरी नक्कीच अमेरिकेने केले होते.

२००७ मध्ये उघड करण्यात आलेल्या सीआयएच्या अंतर्गत ऐतिहासिक कागदपत्रांमध्ये समजले, की गुप्तवार्ताविरोधी खात्याचे प्रमुख जेम्स जीझस अँगलटन यांना सोव्हिएत युनियन आपल्या खात्यामध्ये शिरकाव करेल आणि अंतिमतः

मार्च १९७५ मध्ये उत्तर व्हिएतनामने त्यांच्या अंतिम चढाईला सुरुवात केली. अमेरिकन लष्कराच्या मदतीविना दक्षिण व्हिएतनामचे सैन्य अक्षरशः कोलमडून पडले. दक्षिण व्हिएतनामी सैनिक गोळीबार करत करत पळून जाण्याकरता विमाने पकडत असतानाची आणि अमेरिकन दूतावासाच्या छतावरून उडण्यास सज्ज असलेले शेवटचे हेलिकॉप्टर पकडून अमेरिकेला जाण्याचा जिवाच्या आकांताने प्रयत्न करणाऱ्या व्हिएतनामी लोकांना दूर ढकलणारे दूतावासाचे सैनिक यांची छायाचित्रे अमेरिकन जनतेच्या मनातून पुढची अनेक दशके जाऊ शकली नाहीत.

बहुतांश जगाचा ताबा मिळवेल या भयगंडाने झपाटून टाकले होते आणि त्यांच्या नेतृत्वाखाली, पंचवीस देशांमध्ये पोलिस दले आणि दहतवादविरोधी तुकड्या निर्माण करणे, तिथल्या गुप्त पोलिस आणि मारेकरी तुकड्यांच्या प्रमुखांसहित सुमारे आठ लाख लष्करी आणि पोलिस अधिकाऱ्यांना प्रशिक्षण देणे व नंतर त्यांचा वापर करून घेणे, या कृत्यांमध्ये सीआयए सक्रियपणे गुंतली होती.

व्हिएतनाम, वॉटरगेट आणि सीआयएच्या कारभाराबद्दल संसदेने केलेली प्राथमिक चौकशी या सगळ्या गोष्टींमुळे हे दशक खूप वाईट ठरले आणि अमेरिकन जनतेला कळेनासे झाले, की आपण कुठल्या प्रकारचा देश आहोत? या प्रश्नाचे उत्तर खूप अस्वस्थ करणारे होते. डावे आणि उजवे, तरुण आणि वयस्कर यांच्यामध्ये खूप मोठी दरी जरी निर्माण झाली होती, तरी एकुणात अमेरिकन जनतेचे राहणीमान उंचावत चालले होते आणि लैंगिक संबंध, लिंगाधारित वर्तन तसेच नैतिकतेच्या बाबतीतील आचारसंहिता अंमळ शिथिल झाल्यामुळे लोक तसे मजेत होते. वांशिक संबंधांच्या बाबतीतसुद्धा अडखळती का होईना पण प्रगती होत होती.

युद्धासाठी म्हणून कुठलेही नवे कर लादले जात नव्हते आणि सक्तीची

२४ ऑक्टोबर, १९७० रोजी चिलीच्या राष्ट्राध्यक्षपदी निवड झाल्याचे शुभवर्तमान ऐकल्यानंतर आपल्या घराबाहेर साल्वादोर अलेंदे. नव्या राष्ट्राध्यक्षांनी ३ नोव्हेंबर रोजी पदाची शपथ घेतली. दोन दिवसांनी निक्सन यांनी त्यांची हकालपट्टी करण्याची मागणी केली.

लष्करभरती अखेर एकदाची बासनात गुंडाळण्यात आली होती. सर्वसाधारणपणे ज्या लोकांची महाविद्यालयीन शिक्षण घेण्याची ऐपत होती, ते व्हिएतनामला गेले नव्हते. फक्त कष्टकरी वर्ग गेला होता.

१९६० च्या दशकातल्या आर्थिक भरारीची फळे बहुतेक अमेरिकन्स आनंदाने उपभोगत होते. अर्थव्यवस्थेची ही भरारी काही प्रमाणात लष्करी-औद्योगिक संयुगामुळे उत्पन्न झाली होती कारण या संयुगाने भरमसाट शस्त्रास्त्रे या काळात विकली होती. उदाहरणार्थ, खुद्द अमेरिकेलाच व्हिएतनाममध्ये तिच्या बारा हजार हेलिकॉप्टर्सच्या ताफ्यापैकी पाच हजारांहून अधिक हेलिकॉप्टर्स निकामी झाल्याने नवी घ्यावी लागली होती.

१९५१ ते १९६५ या कालावधीत कॅलिफोर्निया या एकाच राज्याला संरक्षणविषयक करारांपोटी ६७ अब्ज डॉलर्स मिळाले होते. त्यामुळे अमेरिकेचा निर्जन पश्चिम भाग फळफळला होता. तिथल्या नव्या शहरे आणि गावांमध्ये प्रचंड मोठ्या संख्येने रोजगार उपलब्ध झाले होते. पर्यायाने संसदेतले सत्तेचे समीकरणदेखील बदलले आणि शस्त्रनिर्मिती करणाऱ्या राज्यांच्या संपूर्ण पट्ट्यामधील लोकप्रतिनिधींची सरकारमधील पदे त्यांना असलेल्या शस्त्रास्त्रनिर्मिती उद्योगांच्या पाठिंब्यानुसार ठरू लागली होती.

आणि पुढे अनेक वर्षांनी इराक आणि अफगाणिस्तानमधील युद्धाप्रमाणेच

जून १९७६ मध्ये ऑगस्टो पिनोशे किसिंजर यांच्याशी हस्तांदोलन करताना. सीआयएच्या मदतीने आणि निक्सन यांनी स्वतः दिलेल्या आदेशानुसार अलेंदे यांना पदावरून दूर केलेल्या पिनोशेंनी चिलीतील सत्ता बळकावली आणि ताबडतोब आपल्या ३,२०० विरोधकांची हत्या केली, तसेच इतर हजारो लोकांना तुरुंगात टाकून त्यांचा छळ केला. या मारेकरी सरकारला अमेरिकेची त्वरित मान्यता मिळेल व आर्थिक मदत दिली जाईल याची किसिंजर यांनी व्यवस्था केली.

याही वेळी सरकारने युद्धाचा खर्च जास्त संख्येने चलनी नोटा छापून पूर्ण केला. अमेरिकन सरकारने अशा प्रकारे चलनवाढ करून डॉलर्सचे सोन्यामध्ये रूपांतर करण्याची क्षमता पणाला लावली आणि १९६० च्या दशकाच्या सुरुवातीला असलेली ३ अब्ज डॉलर्सची अंदाजपत्रकीय तूट १९६८ पर्यंत तब्बल २५ अब्ज डॉलर्सने वाढण्यात हातभार लावला. सट्टाबाजार तेजीत आला, करामध्ये कशा कशात सवलत मिळू शकते याचा शोध उद्योग घेऊ लागले आणि उत्पादक स्वरूपाची पुनर्गुंतवणूक थंडावली.

व्हिएतनामधल्या युद्धक्षेत्रामध्ये अमेरिकेने उपयोगी वस्तूंचे मोठमोठे साठे पाठवून गोदामे उभी केल्यामुळे त्या देशातही भ्रष्टाचार प्रचंड प्रमाणात होऊ लागला. पीएक्स या नावाने ओळखली जाणारी भव्य वस्तुविनिमय केंद्रे असलेले लष्करी तळ मिनि-लास वेगसप्रमाणे तिथल्या मागासलेल्या प्रदेशामध्ये बहरले आणि त्यामुळे तिथल्या लोकांनाही जीवनोपभोगाची चटक लागली. कार, रेफ्रिजरेटर, टीव्ही संच, अन्नपदार्थ आणि पेये या गोष्टींमुळे तिसऱ्या जगाचा भाग असलेल्या व्हिएतनामच्या अर्थव्यवस्थेचे संतुलन बिघडले आणि काळाबाजार फोफावला. अमेरिकन सैनिक आणि स्थानिक नागरिक यांच्यात मिलीभगत निर्माण होऊन

भयंकर अशी शस्त्रे गोदामांमधून गायब होऊ लागली. या लोकांनी आपल्या फायद्यासाठी ही शस्त्रे दक्षिण आणि उत्तर अशा दोन्ही व्हिएतनामी लष्करांना विकली. बहुतेक युद्धांमध्ये घडते, तसे आर्थिक घोटाळ्यांची प्रकरणे तिथल्या राखेचे व पडझडीचे ढिगारे आणि अनागोंदीखाली दडपली गेली.

धडकी भरवणारी एक-एक चिन्हे दिसायला सुरुवात झाली. कारखान्यांनी एक तर विकसनशील देशांमध्ये पळ काढला, नाही तर दक्षिण अमेरिकन देशांच्या गटामध्ये सामील नसलेल्या दक्षिणेकडच्या देशांमध्ये. कारण जुनी, उत्तर अमेरिकेतील औद्योगिक शहरे बेरोजगारी, घरे व शाळांची दुरवस्था आणि अंमली पदार्थांचे व्यसन या गोष्टींमुळे वाईट स्थितीकडे वाटचाल करू लागली होती. प्रत्यक्ष हातात पडणारी वेतने नुसती वाढणेच बंद झाली नाही, तर उलट पुढच्या तीस वर्षांमध्ये कमीच होत गेली आणि मध्यम आणि कष्टकरी वर्गांचे राहणीमान हळूहळू खालावत गेले.

१९७१ मध्ये निक्सन यांनी अमेरिकेला, एक औंस सोन्याला पस्तीस डॉलर्स या सुवर्ण मानकामधून बाहेर काढले आणि दुसऱ्या महायुद्धोत्तर काळातील आर्थिक सहकार्यांचे नियमन करणारा ब्रेटन वूड करार रद्द करून टाकला.

तेल उत्पादक देशांच्या, विशेषत: मध्यपूर्वेतल्या देशांच्या 'ओपेक' या संघटनेला आता इतके बळ प्राप्त झाले होते, की तिने १९७३ च्या अरब-इस्रायल युद्धामध्ये इस्रायलची बाजू घेतल्याबद्दल अमेरिकेला शिक्षा करायला सुरुवात केली होती. पुढच्या वर्षी तेलाच्या किमती चौपट वाढल्या. १९५० च्या दशकापूर्वी आपली तेलाची गरज देशांतर्गत तेल उत्पादनातूनच भागवणारी अमेरिका आता तिच्या गरजेच्या एक तृतीयांश तेलाची आयात करू लागली होती.

तेजी आणि मंदीचे चक्र देशामध्ये वरवंट्यासारखे फिरू लागले होते. अर्थव्यवस्थेमध्ये वाढती अस्थिरता आणि असुरक्षितता पसरल्यामुळे एक सट्टारूपी फुगा फुगला होता आणि त्यात वॉल स्ट्रीट आपले उखळ पांढरे करत होती. २००८ च्या मंदीच्या रूपात या फसव्या आर्थिक फुग्याने सर्वांत खालची पातळी गाठली.

खरोखरच, व्हिएतनाम युद्धामुळे अमेरिकेमध्ये सामाजिक आणि राजकीय सुधारणा होऊ शकण्याचा शेवटचा लक्षणीय कालखंडदेखील संपुष्टात आला.

देश आता निव्वळ कर्जाऊ घेतलेल्या पैसा व मागून घेतलेला वेळ यांवर जगणारा ''कागदी वाघ'' झाला होता का? १९७० आणि १९८०च्या दशकात व १९९०च्या दशकाच्या सुरुवातीपर्यंत हाच एक प्रश्न देशाला छळत राहिला. मग १९९० च्या दशकामध्ये सोव्हिएत युनियनचे विघटन झाले आणि अमेरिकेमध्ये वर्चस्वाच्या भावनेने पुन्हा एकदा डोके वर काढले.

त्या वेळची सर्वमान्य दंतकथा अशी होती, की अमेरिका व्हिएतनाम युद्धामध्ये पराभूत झाली. पण भाषातज्ज्ञ, इतिहासकार आणि विचारवंत नोआम चॉम्स्की यांनी म्हटल्याप्रमाणे, ''याला पराभव यासाठी म्हणतात, की अमेरिकेने तिची जास्तीत जास्त उद्दिष्टे पूर्ण केली नाहीत आणि ही जास्तीत जास्त उद्दिष्टे म्हणजे त्या देशाला फिलिपिन्ससारखे करून ठेवणे. अमेरिकेला हे जमले नाही ... पण त्यांनी प्रमुख्य उद्दिष्टे मात्र पूर्ण केली. व्हिएतनामला उद्ध्वस्त करून तिथून बाहेर पडणे अमेरिकेने साध्य केले.'' अन्यत्र त्यांनी लिहिले, ''दक्षिण व्हिएतनाम ... जवळ जवळ पूर्ण उद्ध्वस्त झाला आणि व्हिएतनाम हा देश कुठल्याही गोष्टीकरता एक आदर्श ठरण्याच्या सर्व शक्यता कायमकरता नाहीशा झाल्या.''

१९९५ मध्ये वृद्ध आणि सूज्ञ झालेले रॉबर्ट मॅक्नमारा जेव्हा पुन्हा व्हिएतनामला गेले, तेव्हा त्यांना काहीसा धक्का बसला आणि त्यांनी कबूल केले, की अमेरिकेने जरी वीस लाख व्हिएतनामी लोक मृत झाल्याचा अंदाज व्यक्त केला असला, तरी प्रत्यक्षात ३८ लाख लोक मरण पावले होते. त्यावेळच्या परिमाणात पाहू गेल्यास हा आकडा २७ लाख अमेरिकन लोक मरण्याच्या बरोबर होता. त्या तुलनेत या युद्धामध्ये ५८,००० अमेरिकन लोक ठार झाले आणि २ लाख जखमी झाले. अमेरिकेने दक्षिण व्हिएतनाममधल्या १५,००० लहान खेड्यांपैकी ९,००० खेडी नामशेष केली होती. उत्तर भागात तिने सहाच्या सहा औद्योगिक शहरे, ३० पैकी २८ प्रांतीय गावे आणि ११६ पैकी ९६ जिल्ह्याची गावे नष्ट करून टाकली. स्फोट न झालेला दारूगोळा आजही तिथल्या ग्रामीण भागामध्ये मोठ्या प्रमाणावर विखरून पडलेला आहे. १ कोटी ९० लाख गॅलन वनस्पतिनाशक औषधांनी तिथले वातावरण विषारी करून टाकले होते आणि व्हिएतनामच्या प्राचीन, तिहेरी वृक्षछायांच्या जंगलांचे नामोनिशाणच जवळपास पूर्णपणे मिटले. एकट्या रासायनिक युद्धाचेच परिणाम अनेक पिढ्यांपर्यंत टिकून राहिले आणि 'एजंट ऑरेंज' नावाच्या रसायनाचा प्रयोग जिथे करण्यात आला होता त्या दक्षिण व्हिएतनाममधल्या इस्पितळांमध्ये ते आजही दिसून येत आहेत. काचेच्या बरण्यांमध्ये ठेवलेले मृत गर्भ, जन्मत:च अंगावर काटा आणणाऱ्या वैद्यकीय आणि शारीरिक विकृती व व्यंगे घेऊन जन्मलेली आणि वाचलेली लहान मुले, आणि कर्करोगाचे प्रमाण या भागामध्ये उत्तरेपेक्षा खूप जास्त आहे.

आणि खोटे वाटेल, पण हे सगळे होऊनही पुढची अनेक वर्षे अमेरिकेमध्ये लोकांसमोर सगळ्यात मोठ्ठा प्रश्न काय होता, तर युद्धात बेपत्ता झालेल्या तेराशे अमेरिकन सैनिकांना कसे शोधायचे? त्यांच्यापैकी काही-शे जणांना उत्तर व्हिएतनामी सैन्याने पकडले असल्याचे बोलले जात होते. या गोष्टीवर प्रचंड धंदा करणारे चित्रपटही निघाले.

व्हिएतनामी लोकांना जे दु:ख भोगावे लागले आणि लागते आहे, त्याबद्दल आजतागायत अमेरिकेने कुठल्याही प्रकारे त्यांची माफी मागितलेली नाही किंवा त्याची यत्किंचितही जाणीवसुद्धा अमेरिकेमध्ये कुणाला नाही. अखेर वीस वर्षांनी, १९९५ मध्ये, राष्ट्राध्यक्ष बिल क्लिंटन यांनी व्हिएतनामला राष्ट्र म्हणून मान्यता दिली.

हे युद्ध संपल्यापासून आजतागायत अमेरिकेतले परंपरावादी लोक ''व्हिएतनाम सिंड्रोम'' वर मात करण्याकरता धडपडत आहेत. अन्य देशांमध्ये आपले सैनिक युद्धासाठी पाठवण्याला विरोध असलेल्या लोकांकरता हा ''व्हिएतनाम सिंड्रोम'' एक घोषवाक्यच जणू झाला आहे.

आश्चर्याची गोष्ट म्हणजे हे युद्ध एका संपूर्ण पिढीला भुरळ घालणारे आणि तिचे लक्षण बनून बसलेले असूनही आजच्या अमेरिकन तरुण पिढीला व्हिएतनामबद्दल काहीही माहिती नाही. आणि हे निव्वळ अपघाताने घडलेले नाही. देशाच्या इतिहासविषयक जाणिवेतून व्हिएतनाम पुसून टाकण्याकरता जाणीवपूर्वक आणि पद्धतशीर प्रयत्न करण्यात आले आहेत. रोनाल्ड रेगन यांनी म्हटल्याप्रमाणे, ''खरे म्हणजे आपला हेतू उदात्त होता, हे ओळखण्याची वेळ आता आली आहे ... आपण जेव्हा त्यावेळी आपण काहीतरी लज्जास्पद केल्याप्रमाणे अपराधी भावना व्यक्त करतो, तेव्हा आपण पन्नास हजार अमेरिकन तरुणांच्या स्मृतीचा अपमान करत असतो.''

इतिहासाची अशी रंगसफेदी फक्त परंपरावाद्यांनीच केली असेही नाही. या खऱ्याचे खोटे करणाऱ्या लोकांच्या आवाजात बिल क्लिंटन यांनीदेखील आपला आवाज मिसळला. ते एकदा म्हणाले, ''व्हिएतनाम काळातल्या राजकीय निर्णयांबद्दल आपले मत काहीही असो, तिथे लढलेल्या आणि मेलेल्या शूर अमेरिकन लोकांची प्रेरणा उदात्त होती. व्हिएतनामी लोकांच्या स्वातंत्र्य आणि मुक्तीकरताच ते लढले.'' मग २०१४ मध्ये एका गॅलप जनमतचाचणीमध्ये १८ ते २९ वयोगटातल्या तब्बल ५१ टक्के लोकांनी जेव्हा व्हिएतनाम युद्ध योग्य होते असे म्हटले, तर त्यात काय नवल?

युद्धाची निष्पत्ती घासूनपुसून लख्ख केलेल्या असत्याच्या धुक्याआड दडलेली आहे. नोव्हेंबर १९८२ मध्ये राष्ट्रार्पण केल्या गेलेल्या वॉशिंग्टनमधल्या व्हिएतनाम युद्धातल्या वीरांच्या स्मारकामध्ये ५२,२८० मृत किंवा बेपत्ता अमेरिकनांची नावे कोरलेली आहेत. यातला संदेश स्पष्ट आहे - या अमेरिकनांचे मृत्यू ही खरी शोकांतिका आहे. पण मरण पावलेल्या ३८ लाख व्हिएतनामी आणि कोट्यवधी कंबोडियन व लाओसवासीयांची नावे कोरायची झाली तर काय होईल याची फक्त कल्पना करा. या स्मारकाची सध्या ४९३ फूट लांब असलेली भिंत आठ मैलांपेक्षा जास्त लांबीची होईल.

व्हिएतनाममधील तथाकथित नामुष्कीचा बदला पुढच्या काही दशकांमध्ये रोनाल्ड रेगन, बुश पिता-पुत्र आणि काही अंशी बराक ओबामा यांनीदेखील अखेर घेऊन टाकला. विरोधाभासाची गोष्ट म्हणजे, ज्या पिढीत जॉन्सन, निक्सन, रेगन, जॉर्ज एच. डब्ल्यू. बुश आणि झाडून सगळे जनरल्स व उच्च लष्कराधिकारी जन्मले होते, आणि जिला मुख्य प्रवाहातील प्रसारमाध्यमांनी १९९०च्या दशकाअखेरीस ''सर्वांत महान पिढी'' असे गौरवले होते, त्या दुसरे महायुद्ध लढलेल्या पिढीचा व्हिएतनाम युद्ध हा दुःखद शेवट ठरला होता. आणि त्याच प्रसारमाध्यमांनी, दुसऱ्या महायुद्धानंतर अति आत्मविश्वास उत्पन्न झालेल्या याच पिढीने व्हिएतनामला सहज पराभूत करता येण्याजोगी चतुर्थ श्रेणीची शक्ती असे म्हणून मोडीत काढले होते, याकडे मात्र दुर्लक्ष केले. प्राचीन ग्रीक लोक ज्याला ह्युब्रिस किंवा गर्व म्हणत असत, त्या गर्वाचे घर खाली होत असते.

आणि सुरुवातीला फारशा कुणाच्या खिजगणतीत नसलेल्या या युद्धातूनच अमेरिकेच्या आर्थिक, सामाजिक आणि नैतिक जीवनाचे अतिशय विकृतीकरण झाले. त्यातून उद्‌भवलेल्या यादवीसदृश अंतर्गत कलहामध्ये देशाचे जे ध्रुवीकरण झाले, ते अद्यापही कायम आहे. अमेरिकेने या युद्धासंबंधी अनेक गोष्टी नाकारल्या, फार थोड्या लक्षात ठेवल्या, कशाहीबद्दल पश्चात्ताप केला नाही आणि कदाचित, त्यापासून काहीही धडा घेतला नाही. इतिहास लक्षात ठेवायला हवा. त्यातला मथितार्थ नीट लक्षात आला नाही तर, त्याची पुनरावृत्ती होते.

अमेरिकेचे दुसरे राष्ट्राध्यक्ष जॉन ॲडम्स एकदा म्हणाले होते, ''सत्तेला नेहमी असे वाटत असते, की आपला आत्मा एक महान आत्मा आहे ... आणि ईश्वराचे सगळे कायदे मोडत असूनही आपण त्याची सेवा करत आहोत असेच तिला वाटत असते.'' त्यामुळे पुढे येऊ घातलेला इतिहास म्हणजे एक दुःखद आणि अटळ रक्तपात होतो, जो मग पुनःपुन्हा होतच राहतो. अमेरिका वारंवार जुलूम करणाऱ्या लोकांच्याच बाजूने उभी राहिली.

आपल्या मित्रांना आर्थिक आणि लष्करी मदत देणे, अंमली पदार्थांविरुद्ध लढाईचा कार्यक्रम देणे, पोलीस व सुरक्षाव्यवस्थेचे प्रशिक्षण पुरवणे, संयुक्त लष्करी कवायती करणे, परदेशांमध्ये आपले लष्करी तळ उभारणे आणि क्वचित कधीतरी थेट लष्करी हस्तक्षेप करणे याद्वारे अमेरिकेने जुलमी सत्ताधीशांचे एक जाळे उभे करून त्याला शक्ती दिली. हे लोक त्यांच्या देशातल्या स्वस्त मजूर आणि संसाधनांचे साम्राज्याच्या हिताच्या अटी व शर्तींवर शोषण करणाऱ्या परदेशी गुंतवणूकदारांशी मैत्री करणारे होते.

ब्रिटिश आणि फ्रेंचांनीही पूर्वी हेच केले होते आणि अमेरिका पुढे चालून हेच करणार होती. हे लोक बलात्कार आणि लुटालूट करणारे मंगोल नव्हे, तर

आधुनिकता, लोकशाही आणि सामाजिक सुधारणांच्या नावाखाली अमेरिका व तिच्या दोस्तराष्ट्रांच्या हिताकरता देशोदेशींच्या स्थानिक अर्थव्यवस्थांची लूट करणारे, सभ्य दिसणारे, हातात ब्रीफकेस बाळगणारे, सुप्रतिष्ठित विद्यापीठांच्या आयव्ही लीगमध्ये शिक्षण घेतलेले बँकर आणि कॉर्पोरेट एक्झिक्युटिव्ह होते.

शीतयुद्धाच्या काळात, अमेरिकेच्या परोपकारी वृत्तीचे तोंडभरून कौतुक करत आणि आगीशी आग होऊन लढण्याकरता प्रसंगी अश्लाघ्य डावपेचदेखील खेळावे लागतात असे ठासून सांगत, राजकारणी आणि प्रसारमाध्यमांनी अमेरिकेच्या परराष्ट्रधोरणातल्या मूलभूत नैतिकतेवर चर्चा करण्याचे टाळले. याला जगातल्या सर्व किसिंजरांनी "रियलपॉलिटिक" किंवा "व्यावहारिक राजकारण" असे नाव दिले.

पण १९९० च्या दशकाच्या सुरुवातीला सोव्हिएत युनियनचे विघटन झाल्यावरदेखील आपल्या देशाच्या धोरणांमध्ये बदल झाला नाही. अमेरिका पुन:पुन्हा तळागाळातल्या, बदल घडवून आणू पाहणाऱ्या लोकांच्या विरुद्ध जाऊन प्रस्थापित वर्ग किंवा लष्कराची बाजू घेत राहिली. अमेरिकेचे हे युद्ध, जे सहज मरू शकत होते अशा पृथ्वीच्या पाठीवरच्या गरीबांविरुद्धचे युद्ध होते. हे मरणारे गरीब लोक म्हणजे तिच्या दृष्टीने "कोलॅटरल डॅमेज" किंवा "आनुषंगिक अपरिहार्य नुकसान" होते.

पण हे सगळे खरोखर साम्यवादाविरुद्ध लढण्याशी निगडित होते का, की धोरणकर्त्यांचा खरा उद्देश लपवण्याचा तो केवळ एक मार्ग होता?

१९४८ मध्ये लिहिलेल्या एका निवेदनामध्ये शीतयुद्धाच्या सुरुवातीच्या काळामध्ये अमेरिकेचे प्रमुख नीतितज्ज्ञ असलेल्या जॉर्ज केनन यांनी या विषयाच्या गाभ्याला हात घातला होता. त्यांनी त्यात लिहिले होते, की जगाच्या संपत्तीच्या ५० टक्के, पण त्याच्या लोकसंख्येच्या फक्त ६.३ टक्के ... असलेले आपण इतरांच्या असूया आणि रागाचे लक्ष्य न ठरणे शक्यच नाही. आपले खरे काम ... ही तफावत आपल्याला कायम ठेवता येईल अशाप्रकारचे संबंधांचे साचे शोधून काढणे हे आहे ... हे करण्याकरता आपल्याला भावनाप्रधानता आणि स्वप्नाळू वृत्तीचा संपूर्ण त्याग करावा लागेल ... मानवी हक्क, राहणीमान उंचावणे आणि लोकशाहीकरण ... असल्या संदिग्ध आणि अवास्तव उद्दिष्टांबद्दल बोलता कामा नये ... आपल्याला सरळसरळ वर्चस्वाच्या भाषेत बोलावे लागेल. आदर्शवादी घोषणांमुळे आपल्या पायात जितक्या कमी बेड्या पडतील, तेवढे चांगले.

पण १०१ वर्षांचे आयुष्य लाभून २००५ पर्यंत जगलेले जॉर्ज केनन हे एक बुद्धिजीवी होते. त्यांनी कधीही कुठलेही राजकीय पद मिळवण्याचा प्रयत्न केला नाही. पुढे येणाऱ्या रोनाल्ड रेगन यांच्या राष्ट्राध्यक्षपदाच्या कारकिर्दीचे रानटी स्वरूप त्यांच्या वाईटातल्या वाईट स्वप्नातदेखील कधी आले नसेल.

प्रकरण दहा

१९७० मध्ये ॲटर्नी जनरल जॉन मिचेल मोठ्या समाधानाने म्हणाले, ''हा देश इतका जास्त उजव्या बाजूला चालला आहे, की काही काळाने तुम्हाला तो ओळखूदेखील येणार नाही.'' पण अमेरिका आणखी किती उजव्या बाजूला झुकू शकणार होती? १९७० मध्ये व्हिएतनाम, कंबोडिया, लाओस, आण्विक धोका, लोकांवर पाळत ठेवणे, घातपात, लांछनीय डावपेच, अधिकृत खोटारडेपणा, वांशिक ध्रुवीकरण आणि गुन्हेगारी या गोष्टी आधीच चालू होत्या आणि त्यात अजून अंमली पदार्थांविरुद्धची लढाई, चिली आणि वॉटरगेट यांची भर पडायची होती. पण रोनाल्ड रेगन आणि जॉर्ज डब्ल्यू. बुश हे ज्या प्रकारचे जग वास्तवात आणणार होते, त्याच्या तुलनेत निक्सन युग हे जणू ज्याच्याकडे मागे वळून पाहत त्याच्या रम्य आठवणींमध्ये हरवून जावेसे वाटावे, तसे भासते.

अमेरिकन जीवनाच्या अंधाऱ्या फटींमध्ये उजव्या विचारसरणीच्या शक्ती नेहमीच मुक्तपणे आणि उघडपणे काम करत आल्या आहेत. त्यात वंशवाद, लष्करवाद, साम्राज्यवाद आणि खासगी उद्योगांवरची अंधभक्ती या गोष्टी भळभळत होत्या. कडवेपणाच्या आतल्या भीषण वास्तवतेने कू क्लक्स क्लान, नाझी पक्ष, लिबर्टी लीग, अमेरिकन फर्स्टर्स, जॉन बर्चर समर्थक, मॅकार्थीवादी आणि टी पार्टी यांसारख्या अगदी भिन्न-भिन्न गटांना जन्म दिला होता आणि हे गट, द्वेष, असहिष्णुता किंवा मग शुद्धपणे इतिहासाबद्दलचे घोर अज्ञान पसरवत राहिले.

निक्सन जिचे लांगूलचालन करत होते, ती नव्याने रिपब्लिकन झालेली दक्षिण अमेरिका आणि तिसऱ्या पक्षाचे उमेदवार म्हणून जॉर्ज वॉलेस यांना मिळालेले यश यांपासून सुरुवात करून या शक्ती अमेरिकन राजकारणाच्या रिंगणाबाहेरून आणि विवेकाच्या सर्वांत खालच्या स्तरापासून निघून रिपब्लिकन पक्षामध्ये प्रवेश करत्या झाल्या. या पक्षाने मग हळूहळू कधीकाळी जोमात असलेले आपल्यातले मवाळ आणि उदारमतवादी गट आपल्यामधून हद्दपार केले.

निक्सन एकदा म्हणाले होते, की एखाद्या मोठ्या शहरामध्ये झोपड्या

बांधण्यात एखाद्याला जितका रस असेल, तितकाच रस मला देशांतर्गत राजकारणात आहे. पण त्यांना हे आवडले असो किंवा नसो, पण त्यांच्याच डोळ्यांसमोर मतदानाचे वय अठरा झाले, सेन्सॉरशिप कमी झाली आणि स्त्री व पुरुष समलिंगी लोक अंधारातून उजेडात आले. त्यांनी एन्व्हायर्न्मेंट प्रोटेक्शन एजन्सी (इपीए) स्थापन केली, समान नागरी हक्कविषयक दुरुस्तीला, तसेच कामगारांच्या आरोग्यरक्षणासंबंधीच्या नव्या कायद्यांना पाठिंबा दिला आणि मतदान हक्क कायदादेखील बळकट केला. सर्व अमेरिकन नागरिकांना एका ठरावीक वार्षिक उत्पन्नाची हमी असावी या मागणीलाही त्यांनी मान्यता दिली.

नंतर-नंतर उजव्या गटातील त्यांच्या पूर्वीच्या मित्रांना हे जाणवू लागले होते, की त्यांना माहीत असलेले १९५०च्या दशकातले प्रखर साम्यवादविरोधी रिचर्ड निक्सन हे नव्हेत. आग्नेय आशियामध्ये ते जरी वरवंटा फिरवत असले, तरी १९७२ मध्ये त्यांनी आपली दिशा बदलत आशियातील युद्धांमुळे अमेरिकेवर येणारा ताण कमी करण्याच्या इच्छेने लाल चीनला मान्यता देऊन सगळ्या उजव्यांना जबर धक्का दिला. आणि त्यावर कडी म्हणजे त्यांनी सोव्हिएत युनियनला जाऊन तिथे सॉल्ट -१ हा करार केला. या करारानुसार क्षेपणास्त्रे आणि क्षेपणास्त्रविरोधी यंत्रणांच्या संख्येवर मर्यादा आली.

सोने प्रमाण मानकामधून जेव्हा त्यांनी देशाला काढून घेतले आणि १९७१ मध्ये वेतन व किमतींवर नियंत्रणे लागू केली, तसेच १९७३ मध्ये व्हिएतनाममधून उरलेसुरले अमेरिकन सैनिकही माघारी आणले, तेव्हा त्यांचे डोके फिरले आहे आणि त्यांनी आपल्या समर्थकांचा पारच विश्वासघात केला आहे असे लोकांना वाटले.

वॉटरगेट प्रकरण बाहेर येण्यापूर्वी निक्सन यांनी डाव्या आणि उजव्या अशा दोन्ही बाजूंना खूप शत्रू निर्माण करून ठेवले होते. हे त्यांना परवडणारे नव्हते. आपल्याविरुद्ध महाभियोग चालवला जाण्याची शक्यता पाहून त्यांनी ९ ऑगस्ट, १९७४ रोजी राजीनामा देऊन टाकला. आता राष्ट्राध्यक्षपद मनमिळाऊ जेराल्ड फोर्ड यांच्या हातात गेले. हा मनुष्य एकावेळी च्युईंग गम चघळणे आणि पादणे या दोन गोष्टीदेखील करू शकत नाही, असे लिंडन जॉन्सन फोर्ड यांच्याबद्दल म्हटले होते. फोर्ड यांनी जाहीर केले, की आपले दीर्घ राष्ट्रीय दुःस्वप्न आता संपले आहे,'' पण त्याचवेळी अत्यंत चुकीचा संदेश देत निक्सन यांना माफी देऊन टाकली. भविष्याच्या दृष्टीने त्याहीपेक्षा वाईट गोष्ट म्हणजे निक्सन यांच्या जाण्यामुळे त्यांच्या नव्या रिपब्लिकन पक्षामध्ये दडलेली संताप आणि प्रतिशोधाची उर्मी बाहेर आली. निक्सन यांचा दंतकथा बनलेला राग आता रिपब्लिकन पक्षाचा राग झाला होता, फक्त आता त्याचा रोख खुद्द सरकारवर होता. परंपरावादी विचारगट आणि धनाढ्य विश्वस्त संस्थांना तथाकथित प्रसारमाध्यमांचा प्रचंड

संताप आला होता. त्यांच्या मते व्हिएतनामचे विकृत चित्र उभे करण्यात आणि निक्सनना राष्ट्राध्यक्षपदावरून घालवण्यात माध्यमांनी अतिशय जहरी भूमिका निभावली होती आणि याच रागामुळे चवताळून त्यांनी आपल्या उद्दिष्टांचा पाठपुरावा करण्याकरता प्रचंड पैसा ओतला. या उद्दिष्टांमध्ये खासगीकरणाकडे मोठ्या प्रमाणात पुन्हा वळणे हे एक उद्दिष्ट होते. त्यांच्या मते रूझवेल्ट यांच्या दळभद्री नव्या कराराने ही खासगीकरणाची संकल्पना उद्ध्वस्त केली होती. रूझवेल्ट यांचा जुना शत्रू - धनाढ्य लोकांचा वर्ग - पुन्हा परतला होता.

उजव्या गटांच्या वेगाने वाढत चाललेल्या या साखळीच्या दृष्टीने जेराल्ड फोर्ड यांच्यासारखे तुलनेने मवाळ नेते कुचकामी होते आणि त्यांच्या जागी कॅलिफोर्नियाचे माजी गव्हर्नर रोनाल्ड रेगन यांच्यासारखा एक खराखुरा उजव्या विचारसरणीचा नेता व्हाइट हाऊसमध्ये बसवण्याची त्यांना घाई झाली होती. या दबावापुढे झुकून ऑक्टोबर १९७५ मध्ये फोर्ड आणि डोनल्ड रम्सफेल्ड यांनी मंत्रिमंडळामध्ये खूप मोठे बदल केले. या बदलांना ‘‘हॅलोवीन डे मॅसॅकर’’ किंवा हॅलोवीनच्या दिवशीची कत्तल असे नाव मिळाले. डोनल्ड रम्सफेल्ड हे एक तरुण संसद सदस्य होते आणि १९६०च्या दशकामध्ये सोव्हिएत रशियावर कडाडून टीका करत राहून त्यांनी नाव मिळवले होते. निक्सन यांनी ज्यांना ‘‘रूथलेस लिट्‌ल बास्टर्ड’’ किंवा निर्दय, हरामी व्यक्ती असे म्हटले होते, त्या रम्सफेल्ड यांनी संरक्षण खाते आपल्याकडे घेतले. स्टेट डिपार्टमेंटमध्येच राहिलेल्या किसिंजर यांनी त्यांचे राष्ट्रीय सुरक्षा सल्लागाराचे पद गमावले आणि ते पद जनरल ब्रेन्ट स्कोक्रॉफ्ट यांच्याकडे गेले. जॉर्ज एच. डब्ल्यू. बुश सीआयएचे प्रमुख झाले

ऑगस्ट १९७४ मध्ये निक्सन यांच्या राजिनाम्यानंतर राष्ट्राध्यक्षपदाची शपथ घेताना जेराल्ड फोर्ड.

आणि रम्सफेल्ड यांनी तयार केलेले डिक चेनी त्यांच्या जागी चीफ ऑफ स्टाफ झाले. उपराष्ट्राध्यक्ष नेल्सन रॉकफेलर हे तुलनात्मकदृष्ट्या मवाळ होते, त्यामुळे १९७६ मध्ये त्यांना उमेदवारी बलपूर्वक नाकारली गेली. नवा सॉल्ट करार अडवण्यात रम्सफेल्ड यांनी भूमिका बजावली आणि फोर्ड यांनी, एव्हाना किसिंजर यांच्याशी जोडली गेलेली ''तणाव कमी करणे'' ही संज्ञाच व्हाइट हाऊसमधून हद्दपार करून टाकली.

मात्र लोकांना बदल हवा होता आणि १९७६ मध्ये त्यांनी गव्हर्नर जिमी कार्टर यांच्याकडे राष्ट्राध्यक्षपद सोपवले. जिमी कार्टर पूर्वी भुईमुगाची शेती करत असत आणि प्लेन्स, जॉर्जिया इथे अनेक वर्षे रविवारच्या शाळेमध्ये शिक्षक म्हणून काम करत असत. त्यांनी अगदी थोड्या मतांनी फोर्ड यांना पराभूत केले.

कार्टर हे ठरावीक साच्यातले उमेदवार मुळीसुद्धा नव्हते. त्यांनी शस्त्रास्त्रस्पर्धा थांबवणे, तणाव कमी करण्याच्या प्रयत्नांचे पुनरुज्जीवन करणे, अमेरिकेचा नैतिक दर्जा पुन:प्रस्थापित करणे आणि व्हिएतनाम युद्धापासून धडा घेणे अशा गोष्टींसाठी प्रयत्न सुरू केले. व्हिएतनामबद्दल ते म्हणाले, ''आपला देश एखाद्या

ऑक्टोबर १९७५ मध्ये फोर्ड आणि डोनल्ड रम्सफेल्ड यांनी आपल्या उजव्या विचारसरणीच्या टीकाकारांना शांत करण्याकरता मंत्रिमंडळामध्ये खूप मोठे बदल केले. या बदलांना ''हॅलोवीन डे मॅसॅकर'' किंवा हॅलोवीनच्या दिवशीची कत्तल असे नाव मिळाले. इतर बदलांमध्ये रम्सफेल्ड यांनी सेक्रेटरी ऑफ डिफेन्स म्हणून जेम्स श्लेझिंजर यांची जागा घेतली. या फेरबदलाच्या मागे निक्सन ज्यांना ''रूथलेस लिट्ल बास्टर्ड'' किंवा निर्दय, हरामी व्यक्ती असे म्हणत असत, ते रम्सफेल्ड यांचाच हात असल्याचे अनेकांचे मत होते. पेंटॅगॉनमधील आपल्या नव्या पदावरून रम्सफेल्ड यांनी इशारे देण्यास सुरुवात केली, की सोव्हिएत युनियन लष्करी बळाच्या बाबतीत अमेरिकेवर कुरघोडी करण्याच्या प्रयत्नात आहे आणि तणाव कमी करण्याचे प्रयत्न अमेरिकेच्या हिताचे नाहीत.

हेन्री किसिंजर यांच्यासमवेत फोर्ड. फोर्ड सुरुवातीपासूनच सगळे चुकीचे संदेश देत गेले. पूर्वीप्रमाणे किसिंजर हेच सेक्रेटरी ऑफ स्टेट आणि राष्ट्रीय सुरक्षा सल्लागार ही दोन्ही पदे सांभाळतील ही त्यांची घोषणा ही त्यांपैकीच एक होती.

दक्षिण व्हिएतनामचा पाडाव झाला त्या वेळी उप- राष्ट्रीय सुरक्षा सल्लागार ब्रेन्ट स्कोक्रॉफ्ट यांच्या कार्यालयामधून दूरध्वनीवर बोलताना हेन्री किसिंजर. फोर्ड यांचे कामकाज सुरू होण्याच्या वेळी किसिंजर यांना अमेरिकन साम्राज्याच्या भवितव्याची चिंता ग्रासून राहिली होती. 'न्यू यॉर्क टाइम्स'च्या जेम्स रेस्टन यांच्याशी बोलताना ते म्हणाले, 'एक इतिहासकार म्हणून तुम्हाला याची जाणीव असायला हवी, की पृथ्वीच्या पाठीवर अस्तित्वात आलेली प्रत्येक संस्कृती अंतिमतः नष्ट झालेली आहे. इतिहास म्हणजे फसलेल्या प्रयत्नांची गाथा असतो, पूर्ण न झालेल्या आकांक्षांची कथा असतो आणि पूर्ण झालेल्या, पण नंतर अपेक्षेपेक्षा वेगळ्याच ठरलेल्या इच्छांची गोष्ट असतो. त्यामुळे, इतिहासकाराच्या भूमिकेत मनुष्याला अखेर शोकांतिका अटळ असल्याच्या भावनेने जगावे लागते.

अन्य देशाच्या अंतर्गत बाबींमध्ये लष्करीदृष्ट्या पुन्हा कधीही गुंतता कामा नये. अमेरिका किंवा तिचे नागरिक यांच्या सुरक्षिततेला थेट आणि उघड धोका निर्माण झाला, तरच फक्त गोष्ट वेगळी.'' अमेरिकेच्या व्हिएतनामवरील आक्रमणाचे समर्थन करण्याकरता त्यांच्या पूर्वसूरींनी ज्या ''असत्य विधाने आणि काहीवेळा धादांत असत्ये'' याचा वापर केला, त्याची पुनरावृत्ती न करण्याची त्यांनी शपथ घेतली. ते संयुक्त राष्ट्रसंघामध्ये म्हणाले, की अमेरिका तिच्या अण्वस्त्रांच्या संख्येमध्ये ५० टक्के कपात करेल, मात्र सोव्हिएत युनियननेही तसेच करायला हवे.

आपल्या अंतर्मनाचा आवाज ऐकत जिमी कार्टर यांनी सुरुवातीला काही गोष्टींमध्ये लक्षणीय यश मिळवले. १९७८ मध्ये त्यांनी कॅम्प डेव्हिड करार घडवून आणला आणि त्याद्वारे इस्त्राईलला १९६७ च्या युद्धात बळकावलेल्या इजिप्तच्या भूप्रदेशातून माघार घ्यायला लावली व या दोन्ही देशांदरम्यान राजनैतिक

डावीकडे – जॅक्सविल, फ्लोरिडा इथल्या प्रचारदौऱ्यामध्ये एका चर्चमधून बाहेर पडताना जिमी कार्टर.

उजवीकडे – न्यू यॉर्क सिटीमध्ये १९७६ मध्ये झालेल्या डेमोक्रॅटिक पक्षाच्या अधिवेशनामध्ये प्रचारचिन्हाचा फलक घेतलेला कार्टर यांचा एक समर्थक.

कोट्यधीश भुईमूग शेतकरी आणि प्लेन्स, जॉर्जिया इथे दीर्घकाळ रविवारच्या शाळेत शिक्षक म्हणून काम केलेल्या कार्टर यांनी फार थोड्या मतांनी फोर्ड यांचा पराभव केला. एक लोकप्रिय आणि सत्तेच्या वर्तुळाबाहेरची व्यक्ती म्हणून निवडणूक लढवलेल्या कार्टर यांनी कृष्णवर्णीय लोक, शेतकरी आणि असंतुष्ट तरुणांना साद घातली आणि सरकारची विश्वसनीयता वाढवण्याचे, तसेच वॉटरगेट, व्हिएतनाम युद्ध, पिढ्यानुपिढ्या चालत आलेले लिंगविषयक व वांशिक बेबनावामुळे पडलेल्या गटातटांतून झालेल्या जखमा भरून काढण्याचे आश्वासन दिले.

संबंध प्रस्थापित केले. रशियासोबत वाटाघाटी करून त्यांनी सॉल्ट-२ करार केला, ज्यानुसार अण्वस्त्रयुक्त क्षेपणास्त्रे आणि बॉंबर विमानांच्या संख्येमध्ये कपात करणे दोन्ही देशांना बंधनकारक झाले.

पण परराष्ट्र धोरणाच्या बाबतीत कार्टर अज्ञ होते आणि त्यांचे राष्ट्रीय सुरक्षा सल्लागार झिबग्न्यू बर्झेझिन्स्की यांच्या कल्पनांचा त्यांच्यावर खूपच प्रभाव होता. लेखक, प्राध्यापक आणि अतिशय कडवे साम्यवादविरोधी असलेल्या बर्झेझिन्स्की यांनी उभरत्या, पण अद्याप फारशा प्रसिद्ध नसलेल्या कार्टर यांना जागतिक भांडवलशाही व्यवस्थेला बळकटी आणण्याकरता चेज मॅनहॅटन बॅंकेचे अध्यक्ष डेव्हिड रॉकफेलर यांनी १९७३ मध्ये स्थापन केलेल्या त्रिपक्षीय आयोगाच्या सदस्यत्वाकरता पुढे केले.

या गटाच्या १८० उच्चभ्रू आणि तीन खंडांमध्ये विखुरलेल्या कार्यालयांमध्ये काम करणाऱ्या सदस्यांना सर्वसाधारणपणे उजव्या विचारसरणीच्या लोकांचा कठोर साम्यवादविरोध अमान्य होता. पण पूर्वी किसिंजर यांनी जसे केले होते, तसेच बर्झेझिन्स्की यांनीही अंमळ उदारमतवादी असलेल्या सेक्रेटरी ऑफ स्टेटचे महत्त्व कमी करून टाकून शीतयुद्धकालीन परंपरांचे पुनरुज्जीवन घडवून आणले. गेल्या तीनशे वर्षांमध्ये रशियाला धडा शिकवण्याच्या स्थितीत पोहोचणारा मी पहिला पोलिश मनुष्य आहे, असे ते अभिमानाने सांगत असत.

अमेरिका जगभरात विकत असलेल्या शस्त्रास्त्रांच्या पन्नास टक्के शस्त्रे खरेदी करून त्या बळावर इराणचा अ-लोकप्रिय शहा त्याच्या त्या पदावर

कार्टर आणि सोव्हिएत नेते लिओनिद ब्रेझनेव्ह सॉल्ट-२ करारावर स्वाक्षरी करताना. या कराराचा जेवढा उदो-उदो झाला, त्या तुलनेत त्याला मर्यादितच यश मिळाले. प्रत्यक्षात दोन्ही पक्षांना आपला अण्वस्त्रसाठा वाढवतच नेण्याची मुभा मिळाली होती, फक्त या वाढीचा वेग कमी करण्यात आला होता इतकेच काय ते.

अमेरिकेचा न सांगितला गेलेला संक्षिप्त इतिहास । २६५

चिकटून बसला होता. आणि त्याची मानवी अधिकाराच्या बाबतीतील कामगिरी अतिशय वाईट असूनही कार्टर कुटुंबाने १९७८ ची नववर्षपूर्व रात्र तेहरानमध्ये अतिशय थाटामाटात साजरी केली. जिमी कार्टर लाजत-लाजत म्हणाले, ''इतका सखोल वैयक्तिक कृतज्ञ भाव आणि व्यक्तिगत मैत्रीभाव जगातल्या अन्य कुणाही नेत्याबद्दल माझ्या मनामध्ये नाही.'' त्यानंतर वर्षभरातच शहाने इराणमध्ये लष्करी राजवट लागू केली आणि त्याच्या सैनिकांनी भररस्त्यात शेकडो लोकांना ठार मारले.

या गडबड-गोंधळामध्ये रशिया इराणच्या तेलक्षेत्रांवर कब्जा मिळवून बसेल या भीतीने बर्झेझिन्स्की यांनी कार्टरना इशारा दिला, की आता अमेरिकेपुढे ''शीतयुद्ध सुरू झाल्यापासूनचा सर्वांत मोठा आणि परिणामांच्या बाबतीत व्हिएतनाममध्ये मिळालेल्या खऱ्या झटक्यापेक्षाही तीव्र झटका देणारा पराभव'' आ वासून उभा आहे.

दोन महिन्यांनी शहा आपला जीव वाचवून इराणमधून पळून गेला. आयातुल्ला खोमेनी खटल्याला सामोरे जाण्याकरता शहाने परत यावे अशी मागणी करत अज्ञातवासातून बाहेर आला. बर्झेझिन्स्की, किसिंजर आणि डेव्हिड रॉकफेलर

झिबग्न्यू बर्झेझिन्स्की यांच्यासमवेत कार्टर. बर्झेझिन्स्की यांची राष्ट्रीय सुरक्षा सल्लागारपदी नेमणूक केल्यामुळे कार्टर यांच्या पुरोगामी कार्यक्रमपत्रिकेचे भवितव्य अंध:कारमय होण्यास मदत झाली. एका पोलिश राजनैतिक अधिकाऱ्याच्या पोटी जन्मलेले, बहिरी ससाण्याची वृत्ती असलेले आणि साम्यवादद्वेषाने झपाटलेले बर्झेझिन्स्की कार्टर यांच्या परराष्ट्रधोरणविषयक विचारसरणीला विशिष्ट आकार देण्याकरता ठरवून आणि पद्धतशीरपणे कामाला लागले. राष्ट्राध्यक्षांना शीतयुद्धकालीन परंपरांची भीती घालत बर्झेझिन्स्की यांनी अखेर कार्टर यांचा मानसिक विरोध मोडून काढला आणि त्यांना कडव्या दृष्टिकोनाकडे वळवण्यात यश मिळवले.

यांच्या दबावाखाली कार्टर यांनी शहाला कर्करोगावरील उपचारांकरता अमेरिकेला येण्याची परवानगी दिली आणि इराणी लोकांचा संताप ओढवून घेतला. नोव्हेंबर महिन्यात तेहरानमध्ये विद्यार्थी अमेरिकन दूतावासामध्ये घुसले आणि त्यांनी बावन्न अमेरिकनांना ओलीस ठेवले. हे ओलीस प्रकरण ४४४ दिवस चालले आणि त्याने अप्रत्यक्षरित्या कार्टर यांची राष्ट्राध्यक्ष म्हणून कारकीर्द संपवली.

सगळीकडून समस्यांचा जणू वणवाच पेटला. अनेक दशके अमेरिकापुरस्कृत हुकूमशहांच्या टाचेखाली गरिबी, क्रूर वागणूक आणि भ्रष्टाचार यांनी पिळवटून निघालेल्या मध्य अमेरिकन देशांचा ज्वालामुखी १९७० च्या दशकाच्या अखेरीपर्यंत उद्रेक होण्याच्या बेताला येऊन ठेपला होता.

निकाराग्वामध्ये जुलै १९७९ मध्ये सँडिनिस्टांनी सत्ता हस्तगत केली. वीस वर्षांपूर्वी क्युबामध्ये झालेल्या क्रांतीनंतर लॅटिन अमेरिकेमध्ये यशस्वी झालेली ही पहिली क्रांती. सत्ता हस्तगत केल्यानंतर ते लोक ताबडतोब जमीन कायदे, शिक्षणव्यवस्था आणि आरोग्यसेवा यामध्ये सुधारणा करण्याचा एक महत्त्वाकांक्षी कार्यक्रम राबवण्याच्या कामाला लागले. तिथले क्रांतिकारी वारे शेजारपाजारच्या ग्वाटेमाला, होंडुरास आणि एल् साल्वादोरमध्ये पसरेल की काय, या भीतीने बर्झेझिन्स्की यांनी लष्करी हस्तक्षेपाचा प्रस्ताव मांडला. या शेजारी देशांमध्ये गेल्या सुमार शतकभरापेक्षाही जास्त काळापासून ठरावीक चाळीस कुटुंबे राज्य करत आली होती. उजव्या गटांच्या डेथ स्क्वॉड्स (मारेकरी टोळ्या) कामाला लागल्या आणि त्यांच्या खुनाखुनी आणि छळ यांच्यामध्ये वाढ झाली. १९८० मध्ये साल्वादोरचे पुरोगामी आर्चबिशप ऑस्कर रोमेरो यांची हत्या झाली. त्याच वर्षी नंतर एफएमएलएन बंडखोर यशस्वी क्रांती करण्याच्या बेताला आले होते, पण बर्झेझिन्स्की यांच्या दबावामुळे कार्टर यांनी तिथल्या सरकारला लष्करी मदत पुन्हा सुरू केली.

तिकडे अफगाणिस्तानमध्ये आणखी एक वादळ निर्माण होत होते. अद्याप उरल्यासुरल्या ब्रिटिश साम्राज्याचा एक भाग असलेल्या आणि दारिद्र्यामध्ये खितपत पडलेल्या या देशामध्ये लोकांचे आयुर्मान चाळीस वर्षेच उरले होते. तिथल्या दहा जणांपैकी फक्त एकालाच वाचता येत होते आणि बहुतेक लोक एकतर भटके किंवा चिखलात बरबटलेल्या खेड्यांमध्ये शेतकरी म्हणून जीवन जगत होते. दोन हजार वर्षांपूर्वी सिकंदर या प्रदेशातून गेला, तेव्हापेक्षा आत्ताची परिस्थिती काही फारशी वेगळी नव्हती. जुलै १९७९ मध्येच बर्झेझिन्स्की यांनीच कार्टरना काबूलमधल्या सोव्हिएत समर्थक राजवटीचे विरोधक असलेल्या इस्लामी मूलतत्त्ववाद्यांना गुप्तपणे मदत करण्याच्या आदेशावर स्वाक्षरी करायला लावली. हा आदेश फारसा कुणाला ज्ञातच नाही. त्या दिवशी बर्झेझिन्स्की आढ्यतेने

इराणच्या शहाची मानवाधिकारसंबंधी पार्श्वभूमी अतिशय वाईट असूनही राष्ट्राध्यक्ष कार्टर यांनी अडचणीत असलेल्या शहाला मदत देणे कधीच थांबवले नाही. त्यामुळे बहुतेक इराणी जनता त्यांच्यावर संतप्त झाली होती. १९७८ ची नववर्षपूर्व रात्र ते शहासमवेत तेहरानमध्ये साजरी करत असताना, दोन्ही देशांच्या राजधान्यांमध्ये निषेधाची निदर्शने चालू असूनही कार्टर यांनी त्यांच्या यजमानांवर स्तुतीसुमने उधळली होती. ते म्हणाले : ''आमची चर्चा अमूल्य होती, आमची मैत्री अभेद्य आहे आणि अत्यंत समंजस व अनुभवी शहा माझ्यासारख्या एखाद्या नव्या नेत्याला ज्याप्रकारे मदत करत आहेत, त्यामुळे माझ्या मनामध्ये त्यांच्याबद्दल कृतज्ञ भाव आहे. त्यांच्याइतका सखोल वैयक्तिक कृतज्ञ भाव आणि व्यक्तिगत मैत्रीभाव जगातल्या अन्य कुणाही नेत्याबद्दल माझ्या मनामध्ये नाही.'' कार्टर यांनी इराण सोडताच तिथे दंगे सुरू झाले. जानेवारी १९७९ मध्ये शहा इराणमधून पळून गेला.

इराणमधील क्रांतीच्या वेळी शहाविरोधी निदर्शने सुरू असताना.

म्हणाले, की या मदतीमुळे रशिया लष्करी हस्तक्षेप करण्यास उद्युक्त होईल. अफगाणिस्तानला 'रशियाचा व्हिएतनाम' करून तिथे युद्ध करायला लावणे हा त्यांचा हेतू होता.

अफगाणिस्तानात बंड झाले, तर सोव्हिएत नियंत्रणाखाली असलेल्या मध्य आशियाई देशांमधले ४ कोटी मुसलमानही उठाव करतील ही रशियाची भीती बर्झेझिन्स्की यांच्या लक्षात आली होती. परिणामांचा विचार करता ही गोष्ट मेक्सिकोमध्ये कम्युनिस्टांचा उठाव झाल्यास अमेरिकेचे जे होईल त्याप्रमाणे असेल असे त्यांनी बोलूनही दाखवले. इथल्या बंडखोरीला अमेरिका चिथावणी देते आहे आणि कदाचित त्यात चीनचीदेखील तिला साथ आहे, असा अचूक अंदाज सोव्हिएत युनियनने बांधला. मात्र प्रत्यक्ष हस्तक्षेप करायला ती अजूनही तयार होत नव्हती. ज्येष्ठ परराष्ट्रमंत्री आंद्रे ग्रोमिको जाणून होते की "(रशिया-अमेरिका) तणाव कमी करण्याचे प्रयत्न, सॉल्ट-२ च्या वाटाघाटी ... इ. च्या रूपात मोठ्या कष्टाने आम्ही जे मिळवले आहे, ते सर्व आम्ही गमावून बसू."

उच्चपदस्थांची संख्या जास्त झालेल्या आणि नोकरशाहीने लचके तोडल्यामुळे अर्थव्यवस्था कुंठित झालेल्या सोव्हिएत युनियनला युद्धकालीन धावपळ टाळण्याची शस्त्रास्त्र नियंत्रण ही संधी वाटत होती.

पण चिथावणी अखेर यशस्वी ठरली. सुस्त आणि कल्पनाशक्तीशून्य सोव्हिएत नेते, राष्ट्राध्यक्ष लिओनिद ब्रेझनेव्ह यांनी तीन ते चार आठवड्यांच्या आत युद्ध संपायला हवे असे सांगत १९७९ च्या ख्रिसमसच्या दिवशी ऐंशी हजार रशियन सैनिकांद्वारे अफगाणिस्तानवर आक्रमण केले.

अननुभवी कार्टर यांनी अलंकारिक भाषेत बोलत हे आक्रमण दुसऱ्या महायुद्धानंतर जागतिक शांततेला उत्पन्न झालेला सर्वांत मोठा धोका आहे असे म्हटले. 'न्यू यॉर्क टाइम्स'च्या एका स्तंभलेखकाने न राहवून कार्टरना, बर्लिनची नाकाबंदी, कोरियन युद्ध, सुएझ पेचप्रसंग, क्युबन क्षेपणास्त्र पेचप्रसंग आणि अमेरिकेचे व्हिएतनामवर आक्रमण या प्रसंगांची आठवण करून दिली.

कार्टर यांनी सोव्हिएत युनियनमधील आपल्या राजदूतांना माघारी बोलावले आणि सॉल्ट-२ करारावरची चर्चा थांबवली. दोन्ही देशांमधल्या व्यापारामध्येदेखील त्यांनी कपात केली आणि अमेरिकन खेळाडूंना आगामी मॉस्को ऑलिंपिकमध्ये भाग घेण्यास मनाई केली. तसेच त्यांनी लष्करी सहकार्याच्या बाबतीत चिनी नेत्यांना चाचपडून पाहण्याकरता आपल्या संरक्षण सचिवांना चीनला धाडले.

त्यांनी अप्रत्यक्षरीत्या अफगाणिस्तानला लागून असलेल्या इराणसह इराणच्या आखाती प्रदेशाला ट्रुमन यांची तत्त्वप्रणाली लागू केली, ज्यामुळे हा भाग आता अमेरिकेच्या दृष्टीने अतिशय महत्त्वाचा ठरला.

हातात धरून सरफेस-टू-एअर किंवा जमिनीवरून हवेत सोडण्याच्या क्षेपणास्त्राचे प्रात्यक्षिक दाखवताना एक अफगाण सैनिक. गोर्बाचेव्हना अफगाणिस्तानातून रशियन सैन्य माघारी घेता येऊ नये याकरता रोनाल्ड रेगन आणि कॅसी यांनी कार्टर यांनी मुजाहिदीनांना दिलेल्या जुजबी मदतीचे सीआयएच्या आजवरच्या सर्वांत मोठ्या गुप्त कारवाईमध्ये रूपांतर करून टाकले. या कारवाईमध्ये ३ अब्ज डॉलर्सहून अधिक खर्च झाला.

सोव्हिएत आक्रमणाचा मुस्लिम देशांनी निषेध केला. सौदी अरेबियाने पैसा पाठवला आणि संपूर्ण मध्यपूर्वेमधून हजारो मुसलमान तरुण रशियन काफिरांविरुद्ध जिहाद – पवित्र युद्ध – करण्याकरता अफगाणिस्तानच्या दिशेने निघाले.

पाकिस्तान आणि सौदी अरेबियातील हुकूमशहांना भेटून पवित्र योद्ध्यांना देण्याच्या आर्थिक आणि लष्करी मदतीचे तपशील ठरवण्याकरता बर्झेझिन्स्की स्वत: त्या देशांना गेले. अफगाणिस्तानातील सोव्हिएतप्रणित सरकारने तिथे स्त्रियांना मुक्त आणि सुशिक्षित करण्यासाठी ज्या सुधारणा सुरू केल्या होत्या, त्याबद्दल हे दोन देश विशेषकरून नाराज झाले होते. इस्लामी मूलतत्त्ववादाला खतपाणी घालण्याच्या कृत्याबद्दल आपल्याला कुठलाही पश्चात्ताप होत नाही, असे बर्झेझिन्स्की वारंवार सांगत राहिले. ९/११ रोजी हाच मूलतत्त्ववाद उलटा अमेरिकेवर कोसळणार होता आणि पुढची अनेक वर्षे देशाला ग्रासणार होता. नंतर एकदा त्यांनी प्रश्न केला, ''जगाच्या इतिहासाच्या दृष्टीने काय जास्त महत्त्वाचे आहे? तालिबान की सोव्हिएत साम्राज्याचा ऱ्हास? काही संतप्त मुसलमान लोक, की मध्य युरोपची मुक्तता आणि शीतयुद्धाचा शेवट?''

पण प्रश्न असा आहे, की याची किती किंमत मोजायची? सोव्हिएत साम्राज्य उद्ध्वस्त करण्याच्या नादात बर्झेझिन्स्की यांनी उलट जिमी कार्टर यांची राष्ट्राध्यक्ष म्हणून कारकीर्द उद्ध्वस्त करून टाकली. संरक्षणखर्चामध्ये कपात

करण्याचे आपले आश्वासन कार्टर कधीच पूर्ण करू शकले नाहीत. उलट ११५ अब्ज डॉलर्सवरून त्यांनी तो १८० अब्ज डॉलर्सपर्यंत वाढवून ठेवला. सोव्हिएत युनियनच्या दिशेने रोखलेल्या आण्विक वॉरहेड्सची संख्या कार्टर यांनी दुपटीपेक्षा जास्त वाढवली. आपणच पूर्वी व्हिएतनाम युद्धावर केलेली टीकादेखील कार्टर यांनी नाकारली. उलट या युद्धात लढलेले लोक "व्हिएतनामला भूप्रदेश बळकावणे किंवा अन्य देशातील जनतेवर अमेरिकेची इच्छा लादणे अशी कुठलीही इच्छा न बाळगता गेलेले" स्वातंत्र्ययोद्धे घोषित झाले.

विरोधाभास म्हणजे कार्टर यांच्या धोरणाने अंतिमतः, व्हाइट हाऊसमध्ये रोनाल्ड रेगन यांच्या आणखीनच अतिरेकी दृष्टिकोनाचा पाया रचला.

रोनाल्ड रेगन यांचे आकर्षक व्यक्तिमत्त्व, त्यांची विनोदबुद्धी, रूबाबदार दिसणे आणि अमेरिकेचे रूपांतर परंपरावाद्यांच्या किल्ल्यामध्ये करण्याच्या बाबतीतले त्यांचे झपाटलेपण या गोष्टी पाहता त्यांच्यासारखा राष्ट्राध्यक्ष झाला नाही.

साधासुधा आणि प्रेमळ, घरीच अभिनय शिकलेला हा अभिनेता जनरल इलेक्ट्रिक कंपनीचा प्रवक्ता झाला आणि त्याने आठ वर्षे कॅलिफोर्नियाचे गव्हर्नरपद भूषवले. हॉलिवूडमध्ये अनेक लोकांनी दुय्यम दर्जाचा अभिनेता म्हणून संभावना केलेल्या रोनाल्ड रेगन यांनी त्यांच्या १९४२ मध्ये आलेल्या किंग्स रो या चित्रपटाच्या आधारे त्यांच्या पहिल्या आत्मचरित्राचे नाव 'व्हेअर इज द रेस्ट ऑफ मी?' असे ठेवले होते. अमेरिकेतल्या एका लहानशा गावातील जीवनाचे वर्णन असलेले हे आत्मचरित्र गोथिक लोक व भाषाविषयक एक अभिजात पुस्तक होते. चित्रपटामध्ये त्यांच्या मैत्रिणीचे दुसऱ्यांच्या दुःखामध्ये असुरी आनंद वाटणारे आणि बहुधा लोकांना नपुंसक बनवणारे शल्यविशारद वडील रेगन यांचे दोन्ही पाय कापून टाकतात. नव्या करारातल्या उदारमतवादापासून शीतयुद्धकालीन परंपरावादापर्यंतच्या रेगन यांच्या स्थित्यंतराचे हा चित्रपट एक द्योतक ठरला. मधल्या काळात हरवलेली त्यांची साम्यवादविरुद्धची लढाई त्यांनी पुढच्या काळामध्ये पूर्ण केली. स्क्रीन ॲक्टर्स गिल्ड या संघटनेचे अध्यक्ष या नात्याने त्यांच्या या लढाईने त्यांना 'लाल धोक्या' विरुद्ध लढणारा प्रसिद्ध योद्धा आणि आपल्या सहकारी कलावंतांवर ते कम्युनिस्ट असल्याबद्दल आगपाखड करणारा एफबीआयचा खबऱ्या बनवले होते.

पुढे चालून फॉक्स न्यूज ही संस्था स्थापन केलेले राजकीय सल्लागार रॉजर आयल्स यांनी त्र्याहत्तर वर्षांच्या रोनाल्ड रेगनना याची आठवण करून दिली, की निवडणुका एखाद्या मुख्य सूत्राच्या आधारे जिंकल्या जातात, बारीकसारीक तपशिलांच्या आधारे नाही. त्याकरता आयल्सनी रिचर्ड निक्सन यांच्यासोबत बसून जे डावपेच विकसित केले होते, त्यांचा आधार घेतला. "अमेरिकेतील सकाळ" किंवा

अमेरिका म्हणजे डोंगराच्या माथ्यावर चमकणारे शहर आहे अशी सनातनी श्रद्धा अशी सूत्रे रेगनना विजयी करतील, याचे स्मरण आयल्सनी रेगनना करून दिले. रेगन यांचे टीकाकार म्हणजे पराभूत मनोवृत्तीचे लोक आहेत, जे काहीही झाले तरी ''आधी अमेरिकेला दोष देत असतात,'' असे ते रेगनना म्हणाले.

किंवा मग भयंकर अशी कपोलकल्पित सूत्रेदेखील असू शकतात, जसे की 'पर्ल हार्बर घडल्याच्या दुसऱ्या दिवशी आपण जितके संकटात होतो, त्यापेक्षा जास्त संकट आज आपल्यासमोर ठाकले आहे. आपले लष्कर या देशाचे संरक्षण करण्याकरता अगदीच अक्षम आहे.'

टाळीचे वाक्य असेल, तर त्यात काही तथ्य आहे किंवा नाही हे रेगन यांच्याकरता महत्त्वाचे नव्हते. सरकारी मदतीच्या बळावर ऐंशी नावे, तीस पत्ते आणि बारा सोशल सिक्युरिटी कार्ड बाळगून असलेल्या, तसेच १,५०,००० डॉलर्स इतके करपश्चात उत्पन्न असलेल्या शिकागोतल्या एका 'समाजकल्याणाची राणी'ची गोष्ट सांगायला त्यांना खूप आवडायचे. मग समोरच्या श्रोत्यांना आपल्या गोष्टीने किती जास्त किंवा कमी आश्चर्य वाटते आहे, यानुसार वरील आकडे बदलत असत.

माहिती मिळवण्याकरता वाचण्यापेक्षा त्यांना दृकश्राव्य माध्यम जास्त पसंत होते, त्यामुळे सोव्हिएत धोका किंवा मध्यपूर्वेतील समस्या अशा विषयांवर त्यांच्या कर्मचाऱ्यांनी त्यांच्याकरता दृक-श्राव्य साधने तयार केली होती.

बैठका अगदी थोड्या लोकांसमवेत एखाद्या खोलीमध्ये असल्या तरी रेगन त्यांनी बोलायची वाक्ये ३x५ इंची कार्डांवरून वाचत असत. अमेरिकेतल्या सर्वोच्च वाहननिर्मात्यांसमवेतच्या एका बैठकीमध्ये ते चुकीच्या कार्डांवरील मजकूर अगदी तब्येतीत, सविस्तर वाचत होते. मग समोरच्या लोकांच्या चेहऱ्यावरचे गोरेमोरे भाव पाहून त्यांच्या ते लक्षात आले. संध्याकाळी वेळेवर घरी जाणे, व्यायाम करणे, झोपण्याचे कपडे चढवून लाडकी पत्नी नॅन्सी हिच्यासमवेत रात्री जेवणे आणि मग थोडावेळ टीव्ही पाहून लवकर झोपायला जाणे हा त्यांचा आवडीचा दिनक्रम होता.

जून १९८७ मध्ये रेगन बर्लिनला गेले आणि तिथे ते सोव्हिएत नेते मिखाईल गोर्बाचेव्ह यांना धीर देत म्हणाले, ''जनरल सेक्रेटरी गोर्बाचेव्ह, तुम्हाला जर शांतता हवी असेल, सोव्हिएत युनियन आणि पूर्व युरोपची भरभराट हवी असेल, तुम्हाला जर उदारीकरण हवे असेल, तर या फाटकातून आत या! मि. गोर्बाचेव्ह, उघडा हे फाटक! मि. गोर्बाचेव्ह, ही भिंत पाडून टाका!''

त्यानंतर अडीच वर्षांच्या आतच बर्लिनची भिंत खरोखरच कोसळली आणि १९९१ मध्ये सोव्हिएत साम्राज्यदेखील कोसळले. शीतयुद्ध संपले. हे युद्ध

जिंकण्याचे श्रेय अनेक लोक रेगनना देतात. त्यांचे प्रशंसक त्यांना दुसऱ्या महायुद्धानंतरचा सर्वांत महान राष्ट्राध्यक्ष आणि इतिहासातल्या सार्वकालिक महान राष्ट्राध्यक्षांपैकी एक असे म्हणून त्यांचा उदोउदो करतात. पण खरी गोष्ट इतकी साधी, सरळ अजिबात नाही. रेगन त्यांच्यामागे मृत्यू आणि विध्वंसाचा एक रक्तरंजित माग ठेवून गेलेच, पण दीर्घकालीन महानपण साध्य करण्याच्यादेखील ते अगदी बोटभर अंतरापर्यंत पोहोचून आले.

रेगन यांची अंगाला काहीही लावून न घेण्याची शैली आणि परराष्ट्रधोरणाच्या बाबतीत त्यांना काहीही अनुभव नसण्यामुळे प्रशासनामध्ये जी एक पोकळी निर्माण झाली होती, ती भरून काढण्याकरता प्रशासनातल्या साम्यवाद द्वेष्ट्यांची एकच भाऊगर्दी झाली होती.

या गर्दीमध्ये सर्वांत पुढे होते विल्यम केसी. त्यांच्यासारखा माणूस चित्रपटांनादेखील निर्माण करता आला नसता. माल्टाचे कॅथलिक नाईटपंथीय केसी रोज चर्चमध्ये मासकरता उपस्थित राहत असत आणि त्यांचा सल्ला विचारायला जाणाऱ्या कुणालाही ख्रिस्ती धर्माचा उपदेश करत असत. लाँग आयलंड इथल्या त्यांच्या प्रासादामध्ये व्हर्जिन मेरीच्या असंख्य मूर्ती होत्या. पूर्वी ते सिक्युरिटीज अँड एक्स्चेंज कमिशनचे प्रमुख होते आणि त्याहीआधी त्यांनी ओएसएस (सीआयएचे आधीचे रूप) मध्ये काम केले होते. सीआयएमधले केसी यांचे सहायक रॉबर्ट गेट्स यांच्या मते, "या लोकांचे प्रशासनामध्ये येणे म्हणजे बळजबरीने ताबा मिळवण्यासारखे आहे, असे रेगन यांच्या समर्थकांना वाटले." केसींनी क्लेअर स्टर्लिंगलिखित 'द टेरर नेटवर्क' हे पुस्तक वाचले होते. हे पुस्तक असे होते ज्याच्या खरेपणाबद्दल संशय असूनही अनेकांना ते खरेच वाटत होते. त्यामुळे आंतरराष्ट्रीय दहशतवादाच्या पाठीमागे सोव्हिएत युनियनच आहे अशी त्यांची खात्री होती. नुकताच, केसी यांच्याच कॅथलिक धर्माच्या आणि पोलंडमध्ये जन्मलेल्या पोप यांच्या हत्येचा जो प्रयत्न झाला होता, त्यामागेदेखील सोव्हिएत युनियनचाच हात आहे याबद्दल त्यांच्या मनामध्ये अजिबात शंका नव्हती.

सीआयएच्या सोव्हिएत रशियाचे विश्लेषण करण्यासंबंधीच्या खात्याचे प्रमुख मेल्विन गुडमन म्हणाले होते, की स्टर्लिंग यांनी पुस्तकाचा पुरावा म्हणून सादर केलेल्या बहुतांश गोष्टी "ब्लॅक प्रोपगंडा", म्हणजेच खुद्द सीआयएनेच युरोपियन वृत्तपत्रे व नियतकालिकांमध्ये पेरलेल्या कम्युनिस्टविरोधी गोष्टींवरच आधारलेल्या होत्या. पण तरीही केसी या खात्यातल्या विश्लेषकांशी बोलताना म्हणाले, की तुम्हा सगळ्यांपेक्षा जास्त गोष्टी मला स्टर्लिंग यांच्याकडून समजल्या आहेत. अत्यंत मुरलेले सेक्रेटरी ऑफ स्टेट अल् हेग यांनी त्यांची री ओढत आरोप केला, की ते जेव्हा नाटोचे अध्यक्ष होते तेव्हा रशियनांनी त्यांनादेखील मारण्याचा

व्हाइट हाऊसमध्ये राहणाऱ्या आजवरच्या व्यक्तींमध्ये रेगन हे सर्वांत कमी चौकस बुद्धीचे गृहस्थ होते. दहशतवादविरोधी समन्वयक अँथनी क्वेन्टन यांच्या आठवणीनुसार, नव्या रेगन प्रशासनाने अगदी सुरुवातीलाच एक दिवस त्यांना पाचारण केले होते : ''मी राष्ट्राध्यक्षांना विचारलेली सर्व माहिती दिली. त्या वेळी त्यांच्यासोबत उपराष्ट्राध्यक्ष, सीआयएप्रमुख, एफबीआयप्रमुख आणि राष्ट्रीय सुरक्षा समितीचे अनेक सदस्यदेखील होते. एक-दोन चॉकलेटच्या गोळ्या चघळून झाल्यावर राष्ट्राध्यक्ष चक्क बसल्या-बसल्याच झोपी गेले ... ही गोष्ट अतिशय अस्वस्थ करणारी होती.''

प्रयत्न केला होता. पश्चिम युरोपातल्या, धर्म, नैतिकता आणि एकूणच मानवी आयुष्य निरर्थक आहे असे मानणाऱ्या (निहिलिस्ट) दहशतवादी गटांना सोव्हिएत युनियनचा पाठिंबा असल्याबद्दल स्टर्लिंग यांनी खूपच अतिशयोक्त वर्णन केले आहे, ही गोष्ट या विषयातल्या तज्ज्ञांना ठाऊक होती, पण केसी आणि गेट्स यांनी त्यांच्या म्हणण्यानुसार वागण्यास नकार देणाऱ्या विश्लेषकांना कामावरून दूर केले आणि सीआयएला इतके विकलांग करून ठेवले, की त्या दशकाच्या अखेरीस जेव्हा सोव्हिएत युनियनचे विघटन झाले, तेव्हा त्याची खबरसुद्धा या एजन्सीला लागली नव्हती.

आपल्या पहिल्याच पत्रकार परिषदेमध्ये, जॉन फॉस्टर डलेस आणि जेम्स फॉरेस्टल यांच्याच भाषेत बोलणाऱ्या रेगन यांनी एका फटक्यात शीतयुद्धातला तणाव कमी करण्याच्या जवळ जवळ दोन दशकांच्या प्रयत्नांवर बोळा फिरवला. ते म्हणाले: ''त्या लोकांना फक्त त्यांचे हित कशात आहे तितकीच नैतिकता समजते. याचा अर्थ ते आपले उद्दिष्ट पूर्ण करण्याकरता कुठलाही गुन्हा करू

सीआयएचे संचालक विल्यम केसी यांच्यासमवेत रोनाल्ड रेगन. केसी हे वॉल स्ट्रीटवरचे एक अब्जाधीश वकील आणि अत्यंत श्रद्धाळू आयरिश कॅथलिक गृहस्थ होते, ते सीआयएमध्ये, त्यांचे सहायक रॉबर्ट गेट्स यांच्यामते, ''सोव्हिएत युनियनविरुद्ध युद्ध करण्याकरता'' आले होते. केसींच्या कार्यकाळात सीआयएने सोव्हिएत युनियनची प्रतिमा शत्रुत्वयुक्त आणि विस्तारवादी अशी उभी केली. ही प्रतिमा वास्तवाशी जुळणारी नव्हती.

शकतात, वाटेल ते खोटे बोलू शकतात आणि हवी तशी फसवाफसवी करू शकतात, कारण तो त्यांचा हक्क आहे असे ते मानतात आणि हे सगळे मग त्यांच्या दृष्टीने अनैतिक नाही तर नैतिक ठरते. पण आमचे काम वेगळ्या मापदंडांनुसार चालते.'' पुढे ते ठासून म्हणाले, की अमेरिका अतिशय श्रेष्ठ नैतिकता पाळते : ''आपण जे काही करत आलो आहोत, त्या संदर्भात मला नेहमी वाटत असे, की अमेरिकन लोक अत्यंत नैतिकतेने वागणारे लोक आहेत ही गोष्ट आता सर्वांना स्पष्ट झाली असेल ... (अमेरिकेने) कायम आपली ताकद फक्त जगाच्या भल्याकरताच वापरली आहे.''

प्रत्यक्षात रेगन निवडणूक जिंकल्यामुळे संपूर्ण तिसऱ्या जगामध्ये उजव्या उर्मींना चालना मिळाली आणि व्हिएतनाम युद्धानंतर अमेरिकेचे नेतृत्व निर्णायक न राहिल्यामुळे विविध ठिकाणच्या अति-उजव्यांना आपापल्या देशांमध्ये जे भूप्रदेश किंवा सत्ता किंवा सरकारे गमवावी लागली होती, ती परत मिळवण्याची खुमखुमी उत्पन्न झाली. त्यांच्या कार्यपद्धती क्रूर होत्या. विशेषत: लॅटिन अमेरिकेमध्ये, १९८० च्या दशकामध्ये अमेरिकेच्या विचारसरणीमध्ये बदल होताच डेथ स्क्वॉड्स, कत्तली, लोकांचे गायब होणे, बलात्कार आणि छळ या सर्व गोष्टी सुरू झाल्या.

एल् साल्वादोरमध्ये अमेरिकेच्या सल्लागार गटाचे प्रमुख असलेले एक

कर्नल म्हणाले, "खरी बंडखोरीविरोधी तंत्रे ही आदिमतेकडे जाणारे पाऊल असतात." व्हिएतनामोत्तर काळामध्ये मोठ्या प्रमाणावर अमेरिकन लष्कराची थेट गुंतवणूक न करता बंडखोरांना पराभूत करण्यासाठी विविध बंडखोरीविरोधी विचारप्रणाली वापरून पाहण्याचे अमेरिकन नेतृत्वाचे प्रयत्न अतिशय योग्य शब्दांमध्ये यात व्यक्त होतात. साल्वादोर, होंडुरास आणि ग्वाटेमालामधल्या अनेक उच्च लष्करी अधिकाऱ्यांना पनामातल्या अमेरिकन लष्करी शाळेमध्ये आणि १९८४ नंतर जॉर्जिया राज्यातल्या फोर्ट बेनिंग इथे प्रशिक्षण देण्यात आले.

१९८२ मध्ये शेजारच्या होंडुरासच्या भेटीदरम्यान रेगन ग्वाटेमालाचे राष्ट्राध्यक्ष जनरल एफ्रेन रिऑस मॉन्ट यांना भेटले. जनरल मॉन्ट यांना ख्रिश्चन धर्मनिष्ठेचा नव्याने साक्षात्कार झाला होता आणि त्यांनी लष्करी बंडाद्वारे तेव्हा नुकतीच त्यांच्या देशाची सत्ता हस्तगत केलेली होती. मॉन्ट हे "अतिशय प्रामाणिक गृहस्थ" असून, त्यांना "अकारण दोष देण्यात येतो" असे उद्‌गार रेगन यांनी काढले. मॉन्ट यांच्या राजवटीत ग्वाटेमालाच्या लष्कराने १९८१ ते १९८३ या कालावधीत डाव्यांचे आधिक्य असलेल्या भागात राहणाऱ्या सुमारे एक लाख मायन शेतमजुरांचे शिरकाण केले.

निकाराग्वाच्या सीमेला लागून असलेल्या होंडुरासमध्ये सोमोझाच्या गुंडप्रवृत्ती नॅशनल गार्डस् दलाचे माजी सदस्य पुन्हा एकत्र आले आणि त्यांनी केसींच्या मदतीने तिथली सत्ता पुन्हा बळकावण्याचा कट तयार केला. ते स्वतःला क्रांतीविरोधी किंवा "कॉन्ट्रा" म्हणवून घेत असत.

मार्च १९८२ मध्ये हे युद्ध सुरू झाले. कॉंग्रेसने सरकारी निधीचा वापर सँडिनिस्टा सरकार उलथवण्याकरता करण्यास मनाई जारी केली. पण केसी आणि राष्ट्रीय सुरक्षा समितीचे अधिकारी ऑलिव्हर नॉर्थ यांनी दुसऱ्या महायुद्धामध्ये ओएसएसने (सीआयएचे आधीचे रूप) वापरलेली नीती अवलंबली. इस्रायली शस्त्रास्त्रविक्रेत्यांच्या मदतीने राबवलेल्या एका विस्तृत बेकायदेशीर कारवाईद्वारे अमेरिकेने इराणमधल्या त्यांच्या शत्रूंना अव्वाच्या सव्वा किमतीला क्षेपणास्त्रे विकली आणि त्यातून मिळालेला नफा कॉन्ट्रांना मदत देण्याकरता उपयोगात आणला. या व्यवहारात लॅटिन अमेरिकेतले अंमली पदार्थ विक्रेते मध्यस्थ म्हणून काम करत असत आणि त्या बदल्यात त्यांना अमेरिकेच्या अंमली पदार्थांच्या बाजारपेठेमध्ये आपला माल विकण्याची सोय करून दिली जात होती. पंधरा हजार सैनिकांचा समावेश असलेल्या कॉन्ट्रा सैन्याने अपहरण, छळ, बलात्कार आणि खून अशा विविध मार्गांचा अवलंब करत आरोग्यसेवा केंद्रे, शाळा, शेतीविषयक सहकारी संस्था, पूल आणि वीजकेंद्रांना लक्ष्य केले.

सीआयएचे हे उद्योग लपवण्याकरता रेगन आणि केसी काँग्रेससमोर खोटे बोलत राहिले. केसींचे सहायक रॉबर्ट गेट्स यांच्यानुसार, "केसींनी आपल्या पदाची शपथ घेतली अगदी त्या दिवसापासूनच त्यांनी काँग्रेसचा अवमान करायला सुरुवात केली होती."

१९८४ मध्ये या छुप्या युद्धाचे समर्थन करत रेगन म्हणाले, "निकाराग्वाचे लोक एका हुकूमशाही तळघरामध्ये अडकले आहेत. एका लष्करी हुकूमशहाने त्यांना वेठीला धरले आहे आणि तिथली परिस्थिती ... हजारो क्युबन, सोव्हिएत आणि मूलतत्त्ववादी अरब हस्तकांच्या अवांछित अस्तित्वामुळे आणखीनच धोकादायक

ONLY 53¢ A DAY WILL SUPPORT A NICARAGUAN FREEDOM FIGHTER
SEND DEMOCRACY AROUND THE WORLD
SAVE THE CONTRAS

कॉन्ट्रांना "नैतिकतेच्या बाबतीत फ्रान्समधल्या विरोधी चळवळीच्या प्रणेत्यांच्या" पंक्तीला बसवणाऱ्या रेगन यांचीच री ओढत महाविद्यालयीन रिपब्लिकन मंडळींनी "निकाराग्वाच्या स्वातंत्र्ययोद्ध्यांना" पाठिंबा देण्याची मागणी करण्याकरता अशी पत्रके वाटली. हे 'स्वातंत्र्ययोद्धे' सामान्य नागरिकांच्या छळ, अवयव विद्रुपीकरण आणि कत्तलीकरता कुख्यात होते.

बनली आहे." कॉन्ट्रांना "नैतिकतेच्या बाबतीत फ्रान्समधल्या विरोधी चळवळीचे प्रणेते आणि त्यात भाग घेतलेल्या शूर स्त्रीपुरुषांच्या योग्यतेचे" लोक म्हणण्यापर्यंत त्यांची मजल गेली. हे "नैतिक समयोग्य" लोक या युद्धामध्ये ठार झालेल्या वीस ते तीस हजार सामान्य निकाराग्वन लोकांपैकी बहुतेकांच्या हत्येला जबाबदार होते.

शेजारच्या एल् साल्वादोरमध्येही असेच अत्याचार सुरू होते. तिथे अमेरिकेद्वारे प्रशिक्षित सैनिकांनी १९८१ च्या अखेरीला एल मोझोते या खेड्यामध्ये ७६७ सामान्य नागरिकांना भोसकले, त्यांचे हात-पाय तोडले, त्यांच्यावर बलात्कार केले आणि मशिनगन चालवून त्यांना ठार मारले. या ७६७ जणांमध्ये तेरा वर्षांखालची ३५८ लहान मुले-मुली होती.

या छोट्याशा देशामध्ये काँग्रेसचे जवळ जवळ ६ अब्ज डॉलर्स ओतले गेले व हा देश जगामध्ये सर्वांत जास्त दरडोई अमेरिकन परकीय मदत मिळवणारा ठरला. तिथले श्रीमंत जमीनदार उजव्या गटातल्या ''मृत्यु टोळ्या'' पोसत होते आणि या टोळ्यांनी हजारो संशयित डाव्यांना ठार केले. १९९० पर्यंत अमेरिकेमध्ये आलेल्या साल्वादोरी लोकांची संख्या पाचपट वाढून सुमारे पाच लाख झाली. त्यांच्यापैकी अनेक जण बेकायदेशीरपणे अमेरिकेत आले होते. मात्र कॉन्ट्रांच्या युद्धापासून नाही तरी, साम्यवाद्यांच्या अत्याचारांपासून बचाव करण्याच्या नावाखाली अमेरिकेकडे धाव घेणाऱ्यांपेक्षा जास्त निकाराग्वन लोकांना अमेरिकेमध्ये प्रवेश देण्यात आला आणि अनेक साल्वादोरी लोकांना परत पाठवले गेले.

निकाराग्वा आणि एल् साल्वादोरमध्ये प्रदीर्घ काळ चाललेल्या अप्रत्यक्ष युद्धामध्ये अडकून पडलेल्या आणि त्यांच्यामते जे ''महान ध्येय'' होते त्या व्हिएतनाम युद्धातल्या पराभवाच्या आठवणींनी ग्रस्त झालेल्या रेगनना अमेरिकन जनतेचा हरवलेला आत्मविश्वास परत मिळवण्याकरता एक सहजप्राप्य लष्करी विजय मिळवण्याची आस लागली होती.

१९८३ मध्ये इस्राईलविरोधी राजकीय संघटना हेझबोल्लाने एका शक्तिशाली ट्रकबाँबचा स्फोट घडवून आणला. ही संघटना वारंवार दहशतवादी खेळ्या खेळत असे. त्या काळातील अल् कायदा असे जिला म्हणता येईल, अशा या संघटनेने लेबनॉनमधील अमेरिकन सैनिकांच्या छावणीमध्ये हा ट्रक घुसवला होता. स्फोटात २४१ जण ठार झाले. या स्फोटाने अमेरिकेच्या प्रतिष्ठेला आणखी एक जबर धक्का बसला. पण दोन दिवसांनी अमेरिकेने लेबनॉन नव्हे, तर ग्रेनडा या जेमतेम एक लाख वस्तीच्या कॅरिबियन बेटावर हल्ला चढवला. ''दहशतवादाची निर्यात करण्याकरता आणि लोकशाहीचा गळा घोटण्याकरता एक प्रमुख लष्करी बालेकिल्ला म्हणून तयार करण्यात येत असलेली ही सोव्हिएत-क्युबन वसाहत होती,'' असा रेगन यांनी दावा केला आणि ते म्हणाले, ''आम्ही अगदी वेळेत तिथे पोहोचलो.'' त्यांच्या एका जुन्या वेस्टर्न चित्रपटाच्या धर्तीवर त्यांनी अमेरिकन सैनिकांना लढाईवर पाठवले. प्रसारमाध्यमांना तथाकथितरीत्या त्यांच्याच सुरक्षिततेसाठी तिथे मज्जाव करण्यात आला आणि त्याऐवजी त्यांनी माध्यमांना सरकारी छायाचित्रणाचे तुकडे देऊ केले. ही संपूर्ण कारवाई पहिल्या क्षणापासूनच फसली होती. ग्रेनडामधल्या तुटपुंजी शस्त्रे असलेल्या क्युबन बांधकाम मजुरांच्या छोट्याशा तुकडीने केलेल्या प्रतिकारात एकोणवीस अमेरिकन सैनिक ठार झाले, तर शंभराहून अधिक जखमी झाले. नऊ हेलिकॉप्टर्स नष्ट झाली. लष्करी दृष्टिकोनातून हे आक्रमण म्हणजे निव्वळ एक फार्स होता, ज्यात अमेरिकन लष्कराने सात हजार सैनिकांमध्ये जवळ जवळ २७५ शौर्यपदके

वाटली. या सात हजारांपैकी जेमतेम अडीच हजार सैनिकांना आणि तेही मर्यादित स्वरूपामध्ये प्रत्यक्ष लढण्याचा प्रसंग आला होता.

रेगन यांनी मात्र अतिशय अभिमानाने घोषणा केली, की आपले दुर्बलतेचे दिवस आता संपुष्टात आले आहेत. आपली लष्करी दले पुन्हा एकदा दिमाखाने त्यांच्या पायांवर उभी राहिली आहेत.

तिकडे जगाच्या दुसऱ्या गोलार्धात रेगन आणि केसी यांनी, कार्टर यांनी मुजाहिदीनांना दिलेल्या जुजबी मदतीचे सीआयएच्या आजवरच्या सर्वांत मोठ्या गुप्त कारवाईमध्ये रूपांतर करून टाकले. या कारवाईमध्ये ३ अब्ज डॉलर्सहून अधिक खर्च झाला. हा पैसा त्यांनी पाकिस्तानचा भ्रष्ट हुकूमशहा जनरल झिया याच्यामार्फत पुरवला. झियाने अमेरिकेची शस्त्रास्त्रे आणि डॉलर्स गुलबदीन हिकमतयारच्या नेतृत्वाखालच्या आत्यंतिक कडव्या अफगाण इस्लामवादी गटाला पोहोचवली. हिकमतयार हा क्रूरतेच्या बाबतीत जिवंतपणीच एक दंतकथा बनला होता. त्याचे सैनिक काबूलच्या बाजारात फिरून पूर्ण अंगभर बुरखा न घातलेल्या स्त्रियांच्या चेहऱ्यांवर ॲसिड फेकत असत, तसेच त्यांच्या तावडीत सापडलेल्या कैद्यांना जिवंत सोलून काढणे ही त्यांची विशेषता समजली जात असे. सीआयएने अफगाण बंडखोरांना दोन ते अडीच हजार अमेरिकन बनावटीची स्टिंगर क्षेपणास्त्रे पुरवली.

इराण आणि इराक यांच्यात झालेल्या रक्तरंजित युद्धामध्ये अमेरिकेने दोन्ही पक्षांना मदत केली. १९८३ मध्ये रेगन यांनी सद्दाम हुसेनला अमेरिकेच्या पाठिंब्याची खात्री देण्याकरता आपले विशेष दूत डोनल्ड रम्सफेल्ड यांना बगदादला पाठवले. व्यापारविषयक समितीच्या परवान्याखाली अमेरिकन कंपन्यांनी ॲँथ्रॅक्स रसायनाचे विविध प्रकार इराकला पाठवले. इराकच्या जैविक अस्त्र कार्यक्रमामध्ये आणि रासायनिक युद्धासाठी कीटकनाशके तयार करण्याकरता नंतर याच ॲँथ्रॅक्सचा उपयोग करण्यात आला.

राष्ट्राध्यक्ष या नात्याने रेगन यांनी भीती घालणारी वक्तव्ये करणे सुरूच ठेवले. रशियाला ते ''राक्षसी साम्राज्य'' म्हणाले आणि ''आधुनिक जगातल्या दुष्टपणाचा केंद्रबिंदू'' असेही म्हणाले.

१९८२ वर्षअखेर प्रत्येक महत्त्वाच्या बाबतीमध्ये अमेरिका पुढे असताना ते म्हणाले, ''आज लष्करी ताकदीच्या कुठल्याही मापदंडानुसार सोव्हिएत युनियन निश्चितपणे आघाडीवर आहे.'' मग त्यांनी संरक्षणखर्च वाढवला. १९८० मधील खर्चाच्या तुलनेत १९८५ साली तो ३५ टक्के जास्त झाला.

आता अमेरिकेच्या शस्त्रसाठ्यामध्ये ११,२०० स्ट्रॅटेजिक वॉरहेड्स होते, तर रशियाकडे ते ९,९०० होते. कारखान्यांमधल्या असेंब्ली लाइन्सवरून नव्या,

१९८३ च्या शेवटी शेवटी अमेरिकेने ग्रेनडामधील अस्थैर्याचे निमित्त करून या छोट्याशा बेटवजा राष्ट्रावर हल्ला चढवला आणि तिथले मॉरिस बिशप यांचे क्रांतिकारी सरकार पाडले. हालचालींच्या बाबतीत अगदीच वाईट ठरलेल्या या कारवाईमध्ये एकोणवीस अमेरिकन सैनिक ठार तर शंभरहून अधिक जखमी झाले. नऊ हेलिकॉप्टर्सदेखील नष्ट झाली. त्यानंतर बहुतेक सैनिकांना ताबडतोब माघारी बोलावण्यात आले.

अमेरिकेच्या ग्रेनडावरील आक्रमणाच्या वेळी सुरक्षित स्थळी पोहोचवले जाण्याची वाट पाहणारे वैद्यकीय विद्यार्थी. जीव धोक्यात असलेल्या विद्यार्थ्यांना वाचवण्याकरता हे आक्रमण आवश्यक होते असा रेगन यांनी दावा केला होता, पण प्रत्यक्षात विद्यार्थ्यांना अजिबात धोका नव्हता. त्यांच्या कॉलेजच्या प्राचार्यांनी केलेल्या सर्वेक्षणामध्ये ९० टक्के विद्यार्थी तिथेच राहण्याच्या बाजूने होते.

अद्ययावत शस्त्रप्रणाली उतरत होत्या. त्यामध्ये प्रदीर्घ काळापासून प्रलंबित असलेल्या आणि अतिशय खर्चिक अशा एमएक्स कार्यक्रमाचा समावेश होता, ज्यात क्षेपणास्त्रे अशा काही विशिष्ट पद्धतीने फिरवली जाण्याची सोय होती, ज्यामुळे त्यांचे नेमके स्थान कळू शकत नव्हते आणि सोव्हिएत युनियनने पहिला हल्ला केल्यास त्यात ही क्षेपणास्त्रे पूर्णपणे सुरक्षित राहणार होती. युरोपभर मोठ्या प्रमाणावर निदर्शने होऊनही अमेरिकेने १९८३ मध्ये नोव्हेंबर महिन्यात ब्रिटनमध्ये जमिनीवरून सोडण्याची क्षेपणास्त्रे तर पश्चिम जर्मनीमध्ये पर्शिंग-२ ही क्षेपणास्त्रे पेरली. काही सोव्हिएत अधिकाऱ्यांची यावरून खात्रीच पटली, की आता अमेरिका आपल्यावर कुठल्याही क्षणी आक्रमण करणार आहे, कारण तत्पूर्वीच्या दोन-अडीच दशकांच्या तुलनेत या दोन देशांमधले परस्परसंबंध त्या वेळी सर्वांत खालच्या स्तरावर जाऊन पोहोचले होते.

या सर्व प्रकारासाठी निधी उभारण्याकरता रेगन यांनी अपरिहार्य नसलेल्या कार्यक्रमांच्या सरकारी अनुदानांमध्ये कपात केली आणि अप्रत्यक्षरीत्या देशांतर्गत विकास कार्यक्रमांच्या निधीपैकी ७० अब्ज डॉलर्स लष्कराकडे वळवले. कामगार आणि गरीब लोकांविरुद्ध तर त्यांनी जणू युद्धच पुकारले. एकीकडे त्यांनी एअर ट्रॅफिक कन्ट्रोलर्स युनियन फोडली तर दुसरीकडे त्यांच्या कोट्यधीश मित्रांना व्हाइट हाऊसमध्ये जंगी मेजवान्या दिल्या. १८९० च्या, अमेरिकन समाजातल्या ''४०० लोकांचा गटाचे'' सोनेरी वर्ख लावलेले युग वॉशिंग्टनमध्ये जणू परत आल्यासारखे भासत होते.

जून १९८२ मध्ये न्यू यॉर्कच्या सेंट्रल पार्कमध्ये जवळ जवळ दहा लाख लोकांनी अण्वस्त्रांच्या विरोधात निदर्शने केली. त्यात कोलंबिया विद्यापीठाचा एक तरुण पदवीधरही होता. त्याचे नाव होते बराक ओबामा. या चळवळीमुळे रेगन अस्वस्थ झाले. आपल्या पुन्हा निवडून येण्याच्या प्रयत्नांना यामुळे सुरूंग लागतो की काय असे त्यांना वाटू लागले.

रेगन कितीही मोठ्या बाता मारत असले, तरी अणुयुद्धाची भीती त्यांनादेखील मनातून वाटत होतीच. त्यांच्या मनात अणुयुद्ध आणि बायबलमधील आर्मागेडॉन यांच्यामध्ये खूप साम्य होते. १९८३ मध्ये एबीसी चॅनेलवर अतिशय लोकप्रिय ठरलेला 'द डे आफ्टर' हा चित्रपट पाहिल्यानंतर रेगन यांनी त्यांच्या डायरीमध्ये लिहिले, की हा चित्रपट पाहून ''मला अतिशय नैराश्य आले.''

आता यामागे त्यांच्या पत्नीचा प्रभाव होता की तिच्या ज्योतिष्याचा हे आपल्याला माहीत नाही, पण आत्तापर्यंत त्यांनी जी विषाची पेरणी केली होती त्याची चिंता उत्पन्न होऊन रेगन सोव्हिएत युनियनबद्दल एक वेगळाच विचार करू लागले. नंतर आपल्या आठवणींमध्ये त्यांनी लिहिले : ''तीन वर्षांमध्ये मला

रशियन लोकांबद्दल एक वेगळेच काही शिकायला मिळाले. सोव्हिएत पदांच्या उतरंडीमध्ये अनेक लोक अमेरिका आणि अमेरिकनांना अगदी खरोखर घाबरत असत.'' पण यावर विश्वास ठेवायचा, तर रशियनांना अमेरिका पहिला वार करेल अशी भीतीदेखील वाटत असू शकेल ही गोष्ट मात्र राष्ट्राध्यक्ष रेगन यांच्या डोक्यात कधी आलीच नाही ही किती आश्चर्याची गोष्ट म्हणावी!

कदाचित वाढत्या अण्वस्त्रविरोधी भावनेवर फुंकर घालण्याच्या आशेने मार्च १९८३ मध्ये रेगन यांनी स्ट्रॅटेजिक डिफेन्स इनिशिएटिव्ह (एसडीआय), म्हणजे संपूर्ण देशाभोवती अवकाशामध्ये एक संरक्षक कवच निर्माण करण्याचा प्रस्ताव मांडला. त्यांच्या टीकाकारांनी याला ''स्टार वॉर्स'' किंवा अवकाशातले युद्ध असे नाव दिले.

स्टार वॉर्सची स्वप्नसदृश कल्पना अत्यंत खर्चिक अशा अँटिबॅलिस्टिक मिसाईल प्रणालीचे रूप घेऊन प्रत्यक्षात आली. सोव्हिएत वैज्ञानिकांनी ऊर्जाझोत अस्त्रनिर्मिती (एनर्जी बीम वेपन्री) क्षेत्रामध्ये यश मिळवल्यास त्याचा प्रतिकार कसा करावा याबद्दल पेंटॅगॉनमध्ये १९७० च्या दशकातच संशोधन सुरू झाले होते. वास्तव असे होते, की रशियामध्ये अशा प्रकारचा कुठलाही प्रकल्प हाती घेण्यात आलेला नव्हता.

मार्च १९८५ मध्ये एका विलक्षण घटनेने इतिहासाला एक नवेच वळण दिले. सोव्हिएत युनियनमध्ये चोपन्न वर्षांचे मिखाईल गोर्बाचेव्ह सत्तेवर आले. अनेक वर्षांपूर्वी हेन्री वॉलेस होते, तसेच गोर्बाचेव्हदेखील शेतीविषयात तज्ज्ञ होते. खुश्चेव्ह यांच्याप्रमाणेच तेही आपल्या मुत्सद्देगिरी आणि नशिबाच्या साह्याने जागोजाग अकार्यक्षमता आणि खोटारडेपणाचे बॉंब पेरलेल्या क्षेत्रातून वाट काढताना एक विरळा प्रामाणिकपणा दाखवून देत होते. त्यांनी पाश्चात्य देशांमध्ये खूप प्रवास केला होता आणि खुश्चेव्ह यांच्याप्रमाणेच इतर कशाहीपेक्षा आपल्या जनतेचे जीवन अधिकाधिक चांगले कसे करता येईल, याकडेच त्यांचे लक्ष होते. तोच त्यांचा ध्यास होता.

त्यांना त्यांच्या देशामध्ये सुस्पष्टतेचा अभाव असल्याचे लक्षात आले. अमेरिकेची बरोबरी करण्याकरता रशिया तिच्या ढोबळ राष्ट्रीय उत्पन्नाचा जवळ जवळ पंचवीस टक्के भाग संरक्षणावर खर्च करत होती. काही लोकांच्या मते हा आकडा याहीपेक्षा जास्त होता. संरक्षणसाहित्य निर्मिती सोव्हिएत अंदाजपत्रकाचा अवास्तव प्रमाणातला भाग खाऊन टाकत होती. १९७० च्या दशकाच्या अखेरपासून, प्रगती खुंटलेल्या त्यांच्या नियोजित अर्थव्यवस्थेचे संचालन लष्कर-उद्योग-शैक्षणिक संस्था यांच्या संयुक्त आस्थापनेच्या हातात होते आणि या आस्थापनेला वास्तवाशी काहीही घेणेदेणे नव्हते. समाजामध्ये पुन्हा चैतन्य निर्माण करायचे असेल तर

आपल्याला लष्करावरच्या खर्चामध्ये कपात करावी लागेल हे त्यांच्या लक्षात आले.

आपली संसाधने अन्यत्र वळवून शस्त्रस्पर्धा संपुष्टात आणण्याकरता गोर्बाचेव्ह यांनी प्रयत्न करण्यास सुरुवात केली. अफगाणिस्तानातील युद्धदेखील थांबवण्याकरता त्यांनी पावले उचलायला सुरुवात केली. त्यांच्यामते हा संघर्ष सुरुवातीपासूनच एक "प्राणघातक चूक" आणि "भळभळती जखम" होता.

तरुणपणी त्यांनी युद्धाची भयानकता पाहिली होती आणि रेगन यांना अनेक विलक्षण म्हणावीत अशी पत्रे लिहून त्यांनी मैत्री आणि निकोप स्पर्धेचा प्रस्ताव मांडला. चाळीस वर्षापूर्वी हेन्री वॉलेस हेच करू पाहत होते.

रेगन यांनी त्यांना उत्साहवर्धक प्रतिसाद दिला. हे दोन्ही नेते पहिल्यांदा प्रत्यक्ष भेटले ते जिनिव्हामध्ये १९८५ च्या नोव्हेंबर महिन्यात. राजकीय नाही तरी व्यक्तिगत पातळीवर त्यांनी एकमेकांना साद घातली. संपूर्ण १९८६ या वर्षामध्ये गोर्बाचेव्ह पत्रे लिहितच राहिले आणि २००० पर्यंत सर्वच अण्वस्त्रे नष्ट करण्याची आवश्यकता व्यक्त करत राहिले.

मात्र त्यामुळे रेगन यांच्या मानसिकतेमध्ये काही फरक पडला नाही. अमेरिकेने आण्विक चाचण्यांची एक नवी मालिका सुरू करण्याची घोषणा केली आणि अफगाणिस्तानात मुजाहिदीनांना देण्यात येणाऱ्या मदतीमध्येही वाढ केली.

ऑक्टोबर १९८६ मध्ये रेगन आणि गोर्बाचेव्ह आइसलँडच्या रेकजेविक शहरामध्ये भेटले. या भेटीमध्ये हे दोन्ही नेते इतिहास कायमकरता बदलण्याच्या इतक्या जवळ आले होते, की फक्त काही शब्दच तेवढे बोलायचे उरले होते.

गोर्बाचेव्ह यांनी आश्चर्याने थक्क व्हावे असे धाडसी निःशस्त्रीकरणाचे प्रस्ताव समोर केले. अमेरिका आणि रशिया यांच्यातले संबंध बिघडवण्यामध्ये ज्यांनी खूप मोठा हातभार लावला होता ते पॉल नित्शेदेखील म्हणाले, की रशियाचा हा प्रस्ताव "गेल्या पंचवीस वर्षांतला सर्वोत्तम प्रस्ताव होता." नित्शे आणि सेक्रेटरी ऑफ स्टेट जॉर्ज शुल्झ यांनी मोठ्या प्रमाणावर शस्त्रास्त्रनियंत्रणाचा हा सौदा स्वीकारण्याची विनंती रेगनना केली. रेगन सल्ल्याकरता विचारक रिचर्ड पर्ल यांच्याकडे वळले. या सौद्यामुळे रशियन अर्थव्यवस्था मजबूत होईल अशी पर्ल यांना भीती वाटली. या करारामुळे अप्रत्यक्षपणे रेगन यांच्या स्टार वॉर्स योजनेच्या गळ्याला नख लागेल असा इशारा त्यांनी दिला. रेगन यांची एसडीआयची कल्पना म्हणजे दिवास्वप्न आहे हे पर्ल आणि इतर सल्लागारांना ठाऊक होते आणि हे निव्वळ स्वप्नरंजन अतिशय खर्चिकही आहे, हेही ते जाणून होते. ते प्रत्यक्षात येईल अशी खात्री एकट्या रेगनना वाटत होती.

वाटाघाटी अडखळल्या म्हटल्यावर गोर्बाचेव्ह यांनी रेगनना जरा धाडस

करण्याची कळकळीची विनंती केली.

यावर रेगन यांची प्रतिक्रिया निरीक्षकांना धक्का देऊन गेली. ते म्हणाले, ''... आपण अण्वस्त्रे नष्ट केली तर चालेल.'' शुल्ट्झ यांनी मान डोलावली - ''चला तर मग करून टाकूया.'' गोर्बाचेव्ह म्हणाले, रेगन यांनी एसडीआयच्या चाचण्या पुढच्या दहा वर्षांकरता प्रयोगशाळेपुरत्याच मर्यादित ठेवल्या तर आपण आपली अण्वस्त्रे नष्ट करू. रशियाने पूर्ण ताकदीनिशी हल्ला केला तर एसडीआय अमेरिकेला अजिबात वाचवू शकणार नाही हे गोर्बाचेव्ह आणि रशियन वैज्ञानिकांना माहीत होते, पण अवकाश शस्त्रास्त्रांनी भरून टाकण्याची चाल अमेरिका खेळेल याची त्यांना भीती वाटत होती आणि अण्वस्त्र स्पर्धेवरच्या मोजक्या निर्बंधांपैकी एक असलेला अँटिबॅलिस्टिक मिसाईल करार रद्द करण्याच्या कल्पनेनेदेखील त्यांच्या पोटात गोळा आला होता.

शुल्ट्झ आणि पॉल नित्शे यांनी रेगन यांचे मन वळवण्याचा प्रयत्न केला, पण दुर्दैवाने त्यांना त्यात यश आले नाही. या चाचण्या प्रयोगशाळेपुरत्या मर्यादित ठेवण्याने मायदेशामध्ये राजकीयदृष्ट्या त्यांचे नुकसान होईल असे रेगन म्हणाले, विशेषत: त्यांचे उजव्या गटांचे समर्थक नाराज होतील असे त्यांचे म्हणणे होते. वाटाघाटी इथेच खुंटल्या आणि बैठक संपली.

इमारतीतून बाहेर पडता पडता गोर्बाचेव्ह यांनी अखेरचा प्रयत्नही करून पाहिला. ''मि. प्रेसिडेंट, तुम्ही अवकाशाचे लष्करीकरण करण्याची तुमची योजना मागे घेतली, तर मी आत्ता याक्षणीदेखील पुन्हा आत जाऊन आपण उभयपक्षी मान्य केलेल्या कागदपत्रांवर स्वाक्षरी करायला तयार आहे.''

रेगन उत्तरले : ''आय ॲम एक्स्ट्रीमली सॉरी.''

अण्वस्त्रे नष्ट करण्याची प्रक्रिया सुरू करण्यापासून दोन्ही महासत्ता अक्षरश: केसभर अंतरावर आल्या होत्या, पण १९८६ मध्ये जे अद्याप प्रयोगशाळेच्या टप्प्यावरदेखील आले नव्हते, त्या स्टार वॉर्सनामक स्वप्नाने त्यावर बोळा फिरवला. गोर्बाचेव्ह अतिशय संतप्त झाले आणि शस्त्रास्त्रस्पर्धेद्वारे रशियाला आर्थिकदृष्ट्या संपवण्याच्या रेगन यांच्या योजनेला याकरता जबाबदार धरले. त्यांनी मायदेशी जाऊन पॉलिटब्युरोला सांगितले, की ते फक्त ''वर्गशत्रूशी'' - भांडवलशाहीवादी अमेरिकेशी - नव्हे तर राष्ट्राध्यक्ष रेगन यांच्याशीदेखील लढत आहेत. कारण रेगन यांनी ''अगदी टोकाची आदिम प्रवृत्ती दाखवून दिली. गुहेत राहणाऱ्या मानवाचा दृष्टिकोन आणि बौद्धिक नपुंसकता दाखवून दिली.'' त्यानंतर अमेरिकेने एसडीआयवर १०० अब्ज डॉलर्सपेक्षाही जास्त पैसा खर्च केला व याचा अंतिम खर्चाचा आकडा एक ट्रिलियन (एक दशअब्ज) डॉलर्सच्याही पुढे जाईल असा अंदाज आहे. एकाच वेळी अनेक फसवी क्षेपणास्त्रे पाठवून प्रणालीमध्ये गोंधळ

दूरचित्रवाणीच्या राष्ट्रीय वाहिन्यांवर, ज्याला 'स्टार वॉर्स' असे टोपणनाव देण्यात आले होते, तो आपला स्ट्रॅटेजिक डिफेन्स इनिशिएटिव्ह (एसडीआय), समजावून सांगताना रेगन. क्षेपणास्त्रांपासून बचाव करण्याच्या संरक्षण ढालीची ही हास्यास्पद योजना रेगन आणि सोव्हिएत नेते मिखाईल गोर्बाचेव्ह यांच्यातल्या वाटाघाटीमध्ये सौदा मोडण्याचे कारण ठरली.

१९८५ साली जिनिव्हामध्ये झालेल्या शिखर परिषदेच्या पूर्ण सत्राच्या वेळी हस्तांदोलन करताना रेगन आणि गोर्बाचेव्ह.

रेकजेविक शिखर परिषदेमध्ये रेगन आणि गोर्बाचेव्ह. रेगन यांना अकल्पितरीत्या आश्चर्याचा धक्का देत गोर्बाचेव्ह यांनी विलक्षण धाडसी शस्त्रकपात प्रस्तावांचा एक संचच त्यांच्यासमोर केला.

उडवला जाण्याची समस्या आणि असे इतर अनेक प्रश्न असल्यामुळे एक परिणामकारक स्ट्रॅटेजिक डिफेन्स यंत्रणा तयार करणे ही गोष्ट आजही तितकीच अधांतरी, अनिश्चिततेच्या परिघात आहे.

दोन्ही पक्ष बोलणी पुन्हा सुरू होण्याची आशा करत होते, पण तत्पूर्वीच, त्याच महिन्यामध्ये एक असे प्रकरण बाहेर आले, की रेगन यांचे प्रशासन मुळापासून हादरले. ऑक्टोबर १९८६ मध्ये निकाराग्वामध्ये एक मालवाहू विमान पाडण्यात आले. या विमानातल्या वाचलेल्या एकमेव मनुष्याने विमान सीआयएसाठी काम करत असल्याची कबुली दिली. काँग्रेसमध्ये झालेल्या चौकशीमध्ये असे आढळले, की विद्यमान अमेरिकन सरकार बेकायदेशीर व्यवहार, भ्रष्टाचार, घोडचुका आणि लेबनॉनमध्ये अडकलेल्या अमेरिकन ओलिसांच्या संदर्भात धूळफेक, इराक आणि इराण या दोन्ही देशांना शस्त्रविक्री, तेहरानमध्ये मुळात अस्तित्वातच नसलेल्या "मवाळ" गटांची जोपासना करण्यासाठी केलेले व फसलेले प्रयोग आणि पनामाच्या मॅन्युएल नोरिगांसह अनेक अयोग्य व्यक्तींशी हातमिळवणी या गोष्टींमध्ये नखशिखांत बुडलेले आहे.

अमेरिकन जनतेला कळले, की निकाराग्वातील सरकार उलथवण्याला हातभार लावण्यावर काँग्रेसने जी मनाई केली होती तिचे सरळ सरळ उल्लंघन करत सीआयएने निकाराग्वातील बंदरांमध्ये पाणसुरूंग पेरले. परंपरावादी नेत्यांचे अग्रणी सिनेटर बॅरी गोल्डवॉटर यांनी बिल केसी यांची चांगलीच खरडपट्टी काढली.

रेकजेविकमधून निराश होऊन परतताना रेगन आणि गोर्बाचेव्ह. अण्वस्त्रे पूर्णपणे नष्ट करण्याच्या हे दोन्ही नेते अगदी जवळ येऊन पोहोचले होते, पण एसडीआय कार्यक्रम सोडून देण्यास रेगन यांनी नकार दिल्यामुळे संपूर्ण आण्विक शस्त्रकपातची शक्यता धुळीला मिळाली.

त्यांनी लिहिले, ''मी अतिशय निराश झालो आहे, हा आंतरराष्ट्रीय कायद्याचा भंग आहे. हे युद्धच आहे.''

रेगन यांच्या कारकिर्दीची अखेरची दोन वर्षे घाणेरड्या आणि उफराट्या कारवायांच्या तपशिलांमध्ये बुडून गेली. इराणविषयक धोरणाबद्दल आपल्याला पूर्ण माहिती दिली गेली नव्हती आणि त्याचा एक भाग अतिशय चुकीचा होता, असे अतिशय कीव करण्याजोगे स्पष्टीकरण त्यांनी पत्रकार परिषदेमध्ये दिले आणि ते तिथून निघून गेले. त्यांच्या हाताखालचे लोक काय करत होते याची त्यांना पुरेशी समजच नव्हती आणि त्याहीपेक्षा कमी त्यांचे त्या लोकांवर नियंत्रण होते असे भासत होते. देशाला उद्देशून बोलताना रेगन म्हणाले, ''काही महिन्यांपूर्वी मी अमेरिकन जनतेला सांगितले, की मी ओलिसांच्या बदल्यात शस्त्रास्त्रे दिली नाहीत. माझे हृदय आणि माझा सद्हेतू मला अजूनही सांगतात, की मी खरे तेच बोललो. पण तथ्ये आणि पुरावे मला सांगत आहेत की ते खरे नाही.'' अशा प्रकारची माफी निक्सन यांच्या कामी आली नसती. पण रेगन यांच्याभोवतीचे व्यक्तिगत वलय इतके सहृदयपणाचे होते, की त्यांना माफी मागावी लागणे हे वाईटच होते, पण त्यांना तुरुंगात जावे लागले असते तर ते खूपच दुःखद ठरले असते. आणि वॉशिंग्टनमधल्या व्यवस्थेला बहुधा असे वाटले होते, की आणखी

एका राष्ट्राध्यक्षांवर महाभियोग चालवण्याची किंवा त्यांना राजीनामा देणे भाग पडण्याची वेळ येणे व्यवस्थेला सहन होण्यासारखे नाही, त्यामुळे त्यांनी रेगन यांना त्यांचा कालावधी पूर्ण करून दिला. ते पदावरून पायउतार झाले ते अतिशय गोंधळलेल्या अवस्थेत.

मात्र त्यांच्या हाताखालचे लोक इतक नशीबवान नव्हते. वरील गुन्ह्यांकरता जे दोषी ठरले त्यांमध्ये दोन राष्ट्रीय सुरक्षा सल्लागार होते. त्यांच्यापैकी एकाने तर आत्महत्येचा प्रयत्नदेखील केला. त्याचबरोबर, त्यांच्यामध्ये ऑलिव्हर नॉर्थ आणि सहायक सेक्रेटरी ऑफ स्टेट एलियट अब्राम्स हेदेखील होते. अब्राम्स नंतर बुश यांच्या दुसऱ्या कार्यकाळामध्ये पुन्हा परतले. संरक्षण सचिव कॅस्पर वाइनबर्गर, अब्राम्स आणि अन्य अनेकांचे दोष सिद्ध झाले किंवा त्यांच्यावर कायदेशीररीत्या आरोप ठेवण्यात आले, पण पुढच्या राष्ट्राध्यक्षांनी त्यांना माफी देऊन टाकली. सीआयएच्या संचालकांनी आपल्या नियतीला हुलकावणी दिली आणि सुनावणी सुरू झाल्याच्या दुसऱ्याच दिवशी ते ब्रेन ट्युमरमुळे मरण पावले. उपराष्ट्राध्यक्ष जॉर्ज एच. डब्ल्यू. बुश यांनी स्वत:वर खटला भरला जाणे टाळण्यात यश मिळले. "मला यातले काहीही माहिती नव्हते आणि माझ्याकडे कुठलीही कार्यकारी भूमिका नव्हती," असे त्यांनी ठासून सांगितले. पण हे प्रकरण बाहेर येण्यापूर्वीच आपल्या व्यक्तिगत रोजनिशीमध्ये त्यांनी कबूल केले होते, की "या प्रकरणाची इत्थंभूत माहिती असलेल्या अगदी मोजक्या व्यक्तींपैकी मी एक आहे." ही रोजनिशी कधीकाळी त्यांना प्रसिद्ध करणे भाग पडेल याची तेव्हा त्यांना तीळमात्र कल्पना नव्हती. परिणामत:, स्वतंत्र वकिलांच्या अंतिम अहवालामध्ये अशी नोंद करण्यात आली, की बुश यांची फौजदारी चौकशी अपूर्ण राहिली ही अतिशय खेदाची गोष्ट आहे.

या अतिशय वाईट प्रकरणाच्या ऐन काळातच, निदान काहीतरी साध्य करावे या हेतूने डिसेंबर १९८७ मध्ये गोर्बाचेव्ह वॉशिंग्टनला आले आणि त्यांनी मध्यम पल्ल्याच्या अण्वस्त्रांविषयीच्या करारावर स्वाक्षरी केली. ही गोष्ट एक महत्त्वाचा मैलाचा दगड होती. अण्वस्त्रांचा एक अख्खा वर्गच नष्ट करण्याचा हा पहिलाच करार होता आणि वास्तविक याच वर्गामध्ये सोव्हिएत युनियन अमेरिकेच्या पुढे होती.

अफगाणिस्तानामध्ये सोव्हिएत सैन्य माघारी जाण्याची सुरुवात मे १९८८ मध्ये झाली. इस्लामिक दहशतवाद्यांना पायबंद घालण्याकरता एकत्रित प्रयत्न करण्याच्या दृष्टीने रशियनांनी अमेरिकेला विचारून पाहिले, पण हवे ते साध्य झालेल्या अमेरिकेने, तिनेच जी समस्या उभी करण्यात हातभार लावला होता, त्यातून हात झटकले. सोव्हिएत 'काफिरांशी' जिहाद लढण्याकरता सुमारे वीस

हजार अरब पाकिस्तानमध्ये गोळा झाले होते. त्यांच्यामध्ये सौदी अरेबियातल्या बांधकाम उद्योगातील एका बड्या घराण्याचा वारस होता. त्याच्याकडे मोठ्या संख्येने स्वयंसेवक-योद्धे होते. त्यांना तो स्वत: पोसू शकत होता. त्याचे नाव होते ओसामा बिन लादेन. त्याशिवाय पाकिस्तानातील मदरशांमध्ये हजारो मुले धाव घेत होती. या मदरशांमध्ये त्यांना कडवे मुसलमान करून जिहादसाठी त्यांची भरती करण्यात येत होती. याकरता मदरसे जी पुस्तके वापरत होती, ती बहुतांशी अमेरिकेतल्या नेब्रास्का विद्यापीठाच्या ओमाहा इथल्या सेंटर फॉर अफगाणिस्तान स्टडीजमध्ये तयार करण्यात आलेली होती. या सेंटरला त्याकरता यूएसएड संस्था निधी पुरवत होती आणि पुस्तके मदरशांपर्यंत पोहोचवण्याचे काम सीआयए करत होती. १९८० च्या दशकामध्ये सौदी अरेबियाने आपला वहाबी कट्टरवाद सर्वत्र पसरवण्याकरता तब्बल ७५ अब्ज डॉलर्स खर्च केले.

अफगाणिस्तानमधील संघर्षामध्ये दहा लाख अफगाणी लोक ठार झाले. त्यांच्या एकूण दीड कोटी लोकसंख्येपैकी एक तृतीयांश, म्हणजेच पन्नास लाख लोकांनी पळून जाऊन पाकिस्तान आणि इराणमध्ये आश्रय घेतला. ऐंशीच्या

राष्ट्रीय सुरक्षा सल्लागार रॉबर्ट मॅकफार्लेन यांच्या कार्यालयामध्ये लेफ्टनंट कर्नल ऑलिव्हर नॉर्थ आणि निकाराग्वाचे कॉन्ट्रा नेते अडोल्फो कॅलेरो यांच्यासह रेगन. कॉन्ट्रा बंडखोरांना पैसा पुरवण्याकरता इराण सरकारला शस्त्रास्त्रे विकण्याच्या अमेरिकन सरकारच्या बेकायदेशीर योजनेचे प्रमुख कटकर्ते मॅकफार्लेन आणि नॉर्थ हेच दोघे होते. हे दोघेही युद्धोत्सुक पण मानसिकदृष्ट्या अस्थिर सैनिक होते ज्यांना आपण खूपच महान कुणीतरी असल्याचा भ्रम होता आणि गोष्टी नटवून-सजवून सादर करण्याचे कसब त्यांना साधले होते.

दशकाअखेरीस पाकिस्तानच्या गुप्तचर खात्याशी (आयएसआय) संबंधित इस्लामवाद्यांनी अफगाणिस्तानचा ताबा घेतला. जागतिक धोरणविषयक विचारगट आरएएनडी मधल्या एक तज्ज्ञ चेरील बर्नर्ड यांचे पती झाल्मय खलिलझाद अमेरिकेचे अफगाणिस्तानातील राजदूत होते. त्या म्हणाल्या, ''आम्ही जाणूनबुजून हा पर्याय निवडला ... वाईटातले वाईट माथेफिरू लोक (रशिया) विरुद्ध सोडायचे ... हे लोक कोण होते आणि त्यांच्या संघटना काय होत्या हे आम्हाला अगदी नेमके माहीत होते आणि आम्हाला त्याची अजिबात पर्वा नव्हती. आज अफगाणिस्तानामध्ये मवाळ नेतेच नाहीत याचे कारण म्हणजे आम्ही त्या वेडसर लोकांना सगळ्या मवाळांना ठार मारू दिले हे आहे.'' अमेरिकेने प्रशिक्षण आणि शस्त्रे पुरवलेल्या या कट्टर लोकांचे बळी ठरलेल्यांमध्ये अफगाणी स्त्रियांचा समावेश होता. त्या लोकांनी तिथल्या स्त्रियांना अक्षरश: अंधाऱ्या युगामध्ये ढकलले. तुम्ही जो कट्टरतावाद पसरवत आहात, त्याने अमेरिकेच्या हितालाही धोका उत्पन्न होईल असे वारंवार सांगूनही बिल केसी ठामपणे म्हणत राहिले, की ख्रिश्चन धर्म आणि इस्लाम यांच्यातील भागीदारी दीर्घकाळ चालू राहील. एवढेच नाही, तर १९८५ च्या वसंत ऋतुमध्ये, सोव्हिएत मुसलमानांना उठाव करण्यासाठी चिथावण्याकरता मुजाहिदीनांनी, सीमा ओलांडून रशियात जाऊन हल्ले करण्यालाही त्यांनी पाठिंबा दिला.

रेगन यांनी जवळ जवळ लाजिरवाण्या स्थितीत पद सोडले असले, तरी परंपरावाद्यांनी त्यांना देशाच्या महान राष्ट्राध्यक्षांच्या पंगतीत नेऊन बसवले आहे. जॉन्सन, निक्सन, फोर्ड आणि कार्टर यांच्या अपयशी कारकिर्दीनंतर अमेरिकन जनतेचा स्वत:वरचा विश्वास त्यांनी पुन:प्रस्थापित केला अशी त्यांची स्तुती हे लोक करतात.

पण रेगन यांनी खरोखर काय मागे ठेवले? कधीकाळी रूझवेल्ट यांचे समर्थक डेमोक्रॅट असलेल्या रेगन यांच्या मनामध्ये सरकारबद्दल इतका काही द्वेष निर्माण झाला, की त्याच्या कथा दंतकथा बनून राहिल्या आहेत. आणि त्यांनी स्वत: मात्र गरीब लोकांकरताच्या अनेक सामाजिक उपक्रमांच्या निधीमध्ये कपात करून लष्कराला अफाट पैसा दिला. त्यांनी श्रीमंत लोकांवरचे कर कमी केले, लष्करी अंदाजपत्रक आणि राष्ट्रीय कर्जे या दोन्ही गोष्टी दुप्पट करून ठेवल्या आणि सर्वात क्रांतिकारी बदल घडवला तो म्हणजे, १९८१ मध्ये जगातला आघाडीचा धनको देश असलेल्या अमेरिकेला १९८५ पर्यंत जगातला सर्वात कर्जबाजारी देश करून टाकले.

त्यांनी उद्योगांवरचे नियमन काढून टाकले, पर्यावरणीय मानके कमी करून टाकली, जिमी कार्टर यांनी व्हाइट हाऊसच्या छतावर बसवून घेतलेली सौरऊर्जा

पॅनेल्स उद्दामपणे काढून टाकली, मध्यमवर्गाला दुर्बल करून सोडले, कामगार संघटना मोडल्या, वांशिक भेद वाढवले, गरीब आणि श्रीमंत यांच्यामधली दरी आणखीनच रुंद केली आणि निर्मिती क्षेत्रातला रोजगार परदेशांमध्ये पाठवण्यात कंपन्यांना मदत केली. त्यांनीच बचत आणि कर्जसंबंधित संस्थांवरचे नियंत्रण काढून टाकले, ज्यामुळे संकटात सापडलेल्या बँका आणि बुडालेल्या बचती आणि कर्जे वाचवण्याकरता मोठ्या प्रमाणावर सरकारी मदत देण्याची वेळ पहिल्याप्रथम ओढवली. १९९५ वर्ष उजाडेतो या प्रकारामुळे करदात्यांना तब्बल ८७ अब्ज डॉलर्सचा भुर्दंड सोसावा लागला.

खासगीकरणाच्या बुरख्याआड आणि रेगन यांनी मार्केट फोर्सेस किंवा बाजारपेठीय शक्तींच्या केलेल्या अफाट स्तुतीच्या आधारे वॉल स्ट्रीटने "लालसा चांगली असते" प्रकारची प्रचंड लुटालूट सुरू केली. त्यामुळे ऑक्टोबर १९८७ मध्ये १९२० च्या दशकातल्या महामंदीनंतर सर्वांत वाईट प्रकारे शेअरबाजार कोसळल्याचे पाहायला मिळाले.

भविष्यातल्या परंपरावाद्यांना त्यांनी जाता जाता दिलेली भेट म्हणजे १९८७ मध्ये रेगन यांच्या मदतीने एफसीसीने (फेडरल कम्युनिकेशन्स कमिशन), १९४० पासून रेडिओ, दूरचित्रवाणी इ. माध्यमांमध्ये सार्वजनिक हिताच्या गोष्टींच्या संदर्भात विरोधी मतांनादेखील पुरेसा आणि वाजवी वाव देणे संबंधित कंपन्यांवर बंधनकारक करणारी 'न्याय्य विचारप्रणाली' रद्द केली. त्यामुळे रश लिम्बॉग यांचा कार्यक्रम आणि टॉक रेडिओ केंद्रे यांचा स्फोट झाला आणि त्यांना प्रचंड प्रमाणात श्रोते मिळू लागले.

यामुळे आणि एकाच कंपनीच्या मालकीच्या रेडिओ केंद्रांच्या संख्येवर असलेली मर्यादा हळूहळू शिथिल करण्यामुळे, १९९६ पर्यंत उजव्या गटांचे प्रसारमाध्यमांचे साम्राज्य वाढण्यास मदत झाली. त्यासोबतच मग एकमेकांमध्ये पक्के गुंतलेले, भरपूर आर्थिक पाठबळ असलेले परंपरावादी विचारगटदेखील उगवले आणि त्यांनी वॉशिंग्टनमध्ये एका नव्या सामूहिक विचाराची जडणघडण केली.

भीती, नाराजी आणि सरकारवरचा रोष या सगळ्या भावनांना खेळवत १९९० च्या दशकाच्या अखेरीपर्यंत क्लियर वाहिनी, रुपर्ट मरडॉक यांची फॉक्स न्यूज, टॉक रेडिओ नेटवर्क, सालेम रेडिओ, यूएसए रेडिओ नेटवर्क आणि रेडिओ अमेरिका यांच्यासोबतच केबल टेलिव्हिजन नेटवर्कच्या बोकाळण्यामुळे एक चळवळ तयार झाली, जिने अमेरिकेच्या राजकीय भाषणांचा दर्जा नाट्यमयरीत्या घसरवला आणि त्यात काही पुरोगामी बदल घडून येण्याची शक्यता पार मावळून गेली.

स्टॅनफोर्ड विद्यापीठातील हूव्हर संस्था ही परंपरावाद्यांची एक प्रतिष्ठित मक्का

होती. या संस्थेने रेगन यांचे वर्णन करताना म्हटले, की त्यांचा आत्मा देशावर फिरतो आहे व एखाद्या प्रेमळ, मैत्रीपूर्ण भुताप्रमाणे आपल्याकडे पाहतो आहे. अगदी डेमोक्रेटिक पक्षाचे असलेले क्लिंटन आणि ओबामांसारखे राष्ट्राध्यक्षदेखील, परंपरावाद्यांना चुचकारण्याकरता म्हणा किंवा इतिहासाच्या विस्मृतीमुळे म्हणा, पण त्यांच्या दबावाखाली आपल्या धार्मिकपणाचा देखावा करत मुक्त भांडवलशाही बाजारपेठेचे गुणगान करत असत, जागतिक मध्यमवर्गाची खोटी कथा पसरवत असत आणि अमेरिकेच्या अपवादात्मकतेचे ढोल पिटत असत. असे करून ते लष्कर-उद्योग संकुलाच्या कधीही न भागणाऱ्या क्षुधेला अन्न पुरवत राहिले, देशांतर्गत आणि देशाबाहेर धोकादायक शत्रूंचा शोध घेत राहिले आणि याद्वारे साम्राज्य टिकवून ठेवण्याकरता आकाश-पाताळ एक करत राहिले.

निकारागवामध्येसुद्धा, भयंकर टीका होऊनही रेगन यांनी प्रदीर्घ काळ चाललेले कॉन्ट्रा युद्ध जिंकले आणि त्याद्वारे त्या देशाच्या अर्थव्यवस्थेची वाट लावली आणि तिथल्या जनतेला पार थकवून टाकले. त्यानंतर लगेचच सँडिनिस्टा त्यांच्या देशामध्ये प्रगतीची लाट आणू शकतील यावरचा निकारागवन जनतेचा विश्वास उडाला. १९९०चे दशक सुरू होता होता एक धार्मिक प्रवृत्तीचे, वॉशिंग्टनधार्जिणे उमेदवार अमेरिकेचे आर्थिक पाठबळ आणि त्याचबरोबर अमेरिकेने घातलेले व्यापारविषयक निर्बंध यांच्या जोरावर निवडणुकीत जिंकून आले. तथाकथित कम्युनिस्ट सँडिनिस्टांनी शांतपणे बाजूला होऊन त्यांना सत्तेवर येऊ दिले.

शीतयुद्ध जिंकण्यामध्ये रेगन यांनी बजावलेल्या भूमिकेचा खूप उदो-उदो केला जातो, पण त्यातला सिंहाचा वाटा मिखाईल गोर्बाचेव्ह यांना जातो. गोर्बाचेव्ह यांच्याकडे खरोखर दूरदृष्टी होती आणि नंतर सिद्ध झाल्याप्रमाणे ते खरे लोकशाहीवादी होते. दुसऱ्या महायुद्धाच्या काळात रूझवेल्ट यांनी स्टालिनची स्वीकारली, तशी गोर्बाचेव्ह यांनी प्रामाणिकपणे पुढे केलेली भागीदारी रेगन यांनी स्वीकारली असती तर जग बदलून गेले असते.

पण रोनाल्ड रेगन आपल्या अंतराळविषयक दिवास्वप्नाला सोडचिठ्ठी न देऊ शकल्यामुळे यांनी जगामधून अण्वस्त्रे कायमची नाहीशी करण्याची संधी हातून जाऊ दिली, एवढे तरी किमान म्हणावे लागेल.

गोर्बाचेव्ह यांच्या असामान्य प्रयत्नांचे कौतुक करत अमेरिका या विषयाच्या एक प्रमुख सोव्हिएत तज्ज्ञाने अमेरिकन तज्ज्ञांना इशारा दिला, की आम्ही तुमची अतिशय वाईट अवस्था करू; तुम्हाला शत्रूच उरू देणार नाही.

दुर्दैवाने, ते खोटे ठरले.

प्रकरण अकरा

१९८० च्या दशकाच्या अखेरीस एका सोनेरी क्षणाकरता जग आशादायक आणि आनंदी होते. अफगाणिस्तान, अंगोला, कंबोडिया आणि निकाराग्वा, तसेच इराण-इराक ही सर्व प्रदीर्घ आणि रक्तरंजित युद्धे संपुष्टात येऊ लागली होती. पीएलओचे नेते यासर अराफत यांनी मॉस्कोच्या दबावामुळे दहशतवादाला सोडचिट्ठी दिली होती आणि अप्रत्यक्षपणे इस्त्राईलला अस्तित्वाचा हक्क आहे हे मान्य केले होते.

डिसेंबर १९८८ मध्ये संयुक्त राष्ट्रसंघासमोर बोलताना मिखाईल गोर्बाचेव्ह यांनी इतिहास बदलण्याचा आणखी एक नाट्यपूर्ण प्रयत्न केला. शीतयुद्ध संपल्याचे त्यांनी एकतर्फी जाहीर करून टाकले : ''शक्तीचा वापर किंवा धाक आता इथून पुढे ... परराष्ट्रधोरणाचे एक साधन ठरू शकणार नाही. ही गोष्ट इतर कशाहीपेक्षा अण्वस्त्रांना जास्त लागू होते ... आता मी मुख्य विषयाकडे वळतो, तो म्हणजे शस्त्रकपात. ही झाल्याशिवाय येत्या शतकामधली इतर कुठलीही समस्या सोडवली जाऊ शकणार नाही ... सोव्हिएत युनियनने तिच्या सशस्त्र दलांमध्ये ... पाच लाख सैनिकांची ... कपात करण्याचा निर्णय घेतला आहे. १९९१ पर्यंत पूर्व जर्मनी, झेकोस्लोव्हाकिया आणि हंगेरीमधून सहा रणगाड्यांच्या डिव्हिजन्स माघारी घेण्याचे आणि त्या बंद करण्याचे ठरवले आहे ... या देशांमध्ये ठेवलेल्या सोव्हिएत लष्करामध्ये पन्नास हजार सैनिक व त्यांची शस्त्रास्त्रे, तसेच ५,००० रणगाडे इतकी कपात करण्यात येईल. उर्वरित सर्व डिव्हिजन्स ... केवळ संरक्षणात्मक होऊन जातील.''

सोव्हिएत रशियाच्या ''शस्त्राधारित अर्थव्यवस्थेपासून शस्त्रकपातीच्या अर्थव्यवस्थेपर्यंतच्या परिवर्तनाच्या'' योजना उघड करण्याचे त्यांनी आश्वासन दिले आणि संयुक्त राष्ट्रसंघाच्या माध्यमातून अन्य लष्करी सत्तांनादेखील असेच करण्याचे आवाहन केले. आक्रमक धोरणात्मक शस्त्रांच्या संख्येमध्ये पन्नास टक्के कपात करण्याचा प्रस्ताव मांडून त्यांनी ''जागतिक पर्यावरणाला असलेला धोका''

दूर करण्याकरता संयुक्त प्रयत्न केले जाण्याची मागणी केली, अंतराळामध्ये शस्त्रास्त्रे ठेवण्या-पाठवण्यावर बंदी टाकण्याची विनंती केली आणि तिसऱ्या जगाची पिळवणूक थांबवण्याचीही मागणी केली. त्याचबरोबर ''सर्वांत कमी विकसित देशांना त्यांची कर्जे फेडण्याकरता १०० वर्षांपर्यंत कायदेशीर मुदत (मोरेटोरियम)'' देण्याची सूचनादेखील त्यांनी केली.

पण एवढ्यावर ते थांबले नाहीत. येत्या १ जानेवारीपासून अफगाणिस्तानामध्ये संयुक्त राष्ट्रसंघाच्या मध्यस्थीने शस्त्रसंधी घोषित करण्याचीही त्यांनी मागणी केली. या नऊ वर्षे चाललेल्या युद्धामध्ये एक लाखाचे सैन्य वापरून आणि अफगाणी लष्कर व पोलिस दले उभारण्याकरता स्थानिक लोकांसोबत काम करूनदेखील सोव्हिएत युनियनला अफगाण बंडखोरांचा पराभव करता आला नव्हता. अफगाणिस्तानसंदर्भात तटस्थता आणि तिथून सर्वच बाह्य देशांनी आपापले लष्कर काढून घेण्याकरता एक आंतरराष्ट्रीय परिषद घेण्याचा प्रस्ताव त्यांनी मांडला आणि जॉर्ज एच. डब्ल्यू. बुश यांच्या येऊ घातलेल्या प्रशासनापुढे शांतीप्रस्ताव ठेवत, ''युद्धे, शत्रुत्व आणि प्रादेशिक संघर्षाच्या युगाचा, निसर्गावर आक्रमण करण्याचा, भूक आणि गरिबीच्या दहशतीचा, तसेच राजकीय दहशतवादाचा अंत करण्याकरता मिळून प्रयत्न करू या. हे आपले सामायिक ध्येय आहे आणि आपण एकत्र येऊनच ते गाठू शकतो,'' असे म्हटले.

रूझवेल्ट आणि चर्चिल यांच्यातल्या अटलांटिक चार्टरनंतर एखाद्या जागतिक नेत्याने जर इतकी दूरदृष्टी दाखवली असेल, तर ती फक्त गोर्बाचेव्ह यांनी दाखवली आहे असे न्यू यॉर्क टाइम्सने म्हटले व पुढे लिहिले : ''थक्क करणारे. धोकादायक. धाडसी. भोळे ... तडफदार ... त्यांच्या कल्पनांना नवनिर्वाचित राष्ट्राध्यक्ष बुश आणि इतर नेत्यांकडून अत्यंत गंभीरपणे प्रतिसाद मिळणे योग्य ठरेल, नव्हे, तसा त्यांनी तो घ्यायलाच हवा.'' वॉशिंग्टन पोस्टने गोर्बाचेव्ह यांच्या या भाषणाला, ''संयुक्त राष्ट्रसंघाच्या इतिहासातल्या आजवरच्या सर्वांत लक्षणीय भाषणांच्या तोडीचे'' म्हटले.

१९८८ च्या निवडणुकीत मॅसेच्युसेट्सचे गव्हर्नर मायकल डकाकिस यांचा पराभव करून निवडून आलेले जॉर्ज एच. डब्ल्यू. बुश अद्याप व्हाइट हाऊसमध्ये राहायला आले नव्हते. काही महिन्यांपूर्वी १७ गुणांनी मागे असलेल्या बुशना त्यांच्या ''कणाहीनते''च्या चर्चेवर मात करण्याकरता खूप कष्ट करावे लागले होते.

दुसऱ्या महायुद्धामध्ये नौदलातला वैमानिक या नात्याने ५८ उड्डाणे केलेल्या आणि डिस्टिंग्विश्ड फ्लाईंग क्रॉस हे मानाचे पदक मिळवलेल्या व्यक्तीला ''विम्प. वास्प. विनी.'', ''प्रत्येक स्त्रीचा पहिला पती.'', ''सपक नेमस्त मनुष्य.''

(सारांश, बुळा) म्हणून त्याची हेटाळणी केली जावी ही गोष्ट अंमळ विचित्र होती.

पण त्यांची नाकात बोलण्याची पद्धत, सुरक्षित बालपण, येल विद्यापीठातले शिक्षण आणि तेलाच्या पैशाची कौटुंबिक पार्श्वभूमी या गोष्टींमुळे ते पक्के व्यवस्थेच्या आतल्या गोटातले उमेदवार भासत होते.

त्यांनी भूषवलेल्या बहुतांश राजकीय पदांवर त्यांची नेमणूकच झाली होती. जसे संयुक्त राष्ट्रसंघामध्ये आणि चीनमध्ये राजदूत म्हणून आणि सीआयएचे प्रमुख म्हणून त्यांना नेमण्यात आले होते. पण रोनाल्ड रेगन यांच्या व्यक्तिमत्त्वातील जादू त्यांच्या अंगाला अजिबात चिकटली नाही. रेगन यांना ते नकोच होते.

आपली निवडणूक जिंकण्याची शक्यता वाढवण्याकरता बुश यांनी कुणाचा सल्ला मानला असेल तर त्यांच्या सर्वांत मोठ्या मुलाचा, जॉर्ज डब्ल्यू. बुश यांचा. त्यांच्याच सल्ल्यानुसार सिनिअर बुश यांनी भिडस्त आणि संयमी अशा डकाकिस यांच्याविरुद्ध आक्रमक रणनीतिचा अवलंब केला. डकाकिस यांचे पूर्वज ग्रीसमधून अमेरिकेत आले होते. ते फारसे हल्ल्याला प्रतिहल्ला करण्याच्या बाजूचे नव्हते.

बुश यांनी डकाकिस यांच्या देशभक्तीवर प्रश्नचिन्ह उभे केले आणि उघडउघड

संयुक्त राष्ट्रसंघापुढे भाषण करण्याकरता गोर्बाचेव्ह न्यूयॉर्कला आले असताना गर्व्हनर्स आयलंड इथे रेगन यांच्यासह त्यांची भेट घेताना सीनियर बुश. शस्त्रास्त्रनियंत्रण आणि सैन्यमाघारीच्या बाबतीत गोर्बाचेव्ह यांनी या दोघांनाही मदत करण्याची विनंती केली, पण बुश यांच्या सल्लागारांच्या मनातला किंतु गेला नाही आणि उजव्या गटाच्या 'सुधारणावाद्यांनी' चालवलेल्या संस्थांतर्गत उलथापालथींमुळे सोव्हिएत युनियनमध्ये घडणारे बदल त्यांच्या अगदीच लक्षात आले नव्हते.

वांशिक खेळीचा आधार घेत विली हॉर्टन या खुन्याला तुरुंगामधून रजा मंजूर करण्याच्या प्रकरणाचा प्रचारामध्ये उपयोग केला. निक्सन यांच्याप्रमाणेच बुश सीनियर यांनी मतदारांच्या मनातल्या वंशभेदाला आणि गुन्हेगारीच्या भीतीला साद घातली.

हे डावपेच यशस्वी ठरले, जनमत फिरले आणि जानेवारी १९८९ मध्ये बुश राष्ट्राध्यक्ष पदावर विराजमान झाले. युद्धाची भीषणता ज्यांनी प्रत्यक्ष डोळ्यांनी पाहिली होती, अशा दोन मनुष्यांच्या हातात बहुतांश मानवजातीची नियती विसावली होती. त्यातले एक होते महायुद्धातले विजेते बुश सीनिअर आणि दुसरे होते लहानपणी जर्मनीने सोव्हिएत रशियावर केलेले क्रूर आक्रमण पाहिलेले मिखाईल गोर्बाचेव्ह.

१९९० च्या दशकामध्ये अमेरिका झपाट्याने बदलत चाललेल्या जगामध्ये एका नव्या भूमिकेच्या शोधात असताना प्रसारमाध्यमांनी दुसरे महायुद्ध लढलेल्या पिढीला नायकत्व बहाल करून मखरात बसवण्याचा उद्योग सुरू केला. १९९४ मध्ये डी-डेच्या पन्नासाव्या स्मृतिदिनी या "सर्वांत महान पिढी"ला जणू तेल लावून अभिषेकच करण्यात आला. दुसरे महायुद्ध आणि त्यातल्या शौर्यगाथा एक स्मरणरंजनाचा विषय झाला आणि त्यावरील पुस्तके, चित्रपट व टीव्ही कार्यक्रम मोठ्या संख्येने बाहेर येऊ लागले आणि जोरदार धंदा करू लागले. डी-डे या दिवशीची लढाई दुसऱ्या महायुद्धाचा परमोच्च बिंदू बनून बसली. सुंदर, रंगीत स्वरूपात पडद्यावर दाखवला गेलेला पर्ल हार्बरवरचा हल्लादेखील अमेरिकेचा विजय म्हणून दाखवला गेला.

यात त्याच काळच्या अमेरिकेतल्या प्रभावशाली लोकांनी रूझवेल्ट यांच्या न्यू डील किंवा नव्या कराराला विरोध केला होता, हिटलरच्या थर्ड राईशला सर्वतोपरी मदत केली होती आणि तेही त्याच्या ज्यूविरोधी, खुनी राजवटीचे खरे स्वरूप उघडकीला आल्यावर, ही गोष्ट प्रसारमाध्यमांनी सोयीस्कररीत्या नजरेआड केली किंवा तिच्याकडे दुर्लक्ष केले. त्यामागच्या साम्यवादाचा द्वेष, फॅसिस्टांबद्दलची सहानुभूतीची भावना किंवा निव्वळ हाव या गोष्टींवर खुली चर्चा क्वचितच झाली.

या लोकांमध्ये राष्ट्राध्यक्ष बुश यांचे खुद्द वडील प्रेस्कॉट बुश हेदेखील होते. जर्मन कोळसा व स्टील उद्योगाचे बडे प्रस्थ फ्रिट्झ थिस्सेन हे हिटलरच्या सुरुवातीच्या काळात त्याचे खंदे समर्थक होते आणि त्यांच्या संपत्तीचा बहुतांश भाग परदेशात ब्राऊन ब्रदर्स हॅरीमन या गुंतवणूक कंपनीच्या ताब्यात सुरक्षित होता. हा पैसा युनियन बँकिंग कॉर्पोरेशन या होल्डिंग कंपनीच्या नावच्या ज्या खात्यामध्ये ठेवलेला होता, त्या खात्याचे व्यवस्थापक प्रेस्कॉट बुश होते.

१९४२ मध्ये अमेरिकन सरकारने युनियन बँकिंग कॉर्पोरेशनचे खाते, तसेच

बुश व्यवस्थापक असलेली थिस्सेन यांच्याशी संबंधित चार अन्य बँक खाती गोठवली. युद्ध संपल्यानंतर या कंपन्यांचे समभाग अमेरिकन समभागधारकांना परत करण्यात आले. त्या लाभधारकांत प्रेस्कॉट बुशदेखील होते. नाझींशी व्यवहार करण्यात गुंतलेल्यांमध्ये बुश काही एकटेच नव्हते. फोर्ड, जनरल मोटर्स, स्टँडर्ड ऑइल, अल्को, आयटीटी, जनरल इलेक्ट्रिक, दारूगोळा निर्माते ड्यू पाँट, ईस्टमन कोडॅक, वेस्टिंगहाऊस, प्रॅट अँड व्हिटनी, डग्लस एअरक्राफ्ट, युनायटेड फ्रूट, सिंगर आणि इंटरनॅशनल हार्वेस्टर या सर्व कंपन्यांचा जर्मनीशी व्यापार १९४१ पर्यंत सुखेनैव सुरू होता. या कंपन्यांच्या अनेक उपकंपन्या तर संपूर्ण युद्धकाळात चालूच होत्या आणि युद्ध संपल्यानंतर त्यांच्याकडून या बड्या कंपन्यांनी अफाट नफा कमावला.

अशा प्रकारे, दुसरे महायुद्ध सुरू झाल्यापासून जवळ जवळ पन्नास वर्षांनी, म्हणजेच जानेवारी १९८९ मध्ये, वर्तमानकाळ पुन्हा एकदा भूतकाळाने दुमदुमू लागला. जॉन केनेडीप्रमाणे बुश आपल्या वडिलांचा काळा भूतकाळ नाकारू शकले का? आणि जग बदलण्याकरता साम्यवादी गोर्बाचेव्ह यांच्याशी भागीदारीमध्ये काम करू शकले का?

कदाचित बुश यांनी त्यांच्यासमोरच्या पर्यायांवर विचार केलाही असावा, पण ते काही खूप खोलवर विचार करणारे किंवा धाडसी विचार करणारे नव्हते. ते ज्या गोष्टीला "दूरदृष्टी का काय ते" असे म्हणत असत, त्या गोष्टीचा त्यांनी अनेक प्रसंगी तिटकाराच केला आणि एकट्यानेच काय तो विचार करण्याच्या पद्धतीवर अविश्वास दर्शवला. दुसऱ्या महायुद्धानंतर हॅरी ट्रुमन यांनी केले, तसेच बुश यांनीदेखील स्वत:भोवती साम्यवादविद्वेषी परंपरावाद्यांचा गोतावळा गोळा केला.

या लोकांमध्ये प्रखर साम्यवादविरोधी डिक चेनी हे त्यांचे संरक्षण सचिव आणि दुराग्रही विल्यम केसी यांचे सहायक म्हणून नाव कमावलेले रॉबर्ट गेट्स हे त्यांचे उप-राष्ट्रीय सुरक्षा सल्लागार, यांचा समावेश होता. गोर्बाचेव्ह यांच्यापुढे मैत्रीचा हात करण्यामुळे पाश्चात्त्य देशांचा निर्धार कमकुवत होईल यावर या सर्वांचे एकमत झाले.

गोर्बाचेव्ह हे युरोपमधील डावपेचात्मक अण्वस्त्रे काढून घेण्याचा प्रस्ताव मांडत होते आणि त्याचे बहुतेक युरोपियन देशांनी कौतुकही केले होते, पण अमेरिकेने प्रतिप्रस्ताव मांडला, की अमेरिकेने आपले सैन्य ३०,००० ने कमी केल्यास सोव्हिएत युनियनने ३,२५,००० सैनिक कमी करायला हवेत.

सोव्हिएत युनियनसोबतच्या संबंधांमध्ये खऱ्या अर्थाने प्रगती साधण्याच्या प्रयत्नांकडे बुश यांनी दुर्लक्ष केले, पण बीजिंगमध्ये पीपल्स लिबरेशन आर्मीने तियानानमेन चौकामध्ये शेकडो लोकशाहीसमर्थक आंदोलकांची कत्तल केली,

तेव्हा बुश यांनी जाहीररीत्या या दडपशाहीचा निषेध करून चीनशी लष्करी संबंध तोडले. मात्र पडद्याआड, या गोष्टीमुळे चीन व अमेरिका संबंधांमध्ये काहीही अंतर पडणार नाही असे सांगून चिनी नेत्यांना शांतही केले.

सोव्हिएत संघाच्या सुरक्षेकरता पूर्व युरोपवर नियंत्रण ठेवणे आवश्यक असल्याच्या दीर्घकाळापासूनच्या दृष्टिकोनाला नाकारून गोर्बाचेव्ह यांनी सोव्हिएत व्यवस्थेमध्ये सुधारणा करण्याचे प्रयत्न सुरू केले. १९८९ आणि १९९० या दोन वर्षांमधल्या काही महिन्यांच्या विलक्षण काळामध्ये एक-एक करून पूर्व व मध्य युरोपातील सर्व कम्युनिस्ट सरकारे धडाधड कोसळली. अवघे जग स्तिमित होऊन हे पाहत होते. मानवाच्या लिखित किंवा ज्ञात इतिहासामध्ये इतक्या शांतपणे जनतेने क्रांती केल्याचे दुसरे उदाहरण नाही. पोलंड, इस्टोनिया, लिथुआनिया, लात्विया, हंगेरी, झेकोस्लोव्हाकिया, पूर्व जर्मनी आणि रोमानियामध्ये भयमुक्त वातावरणात सत्ताबदल घडून आले.

९ नोव्हेंबर, १९८९ रोजी पूर्व आणि पश्चिम जर्मनींनी एकत्रितरीत्या बर्लिनची भिंत पाडून टाकली आणि शीतयुद्धाच्या काळाचे सर्वांत जास्त शिव्याश्रापप्राप्त प्रतीक भंग झाले. हा एक भव्य क्षण होता. एका नव्या पहाटेचा पुरावा होता. मात्र अनेक अमेरिकनांनी या सर्व गोष्टींची अनेक दशके चाललेल्या शीतयुद्धाअखेर भांडवलशाहीवादी पश्चिम अखेर बरोबरच होती, याचा सर्वोच्च पुरावा म्हणून भलामण केली. स्टेट डिपार्टमेंटचे धोरणविषयक नियोजक फ्रान्सिस फुकुयामा यांनी हा "इतिहासाचा अंत आहे," असे घोषित करून पाश्चात्य देशांची उदारमतवादी लोकशाही हेच मानवी शासनपद्धतीचे अंतिम स्वरूप असल्याचे जाहीर केले आणि प्रसिद्धी मिळवली.

१९४५ मध्ये याल्टामध्ये जर्मनीच्या शरणागतीच्या आदल्या दिवशी रूझवेल्ट, स्टालिन आणि चर्चिल यांनी युरोप व आशिया खंडांची पाश्चात्य आणि सोव्हिएत प्रभाववर्तुळांमध्ये वाटणी करण्यात खूप पुढची मजल गाठली होती. अप्रत्यक्ष युद्धे, जवळ जवळ अणुयुद्धाचा भडका उडण्याच्या आलेल्या वेळा, प्रखर विखारी प्रचार आणि परस्परांविरुद्धची हेरगिरी या सर्व घडामोडींच्या पंचेचाळीस वर्षांच्या कालावधीमध्येदेखील ही संरचना टिकली.

पण आता हे सगळे बदलू लागले होते - आणि तेही झपाट्याने. नव्याने निर्माण झालेला परस्परविश्वास नाटो आणि वॉर्सा करार संपुष्टात आणण्याचे काम करेल अशी गोर्बाचेव्हना आशा वाटत होती. आणि आश्चर्य म्हणजे नाटो आपले कार्यक्षेत्र पूर्वेकडे वाढवणार नाही, या वायद्याच्या आधारे ते पूर्व व पश्चिम जर्मनीचे एकीकरण होऊ द्यायला देखील तयार होते. त्यांना असे वाटण्याचे कारण बुश होते, पण १९९३ मध्ये त्यांना सत्तेतून जावे लागले.

९ नोव्हेंबर, १९८९ रोजी खाली येणाऱ्या बर्लिन भिंतीवर आनंद साजरा करणारे लोक. सोव्हिएत साम्यवादाच्या कोसळण्याकडे गोर्बाचेव्ह एक नवी सुरुवात म्हणून पाहत होते, पण अनेक अमेरिकन धोरणकर्त्यांनी याला त्यांची विचारसरणीच योग्य असल्याचा सर्वोच्च पुरावा मानले.

आणि अमेरिकेवर विश्वास ठेवण्याची फार मोठी किंमत गोर्बाचेव्हना मोजावी लागली, कारण क्लिंटन आणि त्यांच्यानंतर आलेल्या दुसऱ्या बुश यांच्या सरकारांनी नाटोला थेट रशियाच्या दरवाजापर्यंत आणून ठेवले.

आपला प्रचंड विश्वासघात झाल्याची भावना रशियाला आली आणि पुढच्या काही वर्षांमध्ये अमेरिकन अधिकाऱ्यांनी जरी असा काही वायदा झालाच नव्हता असे ठासून सांगितले होते, तरी अमेरिकेच्या सोव्हिएत युनियनमधील तत्कालीन राजदूतांच्या नुकत्याच खुल्या झालेल्या वक्तव्यांवरून आणि पूर्वी गोपनीय असलेल्या ब्रिटिश आणि जर्मन कागदपत्रांवरून असे स्पष्ट वचन दिले गेल्याच्या रशियाच्या दाव्याला पुष्टी मिळाली आहे.

काही लोकांना हेही तितकेच स्पष्ट होऊ लागले होते, की आपण शांततेची ही नवी मानसिक अवस्था साजरी करावी अशी परिस्थिती नाही, कारण अमेरिका काही तिचे रंग बदलायला तयार नाही. बर्लिनची भिंत पडल्यापासून महिन्याभरातच, म्हणजे डिसेंबर १९८९ मध्ये, पूर्व युरोपमध्ये गोर्बाचेव्ह यांनी दाखवलेल्या संयमाबद्दल कौतुकाचे शब्द बुश यांच्या तोंडातून पुरते बाहेरही पडत नाहीत तोच बुश यांनी पनामावर आक्रमण केले.

पनामाचे सर्वेसर्वा हुकूमशहा मॅन्युएल नोरिगा मध्य अमेरिका खंडामध्ये खूप पूर्वीपासूनच अमेरिकेचे सांगकामे होते. १९६०च्या दशकापासून सीआयएकडून पैसे घेणाऱ्या, भ्रष्ट आणि सद्सद्विवेकबुद्धी नावाची अजिबात काही चीज नसलेल्या या इसमाने कोलंबियाच्या अंमली पदार्थ विकणाऱ्या मेडेलिन कार्टेलला मदत

अमेरिकेच्या ड्रग एन्फोर्समेंट ॲडमिनिस्ट्रेशनचे - डीइए - अधिकारी जनरल मॅन्युएल नोरिगा याला अमेरिकेच्या विमानामध्ये नेऊन बसवताना. पनामाच्या या हुकूमशहाने निकाराग्वामध्ये कॉन्ट्रांना मदत करून आणि प्रतिस्पर्धी अंमली पदार्थविक्रेत्या कार्टेलच्या माल व लोकांबद्दल डीईएला वेळोवेळी माहिती पुरवून प्रदीर्घ काळ सीआयएकडून पैसा आणि अमेरिकेचे संरक्षण उपभोगले आहेत हे माहीत असूनही डिसेंबर १९८९ मध्ये बुश यांनी पनामामध्ये आधीपासूनच उपस्थित असलेल्या १२,००० अमेरिकन सैनिकांच्या मदतीला आणखी १५,००० सैनिक पाठवले आणि नोरिगाची सत्ता उलथवून त्या देशाची संरक्षण दले नष्ट केली. अशाप्रकारे लष्करी ताकदीचा गैरवापर करण्याच्या धोरणाकडे अमेरिका पुन्हा वळल्याबद्दल लॅटिन अमेरिकेतील देशांनी संतप्त होऊन तिचा निषेध केला.

करून त्यातून अफाट पैसा मिळवला. निकाराग्वामध्ये कॉन्ट्रांना मदत करून त्याने केसी आणि ऑलिव्हर नॉर्थसहित रेगन प्रशासनातल्या अनेक उच्चपदस्थांकडून संरक्षण मिळवले होते.

पण १९८८ मध्ये अंमली पदार्थांच्या व्यापारासाठी त्याच्यावर ठेवण्यात आलेले आरोप आणि १९८९ च्या पनामाच्या राष्ट्राध्यक्षपदाच्या निवडणुकीचे निकाल रद्द करणे, या दोन गोष्टींमुळे बुश यांना कळून चुकले, की आता नोरिगाला पाळण्यामध्ये फायद्यापेक्षा धोकाच जास्त आहे. त्यांनी मग ताबडतोब कृती केली. त्यांनी 'ऑपरेशन जस्ट कॉज' खाली पनामामध्ये आधीपासूनच उपस्थित असलेल्या १२,००० अमेरिकन सैनिकांच्या मदतीला आणखी १५,००० सैनिक पाठवले आणि पनामा सिटीमध्ये पनामाच्या संरक्षक दलाच्या मुख्यालयाला खेटून असलेल्या एल कोरियो या गरीब वस्तीवर बुलडोझर फिरवून शेकडो

नागरिकांना ठार मारले.

निक्सन यांनी १९७१ मध्ये घोषित केलेल्या ''वॉर ऑन ड्रग्ज''चा भाग म्हणून हे कृत्य समर्थनीय ठरवले गेले. हे युद्ध आता अंमली पदार्थ जिथे तयार होतात, तिथेच त्यांच्यावर घाव घालण्याकडे वळवण्यात आले होते आणि इतर अनेक गोष्टींसह याचा अर्थ परदेशांना लक्ष्य करणे व गरज पडल्यास लष्करी कारवाई करणे असा होता. अंमली पदार्थांच्या व्यापारासाठी नोरिगाला अमेरिकेच्या तुरुंगामध्ये पाठवण्यात आले.

इतर बहुतांश जगाकरता पनामावरचे हे आक्रमण धक्कादायक आणि बेकायदेशीर होते, पण अंमली पदार्थविरोधी युद्धाच्या विचारप्रणालीवर वाढलेल्या बहुतेक अमेरिकनांच्या दृष्टीने अमेरिकेच्या परसातील ही एक सामान्य व्यावहारिक गोष्ट होती.

१९७३ च्या युद्ध अधिकार कायद्याच्या बुश यांनी केलेल्या या सरळ सरळ उल्लंघनाला आव्हान देण्यामध्ये पुढे काँग्रेसदेखील कमी पडली. यातून दिला जात असलेला नवा संदेश स्पष्ट होता.

संयुक्त लष्करप्रमुख समितीचे अध्यक्ष कॉलिन पॉवेल यांनी जाहीर केले, '' 'इथे महासत्ता राहते' अशी पाटी आपल्या दाराबाहेर आपण लावायलाच हवी, मग सोव्हिएत लोक काय करायचे ते करोत.'' गोर्बाचेव्ह यांनी चालवलेल्या सुधारणांमुळे चिंतेत असलेल्या सोव्हिएत जहालवाद्यांच्या लक्षात ही गोष्ट आली, की त्यांनी कितीही ढील दिली तरी अमेरिकेचा भांडखोरपणा आणि सतत सावज शोधण्याची वृत्ती काही कमी होणार नाही. उलट त्यामुळे अमेरिका कदाचित आणखीनच बेपर्वा होईल. आणि तशी ती झालीच - पनामानंतर चौदा महिन्यांच्या आतच बुश यांनी आपण किती कठोर होऊ शकतो हे दाखवून दिले. यावेळी ठिकाण होते मध्यपूर्व.

इराण-इराक युद्धाच्या वेळी रेगन यांची सद्दाम हुसैनशी जवळीक वाढली होती आणि त्याने वारंवार रासायनिक अस्त्रांचा वापर करूनही त्याकडे काणाडोळा केला गेला होता. काही वेळा तर सद्दामने आपल्याच जनतेविरुद्ध या अस्त्रांचा प्रयोग केला होता आणि ही अस्त्रे अमेरिकेनेच त्याला पुरवलेल्या रसायनांचा उपयोग करून निर्माण करण्यात आली होती. इराक आणि तेलसंपन्न कुवेत यांच्यादरम्यान तणाव वाढला, तेव्हा अमेरिकन राजदूत एप्रिल ग्लासपाय यांनी सद्दामला व्यक्तिश: आश्वासन दिले, की बुश त्याच्याशी ''आणखी चांगले आणि सखोल संबंध निर्माण करू इच्छितात'' आणि इराकच्या सीमाप्रश्नावर त्यांचे ''कुठलेही विशिष्ट मत नाही.''

याचा अर्थ सद्दामने बुश यांच्याकडून आपल्याला हिरवा कंदील आहे असा घेतला आणि पुढच्याच आठवड्यात सुमारे २,५०,००० सैनिक आणि पंधराशे

रणगाडे पाठवून त्याने विनासायास कुवेतवर कब्जा केला. त्याला कुवेतचा फारसा प्रतिकारच झाला नाही. ग्लासपाय यांनी 'न्यू यॉर्क टाइम्स'शी बोलताना, ''मला, आणि इतर कुणालाही असे कधी वाटलेच नाही, की इराक संपूर्ण कुवेतच घेऊन टाकेल,'' असे सांगून अप्रत्यक्षपणे आपणच सद्दामला प्रवृत्त केल्याची कबुली दिली.

मध्यपूर्वेमध्ये आपले वजन निर्माण करण्याची प्रदीर्घ काळापासून इच्छा असलेल्या अमेरिकेने सेक्रेटरी ऑफ डिफेन्स डिक चेनी, जनरल कॉलिन पॉवेल आणि जनरल नॉर्मन श्वार्झकॉप यांना सौदी राजे फहदना भेटायला पाठवले. सुरक्षिततेच्या कारणाकरता सौदी अरेबियाने अमेरिकेचे मोठे लष्कर आपल्या देशामध्ये ठेवून घ्यावे, यासाठी राजे फहद यांचे मन वळवण्याकरता ही मंडळी तिथे गेली होती.

सेक्रेटरी ऑफ डिफेन्स डिक चेनी सौदी अरेबियाचे संरक्षण आणि उड्डयन मंत्री राजपुत्र सुलतान यांच्या समवेत. २५ जुलै, १९९० रोजी सद्दाम हुसैनला बगदादमध्ये भेटून बुश त्याच्याशी ''आणखी चांगले आणि सखोल संबंध निर्माण करू इच्छितात'' आणि इराकच्या कुवैतशी असलेल्या सीमाप्रश्नावर त्यांचे ''कुठलेही विशिष्ट मत नाही'' अशी अमेरिकेच्या राजदूत एप्रिल ग्लासपाय यांनी त्याला खात्री दिल्यानंतर चेनी जनरल कॉलिन पॉवेल आणि जनरल नॉर्मन श्वार्झकॉप यांच्यासह सौदी राजघराण्याच्या भेट घेण्याकरता धावले आणि त्यांनी सौदी लोकांना सौदी अरेबियाच्या कुवैत सीमांवर इराकी सैन्याची तथाकथित जमवाजमव सुरू असल्याची खोटी छायाचित्रे दाखवली. सौदी भूमीवर मोठे अमेरिकन लष्कर ठेवण्याकरता राजे फहद यांचे मन वळवून अमेरिकेने दीर्घकाळापासून तिला हवी असलेली या भागात पाय ठेवण्याची जागा अखेर मिळवलीच.

सौदी अरेबियाच्या सीमांवर आणि सीमांच्या आतदेखील इराकी सैनिक आणि रणगाडे असल्याची छायाचित्रे जेव्हा त्यांनी राजांना दाखवली, तेव्हा संतप्त झालेल्या फहद यांनी अमेरिकेला मदतीची विनंती केली. पण इराकी सैनिक सीमेजवळ खंदक खणून पक्की बांधकामे करत असल्याची अमेरिकेने दाखवलेली ही छायाचित्रे खोटी होती. सौदी अरेबियावर आक्रमण करण्याचा विचारसुद्धा सद्दाम हुसैनच्या डोक्यात कधी आल्याचा कुठलाही पुरावा नाही.

एका जपानी वर्तमानपत्राने एका सोव्हिएत व्यापारी उपग्रह कंपनीने घेतलेले फोटो मिळवले. त्यात सौदी सीमेवर कुठल्याही प्रकारची लष्करी हालचाल दिसत नव्हती. हे फोटो प्रसिद्ध झाल्यावर हा खोटारडेपणा उघडकीला आला. 'न्यूजवीक'ने ही बातमी छापली आणि तिला ''लष्कराच्या 'अदृश्य झालेल्या' अस्तित्वाचे प्रकरण'' असे म्हटले.

पण तरीही दबाव वेगाने वाढला. सद्दामने सौदी अरेबियावर कब्जा केला असता, तर जगाच्या एकूण तेलपुरवठ्याचा एक पंचमांश किंवा कदाचित त्याहीपेक्षा जास्त भाग त्याच्या ताब्यात आला असता. इस्राईली प्रसारमाध्यमांनी या प्रकरणी पुढाकार घेतला आणि एका वर्तमानपत्राच्या अग्रलेखात म्हटल्याप्रमाणे, ''अमेरिकेचा षंढपणा आणि (बुश यांची) दुर्बलता ... चेंबर्लेनच्या हिटलरसमोरील लोटांगणासमान आहे.''

परिस्थितीनुसार त्वरित रंग बदलण्याची क्षमता असलेल्या बुश यांनी या तुलनेच्या शब्दांना उलट अर्थ देत सद्दाम हुसैनला हिटलरच्या पंगतीत बसवले. न जाणो या पेचप्रसंगावर सौदी अरेबिया कदाचित काही वेगळा तोडगा काढेल या भीतीने त्यांनी ताबडतोब घोषणा केली, की अमेरिकन सैनिक इराणच्या आखाताकडे निघाले आहेत. दरम्यान कुवैतने हिल अँड नौल्टन या जगातल्या सर्वांत मोठ्या जनसंपर्क कंपनीला अमेरिकेतले जनमत फिरवण्याकरता प्रचंड मोठ्या प्रमाणावर मोहीम चालवण्याचे कंत्राट दिले गेले. परदेशी निधी वापरून इतक्या मोठ्या प्रमाणावर असे काम केले जाण्याची ही पहिलीच वेळ होती.

हिल अँड नौल्टन कंपनीने ऑक्टोबर १९९० मध्ये आयोजित केलेल्या अमेरिकन संसदेतील सत्ताधारी पक्षाच्या सभेमध्ये पंधरा वर्षांच्या एका कुवैती मुलीने साक्ष दिली, की ती कुवैतच्या एका इस्पितळामध्ये स्वयंसेविका म्हणून काम करत असताना इराकी सैन्य तिथे घुसले. ती रडत पुढे म्हणाली, की त्यांनी इन्क्युबेटर्समधून लहान-लहान अर्भकांना बाहेर काढून ठेवले आणि त्या अर्भकांना थंडगार फरशीवर मरण्याकरता तसेच सोडून ते लोक इन्क्युबेटर्स घेऊन गेले.

हे नाटक सुंदर वठले. युद्ध करण्याकरता बुश यांनी या कथेचा भरपूर उपयोग केला. ते म्हणाले, ''आक्रमक सद्दामच्या क्रौर्यापासून निसटलेल्या लोकांच्या

अशा कहाण्या ऐकून पोटात ढवळून येते. सामूहिक फाशी, अर्भकांना इन्क्युबेटर्समधून बाहेर काढणे आणि जळणाच्या लाकडांसारखे जमिनीवर पसरवून ठेवणे...''

नंतर शोध लागला, की ती तरुण मुलगी कुवैतच्या कुठल्याही दवाखान्यामध्ये कधी गेली नव्हती. ती कुवैती सत्ताधारी राजघराण्यातील होती आणि त्यांच्या अमेरिकेतल्या राजदूताची मुलगी होती. ही लबाडी उघडकीला येईपर्यंत अमेरिकेने बगदादवर बॉम्बहल्ले सुरूदेखील केले होते.

मात्र अमेरिकन जनतेमध्ये दोन गट पडले. सौदी अरेबियाचे नेते आणि खासकरून निंदनीय आणि ज्यूविरोधी असलेले कुवैतचे राजघराणे हे अतिशय क्रूर असे हुकूमशहा होते, त्यांना त्यांच्या लोकांना लोकशाही देण्यामध्ये यत्किंचितही रस नव्हता. शिवाय, इराक आणि कुवैत यांचा तेलसाठा एकत्रित केला तरी तो अमेरिका आयात करत असलेल्या तेलाच्या दहा टक्केदेखील भरला नसता, त्यामुळे अमेरिकेच्या महत्त्वाच्या हितसंबंधांनादेखील कुठलाही धोका निर्माण झालेला नव्हता.

नोव्हेंबर महिन्याच्या उत्तरार्धात चेनी यांनी इशारा दिला, की इराक वर्षभरात अण्वस्त्र मिळवण्याची आणि त्याचा उपयोग करण्याची दाट शक्यता आहे. पुढल्या काही वर्षांमध्ये चेनी हा पत्ता वारंवार खेळणार होते. राष्ट्रीय सुरक्षा समितीचे सल्लागार ब्रेन्ट स्कोक्रॉफ्ट यांनी त्यात दहशतवादी हल्ल्यांच्या धोक्याची भर घालून टाकली.

पनामावरील बेकायदेशीर आक्रमणावर झालेल्या टीकेमुळे पेटून उठलेल्या बुश यांनी या गोष्टी काँग्रेससमोर मांडल्या आणि रस्त्यांवर जरी युद्धविरोधी निदर्शनांची गर्दी उसळली होती, तरी काँग्रेसने थोड्या मतांनी का होईना, पण जानेवारी १९९१ मध्ये युद्धाचा ठराव मंजूर केला. तोपर्यंत ५,६०,००० पेक्षाही जास्त अमेरिकन फौज मध्यपूर्वेमध्ये जाऊन थडकली होती. कालांतराने ही संख्या ७,००,००० झाली.

श्वार्झकॉप यांनी दावा केला, की दहा लाख सैनिक आणि उच्च दर्जाचे सोव्हिएत रणगाडे यांनी सज्ज असलेल्या, तसेच रासायनिक अस्त्रांचाही वापर करण्याची मानसिकता असलेल्या इराकी पायदळाशी अमेरिकेचा सामना आहे.

१७ जानेवारी १९९१ रोजी ऑपरेशन डेझर्ट स्टॉर्म सुरू झाले. मोठ्या प्रमाणावर अमेरिकन लढाऊ सैनिक मध्यपूर्वेतल्या एका देशामध्ये उघडपणे घुसले आणि अमेरिकेच्या भू-राजकारणातले एक नवे युग सुरू झाले. अमेरिकेने पूर्वी कधीही न पाहिलेल्या एका सशाच्या बिळामध्ये ते देशाला घेऊन जाणार होते.

क्रूझ आणि टोमाहॉक क्षेपणास्त्रे, तसेच लेझर-नियंत्रित बॉम्ब अशा नवीन, भयप्रद, दूरचित्रवाणीवर प्रत्यक्ष दाखवणे शक्य असलेल्या आणि उच्च तंत्रज्ञानाधारित

शस्त्रास्त्रांच्या साह्याने पाच आठवडे अमेरिकेने सतत केलेल्या हवाई हल्ल्यांनी इराकच्या दूरसंचार यंत्रणा, तसेच लष्करी व औद्योगिक पायाभूत सुविधांची पार वाट लावून टाकली. दूरचित्रवाणीवर हे सगळे पाहणाऱ्या अमेरिकन जनतेने अशाप्रकारची दहनक्षमता पूर्वी कधीही पाहिली नव्हती. व्हिडिओ गेम्सच्या युगाची ही सुरुवात होती आणि संयुक्त राष्ट्रसंघाने वर्णन केल्यानुसार इराकची अवस्था जगबुडी व्हावी, तशा औद्यौगिक क्रांतीपूर्व काळातल्या एखाद्या स्थानाप्रमाणे होऊन जात असतानाची ती दृश्ये डोळे दिपवणारी होती. जमिनीवरील आक्रमण शंभर तास चालले, ज्यात अमेरिकन आणि सौदी फौजांनी मनोधैर्य खच्ची झालेल्या आणि योग्य प्रशिक्षणाचा अभाव असलेल्या इराकी सैन्याला कुवैतमधून हाकलून लावले. अमेरिकन सैनिकांनी पळून जाणाऱ्या इराकी सैनिकांची कत्तल केली. ही कत्तल ज्या रस्त्यावर झाली त्याला ''मृत्यूचा हमरस्ता'' असे नाव मिळाले. शक्ती कमी झालेल्या युरेनियमचा वापर करून तयार करण्याच्या अस्त्रांचा एक नवाच वर्ग अस्तित्वात आला होता. त्यामधील किरणोत्सर्गक्षमता (रेडिओॲक्टिव्हिटी) आणि रासायनिक विषारी गुणधर्म यांच्यामुळे कर्करोग आणि जन्मजात व्यंगे निर्माण होतात. या अस्त्रांच्या बळींमध्ये अनेक अमेरिकन सैनिकही होते. पुढची अनेक वर्षे या सैनिकांना गूढ आजार किंवा त्रास होत होते. यालाच मग 'गल्फ वॉर सिन्ड्रोम' असे नाव मिळाले.

सद्दाम हुसैनची पकड सत्तेवरून ढिली होणार नाही याची खात्री होण्याइतपत पुरेसे रिपब्लिकन गार्ड्स कुवैतमधून निसटले. बुश आणि त्यांच्या सल्लागारांनी सद्दामची सत्ता उलथवण्यासाठी बगदादपर्यंत न जाण्याचा निर्णय घेतला, कारण अशी कृती केल्यास इराकचा शत्रू असलेल्या इराणची ताकद वाढेल आणि त्यामुळे अमेरिकेचे अरब मित्र नाराज होतील, असा विचार त्यांनी केला.

पण अमेरिकन अधिकाऱ्यांनी इराकी जनतेलाच उठाव करून सद्दाम हुसैनचा पाडाव करण्याची विनंती केली. इराकी कुर्द आणि शिया लोकांनी जेव्हा या आवाहनाला मोठ्या संख्येने प्रतिसाद दिला, तेव्हा इराकी सरकारने विषारी वायू आणि रणगाडासदृश मजबूत व बॉंब फेकण्याची क्षमता असलेली हेलिकॉप्टर्स (गनशिप) यांच्या साह्याने त्यांचा उठाव चिरडला आणि त्या वेळी अमेरिका केवळ बाजूला उभे राहून हे सर्व बघत बसली. या रक्तपातानंतरही बुश यांनी काकरव केला, ''व्हिएतनामची भुते आता अरेबियन वाळवंटातल्या वाळूखाली गाडली गेली आहेत.'' ही एका 'नव्या जगाची व्यवस्था' आहे असे ते म्हणाले.

मात्र ते ज्याला ''विजयोन्मादाचा स्फोट'' म्हणत होते, त्यातला खोटेपणा ज्यांना कळला, त्या लोकांमध्ये परंपरावादी वृत्तपत्र 'वॉशिंग्टन पोस्ट'चे स्तंभलेखक जॉर्ज विल हे होते. त्यांनी लिहिले : ''अमेरिका आणि तिच्या बहुतांशी भाडोत्री

लोकांची केवळ दिखाऊ अशी संयुक्त आघाडी यांनी मिळून ज्यामध्ये केंटकी राज्याइतके ढोबळ राष्ट्रीय उत्पादन (जीएनपी) असलेला देश उद्ध्वस्त केला ते युद्ध ... जर अमेरिकेला 'स्वत:बद्दल अभिमान वाटायला' लावत असेल, तर अमेरिकेला स्वत:बद्दल अभिमान न वाटलेलाच बरा.''

हे युद्ध आणि त्याच्याच परिणामस्वरूप नंतर लगेचच घडलेल्या घटनांमध्ये दोन लाखांपेक्षा जास्त इराकी लोक ठार झाले आणि त्यातले जवळ जवळ अर्धे लोक हे सामान्य नागरिक होते. अमेरिकन सैनिकांच्या मृत्यूंची संख्या दोनशेपेक्षाही कमी होती.

उजवीकडे – जानेवारी १९९१ मध्ये युद्धविरोधी निदर्शकांनी अमेरिकेचे रस्ते भरून गेले होते. खाली – ऑपरेशन डेझर्ट स्टॉर्म सुरू असताना घेतलेल्या एका पत्रकार परिषदेमध्ये डिक चेनी (छायाचित्रामध्ये नाहीत) यांचे भाषण ऐकताना (डावीकडून) जनरल कॉलिन पॉवेल, जनरल नॉर्मन श्वार्झकॉप आणि पॉल वोल्फोव्हित्झ. पॉवेल, चेनी आणि श्वार्झकॉप यांनी व्यक्त केलेल्या अनुक्रमे पाच लाख, दहा लाख आणि दहा लाख इराकी फौजेच्या अंदाजांमुळे अमेरिकेने या युद्धाकरता सात लाखांचे प्रचंड सैन्य तैनात करण्याला समर्थन मिळाले.

ऑपरेशन डेझर्ट स्टॉर्म १७ जानेवारी, १९९१ रोजी सुरू झाले. पाच आठवडे अमेरिकेने आपल्या नव्या, उच्च तंत्रज्ञानाधारित शस्त्रांनी इराकी व्यवस्था व यंत्रणांवर सतत भडिमार केला. इराकच्या दूरसंचार यंत्रणा आणि लष्करी पायाभूत सुविधांना पार पंगू करून सोडल्यानंतर अमेरिका व सौदी अरेबियाच्या सैन्याने सपाटून मार खाल्लेल्या, मनोधैर्य खचलेल्या आणि अतिशय कमी संख्येच्या इराकी सैनिकांवर कुवैतमध्ये हल्ला चढवला. त्या लोकांना जवळ जवळ अजिबातच काही प्रतिकार करता आला नाही. अमेरिकन सैनिकांनी पळून जाणाऱ्या इराकी सैनिकांची कत्तल केली. ही कत्तल ज्या रस्त्यावर झाली त्याला ''मृत्यूचा हमरस्ता'' असे नाव मिळाले.

''देवाशपथ, आपण व्हिएतनाममुळे उत्पन्न झालेल्या विकाराला एकदाचे आणि शेवटचे लाथा मारून पळवून लावले आहे!'' अशा शब्दांत बुश यांनी त्यांचा आनंद व्यक्त केला. पण खासगीत, त्यांच्या डायरीमध्ये ते जास्त विचारी झाले आणि त्यांनी त्यात हे कबूल केले, की त्यांना ''अत्यानंद वगैरे काहीही झालेला नाही ... दुसऱ्या महायुद्धाप्रमाणे ... या युद्धामध्ये युद्धनौका मिसुरी काही शरण आलेली नव्हती ... जेणेकरून कुवैतला कोरिया आणि व्हिएतनामपेक्षा वेगळे ठरवता यावे.'' काहीतरी नक्कीच चुकत होते. महायुद्धातल्या विजयामुळे मिळालेली कीर्ती आणि नंतर स्थापित झालेली खरी शांतता या दोन्ही गोष्टी कुवैतच्या वाळूमध्ये नव्हे, तर बुश यांच्यामधला दूरदृष्टीचा अभाव, काळाची पावले ओळखण्याची अक्षमता आणि सोव्हिएत युनियनच्या रूपात खरा मित्रदेश मिळवण्यात त्यांना आलेले अपयश यांमध्ये वाया गेल्या. स्टार्ट - १ (स्ट्रॅटेजिक आर्म्स रिडक्शन ट्रीटी) करारावर स्वाक्षरी केल्यानंतर काही आठवड्यातच सोव्हिएत युनियनमधील प्रजासत्ताक घटकांना जास्त स्वायत्तता देण्याच्या तयारीत गोर्बाचेव्ह

असताना कट्टरपंथी साम्यवाद्यांनी ऑगस्ट १९९१ मध्ये त्यांना राहत्या घरी स्थानबद्ध केले.

रशियन प्रजासत्ताकाचे अध्यक्ष बोरिस येल्त्सिन यांनी लोकचळवळ सुरू करून गोर्बाचेव्हना परत सत्तेवर येण्यास मदत केली खरी, पण आता जास्त वेळ हातात नव्हता. सोव्हिएत जनतेच्या दृष्टीने पाहिले तर खूप जास्त बदल खूप भराभर होत होते आणि त्या मानाने सुव्यवस्थेचा मात्र अभाव होता.

विसाव्या शतकातल्या अत्यंत दूरदृष्टीच्या आणि बदल घडवून आणण्याची क्षमता असलेल्या नेत्यांपैकी एक, पण दोषी ठरवण्यात आलेल्या आणि नाकारले गेलेल्या गोर्बाचेव्ह यांनी १९९१ मध्ये ख्रिसमसच्या दिवशी राजीनामा दिला. रशियन जनतेने त्यांना नाकारले होते, पण त्या लोकांना आपल्यापुढे काय वाढून ठेवले आहे याची सुतराम कल्पना नव्हती.

पण तशी ती जॉर्ज बुशनाही नव्हती. इराणच्या आखातातल्या आखाती युद्धानंतर त्यांना ९१ टक्के लोकांची पसंती मिळाली आणि त्या झगझगाटामुळे डेमोक्रॅटिक पक्षाच्या प्रमुख नेत्यांना निवडणुकीच्या बाबतीतले त्यांचे कच्चे दुवे दिसलेच नाहीत. परिणामत: फारसे प्रसिद्ध नसलेले अर्कान्सस राज्याचे गव्हर्नर बिल क्लिंटन यांना ''एक नव्या प्रकारचे डेमोक्रॅट'' म्हणून निवडणूक लढवण्याची संधी मिळून गेली.

आकर्षक व्यक्तिमत्त्व आणि कनवाळू वृत्तीच्या क्लिंटनना सगळ्याच लोकांसाठी सर्वकाही व्हायचे होते. त्यांनी सर्व अंदाज चुकवत जॉर्ज बुश यांचा पराभव केला. त्यांच्या विजयामध्ये रॉस पेरॉ या परंपरावादी व्यावसायिकाच्या रूपातल्या स्वतंत्र अपक्ष उमेदवाराची मदत झाली होती. पेरॉ यांनी १९ टक्के मते खाल्ली होती.

हा जणू एक सुवर्णक्षण भासत होता. गेली सेहेचाळीस वर्षे अमेरिका सोव्हिएत युनियनमधल्या सामाजिक आणि राजकीय उलथापालथींचे निमित्त करत आली होती. आता व्हाइट हाऊसमध्ये एक डेमोक्रॅट मनुष्य स्थापित झाल्यावर, दशकानुदशके सोव्हिएत युनियनप्रमाणेच इतर आवश्यक विकासासाठी गरजेचा असलेला निधी प्रचंड मोठ्या लष्करी अंदाजपत्रकाकडे वळवण्याचे अमेरिका कसे काय समर्थन करू शकणार होती? अखेर जनतेला इतकी वाहवा झालेल्या शांततेचा काही लाभ मिळणार होता का?

क्लिंटन यांच्या निवडणूक विजयाचा उन्माद थोड्याच काळात विरला. लष्करामध्ये समलिंगी व्यक्तींना मुक्त प्रवेश देण्याची योजना अडवून आणि व्हिएतनाम काळात त्यांनी लष्करी सेवा करण्याचे टाळल्याबद्दल त्यांच्यावर प्रश्नचिन्ह उपस्थित करून रिपब्लिकन पक्षाने क्लिंटन यांना गुंडाळून दाराबाहेर ठेवले. त्याहीपेक्षा वाईट म्हणजे रिपब्लिकन पक्ष आणि त्याचे उद्योग-व्यवसायातील दोस्त

यांनी जनतेला घाबरवून आणि गोंधळून टाकण्याकरता एक प्रचारयुद्ध सुरू केले आणि त्याद्वारे लाखो विमाविहीन अमेरिकन नागरिकांकरता क्लिंटन यांनी तयार केलेली एक महत्त्वाकांक्षी आरोग्यसेवा योजना फेटाळून लावली. भविष्यातले टी पार्टी नेते आणि त्यावेळी संसदेतल्या रिपब्लिकन सदस्य परिषदेचे अध्यक्ष असलेले रिचर्ड आर्मे यांनी याला ''एका मोठ्या सरकारच्या मोठ्या उदारमतवादातील साठमारी'' असे म्हटले.

प्रगत औद्योगिक देशांपैकी फक्त अमेरिका आणि वर्णद्वेषी दक्षिण आफ्रिका या दोनच देशांमध्ये राष्ट्रीय आरोग्यसेवा व्यवस्था अस्तित्वात नव्हती. परंपरावादी प्रसारमाध्यमे याला रिपब्लिकनांचा विजय म्हणून ढोल पिटत होती आणि याचे महत्त्व वाढवून-चढवून वर्णन करत होती. त्यामुळे रिपब्लिकन ''पुनरुज्जीवनाला'' गती मिळाली. १९९४ च्या मध्यावधी निवडणुकीमध्ये रिपब्लिकन पक्षाने चाळीस वर्षांत पहिल्यांदाच संसदेच्या दोन्ही शाखांमध्ये वर्चस्व निर्माण करण्यात यश मिळवले. आश्चर्य म्हणजे, आंतरराष्ट्रीय स्तरावर कुठेही काही समस्या नसतानादेखील

मॉस्कोमध्ये क्रेमलिन येथे स्टार्ट - १ करारावर स्वाक्षरी करताना बुश आणि गोर्बाचेव्ह. या करारामुळे दोन्ही पक्षांवर ६,००० स्ट्रॅटेजिक न्यूक्लिअर वॉरहेड्स आणि १,६०० डिलिव्हरी सिस्टिम्सची मर्यादा येणार होती. डावपेचात्मक अण्वस्त्रे नष्ट करण्याचाही गोर्बाचेव्ह यांचा प्रयत्न होता आणि कॉलिन पॉवेल यांच्या अध्यक्षतेखालच्या संयुक्त लष्करप्रमुख समितीनेदेखील या गोष्टीला मान्यता दिली होती. पण पेंटॅगॉनने यात खोडा घातला. असे धक्के बसूनही दोन्ही पक्षांनी आपापल्या आण्विक शस्त्रसाठ्यामध्ये लक्षणीय एकतर्फी कपाती केल्या. त्यामुळे आण्विक नरसंहाराचा धोका नष्ट नाही तरी कमी झाला.

दोन्ही पक्ष आणखी उजवीकडे झुकले.

फारसा जनाधार नसलेल्या आणि कमकुवत झालेल्या क्लिंटन यांनी अवलंबी मुले असलेल्या कुटुंबांना दिली जाणारी सरकारी आर्थिक मदत बंद केली. महामंदीच्या काळापासून या मदतीने गरीब कुटुंबांना जगवले होते. अंमली पदार्थविरोधी युद्ध आणि गुन्हेगारीविरुद्ध कठोर कायदे या दोन्ही गोष्टींना क्लिंटन यांनी पाठिंबा दिला. त्यामुळे १९८० मध्ये अमेरिकेच्या तुरुंगांमधील लोकसंख्या साधारण पाच लाख होती, ती २००० मध्ये एकदम वीस लाख झाली. या वाढलेल्या संख्येतल्या अनेकांना ज्यात कुणाचाही बळी गेला नव्हता अशा अंमली पदार्थांशी संबंधित गुन्ह्यांकरता शिक्षा झालेल्या होत्या.

दरम्यान, आता सोव्हिएत नसलेली रशिया मोठ्या प्रमाणावर उजवीकडे प्रवास करत होती. त्या देशाच्या अर्थव्यवस्थेचे खासगीकरण करण्याच्या संदर्भात मदतीकरता येल्त्सिन यांनी हार्वर्ड विद्यापीठाचे अर्थशास्त्रज्ञ जेफ्री साक्स, तसेच अमेरिकेच्या कोषागाराचे अंडर-सेक्रेटरी लॉरेन्स समर्स यांना हाक दिली. त्यांच्यासमवेतच जी-७, आंतरराष्ट्रीय नाणेनिधी आणि जागतिक बँक या संघटना आणि संस्थादेखील तिथे गेल्या आणि त्यांनी आर्थिक "धक्का उपचार" करण्याचा पुरस्कार केला. रशियन जनतेला आजवर असे काही माहीतच नव्हते.

बेलगाम आणि वाघनखे घातलेल्या भांडवलशाहीचा अनुनय भयंकर आणि अनर्थकारी सिद्ध झाला. येल्त्सिन यांनी ताबडतोब अर्थव्यवस्थेवरील निर्बंध काढून टाकले, सरकारी उद्योग व संसाधनांचे खासगीकरण केले, अत्यावश्यक असलेल्या आर्थिक सवलती आणि किमतींवरील नियंत्रणे काढून टाकली, आणि खासगी एकाधिकारशाह्या प्रस्थापित केल्या.

संधीसाधू खाजगी गुंतवणूकदारांना सरकारी कारखाने आणि संसाधने कवडीमोल दराने विकून टाकली गेल्यामुळे लोक याला "महा लूट" म्हणू लागले. या खाजगी गुंतवणूकदारांमध्ये माजी कम्युनिस्ट अधिकारीदेखील होते, जे एका रात्रीत अब्जाधीश झाले.

तरुण आणि हातात पैसा आलेली पिढी अवचित मिळालेल्या या स्वातंत्र्याचा आनंद साजरा करत होती, पण दुसरीकडे बहुतेक रशियन लोकांची आयुष्यभराची बचत अतिरेकी चलनवाढीमुळे शून्य झाली आणि कोट्यवधी लोकांच्या नोकऱ्या गेल्या. पुरुषांचे आयुर्मान ६७ वरून ५७ पर्यंत आणि स्त्रियांचे ७६ वरून ७० पर्यंत खाली घसरले. रशियाची अर्थव्यवस्था आक्रसून नेदरलँड्सच्या इतकी झाली आणि रशिया झपाट्याने दुसऱ्या जगामध्ये मोडण्याकडे प्रवास करू लागली.

साक्स यांनी आश्वासन दिलेल्या पाश्चात्त्य देशांची मदत आणि कर्जातील सवलती कधीच प्रत्यक्षात आल्या नाहीत. नंतर साक्स यांनी याचे खापर "अमेरिकेचे

रशियावरील दीर्घकालीन लष्करी वर्चस्व'' धोरणाचा पाठपुरावा करणाऱ्या चेनी आणि पॉल वोल्फोविट्झ यांच्यावर फोडले. नुकत्याच प्रसिद्ध झालेल्या 'अलोन विथ मायसेल्फ' या आपल्या आठवणींमध्ये गोर्बाचेव्ह यांनी असा विचार मांडला, की बुश यांच्या आतल्या गोटातले लोक आणि कालांतराने स्वत: बुश यांनादेखील येल्त्सिन हवे होते कारण, ''सोव्हिएत युनियनचे विघटन करण्याची आणि तिचे दिवाळे वाजवण्याची (येल्त्सिन यांची) ध्येये अमेरिकन नेतृत्वाच्या ध्येयांशी साम्य असलेलीच होती.'' यामागची कल्पना अशी होती, की ''येल्त्सिन यांच्या नेतृत्वाखालचा दुर्बल झालेला रशिया गोर्बाचेव्ह ज्याकरता धडपडत होते, त्या पुनरुज्जीवित सोव्हिएत युनियनपेक्षा अमेरिकेच्या जास्त हिताचा आहे.''

अमेरिकावादविरोध पुन्हा एकदा चलनात आला. क्लिंटन यांनी ऊर्जासंपन्न कॅस्पियन खोऱ्यामध्ये अमेरिकेचा सहभाग वाढवण्याचे आणि नाटोचा विस्तार करून त्यात हंगेरी, पोलंड आणि झेक प्रजासत्ताकाचा समावेश करण्याचे प्रयत्न सुरू करताच रशियन लोक भीतीने ताठरून गेले. शीतयुद्धाचे शिल्पकार, ब्याण्णव वर्षांचे जॉर्ज केनन यांनी ही ''एक प्रचंड मोठी आणि ऐतिहासिक धोरणात्मक चूक'' आहे असे म्हटले.

अमेरिका आता रशियाच्या सीमांवर 'उलटा पोलादी पडदा' टाकते आहे, असे अनेक रशियनांना वाटू लागले होते. क्लिंटन स्वतःला येल्त्सिन यांचे मित्र म्हणवत असले तरी जनमतचाचणीमध्ये ७७ टक्के रशियन जनतेला अशा ''लोकशाही''पेक्षा देशात सुव्यवस्था हवी होती, तर ९ टक्के लोकांना ही लोकशाही पसंत होती. अनेक रशियन लोक स्टालिनच्या काळातल्या ''सुंदर जुन्या दिवसांच्या'' आठवणीने उसासे सोडत होते.

वाढत्या प्रमाणात लोकप्रियता गमावणारे येल्त्सिन हे दारुडे असल्याचा समज झालेले लोक त्यांनी संसदेवर सशस्त्र हल्ला चढवून ती बंद पाडली याकरता त्यांचा तीव्र निषेध करू लागले होते. येल्त्सिन यांनी राज्यघटना निलंबित करून उर्वरित दशकभर मुख्यत: वटहुकूमांच्या आधारे शासन केले.

लोकप्रियतेची टक्केवारी एक आकडी झालेल्या येल्त्सिन यांनी नव्या शतकाच्या पूर्वसंध्येला राजीनामा दिला आणि त्यांच्या जागी माजी केजीबी अधिकारी व्लादिमीर पुतिन स्थानापन्न झाले. त्यांनी कठोर, दडपशाहीयुक्त आणि मध्यवर्ती सत्तेद्वारे रशियाला कडेलोटाच्या काठावरून परत आणले. ही जुनी रशियन पद्धतच होती.

१९९० च्या संपूर्ण दशकामध्ये शक्य तिथे आर्थिक लाभ पदरात पाडून घेण्यास उत्सुक असलेल्या क्लिंटन प्रशासनाने पूर्वीच्या सोव्हिएत देशांमधले ३ ते ६ ट्रिलियन डॉलर्स किमतीचे नैसर्गिक तेल आणि वायुसाठे इराण आणि रशियाला बाजूला ठेवून जाणाऱ्या मार्गांनी मध्य आशियामध्ये आणण्याकरता

ऑक्टोबर १९९५ मध्ये, न्यू यॉर्कच्या हाईड पार्कमध्ये असलेल्या फ्रँकलिन रूझवेल्ट यांच्या घरात घेण्यात आलेल्या एका पत्रकार परिषदेमध्ये हास्यविनोद करताना राष्ट्राध्यक्ष क्लिंटन आणि रशियन नेते बोरिस येल्त्सिन. येल्त्सिन यांचा (रशियातल्या) लोकशाहीचे शिल्पकार म्हणून क्लिंटननी त्यांना गौरवले असले तरी रशियन जनतेने, निवडून आलेल्या संसदेवर रणगाड्यांसह हल्ला चढवून ती बेकायदेशीररीत्या बंद पाडल्याबद्दल, १९९४ मध्ये आणि पुन्हा १९९९ मध्ये युनियनमधून बाहेर पडलेल्या चेचन्याविरुद्ध रक्तरंजित युद्धे करण्याबद्दल आणि त्यांच्याच नेतृत्वकाळात सोव्हिएत अर्थव्यवस्था कोसळल्याबद्दल येल्त्सिन यांचा तीव्र निषेधच केला. रशियाच्या झार लोकांपेक्षाही जास्त विशेषाधिकार बाळगणारा 'खोटारडा मनुष्य' अशी गोर्बाचेव्ह यांनी येल्त्सिन यांची निर्भर्त्सना केली होती.

पाइपलाइन्स बांधण्याकरता पाठपुरावा सुरू केला.

दरम्यान, मूलतत्त्ववादी तालिबानांनी अफगाणिस्तानावर कब्जा मिळवला आणि धनाढ्य सौदी जिहादी ओसामा बिन लादेन याला आपल्या देशामध्ये अल् कायदा तळ स्थापन करण्याकरता पुन्हा पाचारण केले. १९८० च्या दशकामध्ये ओसामा सीआयएच्या गुप्त जगाचा एक भाग राहिला होता, पण आता त्याने आपले संपूर्ण लक्ष अमेरिका आणि तिच्या मित्रराष्ट्रांना मुस्लिम जगामधून बाहेर घालवण्यावर केंद्रित केले होते. विशेषत: इस्लामची पवित्र भूमी असलेल्या सौदी अरेबियामध्ये असलेल्या अमेरिकन लष्कराच्या अस्तित्वावर तो कडाडून टीका करत होता. अमेरिका इस्राईलला देत असलेल्या आंधळ्या पाठिंब्याकडे बोट दाखवत १९९२ मध्ये त्याने त्याचा पहिला धार्मिक फतवा जारी केला. त्यानंतर सौदी अरेबियामध्ये दोन गूढ बॉम्बस्फोट झाले, ज्यात वीसपेक्षा अधिक अमेरिकन लष्करी कर्मचारी ठार झाले.

बिन लादेन याने यामध्ये अल् कायदाचा हात असल्याचा इन्कार केला आणि

अत्यंत श्रीमंत अशा बिन लादेन कुटुंबाशी घनिष्ठ संबंध असलेल्या सौदी अरेबिया सरकारने एफबीआयच्या चौकशीचा रोख अमेरिकेचा शत्रू समजला जाणाऱ्या इराणच्या दिशेने वळवला.

१९९८ मध्ये केनिया आणि टांझानियामधल्या अमेरिकन दूतावासांवर बॉंबहल्ले झाले आणि त्यात दोनशेहून अधिक मृत्यू झाले. २००० मध्ये ओसामाने अमेरिकेच्या नौदलातल्या कोल या जहाजावर झालेला बॉंबहल्ला अल् कायदाने केल्याचा दावा केला. या हल्ल्यामध्ये सतरा लोक ठार झाले होते.

आखाती युद्धानंतर संयुक्त राष्ट्रांचे शस्त्रास्त्र निरीक्षक इराकमध्ये, वेपन्स ऑफ मास डिस्ट्रक्शन (डब्ल्यूएमडी) नष्ट करण्याच्या कामावर देखरेख करत होते. अमेरिका आणि ब्रिटनने इराकमध्ये 'नो फ्लाय झोन' म्हणजेच जिथे कुठल्याही प्रकारचे विमान उडवण्यास बंदी आहे अशी क्षेत्रे ठरवून दिली. त्याचबरोबर संयुक्त राष्ट्रसंघाने त्या देशावर लादलेल्या कडक निर्बंधांमुळे इराकी जनतेला असह्य त्रास होत होता. रोगराई आणि कुपोषणाने मरण पावलेल्या अंदाजे पाच लाख लहान मुलांच्या मृत्यूचा ठपका क्लिंटन प्रशासनाने खोटाच हुकूमशहा सद्दाम हुसैनवर ठेवला.

६० मिनट्स या मुलाखतीच्या कार्यक्रमामध्ये पत्रकार लेस्ली स्टाह्ल यांनी सेक्रेटरी ऑफ स्टेट मॅडेलाइन अल्ब्राईट यांना टोकले. ते म्हणाले, "आम्ही ऐकले की पाच लाख लहान मुले मरण पावली ... ही संख्या हिरोशिमामध्ये मरण पावलेल्या मुलांच्या संख्येपेक्षाही जास्त आहे, मग एवढी किंमत मोजण्याइतके इराक प्रकरण महत्त्वाचे आहे का?" यावर अल्ब्राईट उत्तरल्या, "माझ्या मते हे ठरवणे खूप कठीण आहे, पण ... आम्हाला वाटते की ही किंमत द्यायला हरकत नाही."

कठोर भाषेत बोलणाऱ्या अल्ब्राईट ठासून म्हणाल्या, की सद्दाम हुसैनने डब्ल्यूएमडींचा वापर करणे हा अमेरिकेच्या सुरक्षिततेला खूप मोठा धोका आहे. आणि नंतर एका प्रसंगी त्या अगदी उघडपणे म्हणाल्या, "आम्हाला जर बळाचा वापर करावा लागला, तर तो आम्ही अमेरिका आहोत म्हणून करावा लागतो. ज्याच्यावाचून काहीच घडणार नाही असा आमचा देश आहे, म्हणून करावा लागतो. आम्ही मान ताठ करून उभे आहोत, इतर देशांपेक्षा आम्हाला भविष्यकाळातले दूरवरचे दिसू शकते."

अमेरिकेविरुद्ध असलेल्या देशांकडून अमेरिकेला स्पष्टपणे कुठलाही धोका नव्हता, पण क्लिंटन प्रशासनाने, ते त्यांचे शत्रू असलेल्या रिपब्लिकन पक्षापेक्षाही जास्त कणखर मनाचे आहे हे दाखवून दिले आणि नव्याने लष्करी खर्च करणे सुरू करून, आश्वासन दिलेला शांततेचा लाभ मातीत घातला.

जानेवारी २००० मध्ये पेंटॅगॉनच्या अंदाजित पंचवार्षिक संरक्षण योजनेमध्ये क्लिंटन प्रशासनाने ११५ अब्ज डॉलर्सची भर घातली.

क्षेपणास्त्रांविरुद्धच्या बचावाकरता हे प्रशासन पाण्यासारखा पैसा वाहवत राहिले. क्लिंटन यांनी ओटावा लँडमाइन्स करार या भूसुरुंगविषयक करारावरदेखील स्वाक्षरी करण्यास नकार दिला आणि १९९७ पर्यंत अमेरिकेची शस्त्रास्त्र विक्री जागतिक बाजारपेठेच्या जवळपास ६० टक्क्यांपर्यंत वाढवत नेली. यातला सिंहाचा वाटा ज्या देशांचा मानवाधिकारविषयक इतिहास निषेधार्ह होता अशाच देशांना पोहोचला.

राज्यशास्त्रज्ञ चामर्स जॉन्सन यांनी २००४ मध्ये या कालावधीचे वर्णन थोडक्यात असे केले : ''शीतयुद्धोत्तर पहिल्या दशकामध्ये आम्ही आपली जागतिक ताकद वाढवण्याकरता आणि दूरपर्यंत पोहोचवण्याकरता अनेक कृती सुरू केल्या. त्यामध्ये युद्धे, तसेच पनामा, इराणचे आखात, सोमालिया, हैती, बोस्निया, कोलंबिया आणि सर्बियामधल्या 'मानवतावादी' हस्तक्षेपांचा समावेश होता. त्याचवेळी पूर्व आशिया आणि प्रशांत महासागर क्षेत्रामध्ये आपली शीतयुद्धकालीन शस्त्रास्त्रपेरणी मात्र यत्किंचितही बदल न करता कायम ठेवली.''

हे नव्याने उदयाला आलेले द्विपक्षीय परराष्ट्र धोरण जणू दगडावरची रेघ होती. त्यावर कुठलीही चर्चा केली जात नव्हती. अमेरिकेच्या परदेशांमधल्या कृतींकडे क्लिंटन एखाद्या आक्रमक आणि संसाधनासाठी भुकेल्या साम्राज्याने केलेल्या कृती नव्हे तर लोकशाही आणि मुक्त बाजारपेठेच्या अमेरिकन संकल्पनांवर आधारित एक नवी जागतिक व्यवस्था स्थिर करण्याकरता आवश्यक असलेले बलप्रयोग म्हणून पाहत होते. अंतिमत: या साम्राज्याच्या मूलभूत संरचनांना आव्हान देण्याकरता त्यांनी काहीही केले नाही.

एका महिला शिकाऊ कर्मचाऱ्यासोबतचे लैंगिक प्रकरण आणि तत्संबंधी चालवण्यात आलेला लाजिरवाणा महाभियोग यांमध्ये त्यांच्या कारकिर्दीची शेवटची दोन वर्षे अतिशय खराब गेली असली तरी त्यांच्या अनोख्या शैलीमध्ये त्यांनी कुठलाही मोठा अनर्थ होऊ दिला नाही. या महाभियोगामुळे पुन्हा एकदा सनसनाटीप्रिय प्रसारमाध्यमांना त्यापेक्षा जास्त महत्त्वाच्या घटना दिसू शकल्या नाहीत. बिल क्लिंटन यांच्या विल्यम नावावर श्लेष साधत त्यांच्या लैंगिक उद्योगांकरता काही प्रसारमाध्यमांनी त्यांना ''स्लिक विली'' असे टोपणनाव दिले. याच सुमारास जागतिक अर्थव्यवस्था पुन्हा एकदा मुसंडी मारून प्रगतीपथावर होती आणि ही गोष्ट अमेरिकेच्या बाजारपेठा आणि वित्त यांच्या हिताला उपकारक होती. त्याचा क्लिंटन यांना फायदा झाला आणि त्यांनी प्रचंड शिल्लक असलेला सद्यस्थितीतला समृद्ध देश अशा अवस्थेत आपला कार्यकाळ पूर्ण केला. याच वारश्याचा लाभ

उठवण्याच्या अपेक्षेने त्यांच्या पक्षाने २००० मध्ये उपराष्ट्राध्यक्ष अल गोर यांना उमेदवारी दिली. अत्यंत पुरोगामी आणि अनुभवी असलेल्या अल गोर यांनी बदलत्या हवामानावर नियंत्रण ठेवले नाही तर भविष्यात जागतिक पर्यावरणाच्या बाबतीत काहीतरी भयंकर अरिष्ट आपल्यावर कोसळेल असा इशारा अनेक वेळा दिला होता. प्रचाराच्या अंतिम टप्प्यामध्ये मात्र ते या प्रश्नापासून लक्षणीयरीत्या दूर गेले कारण सामान्य मतदाराच्या दृष्टीने आत्ता आणि इथे काय घडते आहे याला जास्त महत्त्व होते.

रिपब्लिकन पक्षाने स्वयंघोषित ''कनवाळू परंपरावादी'' असलेल्या जॉर्ज डब्ल्यू. बुश यांना गोर यांच्याविरुद्ध उभे केले. जॉर्ज डब्ल्यू. हे जॉर्ज एच. डब्ल्यू. बुश यांचे चिरंजीव आणि प्रेस्कॉट बुश यांचे नातू, आणि टेक्सास राज्याचे गव्हर्नर होते.

अमेरिकन प्रथेप्रमाणे दोन्ही उमेदवारांमध्ये जाहीर वादविवाद घडवून आणले जातात. या वादविवादांमध्ये ज्या काही चर्चा झाल्या, त्यावरून राष्ट्राध्यक्ष झाल्यावर बुश प्रत्यक्षात कुठली धोरणे अमलात आणणार आहेत याबद्दल मतदारांची सपशेल दिशाभूल झाली.

समन्वयक : ''निवडणूक २००० च्या, रिपब्लिकन उमेदवार, टेक्सासचे गव्हर्नर जॉर्ज डब्ल्यू. बुश आणि डेमोक्रेटिक उमेदवार, उप-राष्ट्राध्यक्ष अल गोर यांच्यातील जाहीर वादविवादाच्या दुसऱ्या फेरीमध्ये सगळ्यांचे स्वागत आहे.''

समन्वयक : ''आज जे लोक ही चर्चा पाहत आहेत त्यांना तुम्हा दोघांमध्ये राष्ट्राध्यक्ष म्हणून काय फरक आहे हे जाणून घेऊन त्याआधारे मतदान करायचे आहे. तर असा काही फरक आहे का?''

गोर : ''जिम, मला वाटते जगाच्या इतिहासामधला हा एक अभूतपूर्व असा कालखंड आहे आणि आपल्या सर्वांना एक मूलभूत निवड करायची आहे, एक देश म्हणून आपण दुसऱ्या महायुद्धानंतर जसे पुढे आलो आणि त्या वीर पिढीने जसे म्हटले, की अमेरिका (जगाचे) नेतृत्व करेल, तसेच आपण आजही करणार आहोत का? आपल्या त्या पिढीने युद्धोत्तर काळामध्ये जे धैर्य दाखवले होते त्यामुळे जगाचा खूप फायदा झाला होता. माझ्या मते आता शीतयुद्ध संपुष्टात आल्यावर आपण तसेच काहीतरी करण्याची वेळ आली आहे. आपण पुढे येऊन नेतृत्व करायला हवे आहे. पर्यावरणाच्या बाबतीतले नेतृत्व, जागतिक अर्थव्यवस्था योग्य दिशेने वाटचाल करत राहील या बाबतीतले नेतृत्व आपण करायला हवे. त्याशिवाय याचा अर्थ देशामध्ये मोठी तूट निर्माण करून आपली शिल्लक वाया न घालवणे असा आहे, याचा अर्थ आपली भरभराट अशीच सुरू राहील अशा प्रकारे चतुर निर्णय घेणे व आपल्या याच आर्थिक ताकदीला योग्य वळण देणे,

जेणेकरून आपण असे नेतृत्व करू शकू, असा आहे.''

बुश : ''हो, पण मला नाही वाटत अमेरिकेची भूमिका जगभर लोकांना इथून पुढे हे असे असेल असे सांगत फिरण्याची आहे. आपण मदत करू शकतो आणि कदाचित आपण शासनपद्धतीच्या बाबतीत वेगळे आहोत, आपण शासनकार्याकडे ज्या पद्धतीने पाहतो ती वेगळी आहे. तुम्हाला सांगतो, मला लोकांना समर्थ करायचे आहे. मला लोकांना स्वावलंबी होण्यामध्ये मदत करण्याची इच्छा आहे. सरकारने लोकांना काय करायचे किंवा न करायचे हे सांगण्याची गरज नाही. मला अजिबात वाटत नाही, की अमेरिकेने कुठल्याही देशामध्ये जावे आणि म्हणावे, 'आम्ही ही गोष्ट अशी करतो. तुम्हीही ती तशीच करायला हवी.' हे आपले काम नाही. त्यामुळे उपराष्ट्राध्यक्ष महोदयांना नेमके काय म्हणायचे आहे हे मला नीट समजत नाही, पण आपण लोकांचे मन वळवून त्यांना त्यांच्या-त्यांच्या प्रदेशामध्ये त्यांचे देश उभे करा असे सांगायला हवे. कदाचित मी असे समजण्यात काहीतरी चूक करत असेन. मला म्हणायचे आहे, आपण अमेरिकेमध्ये एकप्रकारचा राष्ट्रउभारणी गट निर्माण करणार आहोत का? अजिबात नाही. आपले लष्कर युद्ध लढण्याकरता आणि जिंकण्याकरता आहे. त्याचे तेच काम आहे आणि जेव्हा त्याच्यावर अतिरिक्त ताण येतो तेव्हा त्याचे मनोधैर्य खालावते. त्याचे कार्य आपल्या महत्त्वाच्या हितसंबंधांच्या ठिकाणीच आहे. तिथे आपल्याला नेमके काय साध्य करायचे आहे हे स्पष्ट असायला हवे आणि तिथून बाहेर पडण्याची नीती उघड असायला हवी.'

अमेरिकेची शक्ती तिच्या न्याय्यतेच्या आग्रहामुळे कमकुवत झाली आहे हे एक मिथक दुसऱ्या महायुद्धामध्ये जन्मले होते. राष्ट्रउभारणीच्या या देशाच्या अत्यंत महत्त्वाकांक्षी कालखंडामध्ये जॉर्ज बुश यांनी कामाला सुरुवात केली आणि ते मिथक संपवण्याकरता इतर कुणाही राष्ट्राध्यक्षांपेक्षा त्यांनी त्यांच्या आठ वर्षांच्या कारकीर्दीमध्ये खूपच जास्त काम केले. आता मागे वळून पाहता, ते त्यांचे प्रतिगामी उद्देश कसे काय लपवत राहू शकले, याबद्दल अनेक अमेरिकनांना आजही आश्चर्य वाटते आणि धक्का बसतो.

अमेरिकेच्या इतिहासात २००० च्या निवडणुका सर्वांत जास्त वादग्रस्त होत्या आणि तिथपासूनच सर्व सुरू झाले होते. या निवडणुकीने कदाचित या देशातल्या राजकीय प्रक्रियेच्या वैधतेला प्राणांतिक जखम दिली. नव्या शतकाच्या सुरुवातीलाच असे घडल्याने अनेकांना हे एक अशुभसूचक चिन्ह भासले.

अल गोर यांना ५,४०,००० मते जास्त पडली, पण फ्लोरिडामध्ये मात्र ते पराभूत झाले. एका जुनाट राज्य मतदान व्यवस्थेने तिथल्या १० टक्के अफ्रिकन-अमेरिकनांना मतदानासाठी अपात्र ठरवले. या व्यवस्थेवर देखरेख करते होते

फ्लोरिडाचे गव्हर्नर जेब बुश, जॉर्ज बुश यांचे धाकटे बंधू आणि फ्लोरिडाच्या सेक्रेटरी ऑफ स्टेट कॅथरीन हॅरीस, बुश यांच्या या राज्यातल्या प्रचार व्यवस्थापक.

एखाद्या 'बनाना रिपब्लिक' देशामध्ये घडावे, त्याप्रमाणे या अश्लाघ्य कारस्थानामध्ये सामील होत, पूर्वीचा तसा काही प्रघात नसताना चक्क अमेरिकेच्या सुप्रीम कोर्टाने फ्लोरिडातील निवडणूक प्रक्रियेमध्ये हस्तक्षेप केला आणि पाच विरुद्ध चार मतांनी मतांची फेरमोजणी थांबवली आणि बुश यांना विजयश्री बहाल केली. यातल्या बहुतेक न्यायाधीशांच्या नेमणुका जॉर्ज बुश यांचे वडील एक तर राष्ट्राध्यक्ष असतानाच्या किंवा उप-राष्ट्राध्यक्ष असतानाच्या काळात झाल्या होत्या.

हे जर एखाद्या अन्य देशामध्ये घडले असते, तर अमेरिकेने याला बंड असे नाव देऊन त्याची निर्भत्सना केली असती.

विरोधी मत देणाऱ्या चार न्यायाधीशांनी आपले म्हणणे मांडताना लिहिले, की या वर्षीच्या अध्यक्षीय निवडणुकीमध्ये नेमके कोण विजयी झाले हे कदाचित आपल्याला कधीही कळणार नाही, मात्र कोण पराभूत झाले हे अगदी स्पष्ट आहे. आणि तो आहे न्यायाधीश हा कायद्याच्या राज्याचा एक नि:पक्षपाती रक्षक असतो हा देशाचा विश्वास.''

जानेवारी २००१ मध्ये एका पावसाळ्या दिवशी जॉर्ज डब्ल्यू. बुश यांना अमेरिकेचे त्रेचाळिसावे राष्ट्राध्यक्ष म्हणून शपथ देण्यात आली. त्यांच्या पदग्रहण समारंभामध्ये जो उत्तरदायित्वाचा अभाव दिसून आला, तोच त्यांच्या प्रशासनाचा स्थायिभाव असणार होता. कॅमेऱ्यापासून अगदी दूरच्या भागामध्ये हजारो निदर्शकांना वेगळे टाकण्यात आले होते. एखाद्या रोमन सम्राटाला शोभेल अशा पद्धतीने कायम त्यांच्या एकनिष्ठ लोकांच्या घोळक्यामध्ये राहणाऱ्या बुश यांनी इतिहासातल्या इतर कुणाही राष्ट्राध्यक्षाच्या तुलनेत कमी संख्येने पत्रकार परिषदा घेतल्या.

त्यांचा 'कनवाळू'पणा नेहमी तुटपुंजाच राहिला, कारण त्यांनी उच्च पदांवर केलेल्या बहुतेक नेमणुका 'प्रोजेक्ट फॉर द न्यू अमेरिकन सेन्च्युरी (पीएनएसी)' या कुणालाही फारशा ज्ञात नसलेल्या गटातल्या लोकांमधून करण्यात आल्या होत्या. या गटामध्ये प्रमुख होते विल्यम क्रिस्टॉल आणि रॉबर्ट कगन. हा गट १९९७ मध्ये जगामध्ये अमेरिकेच्या अबाधित वर्चस्वाचे नवपरंपरावादी स्वप्न किंवा परिप्रेक्ष्य पुन्हा जागवण्याकरता स्थापन करण्यात आला होता.

नेमणुका मिळालेल्या लोकांमध्ये संरक्षण सचिव डोनल्ड रम्सफेल्ड, त्यांचे सहायक पॉल वोल्फोवित्झ आणि उप-राष्ट्राध्यक्ष डिक चेनी यांचा समावेश होता. क्लिंटन यांच्या कार्यकाळात अमेरिका मार्गभ्रष्ट झाल्याबद्दल त्यांनी तीव्र निषेध व्यक्त केला आणि नैतिक सुस्पष्टता, तसेच रेगन यांच्या काळातल्याप्रमाणे लष्करी ताकद वाढवण्याची मागणी केली. त्यांनी संरक्षण खर्चामध्ये वाढ करणे,

अंतराळावर संपूर्ण वर्चस्व प्रस्थापित करणे, मोठ्या प्रमाणावर क्षेपणास्त्रविरोधी संरक्षण प्रणाली बसवणे, ''एकाच वेळी अनेक मोठी, रणांगणवरची युद्धे लढणे आणि ती निर्णायकरीत्या जिंकणे'' आणि ''अत्यंत महत्त्वाच्या प्रदेशांवर'' विशेषत: तेलसमृद्ध मध्यपूर्वेमध्ये, पोलिसी नजर ठेवणे अशा विविध मागण्या केल्या. त्यांच्या विषयपत्रिकेवरचा पहिला विषय होता इराकमध्ये सद्दाम हुसैनला उलथवणे, मग त्याकरता आवश्यक तर संयुक्त राष्ट्रसंघाच्या सुरक्षा परिषदेला बाजूला ठेवायलाही त्यांची हरकत नव्हती.

उदास आणि अगदी स्वभावत:च गुप्तता बाळगण्याची वृत्ती असलेल्या डिक चेनी यांनी पूर्वी कधी कुणा उप-राष्ट्राध्यक्षांनी स्थापन केले नसेल इतके आपले वर्चस्व प्रशासनावर स्थापन केले. संसदेच्या दोन्ही सभागृहांवर रिपब्लिकन पक्षाचे वर्चस्व असल्यामुळे आता अमेरिका पूर्वीपेक्षा जास्त कठोर नियमांनुसार काम करेल हेदेखील त्यांनी स्पष्ट करून टाकले.

बुश सीनिअर आणि बिल क्लिंटन या दोघा राष्ट्राध्यक्षांनी मुत्सद्दीपणे वागण्याचे आणि इतर लोकांना आपल्याबरोबर घेण्याचे प्रयत्न केले होते. पण वडिलांविरुद्ध बंडखोरी करण्याच्या भावनेपोटी बुश ज्युनिअर एखाद्या चांगल्या रोमन सम्राटाच्या बिघडलेल्या वारसासारखे भासले.

त्यांच्यामते त्यांचे वडील आणि लैंगिकदृष्ट्या बेशिस्त बिल क्लिंटन हे दोघेही नेभळट होते. ''ताकद'' आणि श्रेष्ठ वडील यांबद्दलच्या त्यांच्या कल्पनेमध्ये रोनाल्ड रेगन होते. काहीही झाले तरी बुश आणि नवपरंपरावाद्यांची अशी श्रद्धा होती, की रेगन यांनी रशियनांना पराभूत केले होते.

विरोधाभास म्हणजे, २००१ च्या सुरुवातीच्या काळात २००० चा सर्वोत्कृष्ट चित्रपट म्हणून 'ग्लॅडिएटर'ची निवड झाली होती. या चित्रपटामध्ये रोमच्या कठोर लष्करवादाचे उदात्तीकरण करण्यात आले होते आणि विकृत नेतृत्वामुळे कसा रोमन साम्राज्याच्या पायाखाली सुरुंग लागला होता हे दाखवले होते.

नवपरंपरावाद्यांचा संयुक्त राष्ट्रसंघाबद्दलचा तिरस्कार नेहमीच अध्याहृत होता, पण आता असे भासत होते, की त्या लोकांनी स्वत:ला संपूर्ण जगापासूनच वेगळे काढण्याचा प्रयत्न सुरू केला होता. क्लिंटन आणि पाश्चात्त्य जगातल्या जवळ जवळ सर्व लोकशाही नेत्यांनी वाटाघाटींद्वारे मान्य केलेल्या आंतरराष्ट्रीय फौजदारी न्यायालय करारावर अमेरिकेने स्वाक्षरी केलीच नाही.

व्यापक आण्विक चाचणी बंदी करारावर (सीटीबीटी) १५० देशांनी स्वाक्षरी केली, पण अमेरिकेच्या प्रशासनाने याला नकार दिला. बुश यांनी ग्लोबल वॉर्मिंगसंबंधीचा क्योटो प्रोटोकॉल नाकारून रशियाला धक्का दिला आणि अद्याप सिद्ध न झालेल्या क्षेपणास्त्रविरोधी संरक्षण प्रणालीचा (मिसाईल डिफेन्स प्रोग्रॅम)

विस्तार करणयाकरता १९७२ चा अत्यंत महत्त्वाचा बॉलिस्टिक मिसाईलविरोधी करार रद्द करून टाकला. धोरणांबाबतच्या या अचानक घूमजावसंबंधी प्रसारमाध्यमांनीही त्यांना फारसे प्रश्न विचारले नाहीत.

उत्तर कोरियाच्या दीर्घ पल्ल्याच्या क्षेपणास्त्र कार्यक्रमाच्या संबंधात त्या देशाशी सुरू असलेली बोलणी बुश यांनी पुढे ढकलली आणि मध्यपूर्वेतल्या शांतता प्रक्रियेमधून अंग काढून घेतले. उलट, राल्फ नाडर यांच्या शब्दांत सांगायचे तर बुश प्रशासन ''तेलामध्ये भिजत होते.'' चेनी यांनी एक अत्यंत गोपनीय ऊर्जाविषयक कृती गट स्थापन केला आणि या गटाने जगाच्या तेलपुरवठ्यावर नियंत्रण मिळवण्याची एक योजना तयार केली.

१९९९ मध्ये चेनी यांनी तेलकंपन्यांच्या अधिकाऱ्यांना आपले उद्देश स्पष्ट केले होते. ते म्हणाले, ''जगातल्या तेलसाठ्याचा दोन तृतीयांश भाग मध्यपूर्वेत आहे आणि तिथली तेलाची किंमतही सर्वांत कमी आहे, त्यामुळे आपल्याकरता तो भागच अद्याप सर्वांत मौल्यवान आहे.''

२००१ च्या उन्हाळ्यामध्ये अमेरिकेवर हल्ला होण्याची चिन्हे मोठ्या प्रमाणावर दिसू लागली होती. पकडलेल्या अल् कायदाच्या संदेशांमध्ये लवकरच ''काहीतरी नेत्रदीपक'' होणार असल्याचे लिहिलेले आढळत होते. दहशतवादविरोधी दलाचे प्रमुख रिचर्ड क्लार्क यांनी साक्ष दिली, की सीआयएचे संचालक जॉर्ज टेनेट जणू ''केसांना आग लागल्याप्रमाणे'' वॉशिंग्टनला घिरट्या घालत होते. त्यांना राष्ट्रीय सुरक्षा सल्लागार कॉन्डोलीझा राईस आणि राष्ट्राध्यक्ष बुश यांची भेट हवी होती.

पण संरक्षण सचिव डोनल्ड रम्सफेल्ड आणि पूर्वी शेव्हरॉन कंपनीच्या संचालक मंडळावर काम केलेल्या व एका दुहेरी संरचनेच्या जहाजाला ज्यांचे नाव दिले गेले होते, त्या राईसबाई बॉलिस्टिक मिसाईल्सपासून संरक्षण करण्याच्या प्रणालीच्या, तसेच पेंटॅगॉनमध्ये सुधारणा करण्याच्या कामांमध्ये गर्क होत्या. गुप्तचर यंत्रणा ''बिन लादेनच्या धमक्या खऱ्या आहेत'' किंवा ''बिन लादेनचा अमेरिकेवर हल्ला चढवण्याचा पक्का निर्धार'' अशा मथळ्यांनी इशारावजा माहिती पुरवत होत्या. पण ताज्या इतिहासातल्या इतर कुणाही राष्ट्राध्यक्षांपेक्षा बुश जास्त काळ वॉशिंग्टनबाहेर व्यतीत करत असल्यामुळे बुश यांना त्या माहितीवर लक्ष केंद्रित करायला वेळ मिळत नव्हता. वॉशिंग्टनमधून बाहेर पडून ते बरेचदा त्यांच्या टेक्सास राज्यातल्या क्रॉफर्ड गावातल्या रँचवर लाकडे तोडण्यात वेळ घालवत असत. अर्थात, त्यांचे हिरो असलेल्या रेगन यांच्याप्रमाणे घोडेस्वारीची आवड त्यांना फारशी नव्हती.

ऑगस्ट ६ रोजी शिरस्त्याप्रमाणे दैनंदिन माहिती घेत असताना अल् कायदाच्या हस्तकांद्वारे विमानांचे अपहरण केले जाण्याच्या धोक्याचा विषय आला, तेव्हा

बुश यांनी तिरस्काराने त्यांना ही माहिती देणाऱ्या सीआयएच्या माणसाला म्हटले, ''ठीक आहे, हे माझ्या कानांवर घालून तू तुझा जीव वाचवला आहेस, तुझे काम झाले आहे.'' पण असे असूनही एप्रिल २००४ मध्ये चेहऱ्यावरची रेषही हलू न देता हेच बुश एका पत्रकारपरिषदेमध्ये म्हणाले, ''हे लोक विमाने इमारतींमध्ये घुसवणार असल्याची यत्किंचितही कुणकुण मला असती, तर देश वाचवण्याकरता आम्ही आकाशपाताळ एक केले असते.''

राईस याही तितक्याच अप्रामाणिक होत्या : 'मला नाही वाटत कुणाला असे स्वप्नातही आले असते ... की ते लोक विमानाचा क्षेपणास्त्रासारखा उपयोग करतील, पळवून नेलेल्या विमानाचा क्षेपणास्त्र म्हणून वापर करतील.' काही व्यक्ती विमान उडवायला शिकत आहेत, पण विमान जमिनीवर कसे आणायचे हे शिकण्यात त्यांना काडीचाही रस दिसत नाही असे अहवाल एफबीआय सतत पाठवत होती.

बुश यांच्या अकार्यक्षम शासनाबद्दल नाराजी वाढत चालली असतानाच दहशतवाद्यांनी अतिशय कल्पक आणि नाट्यपूर्ण पद्धतीने अमेरिकेवर प्रहार केला. ९/११. त्यानंतर हेच या हल्ल्याचे नाव पडले. अपहरणकर्त्यांनी अमेरिकेच्या साम्राज्यशक्तीची जी प्रमुख प्रतीके होती त्या वॉल स्ट्रीट आणि पेंटॅगॉनमध्ये विमाने घुसवली. तीन हजारांपेक्षा जास्त लोक मरण पावले. न्यू यॉर्कमध्येच २,७०० लोक मृत्यूमुखी पडले. त्यात ९१ वेगवेगळ्या देशांचे सुमारे ५०० लोकही समाविष्ट होते.

वर्ल्ड ट्रेड सेंटरच्या जुळ्या, उंच इमारतींना प्रचंड ज्वाळांनी लपेटले आणि त्या दोन्ही इमारती कोसळल्या. संपूर्ण देश हे दृश्य भयचकित होऊन पाहत होता. अमेरिकेत असे कसे होऊ शकले? आमच्या साम्राज्याच्या अगदी हृदयावर घाला घालण्याची हिंमत कोण करू शकते? आणि तेही इतक्या उघड आणि किरकोळ तंत्रज्ञानाचा वापर करून? ती तथाकथित 'नवी जागतिक व्यवस्था' कुठे गेली? एक देश म्हणून आम्ही कुठेतरी चुकलो आहोत का? आम्ही हवे तितके प्रबळ नव्हतोच का? दुसऱ्या महायुद्धापासूनच्या साठ वर्षांत आम्ही दुष्ट शक्तींना आळा घातला होता ना? मग? हिरोशिमा आणि नागासाकीनंतर अणुबाँब टाकण्यापासून आम्ही स्वत:ला रोखले नव्हते का?

आणि आता काही अतिशय बलवान अमेरिकन नेत्यांच्या दृष्टीने हा हल्ला म्हणजे आपल्या साम्राज्याच्या बाहेरच्या या लोकांनी, या दहशतवाद्यांनी, आपला हिरोशिमा केला आहे, किंवा किमान हे दुसरे पर्ल हार्बर तरी नक्कीच आहे, असे होते. नवपरंपरावाद्यांनी सर्वंकष युद्धासाठी ओरड सुरू केली.

त्या दिवशी जगावर एक प्रचंड राग निघण्याची सुरुवात झाली. आसुरी

ऊर्जेचा उघडलेला प्रचंड मोठा पंडोराचा पेटारा आणि १९व्या शतकाअखेर झालेल्या फ्रेंच राज्यक्रांतीच्या वेळेसारखी अनागोंदीची दाबून ठेवलेली भीती एका आत्मप्रौढीच्या रूपात एकत्र झाले. माझीच नीतिमत्ता सर्वश्रेष्ठ या भावनेतून मग फक्त बिन लादेन आणि त्याचे समर्थकच नाही तर जगातल्या सर्व ''दुष्टां''विरुद्ध एक मोहीम सुरू झाली.

बुश यांच्याबद्दल बोलायचे तर युद्धकालीन राष्ट्राध्यक्ष बनणे ही त्यांची नियती होतीच, पण जागतिक पातळीवर ही एक मोठ्या जागृतीची घडी होती. वर्ल्ड ट्रेड सेंटरच्या उद्‌ध्वस्त ढिगाऱ्यावर उभे राहून बुश यांनी घोषणा केली, की इतिहासाप्रती आमची काय जबाबदारी आहे हे आता स्पष्ट झाले आहे: आम्हाला या हल्ल्याला प्रत्युत्तर द्यायचे आहे आणि जगातून दुष्ट शक्तींना नाहीसे करायचे आहे.

बहुतांश जगाने अमेरिकेप्रती सहवेदना दर्शवली. तिला मदत देऊ करण्यासाठी पुढे आलेल्या पहिल्या काही सत्तांमध्ये रशियाचे व्लादिमीर पुतीन होते. जगभरातल्या प्रमुख मुस्लिम व्यक्तींनी हा हल्ला म्हणजे मानवतेवरचा हल्ला आहे असे म्हणून त्यावर टीका केली आणि ओसामा बिन लादेन हा कुठलेही धार्मिक शिक्षण न मिळालेला आणि धार्मिक फतवे काढण्याचा काहीही अधिकार नसलेला एक भोंदू इसम आहे असे म्हटले.

मध्यपूर्व या विषयातले एक ज्येष्ठ पत्रकार ख्रिस हेजेस यांनी नंतर अनेक वर्षांनी लिहिले : ''वाईट गोष्ट ही आहे, की आपल्यावरही हल्ला होऊ शकतो हे मान्य करण्याचे धैर्य आपल्यात असते, जगाच्या सहानुभूतीच्या आधारे आपण पुढे गेलो असतो, तर आज आपण कितीतरी जास्त सुरक्षित असलो असतो. पण आपण या दहशतवाद्यांना अगदी त्यांना अपेक्षित असलेलाच प्रतिसाद दिला. आपण हिंसेचीच भाषा बोलावी हेच त्यांना हवे होते.''

ताज्या इतिहासामध्ये अमेरिकन नेते, विशेषत: दुसऱ्या महायुद्धानंतर हॅरी ट्रुमन, नंतर लिंडन जॉन्सन, रिचर्ड निक्सन आणि रोनाल्ड रेगन, हे आपल्यावर हल्ला होण्याची दूर-दूरची शक्यता जरी दिसली तरी त्यावर धोकादायकरीत्या अतिरेकी प्रतिक्रिया देत आले. त्यात जॉन्सन यांनी तर व्हिएतनाममध्ये अपयश स्वीकारावे लागण्याच्या भीतीने आदर्श महापुरुषांच्या पंगतीत बसण्याच्या शक्यतेचाही बळी दिला. कदाचित अमेरिकन राजकीय प्रक्रियेचे हेच सर्वांत मोठे दौर्बल्य असावे. अनुकंपा किंवा सहवेदना इथे फार कमी सापडते आणि जी सापडते तिला बावळटपणा किंवा मऊपणा म्हणून बाजूला सारले जाते. पण तरीही, अंतिमत: आपल्या महानातल्या महान नेत्यांना इतरांपेक्षा वेगळे ठरवणारा जर कुठला गुण असेल तर तो अनुकंपा हाच होता. वॉशिंग्टन, जेफर्सन, लिंकन, रूझवेल्ट किंवा

११ सप्टेंबर, २००१ रोजी अल् कायदाने केलेल्या हल्ल्याच्या दोन दिवसांनंतर न्यू
यॉर्क शहरामध्ये अद्यापही धगधगत असलेला, कोसळलेल्या वर्ल्ड ट्रेड सेंटरच्या
इमारतींचा ढिगारा.

इतर क्षेत्रांबद्दल बोलायचे तर मार्टिन ल्यूथर किंग ज्युनिअर यांच्यासारखे लोक
याच बाबतीत वेगळे ठरले.

'वैताग आणणारा, सगळे काही माहीतच असणारा गृहस्थ,' असे म्हणत
प्रसारमाध्यमांनी अल गोर यांची खिल्ली उडवली होती, पण त्या वेळी ते जर
राष्ट्राध्यक्ष असते, तर अमेरिकेच्या धोरणांचा प्रखर द्वेष करू लागलेल्या जगासोबत
त्यांनी भावनिक संबंध जोडले नसते का? जरा नम्रतेने वागत त्यांनी दहशतवाद्यांना
मुत्सद्देगिरी, गुप्तचर यंत्रणा आणि कठोर पोलीस कारवाई अशा पारंपरिक पद्धतींचा
अवलंब करून गप्प बसवले नसते का? कट्टर उगवती पिढी ज्यांच्याकडे 'हुतात्मा'
म्हणून पाहू लागेल असे कुठलेही नवे शत्रू न बनवता वेगळ्या प्रकारे गोष्टी साध्य
झाल्या नसत्या का? गोर यांनी खऱ्या अर्थाने जवळ जवळ तिसरे महायुद्ध सुरू
करून टाकले असते का?

पण प्रत्यक्षात झाले असे, की बुश यांनी जगाला दम भरला : ''प्रत्येक
भागातल्या प्रत्येक देशाला आता एक निर्णय घ्यायचा आहे. तुम्ही एक तर
आमच्यासोबत आहात, नाही तर तुम्ही दहशतवाद्यांच्या बाजूने आहात.'' हे सुष्ट
आणि दुष्टांमधले एक अत्यंत महत्त्वाचे युद्ध आहे असे त्यांनी जाहीर करून
टाकले. जगाच्या नागरिकांना उद्देशून ते म्हणाले, ''तुम्ही एक तर आमच्या बाजूने
आहात, नाही तर आमच्या विरुद्ध.'' अनेक लोकांना या दमदाटीची घृणा आली
किंवा मग राग आला.

चामर्स जॉन्सन यांनी लिहिले, की ११ सप्टेंबर रोजी घडलेल्या घटनेमुळे जग बदलून गेले असे म्हणायला अमेरिकनांना आवडते, पण त्याऐवजी असे म्हटले तर जास्त योग्य होईल, की अमेरिका आता "एक नवे रोम बनत आहे. जगाच्या इतिहासातला सर्वांत महत्त्वाचा मोठा देश बनू पाहत आहे, ज्याला कुठल्याही आंतरराष्ट्रीय कायद्याचे बंधन लागू होत नाही, ज्याला आपल्या दोस्तांची अजिबात फिकीर नाही किंवा आपली लष्करी ताकद वापरण्यावर कुठलेही निर्बंध मान्य नाहीत ... आपल्यावर नेमका कशासाठी हल्ला झाला किंवा त्यांचे स्टेट डिपार्टमेंट त्यांना जिथे पर्यटनासाठी जाऊ नका म्हणून सांगते त्या देशांची यादी सतत लांबत का चालली आहे, हे अजूनही बहुतेक अमेरिकन लोकांना माहीतच नाही ... पण बहुतेक बिगर-अमेरिकनांना जी गोष्ट कधीच कळली होती आणि जवळ जवळ गेल्या अर्ध्या शतकभरात जिचा त्यांनी अनुभव घेतला होता, ती अखेर वाढत्या संख्येने अमेरिकनांच्या लक्षात येऊ लागली आहे आणि ती गोष्ट म्हणजे अमेरिका आपण जसे आहोत असे दाखवते, त्यापेक्षा खूप वेगळी आहे आणि प्रत्यक्षात ती म्हणजे संपूर्ण जगावर आपले वर्चस्व स्थापन करण्याच्या उद्देशाने निघालेला लष्करी जगन्नाथाचा रथ आहे.''

अल् कायदाचा सौदी अरेबियातल्या अमेरिकेच्या लष्करी अस्तित्वाला असलेला कडवा विरोध आणि पॅलेस्टाईनविरुद्धच्या संघर्षामध्ये अमेरिका इस्रायलला देत असलेला पाठिंबा, ही हल्ल्यामागची खरी कारणे जनतेला समजावून सांगण्याऐवजी बुश जड-जड वक्तव्ये करत राहिले. ''ते लोक आपला द्वेष का करतात?'' असा प्रश्न विचारून तेच उत्तर देत, ''त्यांना आपले स्वातंत्र्य आवडत नाही – आपले धार्मिक स्वातंत्र्य, भाषणस्वातंत्र्य, आपले मतदानाचे स्वातंत्र्य आणि एकत्र येऊन एकमेकांची मते नाकारण्याचे स्वातंत्र्य त्यांना सलते.''

किती विरोधाभासाची गोष्ट आहे, की ४१ वे राष्ट्राध्यक्ष बुश यांनी पनामा आणि पहिला इराक हल्ला यांमध्ये युद्धाची भीषणता पसरवून जागतिक शांततेला खऱ्या अर्थाने सुरुंग लावला आणि नंतर त्यांच्या मुलाने जिकडेतिकडे आंधळेपणाने हल्ले चढवत आणि आपल्या देशाला जवळ जवळ दिवाळखोरीमध्ये ढकलत बिन लादेनची त्याच्याकडून असलेली अपेक्षा अचूकपणे पूर्ण केली आणि आता, डिक चेनी यांच्या मते जे युद्ध ''चिरकाल सुरू राहील'' अशा युद्धामुळे बुश ज्युनिअर यांना त्यांचेही नाव ''अमेरिकेचे युद्धकालीन राष्ट्राध्यक्ष'' या यादीत त्यांच्या वडिलांच्याच पंगतीत पाहण्याचे नशिबी आले.

प्रकरण बारा

बहुतेक अमेरिकनांकरता ९/११ ही एक अतिशय दु:खद घटना होती. जॉर्ज बुश आणि डिक चेनी यांच्याकरता ते तर होतेच, पण त्याहीपेक्षा जास्त म्हणजे गेल्या अनेक दशकांपासून त्यांचे नवपरंपरावादी मित्र ज्यावर काम करत आले होते, तो कार्यक्रम प्रत्यक्ष राबवण्याची एक संधी होती. द प्रोजेक्ट फॉर द न्यू अमेरिकन सेंच्युरी या गटाच्या एका ताज्या अहवालाचे शीर्षक होते ''अमेरिकेच्या संरक्षणव्यवस्थेची पुनर्बांधणी'' आणि त्यात लिहिले होते, ''बदलाची प्रक्रिया ... पर्ल हार्बरसारखी एखादी आपत्तीजनक आणि गती देणारी घटना जर मधल्या काळात घडली नाही, तर दीर्घकालीन ठरू शकते.'' त्यांच्या मनामध्ये असे होते, की अल् कायदाने त्यांना त्यांचे पर्ल हार्बर दिले होते. आणि हल्ल्यानंतर काही मिनिटांतच बुश यांचा संघ कामाला जुंपला.

त्या वेळी बुश फ्लोरिडात असल्यामुळे उप-राष्ट्राध्यक्ष डिक चेनी आणि त्यांचे कायदेविषयक सल्लागार डेव्हिड ॲडिंग्टन यांनी सर्व सूत्रे आपल्या हाती घेतली. युद्धकाळात कमांडर-इन-चीफ असणारे राष्ट्राध्यक्ष जवळ जवळ कुठल्याही कायदेशीर बंधनांविना मुक्तपणे कृती करू शकतात असे त्यांचे म्हणणे होते.

अफगाणिस्तानमध्ये ओसामा बिन लादेनच्या अल् कायदा गटाच्या पलीकडे पाहू लागलेल्या बुश यांनी १२ सप्टेंबर रोजी वॉशिंग्टनमध्ये परतताच दहशतवादविरोधी दलाचे प्रमुख रिचर्ड क्लार्क यांना आदेश दिले, ''हे सद्दामने केले आहे का, ते पाहा. त्याचा यात कुठल्याही प्रकारे काही हात आहे का, हे पाहा.''

क्लार्क ही आठवण सांगताना म्हणाले, की बुश यांचे शब्द होते, ''यामागे इराक, सद्दाम आहेत का हे शोधा आणि मला ताबडतोब सांगा.'' एका मुलाखतकाराने विचारले, ''आणि त्या दिवशी संरक्षण सचिव डोनल्ड रम्सफेल्ड आणि त्यांचे सहायक पॉल वोल्फोविट्झ यांची काय प्रतिक्रिया होती?'' क्लार्क उत्तरले, ''आम्ही अफगाणिस्तानातल्या अल् कायदाच्या तळावर बॉंबहल्ले करण्यासंबंधी चर्चा करत असताना डोनल्ड रम्सफेल्ड म्हणाले, की अफगाणिस्तानामध्ये लक्ष्य

करण्याजोगी चांगली ठिकाणे नाहीत, तेव्हा आपण इराकवर हल्ले चढवू या. आम्ही म्हणालो, पण इराकचा या हल्ल्याशी काहीच संबंध नाही. पण त्याने काही फरक पडला नाही.''

११ सप्टेंबरलाच डोनल्ड रम्सफेल्ड यांनी इराकवरच्या हल्ल्यांच्या योजना मागवल्या होत्या. ''अगदी मोठे हल्ले करा, सगळा इराक उद्ध्वस्त करा. कुठल्या स्थानावर हल्ला करत आहात, त्याचा काही संबंध आहे की नाही, असले विचार करत बसू नका.''

अगदी काही दिवसांतच बुश यांनी संसदेच्या संयुक्त सत्रापुढे बोलताना जाहीर केले, की अमेरिका एक जागतिक युद्ध करण्यासाठी निघाली आहे: ''आजपासून पुढे दहशतवादाला आश्रय किंवा पाठिंबा देणारा कुठलाही देश अमेरिकेचा शत्रू समजला जाईल.''

इकडे मायदेशामध्ये बाराशे लोकांना तत्काळ अटक करून ताब्यात घेण्यात आले. आणखी आठ हजार जणांचा चौकशीसाठी शोध सुरू झाला. यातले बहुतेक सर्व मुसलमान होते. बुश यांनी घाईघाईने ३६२ पानी अमेरिकन देशभक्ती कायदा संसदेतून संमत करून घेतला. या कायद्यावर चर्चा करणे तर दूर, त्याचा मसुदा पुरता वाचण्याइतकाही वेळ संसदसदस्यांना देण्यात आला नव्हता.

विस्कॉन्सिनचे सिनेटर रस फीनगोल्ड यांनी एकट्याने विरोधी मत दिले. ते ठामपणे म्हणाले: ''या नव्या दहशतविरोधी युद्धामध्ये आपण उडी घेतो आहोत याचे आपल्या स्वातंत्र्याची जपणूक करणे हे एक प्रमुख कारण आहे. आपण जर अमेरिकन जनतेला असलेल्या स्वातंत्र्यांचा त्याकरता बळी दिला तर एक गोळीदेखील न झाडता आपण हे युद्ध हरू.''

व्हाइट हाऊसमध्ये चालणाऱ्या चर्चांवर बुश यांनी अभूतपूर्व अशा गोपनीयतेचा पडदा ओढून घेतला आणि २००२ मध्ये राष्ट्रीय सुरक्षा समितीला विना वॉरंट फोन टॅप करण्याचे आणि प्रचंड प्रमाणावर अमेरिकन नागरिकांच्या ई-मेल्सवर लक्ष ठेवण्याचे अधिकार देऊन टाकले. पूर्वी दशकानुदशके नागरिकांच्या गुप्त माहितीचा जो दुरुपयोग केला जात होता, त्याला पायबंद घालण्याकरता १९७८ मध्ये संमत झालेल्या कायद्यामध्ये असे काही करण्यापूर्वी कायदेशीर आढावा घेण्याचे बंधन घालण्यात आले होते. पण या कायदेशीर बंधनाकडे पूर्णपणे दुर्लक्ष करण्यात आले.

प्रशासनाने जनतेला सतत धोक्याचे इशारे, वाढीव सुरक्षाव्यवस्था आणि कलर कोडयुक्त पाचपदरी इशारे देण्याचा सपाटा लावला. या प्रणालीचा रम्सफेल्ड आणि ॲटर्नी जनरल जॉन ॲशक्रॉफ्ट अधूनमधून राजकीय उद्देशाने दुरुपयोगही करत होते. २००५ मध्ये होमलॅंड सिक्युरिटी या नव्या खात्याचे सचिव टॉम रिज

यांनी या गोरखधंद्यामध्ये सामील होण्याऐवजी राजीनामा देण्याचा निर्णय घेतला.

अमेरिकेमध्ये दहशतवादी हल्ला होऊ शकेल अशा संभाव्य लक्ष्यांची संख्या २००३ मध्ये १६० होती. पुढच्या चार वर्षांमध्ये ती एकदम ३,००,००० पेक्षाही जास्त झाली. आश्चर्याची गोष्ट म्हणजे २००६ वर्ष येईतोवर सर्व अमेरिकन राज्यांमध्ये इंडियाना आघाडीवर होते. तिथे ८,६०० संभाव्य लक्ष्ये ठरवण्यात आली होती. यासंबंधीच्या राष्ट्रीय माहितीसाठ्यामध्ये पाळीव प्राण्यांची संग्रहालये, डोनट विक्रीची दुकाने, पॉपकॉर्नचे ठेले, आइसक्रीम पार्लर्स आणि टेनेसी राज्यातल्या कोलंबिया गावामध्ये होणारी म्यूल डे परेड अशा स्थानांचा समावेश होता. विश्वास बसू नये अशा गोष्टी घडण्याचा तो काळ होता आणि ही अविश्वसनीयता वाढतच चालली होती. दुसरे महायुद्ध सुरू होण्याच्या वेळी फ्रँकलिन रूझवेल्ट यांनी बजावले होते, "युद्ध खर्चिक असते ... याचा अर्थ कर आणि रोखे, रोखे आणि कर. याचा अर्थ चैन आणि अन्य जीवनावश्यक नसलेल्या गोष्टींमध्ये कपात." पण बुश यांनी श्रीमंत लोकांवरचे कर कमी केले आणि अमेरिकन जनतेला सांगितले, "विमानाने प्रवास करा आणि अमेरिकेतल्या सुंदर-सुंदर ठिकाणांचे सौंदर्य लुटा. सोबत तुमच्या कुटुंबालाही न्या आणि जीवनाचा आनंद घ्या. मजा करा."

गंमत म्हणजे, २००७ मध्ये पक्के शीतयोद्धे झिबगन्यू बर्झेझिन्स्की यांनी

१२ सप्टेंबर, २००१ रोजी आयसेनहॉवर यांच्या तैलचित्रासमोर पॉल वोल्फोवित्झ हे डोनल्ड रम्सफेल्ड, कॉलिन पॉवेल आणि स्कूटर लिबी यांच्यासमवेत मंत्रिमंडळ दालनामध्ये चर्चा करताना.

''दहशत या विषयावर पाच वर्षे सतत देशाचे ब्रेनवॉशिंग केले ... 'आता पुरे झाला हा अर्थशून्य उन्माद, हे झपाटलेपण सोडून द्या' असे म्हणणारा अमेरिकन नेता कुठे दिसतो आहे का? ... भविष्यात दहशतवादी हल्ले होण्याची शक्यता नाकारता येत नसली तरी जरा ताळतंत्र दाखवू या. आपल्या परंपरांनुसार वागू या,'' असे म्हणत बुश यांच्यावर टीकास्त्र सोडले होते.

ते वारंवार आग्रहाने म्हणत राहिले, की दहशतवाद हा एक डावपेच आहे, तत्त्वप्रणाली नव्हे आणि एखाद्या डावपेचाविरुद्ध युद्ध पुकारणे निव्वळ मूर्खपणा आहे.

पण बुश यांच्या जागतिक मोहिमेचा खरा प्रभाव अमेरिकेबाहेर जाणवला. ९/११ च्या हल्ल्यानंतर महिन्याभरातच अमेरिकेने अफगाणिस्तानवर आक्रमण केले. वरकरणी यामागचा उद्देश अमेरिकेनेच दोन दशकांपूर्वी ज्यांना रशियाचा पराभव करण्याकरता शस्त्रास्त्रे आणि प्रशिक्षण देऊन सज्ज केले होते, त्या कट्टर इस्लामी गटांना नष्ट करणे हा होता.

या युद्धाच्या टीकाकारांनी नंतर याकडे लक्ष वेधले, की ९/११ च्या एकोणीस विमान अपहरणकर्त्यांपैकी एकही जण अफगाण नव्हता. त्यांच्यातले पंधरा जण सौदी अरेबियाचे नागरिक होते आणि अमेरिकेने ही जी चूक केली, त्यामुळेच ओसामा बिन लादेन आणि अल् कायदाच्या अन्य म्होरक्यांना डिसेंबर महिन्यामध्ये

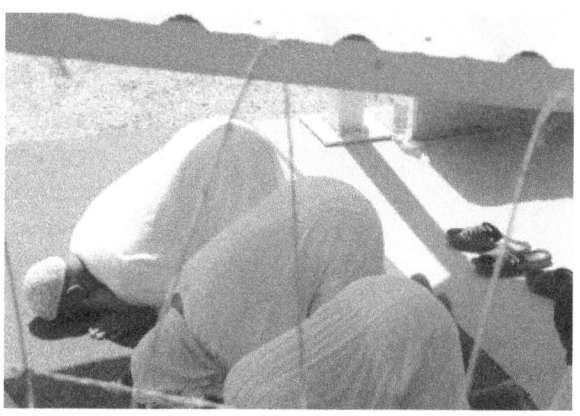

क्युबातल्या ग्वांटानामो बे इथल्या अमेरिकन तुरुंगामध्ये नमाज पढताना तिथले कैदी. एफबीआयच्या दहशतवादविरोधी दलाच्या एका तज्ज्ञाने साक्ष दिली, की ग्वांटानामोमध्ये ठेवण्यात आलेल्या सुमारे आठशे कैद्यांपैकी जास्तीत जास्त पन्नास जण असे असतील, ज्यांना पकडून ठेवण्यात काही अर्थ होता.

पाकिस्तानात पळून जाण्याची संधी मिळाली.

अफगाणिस्तानमध्ये आणि इतरत्र सीआयएने हजारो संशयितांना स्थानबद्ध केले. युद्धकैद्यांना आपण देत असलेली मानवतावादी वागणूक हे आपल्या नैतिक श्रेष्ठत्वाचेच प्रतीक आहे असे जरी अमेरिकेला नेहमी वाटत आले असले, तरी बुश प्रशासनाने या कैद्यांवर ''शत्रूचे बेकायदेशीर लढवय्ये'' असा शिक्का मारला, आवश्यक असलेल्या युद्धभूमीवरील सुनावणीला फाटा दिला आणि १९४९ च्या जिनिव्हा करारामध्ये बंधनकारक करण्यात आलेल्या युद्धकैद्यांना देण्याच्या वागणुकीच्या पद्धतीच्या कक्षेबाहेर त्यांना ठेवले. इतर देशांच्या सरकारांनी जेव्हा या पवित्र्यावर आक्षेप घेतला, तेव्हा बुश यांनी तालिबान संशयितांच्या बाबतीत माघार घेतली, पण अल् कायदाच्या लढवय्यांविरुद्ध मात्र आपले हे धोरण बदलण्यास नकार दिला. बुश म्हणाले : ''आंतरराष्ट्रीय वकील काय म्हणतात याची मला अजिबात पर्वा नाही, आम्ही काही लोकांना चांगली अद्दल घडवल्याशिवाय सोडणार नाही.''

अमेरिकेने एका अज्ञात संख्येने कैद्यांना जगभरातल्या, थायलंड, पोलंड, रोमेनिया आणि मोरोक्कोसारख्या विविध देशांमध्ये गुप्त ''अज्ञात स्थळी'' नेऊन ठेवले. तिथे त्या कैद्यांवर छळ आणि अन्य प्रकारच्या ''चौकशीच्या कठोर पद्धती'' यांचा अवलंब करण्यात आला. इतर शेकडो कैदी क्युबातल्या ग्वाटानामो बे इथल्या अमेरिकन नाविक तळावर ठेवले होते. मे २००३ मध्ये या तुरुंगामध्ये सर्वोच्च, म्हणजे साधारणपणे ६८० कैदी होते. हे सर्व तेरा ते अठ्ठ्याण्णव या वयोगटातले होते. त्यांच्यातल्या पाच टक्के लोकांना अमेरिकन सैनिकांनी पकडले होते. ८० टक्क्यांपेक्षा जास्त लोकांना अफगाण टोळ्या आणि पैशांसाठी काम करणाऱ्या अफगाण व पाकिस्तानी लोकांनी पैशांच्या लालसेने पकडून दिले होते.

सरकारी सूत्रांनुसार या कैद्यांमध्ये अल् कायदाकरता लढणारे फक्त आठ

स्पॅनिश अधिकाऱ्यांनी प्राचीन काळी चौकशी करताना वापरलेल्या तंत्राची, बुश प्रशासनाने क्युबातल्या ग्वांटानामो बे इथे आधुनिक पद्धतीने केलेल्या वापराची तुलना करणारा एक निषेधफलक.

टक्के लोक होते. पुढे ६८० पैकी सहाशे जणांना सोडून दिले गेले, सहा जणांना शिक्षा झाल्या आणि सरकारी सूत्रांनुसार नऊ लोक मरण पावले. मरण पावलेल्यांमध्ये बहुतेक जणांनी आत्महत्या केली. २०१२ मध्ये वीसपेक्षा अधिक देशातले १६६ लोक ग्वाटानामोमध्ये होते.

बुश प्रशासनाने सीआयएला दहा सुधारित चौकशीतंत्रे वापरण्यास प्रोत्साहन दिले. ही तंत्रे छळ या प्रकारामध्ये अनेक दशकांपासून सुरू असलेल्या संशोधनातून विकसित करण्यात आली होती आणि दोस्तराष्ट्रांनी विविध परकीय देशांमध्ये ही तंत्रे घोटली होती. फेब्रुवारी २००४ मध्ये मेजर जनरल अँटोनियो तागुबा यांनी कळवले, की त्यांच्या चौकशीमध्ये, इराकच्या अबु ग्रेब तुरुंगामध्ये घडलेल्या असंख्य ''आसुरी, निर्लज्ज आणि अश्लाघ्य अशा गुन्हेगारी स्वरूपाच्या अत्याचारांच्या'' कहाण्या समोर आल्या. ते पुढे म्हणाले, ''सध्याच्या प्रशासनाने युद्धगुन्हे केले आहेत किंवा नाही, याबद्दल आता कुठलीही शंका असण्याचे कारण नाही. प्रश्न केवळ इतकाच आहे, की ज्यांनी असले छळ करण्याचे आदेश दिले, त्यांना याचा जाब विचारला जाईल की नाही?'' आर्थर श्लेझिंजर ज्युनिअर हे केनेडींचे माजी सहकारी म्हणाले, की हे छळ करण्याचे धोरण, ''अमेरिकेच्या इतिहासातल्या कायद्याच्या राज्यासमोरचे सर्वांत नाट्यमय, दीर्घकालीन आणि मूलगामी आव्हान आहे... आजतागायत अमेरिकेची जगातील प्रतिष्ठा डागाळण्याचे काम या धोरणाइतके अन्य कुठल्याही धोरणाने केलेले नाही - आजतागायत!''

पुढच्या सात वर्षांमध्ये अफगाणिस्तानातील परिस्थिती आणखीनच गंभीर झाली आणि अमेरिकेचे तिथले अस्तित्व अडीच हजार सैनिकांपासून तेरा हजार सैनिकांपर्यंत वाढले, पण तरीही बुश यांच्याकरता अफगाणिस्तान म्हणजे केवळ एक विचलित करणारी गोष्ट इतकेच होते. त्यांचे सगळे लक्ष त्यांच्या वडिलांचा जुना शत्रू सद्दाम हुसैन याला सत्तेवरून घालवण्यावर केंद्रित होते. ''गुप्तचर खात्याने मिळवलेले पुरावे, गुप्त संदेश आणि आता कोठडीत असलेल्या लोकांच्या जबाबांवरून असे उघडकीला आले आहे, की सद्दाम हुसैन अल् कायदाच्या सदस्यांसह सर्वच दहशतवाद्यांची पाठराखण करत आहेत आणि त्यांना मदत करत आहेत,'' बुश यांनी आरोप केला.

१९८० च्या दशकामध्ये बिल केसी आणि व्हिएतनामच्या वेळी लिंडन जॉन्सन यांच्याच पावलांवर पाऊल ठेवत बुश यांनी आक्रमणाचे समर्थन करण्याकरता खोट्या गोपनीय माहितीचा आधार घेतला : ''इराकचा नेता हा एक वाईट मनुष्य आहे याबद्दल काही प्रश्नच नाही. अखेर त्याने आपल्याच लोकांवर विषारी वायूचा प्रयोग केलेला आहे – तो सामूहिक विध्वंस करण्याची अस्त्रे (वेपन्स ऑफ

वॉशिंग्टन स्मारकाजवळ जमा झालेले युद्धविरोधी निदर्शक. इराकवरच्या हल्ल्याचा क्षण जसजसा जवळ येत होता, तसतसे जगभरामध्ये कोट्यवधी लोक अमेरिकेतल्या निदर्शकांच्या समर्थनार्थ बाहेर पडू लागले होते. त्यात रोममधल्या अंदाजे तीस लाख लोकांचाही समावेश होता.

मास डिस्ट्रक्शन - डब्ल्यूएमडी) विकसित करतो आहे, हे आम्हाला माहीत आहे.''

संयुक्त राष्ट्राच्या शस्त्रास्त्र निरीक्षकांनी आकाशपाताळ धुंडाळले आणि सीआयएने शोधलेल्या ठिकाणांवर शोध घेतला. त्यांना काहीही आढळले नाही, पण डब्ल्यूएमडी आहेतच असे बुश ठामपणे म्हणत राहिले : ''ब्रिटन सरकारला समजले आहे, की अशातच सद्दाम हुसैन यांनी आफ्रिकेतून मोठ्या प्रमाणावर युरेनियम मिळवण्याचा प्रयत्न केला होता.''

'वॉशिंग्टन पोस्ट'च्या बॉब वुडवर्ड यांच्याशी याच सुमारास बोलताना बुश म्हणाले, ''मी जे बोलतो त्याचे स्पष्टीकरण देण्याची मला अजिबात गरज वाटत नाही. राष्ट्राध्यक्ष असण्यामध्ये हीच मोठी रोचक गोष्ट आहे. इतर कुणाला ते जे बोलले ते का बोलले हे मला समजावून सांगणे आवश्यक वाटू शकेल, पण आपण कुणाला तरी स्पष्टीकरण देणे आवश्यक आहे, असे मला मुळीच वाटत नाही.''

हा काळ खूप विलक्षण होता. शब्दांना नवे अर्थ प्राप्त झाले होते. १९८४ या आपल्या कादंबरीमध्ये जॉर्ज ऑर्वेल यांनी जी ''द्वयर्थी बोलण्या''विषयीची भाकिते केली होती ती खरी ठरत होती. आधी लोक शब्द चोरतात, मग ते त्यांचे अर्थ चोरतात. ''ॲक्सिस ऑफ इव्हिल'', ''वॉर अगेन्स्ट टेरर'', ''रेजिम चेंज'',

"सिम्युलेटेड ड्राउनिंग", "एनहान्स्ड इंटेरोगेशन", "प्रीव्हेन्टिव्ह वॉर" अशा अनेक संज्ञा या सदरात मोडतात. मारले गेलेले सामान्य नागरिक आता "कोलॅटरल डॅमेज" असतात. सीआयएने केलेली अपहरणे आता "एक्स्ट्रा ऑर्डिनरी रेन्डिशन्स" असतात. आणि सर्वांत देशभक्तीयुक्त संकल्पना, "द होमलँड" आता एका जगड्व्याळ नव्या फेडरल एजन्सीच्या रूपात समोर आली होती. या संस्थेमध्ये इतके स्तर आणि गुंतागुंत होती, की तिची तुलना फक्त पेंटॅगॉनशी होऊ शकते.

अठराव्या शतकातले फ्रेंच तत्त्वज्ञ व्हॉल्टेअर यांनी म्हटले आहे, "जे तुम्हाला मूर्ख गोष्टी पटवून देऊ शकतात, ते तुम्हाला कुकर्मे करायला लावू शकतात." परिस्थितीची अविश्वसनीयतेकडची घसरण चक्कर येईल इतक्या वेगाने सुरू झाली. २००१ मध्ये ऑस्करकरता नामांकन मिळालेला ब्लॅक हॉक डाऊन हा लोकप्रिय चित्रपट प्रदर्शित झाला. त्यात १९९०च्या दशकामध्ये अमेरिकेने जे शौर्य दाखवले, जे तंत्रज्ञान प्रदर्शित केले त्याचे उदात्तीकरण होते.

तंत्रज्ञानाद्वारे व्हिडिओ गेम्स जास्तीत जास्त वास्तवतेच्या जवळ जाणारे होऊ लागले. आणि टीव्हीवर वाढत्या प्रमाणात विचित्र आणि अवास्तव रिअॅलिटी शो लोकप्रियतेचा उच्चांक गाठू लागले.

अमेरिकन प्रसारमाध्यमांमध्ये युद्धाचे पडघम वाजायला सुरुवात झाली. जनरल इलेक्ट्रिक कंपनीच्या मालकीच्या एमएसएनबीसी वाहिनीने फिल डोनाह्यू यांचा लोकप्रिय प्राइमटाइम कार्यक्रम प्रत्यक्ष आक्रमणाच्या तीन आठवडे आधीच बंद करून टाकला. "आपल्या प्रतिस्पर्धी वाहिन्या संधी मिळताच झेंडा फडकवत असताना आपला हा कार्यक्रम उदारमतवाद्यांच्या युद्धविरोधी उद्देशांचे आश्रयस्थान ठरेल" की काय अशी भीती नेटवर्कच्या अधिकाऱ्यांना वाटली.

आणि इतर वाहिन्या खरोखर झेंडा फडकवत होत्याच. सीएनएन, फॉक्स आणि एनबीसी यांनी पंचाहत्तरहून अधिक निवृत्त जनरल्स व अधिकाऱ्यांना आपल्या पडद्यावर आणले. नंतर जवळ जवळ त्या सगळ्यांनीच कबूल केले, की ते लष्कराच्या कंत्राटदार कंपन्यांचे थेट कर्मचारी होते. पेंटॅगॉनच्या अधिकाऱ्यांनी या "संदेशाची ताकद वाढवणाऱ्या" लोकांना बोलण्याचे मुद्दे पुरवले आणि इराक कसा एक तातडीचा धोका असलेला देश आहे, याचे चित्र त्यातून उभे करून घेतले.

युद्ध 'विकण्या'करता आपण खोटे बोललो याबद्दल नंतर काहींना पश्चात्ताप झाला. फॉक्सचे विश्लेषक मेजर रॉबर्ट बीव्हीलाक्वा हे सेवानिवृत्त आणि मानाची ग्रीन बेरेट प्राप्त अधिकारी होते. त्यांनी तक्रारीच्या सुरांत सांगितले, की आमच्या शर्टामध्ये मागून हात घालून आमचे तोंड हलवणारे, आमचे बोलविते धनी ते लोक होते. एनबीसीचे लष्करी विश्लेषक कर्नल केनेथ अलार्ड यांनी या कार्यक्रमाला

"सायऑप्स ऑन स्टेरॉइड्स'' म्हणजे एखाद्याला उत्तेजक द्रव्ये टोचून त्याच्यावर मानसिक परिणाम करण्याचे तंत्र, असे म्हटले. ''आमच्या तोंडात पाण्याची नळी खुपसली आहे (आम्हाला हवे ते बोलायला भाग पाडले जात आहे) असे मला वाटले,'' ते म्हणाले.

'न्यू यॉर्क टाइम्स'सह सर्व प्रमुख वृत्तपत्रे व नियतकालिकांनी हाच संदेश सगळीकडे पोहोचवला. बुश यांच्या आतल्या गोटातील एक व्यक्ती पत्रकार रॉन सस्काईंड यांना म्हणाली, की सस्काईंड हे ''वास्तवाधारित समाजखंडाचे'' प्रतिनिधी आहेत, पण ''आता जग प्रत्यक्षात अशा प्रकारे चालत नाही. आता आपण एक साम्राज्य आहोत आणि आपण जेव्हा काही करतो, तेव्हा आपण आपले स्वत:चे वास्तव निर्माण करत असतो.''

फ्रान्स, जर्मनी आणि रशिया, तसेच संयुक्त राष्ट्रसंघाच्या सुरक्षा समितीतल्या बहुतेक इतर सदस्यांनी जेव्हा अमेरिकेच्या या पवित्र्याला पाठिंबा द्यायला नकार दिला, तेव्हा बुश प्रचंड संतापले आणि रम्सफेल्ड उपहासाने म्हणाले: ''तुम्हाला फक्त जर्मनी आणि फ्रान्स म्हणजे युरोप असे वाटते. मला तसे वाटत नाही. माझ्यामते तो जुनाट युरोप आहे.'' पहिल्या महायुद्धामध्ये सॉयरक्राऊट या कोबीच्या जर्मन पदार्थाला ''लिबर्टी कॅबेज'' असे नवे नाव देण्यात आले होते त्याच धर्तीवर आता अमेरिकन संसदेच्या कॅफेटेरियामध्ये फ्रेंच फ्राइजना ''फ्रीडम फ्राइज'' असे नाव देण्यात आले.

जून २००२ मध्ये वेस्ट पॉइंट लष्करी महाविद्यालयाच्या कॅडेट्ससमोर बोलताना बुश यांनी आपली नवी रणनीती त्यांच्यापुढे मांडली : ''आपल्याला युद्ध शत्रूच्या गोटात घेऊन जाणे आवश्यक आहे, त्याच्या योजना धुळीला मिळवणे आवश्यक आहे आणि भयानक धोकादायक गोष्टींचा सामना त्या बाहेर येण्यापूर्वीच करणे आवश्यक आहे.''

अमेरिकेच्या सुरक्षेला ज्याचा धोका आहे असे वाटेल, असे कुठलेही सरकार अमेरिका एकतर्फी आणि समोरून काही कृती होण्याआधीच उलथवून टाकणार होती. यामागचा प्रशासनाचा धोकादायक कार्यकारणभाव चेनी यांनी स्पष्ट केला : ''पाकिस्तानी वैज्ञानिक अल् कायदाला अण्वस्त्र निर्माण किंवा विकसित करण्यात मदत करत आहेत, अशी एक टक्का जरी शक्यता समोर आली, तर खात्रीने तसेच होणार असे समजूनच आम्हाला प्रतिसाद द्यावा लागेल.'' बुश म्हणाले, ''आम्ही ज्या जगामध्ये पाऊल ठेवले आहे, तिथे कृती करणे हाच एकमेव सुरक्षित मार्ग आहे आणि हा देश कृती करेलच.''

बुश यांनी नैतिक युद्धाची भाषा केली आणि म्हणाले, की अमेरिकेने स्वातंत्र्य आणि न्याय यांचा बचाव करायलाच हवा, कारण ही तत्त्वे योग्य आहेत आणि

सगळीकडच्या सगळ्याच लोकांच्या बाबतीत ती खरी ठरणारी आहेत. आपल्या घोर अज्ञानाचा परिचय देत ते म्हणाले, "नैतिक सत्य प्रत्येक संस्कृतीमध्ये, प्रत्येक काळात आणि प्रत्येक ठिकाणी तेच असते." बुश यांच्या संभाव्य हल्ला करण्यायोग्य देशांच्या यादीमध्ये साठ देशांनी स्थान मिळवले.

अमेरिकेच्या एक्सेप्शनॅलिझम किंवा आम्ही अपवादात्मक आहोत या भावनेतून आलेले हे एक धाडसी विधान होते. रेगन आणि पहिले बुश या दोघांच्याही प्रशासनामध्ये काम केलेले ब्रूस बार्टलेट म्हणाले : 'जॉर्ज डब्ल्यू. बुश यांचा अल् कायदा आणि मुस्लिम मूलतत्त्ववादी शत्रूंच्या बाबतीत दृष्टिकोन इतका स्वच्छ आहे याचे कारण ... त्यांना ते लोक बरोबर समजतात, कारण बुश स्वत: अगदी त्यांच्यासारखेच आहेत ... आपल्याला देवानेच या कार्याकरता पाठवले आहे असे त्यांना मनापासून वाटते ... धर्म ही एकूण संकल्पनाच ज्याला कुठलाही प्रायोगिक पुरावा नाही अशा गोष्टींवर विश्वास ठेवण्याची आहे.'

बुश मोकळेपणाने म्हणाले, "माझ्या मनात एक प्रकारची शांती आहे कारण 'तुमचे मनोरथ पूर्ण होतील' हे बायबलमधले वचन जीवनाचे मार्गदर्शक आहे."

ऑक्टोबर २००२ च्या सुरुवातीच्या दिवसांत काँग्रेसने बुशना, त्यांना जेव्हा योग्य वाटेल तेव्हा, त्यांना ज्या कुठल्या प्रकारे योग्य वाटेल त्या प्रकारे आणि त्यांना आवश्यक वाटले तर अण्वस्त्रांचादेखील उपयोग करून, स्वत:च्या अधिकारात इराकविरुद्ध युद्ध करण्याचे पूर्ण अधिकार देऊन टाकले.

या ठरावामुळे इराक आणि अल् कायदा यांच्यामध्ये एक थेट संबंध प्रस्थापित झाला. या ठरावावर स्वाक्षरी करणाऱ्या सिनेटर्समध्ये जॉन केरी आणि हिलरी क्लिंटन हे दोघेही होते. पुढे चालून या दोघांनी जेव्हा अध्यक्षपदाची निवडणूक लढवली, तेव्हा त्यांना याची जबर किंमत मोजावी लागली. सगळेच लोक काही मूर्ख बनले नाहीत. काँग्रेसमधल्या महिला सदस्य बार्बरा ली यांनी तत्त्वे आणि तर्कशुद्धता यांचा आधार घेत म्हटले : "या युद्धाची प्रखरता आणि व्याप्ती वाढवण्याने आपल्या राष्ट्रीय सुरक्षेच्या दृष्टीने काहीही साध्य होत नाही. उलट आपला धोका आणखीनच वाढेल. पूर्वी इराक आताप्रमाणे दहशतवाद्यांचे नंदनवन नव्हता. शिवाय, इराक व सद्दाम हुसैन आणि अल् कायदा यांच्यामध्ये अर्थाअर्थी काहीही संबंध नव्हता. ही कल्पना आपण डोक्यातून काढून टाकायली हवी, म्हणजे मग अमेरिकन जनतेला सत्य कळेल."

जगभरामध्ये कोट्यवधी लोक निदर्शने करण्याकरता रस्त्यावर आले. रोममध्ये तीस लाख, लंडनमध्ये दहा लाख आणि न्यू यॉर्कमध्ये काही लाख.

टाइम या मासिकाने लाखो युरोपियन लोकांमध्ये एक सर्वेक्षण केले. ८४ टक्के लोकांच्या मते शांततेला सर्वांत जास्त धोका अमेरिकेचा आहे. ८ टक्के

लोकांना इराक जास्त धोकादायक वाटला. बुश यांनी त्यांच्या प्रशासनातील सर्वांत आदरप्राप्त व्यक्ती, सेक्रेटरी ऑफ स्टेट कॉलिन पॉवेल यांना युद्धाच्या बाजूने बोलण्याकरता संयुक्त राष्ट्रांच्या सभेत पाठवले. ते पॉवेलना म्हणाले : "कदाचित त्या लोकांचा तुमच्यावर विश्वास बसेल."

पॉवेल पंचाहत्तर मिनिटे बोलले. जगाला उद्देशून ते म्हणाले, "माझ्या मित्रांनो, आज मी करणार असलेल्या प्रत्येक विधानाला स्रोतांचा, तेही पक्क्या स्रोतांचा आधार आहे. ही केवळ ठामपणे मांडलेली मते नाहीत. आम्ही तुमच्यासमोर मांडतो आहोत ती सर्व तथ्ये आहेत आणि पक्क्या गुप्त माहितीवर आधारलेले निष्कर्ष आहेत ... चाकांवर आणि रूळांवर सुरू असलेल्या जैविक अस्त्रांच्या कारखान्यांची प्रत्यक्षदर्शी वर्णने आमच्याजवळ आहेत ... इराकमध्ये असे किमान सात फिरते जैविक एजंटनिर्मिती कारखाने आहेत हे आम्हाला माहीत आहे. ट्रकवर बसवलेल्या या कारखान्यांमध्ये प्रत्येकी किमान दोन ते तीन ट्रक्स आहेत ... हे फिरते कारखाने ... अँथ्रॅक्स आणि बोट्युलिन विष निर्माण करू शकतात. खरे तर हे कारखाने एकाच महिन्यात जैविक एजंटची इतकी भुकटी निर्माण करू शकतात, की हजारो लोक त्याने जीव गमावू शकतील ... आमच्या किंचित सावध अंदाजानुसार आजच्या घडीला इराककडे १०० ते ५०० टन रासायनिक अस्त्र एजंटचा साठा आहे ... मला आज तुमच्या लक्षात जे आणून द्यायचे आहे ते म्हणजे इराक आणि अल् कायदाचे दहशतवादी जाळे यांच्यामध्ये असलेले याहीपेक्षा भयंकर साटेलोटे."

हे भाषण अतिशय लाजिरवाणे होते. त्यात खोटी गुप्त माहिती देण्यात आली होती. नंतर पॉवेल यांनी हे भाषण हा माझ्या कारकिर्दीतला सर्वांत हीन क्षण होता असे म्हटले. पण बाहेरच्या देशांमध्ये हे भाषण साफ पडले असले तरी अमेरिकेतील जनमतावर याचा अपेक्षित परिणाम झाला. युद्धाला पाठिंबा देणाऱ्या लोकांची टक्केवारी ५० वरून ६३ वर गेली.

'वॉशिंग्टन पोस्ट'ने डब्ल्यूएमडीबद्दलचा पुरावा "नाकारता न येण्याजोगा" घोषित केला. सुरक्षा परिषदेच्या ठरावाविनाच अमेरिका निश्चितपणे युद्धाच्या दिशेने निघाली होती. सत्य याहूनही जास्त भयंकर होते. बुश यांच्याकरता इराक अपेटायझर, म्हणजे फक्त भूक वाढवणारे पेय होते. इराकचा घास घेतल्यानंतर नवपरंपरावाद्यांची नजर मुख्य जेवणावर लागली. पेंटॅगॉनच्या अधिकाऱ्यांच्या डोळ्यांपुढे पुढच्या पाच वर्षांची एक योजना दिसू लागली आणि त्यात एकूण सात लक्ष्य देश होते, ज्यात इराक पहिला होता. इराकनंतर सीरिया, लेबनॉन, लिबिया, सोमालिया, सुदान आणि नंतर सर्वांत मोठे सावज असणार होते, इराण.

नवपरंपरावाद्यांच्या पद्धतीने जगाची पुनर्रचना करू पाहणारे हे युद्ध असणार होते.

साम्राज्याची चर्चा मोठ्या प्रमाणावर सुरू झाली. ५ जानेवारी, २००३ च्या 'न्यू यॉर्क टाइम्स'च्या रविवार पुरवणीच्या मुखपृष्ठावर मथळा झळकला : "अमेरिकन साम्राज्य : आता याची सवय करून घ्या."

बुश यांची स्वप्ने खूप धाडसी होती हे उघड होते. तरुणपणी कायद्याच्या परिघाबाहेरचे वर्तन करण्याची त्यांची बाजू नेहमी दिसून येत असे. आता इतर देशांच्याही कायद्याच्या पलीकडे जाऊन ते त्यांच्या वडिलांच्या लांबलचक छायेच्या पुढे जाणार होते.

आठ वर्षं चाललेल्या इराक युद्धाचा टीकाकारांनी अंदाज व्यक्त केल्याप्रमाणेच बोजवारा उडाला. इराकी समाजाचे तुकडे-तुकडे झाले. व्हिएतनामप्रमाणेच या युद्धाने अमेरिकेची दुर्दशा झाली. सर्वच बाजूंनी खर्च आणि जीवितहानी वाढत गेली, तसे अमेरिकेचे आणखीनच जास्त ध्रुवीकरण झाले. पण तरीही, विलक्षण गोष्ट म्हणजे बुश यांनी २००४ च्या निवडणुकीत पुन्हा विजय मिळवला. या वेळी त्यांनी नि:संदिग्ध शब्दांत आणखी टोकाची देशभक्ती दर्शवण्याचे लोकांना आवाहन केले होते.

२००८ मध्ये बुश यांनी कारकीर्द संपवली तेव्हा त्यांची लोकप्रियता हॅरी ट्रुमन यांच्यानंतर सर्वांत नीचांकी होती. त्यांनी दोन युद्धे आणि न्यू ऑर्लिन्स राज्यामध्ये कटरिना वादळ आल्यावर त्या राज्यामधले मदतकार्य यांचे अतिशय ढिसाळ व्यवस्थापन केले इतकेच नाही, तर त्याहीपेक्षा महत्त्वाचे म्हणजे जनतेच्या दृष्टिकोनातून त्यांनी देशाच्या अर्थव्यवस्थेचेही तीन-तेरा वाजवले. २००८ मध्ये अमेरिकेची व्यवस्था जवळ जवळ पूर्ण कोलमडली होती. त्यामुळे पुढचा राष्ट्राध्यक्ष डेमोक्रॅटिक पक्षाचा असणार हे नक्की झाले.

त्यांचे उत्तराधिकारी बराक हुसैन ओबामा यांचे वडील कृष्णवर्णीय केनियन होते आणि आई कॅन्सस राज्यातील श्वेतवर्णीय स्त्री होती. इंडोनेशिया आणि हवाई बेटे या ठिकाणी ते लहानाचे मोठे झाले आणि वयाच्या सत्तेचाळिसाव्या वर्षी ते अमेरिकेचे राष्ट्राध्यक्ष झाले. बदलाची खूप मोठी आशा त्यांच्यावर केंद्रित झाली होती. त्यांची वाणी आणि एकूण आचरण अमेरिकेच्या दुसऱ्या बाजूची पुष्टी करणारे होते – घटनात्मक, मानवतावादी, जागतिक दृष्टिकोन असलेली आणि पर्यावरणप्रिय.

ओबामा इराक युद्धाविरुद्ध खूप कठोरपणे बोलले आणि इंटरनेटवरून असंख्य लोकांची छोटी-छोटी आर्थिक मदत मिळवत, त्यांनी प्रचंड प्रमाणात जाणकारांच्या अपेक्षा आणि पैसा पाठीशी असलेल्या आपल्याच डेमोक्रॅटिक

पक्षाच्या पसंतीच्या उमेदवार हिलरी क्लिंटन यांना मागे सारून उमेदवारी मिळवली. आता मुख्य निवडणुकीमध्ये त्यांच्यासमोर माजी लष्करी अधिकारी आणि परंपरावादी जॉन मॅकेन यांचे आव्हान होते.

वारे ओबामांच्या बाजूने वाहत होते. १९३०च्या दशकामध्ये रूझवेल्ट यांच्या निवडणुकीनंतर वॉल स्ट्रीट आणि साम्राज्य स्थापनेसाठीची अनावश्यक युद्धे यांच्यावर जनतेचा इतका राग क्वचितच पाहायला मिळाला असेल.

पण मग एक अनपेक्षित गोष्ट घडली. ओबामांनी त्यांच्या आधीच्या आश्वासनांवर पाणी फिरवले आणि जनतेकडून मिळालेल्या आर्थिक मदतीच्या साह्याने निवडणूक लढवण्याऐवजी अमर्याद खासगी आर्थिक पाठबळावर ती लढवणे पसंत केले आणि असे करणारा मध्यवर्ती निवडणुकीतला ते पहिला उमेदवार ठरले. जनतेच्या मदतीचा पर्याय निवडलेले मॅकेन यांच्या तुलनेत ओबामा प्रचारावर दुप्पट खर्च करू शकले.

या कालावधीत ओबामा हळूच अत्यंत खोल खिसे असलेल्या वॉल स्ट्रीटवरच्या धनिकांकडे गेले. त्यात जेपी मॉर्गन, गोल्डमन साक्स आणि सिटी ग्रुप, तसेच जनरल इलेक्ट्रिक आणि इतर संरक्षणसामग्री निर्मिती कंत्राटदार कंपन्या, संगणक क्षेत्रातल्या मोठमोठ्या कंपन्या आणि मोठ्या औषधनिर्मिती कंपन्या – बिग फार्मा – यांचा समावेश होता. वर्षानुवर्षे रिपब्लिकन पक्षाला पाठिंबा देण्याचा शिरस्ता मोडून या लोकांनी ओबामांना मॅकेन यांच्या तिप्पट आर्थिक मदत केली. त्या वेळी ओबामांच्या समर्थकांपैकी फारशी कुणी तक्रार केली नाही.

मध्यवर्ती निवडणुकीत झालेल्या ओबामांच्या विजयाचे जगभरामध्ये कौतुक झाले. एक नवी अमेरिका अस्तित्वात आली असे जगाला वाटले. परंपरावादी विचित्ररीत्या ओबामांना समाजवादी म्हणून त्यांच्यावर टीका करत असले, तरी एकुणात या निवडणुकीत सर्वांत मोठी विजेती ठरली ती वॉल स्ट्रीट. तिमोथी गैथनर, लॅरी समर्स, पीटर ओर्सझॅग, राहम इमॅन्युएल या अर्थतज्ज्ञांनी क्लिंटन यांच्या काळात अर्थव्यवस्थेवरचे सरकारी नियंत्रण कमी करण्यासाठी खूप गोष्टी केल्या होत्या आणि त्यामुळेच सध्याच्या बिकट स्थितीचा पाया घातला गेला होता. ओबामांनी तज्ज्ञांचा हाच संच पुन्हा आणला. 'न्यू यॉर्क टाइम्स'ने त्यांना "जवळ जवळ रुबिन यांचे तारकामंडळ" असे नाव दिले. कोषागार सचिव म्हणून गेल्या काही दशकांमध्ये रॉबर्ट रुबिन यांच्याइतके प्रभावशाली कुणीही झाले नव्हते आणि हे लोक त्यांचेच अनुयायी आहेत असा याचा अर्थ होता.

नफेखोरी (लीव्हरेजिंग) आणि सट्टेबाजीच्या अत्यंत चाणाक्ष पद्धती शोधून जागतिक अर्थव्यवस्था जवळपास धुळीला मिळवल्यानंतर अनेक मोठमोठ्या बँका, विमा कंपन्या आणि सावकारी संस्थांनी, आपण बुडलो तर जगाची अर्थव्यवस्था

कोसळेल अशी भाकिते केली. थोडक्यात, आम्ही ''टू बिग टु फेल'' किंवा इतके मोठे आहोत, की आम्ही बुडणे जगाला परवडणार नाही, असे त्यांचे म्हणणे होते. मग त्यांनी विलक्षण सुलभ अटींवर ७०० अब्ज डॉलर्सची सरकारी मदत (बेल आऊट) घेतली. त्याशिवाय फेडरल रिझर्व्ह बोर्डाने बँकांसाठीचे व्याजदर कमी करून शून्य टक्क्यांवर आणले. त्या सुमारास अशा आर्थिक बचावकार्याच्या योग्यतेबद्दल प्रश्न उभे करणे जवळ जवळ देशद्रोह बनला होता, पण तरीही विचारात पडलेले अनेक जण होते. निदान काही आजारी वित्तीय संस्थांना फुटू द्यायला काय हरकत आहे? या एकाहून एक बलाढ्य संस्थांना त्यांच्याकडच्या विषारी मालमत्तांचे खरे बाजारमूल्य दाखवून प्रश्न विचारता येणार नाही का?

जनतेला प्रतिशोध हवा होता. मंदीच्या काळात मागच्या खोलीमध्ये काय गोष्टी चालतात हे फ्रँक काप्रा यांनी १९४१ मध्ये त्यांच्या 'मीट जॉन डो' या अतिशय प्रभावी चित्रपटामध्ये दाखवले होते आणि सध्याची परिस्थिती त्याचे जिवंत उदाहरण होती.

फेडरल रिझर्व्ह बँकेचे माजी अध्यक्ष पॉल व्होल्कर यांनी ओबामांना कृती करण्याची विनंती केली : ''आत्ता, तुम्हाला संधी आहे आणि या लोकांची छाती उघडी आहे, तेव्हाच वॉल स्ट्रीटवरच्या अनेक वर्षांपासून बहुतांशी कर्जेच देणाऱ्या लोकांच्या छातीत भाला खुपसा.''

पण तसे घडले नाही. घाबरून गर्भगळित झालेल्या काँग्रेसमध्ये बेल आऊट बळजबरीने संमत करून घेतले गेले आणि प्रसारमाध्यमांनी टाळ्या वाजवल्या. मिळालेला पैसा उद्योगांना किंवा जनतेला किंवा त्या अर्थाने पाहू जाता आपल्या वैयक्तिक पगारांना कात्री लावण्याकरता वापरा अशी मागणी या बँकांना कोषागाराने (ट्रेझरी) ताबडतोब केली नाही. समभाग आणि रोखेधारकांनी तोट्याचा काही भाग सोसावा, अशीही मागणी ट्रेझरीने केली नाही. त्यामुळे बेल आऊटचा सगळा बोजा करदात्यांना सोसावा लागला.

कालांतराने यात सर्वांत जास्त नुकसान झालेले लोक होते कामगार, निवृत्ती वेतनधारक, बचतीवर जगणारे वृद्ध, घरमालक, छोटे उद्योगचालक, कर्जे घेतलेले विद्यार्थी आणि वाढत्या संरचनात्मक बेकारीच्या समस्येमुळे रोजगार गमावून बसलेले, विशेषतः आफ्रिकन-अमेरिकन्स. 'मध्यम वर्ग' गाठायला हवा अशी एक म्हण अमेरिकेत प्रचलित आहे आणि या गोष्टीमुळे त्या स्वप्नावर असलेली अनेकांची पकडच नाहीशी झाली. वरच्या दिशेने प्रगती करण्याच्या (अपवर्ड मोबिलिटी) मिथकाचा चक्काचूर झाला. बँकर मंडळींनी स्वयंघोषित निर्बंध पाळण्यावर चर्चा केली, पण पुढच्या दोन वर्षांमध्ये त्यांना पूर्वी कधी नाही इतके पगार आणि आर्थिक लाभ मिळाले. या बँकर्सना १९३० च्या महामंदीच्या काळात ''बँकस्टर्स''

असे नाव देण्यात आले होते.

ब्रिटन आणि कॅनडामधल्या मुख्य कार्यकारी अधिकारी (सीईओ) पदावरच्या व्यक्तीला २०१० मध्ये सरासरी कामगारांच्या २० पट जास्त कमाई होत होती. जपानमध्ये ती ११ पट होती, तर अमेरिकेतल्या सीईओंनी इथल्या सरासरी कामगाराच्या ३४३ पट कमाई केली.

१९८५ मध्ये १३ असलेली अब्जाधीशांची संख्या २००८ मध्ये एकदम ४५० झाली. १९९७ ते २००७ ही दहा वर्षे किमान वेतनाचा आकडा ५.१५ डॉलर्स प्रति तास यावरच अडकून बसला होता आणि दारिद्र्यवृद्धीचा दर १९६०च्या दशकानंतरचा सर्वांत जास्त झाला. एका सरासरी अमेरिकन कुटुंबाचे निव्वळ मूल्य जवळ जवळ ४० टक्के खाली घसरले. २००७ मध्ये जे १,२६,००० डॉलर्स होते, ते २०१० मध्ये ७७,००० डॉलर्स झाले. २०११ वर्ष उजाडेतो सर्वांत वरच्या १ टक्का लोकांकडे खालच्या ९० टक्के लोकांपेक्षा जास्त संपत्ती होती.

जनतेचा क्षोभ 'ऑक्युपाय वॉल स्ट्रीट' चळवळीच्या रूपात फसफसून बाहेर आला. १९३० च्या दशकानंतर अशी निदर्शने पाहायला मिळाली नव्हती. श्रीमंत आणि गरीब यांच्यातील दरी आता किळसवाण्या स्तरावर जाऊन पोहोचली होती. आणि काहींनी म्हटल्याप्रमाणे, ज्यांना टेड रूझवेल्ट यांनी 'संपत्तीचे पापी' असे नाव दिले होते, त्या या लोकांना अर्थव्यवस्थेची लूट करण्याकरता कायदाही मोडण्याची गरज नव्हती. कारण मुळात कायदेतज्ज्ञ, लॉबिस्ट आणि निवडक कायदे करणारे लोक (संसद सदस्य) यांना हाताशी धरून यांनीच ते कायदे बनवले होते.

उजव्या विचारसरणीच्या टी पार्टी या पक्षाने एक वेगळ्या प्रकारचा संताप व्यक्त केला. त्याला अमेरिकन्स फॉर प्रॉस्पेरिटीसारख्या कैवारी गटांनी खतपाणी घातले होते आणि परंपरावादी अब्जाधीश कोख ब्रदर्स यांनी या पक्षाला बहुतांश आर्थिक पाठबळ दिले होते.

गोंधळून गेलेल्या अमेरिकन जनतेला सध्या सुरू असलेल्या आर्थिक संकटाकरता कुणाला दोष द्यावा हेच कळेनासे झाले आणि तिने २०१० च्या मध्यावधी निवडणुकीमध्ये रिपब्लिकन पक्षाला सर्वंकष विजय मिळवून दिला.

पण त्यामुळे वॉशिंग्टनमध्ये पेच आणि गोंधळ यात भरच पडली. अशाच उन्मादाच्या लाटेवर स्वार होऊन राष्ट्राध्यक्षपदाला गवसणी घालणारे ओबामा आता एका अरुंद काठावर चालत होते. गंभीर चुका ते करत नव्हते, पण आशा किंवा बदलाची दिलेली आश्वासने मात्र ते पूर्ण करू शकत नव्हते. पदावरच्या पहिल्याच दिवशी घटनात्मक कायद्याच्या या माजी प्राध्यापकाने ''या राष्ट्राध्यक्षपदाच्या कालावधीत पारदर्शकता आणि कायद्याचे राज्य हे दोन कसोटीचे दगड राहतील,''

असे आश्वासन दिले होते.

पण पदावर बसताच त्यांनी बुश प्रशासनाने बलपूर्वक हस्तगत केलेले विस्तारित अधिकार सोडायला मात्र नकार दिला. त्यामुळे निष्क्रिय जनता विमानतळावरील चाचणी अधिकाऱ्यांसमोर कपडे काढतच राहिली, तिची संभाषणे सरकारी संस्थांना चोरून ऐकू देतच राहिली आणि नव्या विस्तृत सुरक्षा कार्यक्रमांकरता पैसा पुरवतच राहिली.

ही उच्च प्रकारची सावधगिरीची परिस्थिती शिथिल करणे ओबामांकरता राजकीयदृष्ट्या परवडण्याजोगे नव्हते, कारण एक जरी दहशतवादी प्रकरण घडले तर प्रसारमाध्यमांमध्ये पुन्हा गदारोळ माजला असता आणि रिपब्लिकन पक्षाने, ''पाहा आम्ही सांगितले नव्हते?'' अशी आगपाखड केली असती आणि या सगळ्यामुळे त्यांना राष्ट्राध्यक्षपद गमावून बसावे लागले असते. पत्रकार डायेन सॉयर यांनी एकदा ओबामांना प्रश्न केला : ''या सगळ्या गोष्टी चहुबाजूंनी तुमच्या अंगावर येत असताना, राष्ट्राध्यक्षपदाची एकच मुदत पुरे झाली असे कधी तुम्हाला वाटते का?'' ओबामा उत्तरले : ''मला एक गोष्ट अगदी पक्की ठाऊक आहे, ती म्हणजे दोन वेळा झालेला सुमार राष्ट्राध्यक्ष ठरण्यापेक्षा एकदाच झालेला चांगला राष्ट्राध्यक्ष ठरणे मला जास्त आवडेल.''

मात्र पारदर्शक कारभाराकरता प्रयत्न करण्याऐवजी ओबामा राष्ट्रीय सुरक्षा स्थितीचे आधीच्यांपेक्षा चांगले व्यवस्थापक बनले. बुश यांच्याप्रमाणेच त्यांनी कैद्यांचा छळ, असाधारण सादरीकरण आणि राष्ट्रीय सुरक्षा संस्थेचे बेकायदेशीररीत्या चोरून लोकांची संभाषणे ऐकणे या संबंधीच्या खटल्यांमध्ये वारंवार आपल्या राष्ट्रीय गुपिते जपण्याच्या विशेषाधिकाराचा आश्रय घेतला. न्यायालयासमोर हजर करण्याविषयीच्या शत्रूसैनिकांच्या हक्कांना (हेबिअस कॉर्प्स) त्यांनी आडकाठी केली, लष्करी आयोगांचे जतन केले आणि येमेनमध्ये अल् कायदाशी संबंध असल्याचा आरोप असलेल्या एका अमेरिकन नागरिकाला रीतसर प्रक्रिया न राबवता ठार मारण्याला परवानगी दिली.

बुश यांच्या काळातले तपास व चौकशी आणखी वरच्या पातळीवर नेऊन त्यांनी नागरी हक्क पुरस्कर्त्यांना जबर धक्का दिला आणि सरकारी व्हिसलब्लोअर्स व पत्रकारांवर पहिल्या महायुद्धकाळातल्या हेरगिरी कायद्यांतर्गत खटले भरण्यास सुरुवात केली. या कायद्यांतर्गत तोवरच्या नव्वद वर्षांमध्ये फक्त तीन खटले भरले गेले होते. ओबामांनी सात भरले.

ही खटल्यांची प्रकरणे संशयास्पद होती कारण बहुतेक प्रतिवादींनी आपण सरकारमध्ये चाललेली बेकायदेशीर कृत्ये उघडकीला आणल्याचा दावा केला होता.

यातील सर्वांत प्रमुख प्रकरणे एनएसएचे विश्लेषक एडवर्ड स्नोडन आणि इराकमधल्या लष्करी गुप्त माहिती विश्लेषक चेल्सी मॅनिंग यांची होती. या दोघांनी मिळून २,६०,००० गोपनीय राजनैतिक तारा आणि युद्ध अहवाल, तसेच व्हिडिओ उघड केले. हे सर्व विकिलीक्स या ना नफा तत्त्वावर चालणाऱ्या एका व्हिसलब्लोअर माध्यम संस्थेने प्रकाशित केले.

अमेरिकेने इराक आणि अफगाणिस्तानमध्ये केलेले युद्धगुन्हे आणि या भागातल्या हुकूमशाही राजवटींना केलेली मदत यांचा असा गौप्यस्फोट होणे ही गोष्ट इजिप्त, ट्युनिशिया, येमेन, लिबिया आणि बहारीनमध्ये झालेल्या 'अरब स्प्रिंग' उठावांना मोठ्या प्रमाणावर चालना देणारी ठरली.

पण ते काहीही असो, ओबामा प्रशासनाने विकिलीक्सचे कामकाज मोठ्या प्रमाणावर नष्ट केले आणि तिच्या सहसंस्थापकांना खटले भरण्याच्या धमक्या दिल्या.

या कारवायांमुळे सर्वच व्हिसलब्लोअर्सना एक स्पष्ट संदेश मिळाला – बुश आणि चेनी यांच्यासारखे युद्धगुन्हे करा आणि मुक्त फिरा. ते उघडकीला आणाल तर तुमची कारकीर्द धोक्यात येईल आणि तुम्हाला जबर दंड ठोठावण्यात येईल, किंवा मग मॅनिंगसारखे तुम्ही तुरुंगामध्ये सडाल.

आचाराच्या या नव्या मानकांच्या प्रमुख समर्थकांपैकी एक असलेले जॅक गोल्डस्मिथ यांनी पूर्वी बुश यांच्या कायदेशीर सल्ला कार्यालयाचे प्रमुख म्हणून काम केले होते. त्यांनी एक लेख लिहून चेनी आणि चिंतातुर झालेल्या अन्य नवपरंपरावाद्यांना दिलासा दिला. त्यांनी लिहिले, की हे "निक्सन यांच्या चीन दौऱ्यासारखे आहे ... (ओबामा यांनी) केलेले बदल अंतिमतः बुश यांच्या कार्यक्रमांपैकी बहुतांश काम दीर्घकालीन दृष्टीने आणखी मजबूतच करतील."

हे एक नवे अंधारे जग होते. २०१० मध्ये 'वॉशिंग्टन पोस्ट'ने याला "अमेरिकेचा पर्यायी भूगोल, लोकांच्या दृष्टिआड असलेली एक 'अत्यंत गोपनीय अमेरिका' " असे म्हटले. जवळ जवळ पंधरा लाख लोकांना सर्वोच्च गुप्त सुरक्षा सवलती (क्लिअरन्स) देण्यात आल्या. तीन हजारांहून अधिक सरकारी आणि खासगी सुरक्षा कंपन्या अस्तित्वात होत्या. राष्ट्रीय सुरक्षा संस्था (एनएसए) दररोज एक अब्ज सात लाख ई-मेल्स आणि संदेश मध्येच अडवून, वाचून ते साठवून ठेवू लागली.

राजकीय भाष्यकार आणि घटनातज्ज्ञ वकील ग्लेन ग्रीनवाल्ड यांनी नागरी हक्कांवरील या हल्ल्याचे अतिशय चपखल शब्दांत वर्णन केले. त्यांनी लिहिले : "मॅग्ना कार्टानंतर घटनेतील पाचव्या दुरुस्तीनुसार अमेरिकेमध्ये पाश्चात्त्य न्यायाची मूलभूत हमी अशाप्रकारे मांडण्यात आली होती : कुणाही व्यक्तीचे ... जीवन,

स्वातंत्र्य किंवा मालमत्ता रीतसर कायदेशीर प्रक्रिया राबवल्याविना हिरावून घेतले जाणार नाही.''

त्यांनी यात अवाजवी तपासणी व जप्तीविरुद्ध खासगीपण व सुरक्षिततेचा हक्क ही घटनेची चौथी दुरुस्तीदेखील समाविष्ट केली असती तरी चालले असते. कायदेशीर प्रक्रियेचा अवलंब आणि खासगीपणाच्या हक्कांविना आपल्यापैकी प्रत्येक जण मूलत: नजर ठेवणाऱ्या सरकारच्या दयेवर जगतो आहे. हे सगळे केले जाते आहे ते वाजवीपेक्षा जास्त मोठा करून दाखवल्या जाणाऱ्या दहशतवादी हल्ल्याच्या धोक्याच्या नावाखाली.

ओबामांचे परराष्ट्र धोरण बुश यांच्या धोरणापेक्षा जास्त सयुक्तिक भासले. त्यात एकतर्फीपणा आणि काही होण्याआधीच कृती करण्याच्या गोष्टींना फाटा देण्यात आला होता. जगामध्ये या दोन गोष्टींमुळेच संताप निर्माण झाला होता. पण अमेरिकेचे जगावरील वर्चस्व हे ध्येय मात्र फारसे बदलले नाही आणि ते साध्य करण्याचे मार्गदेखील निराशाजनकरीत्या सारखेच होते. २०११ मध्ये बुश यांचे माजी एनएसए आणि सीआयए संचालक जनरल मायकल हेडन यांना या दोन आत्यंतिक वेगळ्या राष्ट्राध्यक्षांच्या कामामधले हे मोठे सातत्य दिलासा देणारे वाटले. ते म्हणाले, ''आपले सरकार जे करते आहे ते स्वीकारण्याच्या संदर्भात अमेरिकन जनतेला एक सुखद मध्यरेषा सापडली आहे.'' हे एक ''व्यवहार्य एकमत'' आहे असे ते म्हणाले.

परराष्ट्रखात्याच्या कामकाजामध्ये मर्यादित अनुभव असल्याने ओबामा यांनी आपल्याभोवती आक्रमक वृत्तीचे सल्लागार गोळा केले. त्यांच्यामध्ये बुश यांच्या काळातले आणि १९८० च्या दशकातल्या बिल केसी, सीआयए युगातले कडवे रॉबर्ट गेट्स हे सेक्रेटरी ऑफ डिफेन्स म्हणून समाविष्ट होते. सेक्रेटरी ऑफ स्टेट म्हणून हिलरी क्लिंटनही काही कमी आक्रमक किंवा सदैव भक्ष्याच्या शोधात असलेल्या ससाण्याच्या वृत्तीच्या नव्हत्या. सुरुवातीच्या काळातल्या एका भाषणामध्ये क्लिंटन यांनी अमेरिकन इतिहासाचे, निखळ 'आम्ही किती थोर' प्रकारचे आणि इतिहासविषयक विस्मृतीयुक्त स्वरूप सादर केले होते : ''मी इथे स्पष्टपणे सांगू इच्छिते : अमेरिका या नव्या शतकामध्ये (जगाचे) नेतृत्व करू शकते, तिने करायलाच हवे आणि ती करेलच ... अनेक लोकांना ज्याची भीती वाटत होती ते तिसरे महायुद्ध प्रत्यक्षात झालेच नाही. कोट्यवधी लोकांना गरिबीतून वर काढले गेले व त्यांनी पहिल्यांदाच मानवी हक्क उपभोगले. अमेरिकेच्या दोन्ही पक्षांच्या नेत्यांनी अनेक वर्षे खपून जी जागतिक संरचना निर्माण केली, त्याचीच ही फळे होती.''

अमेरिकेने ज्या लोकांच्या देशामध्ये नाक खुपसून कित्येक दशकांमध्ये ज्या

कोट्यवधी लोकांना ठार मारले, त्यांना शोधून याबद्दल त्यांचे मत विचारणे अंमळ अवघड आहे. हिरोशिमा आणि नागासाकी, फिलिपिन्स, मध्य अमेरिका खंडातले देश, ग्रीस, इराण, ब्राझील, क्युबा, काँगो, इंडोनेशिया, व्हिएतनाम, कंबोडिया, लाओस, चिली, पूर्व तिमोर, इराक, अफगाणिस्तान आणि इतर अनेक देशांतले हे लोक आता कुठे सापडणार?

अफगाणिस्तानातल्या युद्धाला ''आवश्यक युद्ध'' म्हणून जाहीर करून ओबामांनी बुश यांचीच री ओढली. २००९ अखेर आणखी सैन्य पाठवण्याचा दबाव आल्यावर मात्र ते बिचकले. एक लष्करी सल्लागार त्यांना म्हणाले, ''तुम्ही या बाबतीत तुमच्या लष्करी उतरंडीला विरोध कसे करू शकता हेच मला कळत नाही.'' याचा अर्थ ओबामांनी हो म्हटले नाही तर त्याच्या निषेधार्थ उच्च लष्करी अधिकारी राजीनामा देण्याची शक्यता आहे. सीआयएचे संचालक लिऑन पॅनेटा त्यांना म्हणाले, ''कुठलाही डेमोक्रॅटिक राष्ट्राध्यक्ष लष्करी सल्ल्याविरुद्ध जाऊ शकत नाही. विशेषत: त्याने स्वत:च सल्ला मागितला असेल तर. त्यामुळे ते सांगतील तसे करा.''

अखेर जेव्हा त्यांच्या निर्णयावर सर्व काही अवलंबून असल्याचा क्षण आला, तेव्हा ओबामांनी जॉन केनेडी यांच्यासारखे धैर्य दाखवले नाही. डिसेंबर महिन्यामध्ये त्यांनी आणखी तीस हजार सैनिक पाठवण्याची घोषणा केली. आता अफगाणिस्तानातल्या अमेरिकन सैनिकांची संख्या जवळ जवळ एक लाख झाली. सोव्हिएत युनियनने अफगाणिस्तानवर जे अपयशी आक्रमण केले होते, त्यात रशियाचे साधारण इतकेच सैनिक होते.

वेस्ट पॉईंट इथे ओबामांनी सैन्यातल्या या वाढीची घोषणा केली आणि तिथल्या कॅडेट्सना जाणीव करून दिली, की अमेरिकेने अफगाणिस्तानवर याकरता हल्ला केला आहे, की त्या देशाने अल् कायदाला आश्रय दिला. पण त्या वेळी त्यांनी हे मात्र सांगितले नाही, की ११ सप्टेंबरच्या हल्ल्याची बहुतांशी तयारी अफगाणिस्तानात नव्हे, तर जर्मनी आणि स्पेनमधल्या घरांमध्ये आणि अमेरिकेतल्या विमान उडवण्यास शिकवणाऱ्या संस्थांमध्ये बसून करण्यात आली होती. त्यांनी हेही सांगितले नाही, की अफगाणिस्तानमध्ये अल् कायदाच्या तीनशे लढवय्यांपैकी फक्त पन्नास किंवा शंभरच जण आता तिथे आहेत, बाकीचे बहुतेक जण आता पाकिस्तानात - एका मित्र राष्ट्रामध्ये - आहेत.

दोन युद्धे पुकारणाऱ्या या राष्ट्राध्यक्षांना त्याच महिन्यामध्ये नोबेल पुरस्कार मिळावा हीच एक अविश्वसनीय गोष्ट आहे, पण जगाने जेव्हा ओबामांना अमेरिकेच्या एकतर्फी आणि समोरून काही होण्याआधीच कृती करण्याचे समर्थन करताना ऐकले, तेव्हा या पुरस्काराचे मूल्य आणखीन एकदा कमी झाले.

याआधी छत्तीस वर्षांपूर्वी हेन्री किसिंजर यांनी या पुरस्काराचे अवमूल्यन केले होते. पुरस्कार स्वीकारतानाच्या भाषणात ओबामा म्हणाले, "मी असे मानतो, की युद्ध कसे चालवावे या बाबतीत युनायटेड स्टेट्स ऑफ अमेरिका कायमच एक दर्जा सांभाळणारा देश ठरेल. आम्ही ज्यांच्याविरुद्ध युद्ध करतो, त्यांच्यापेक्षा त्यामुळेच आम्ही वेगळे ठरतो."

लिंडन जॉन्सनना आपण व्हिएतनाममध्येच अडकून पडू अशी भीती वाटली होती, तशीच आता ओबामांना अफगाणिस्तानच्या बाबतीत वाटू लागली. मागासलेल्या, आत्यंतिक गरीब आणि प्रचंड अशिक्षित अफगाण लोकांना गरज होती आर्थिक मदतीची, शिक्षणाची आणि सामाजिक सुधारणांची - आणखी युद्धाची नाही. अमेरिकेने २०११ मध्ये अफगाणिस्तानातील लष्करी कार्यक्रमांकरता ११० अब्ज डॉलर्स खर्च केले, पण दीर्घकालीन विकासकामांवर फक्त २ अब्ज डॉलर्स. व्हिएतनामप्रमाणेच प्रचंड अमेरिकन पैसा सर्वत्र खेळत असल्यामुळे भ्रष्टाचार चरमसीमेवर पोहोचला. तथाकथित नाटो आणि अफगाण मित्रसैन्यांमधला परस्पर अविश्वास पराकोटीला गेला. अमेरिकेचा पाठिंबा असलेले अफगाणिस्तानचे अध्यक्ष हमीद करझाई यांनी जाहीर केले, की पाकिस्तानने अमेरिकेविरुद्ध युद्ध पुकारले तर ते पाकिस्तानला मदत करतील. २०१२ पर्यंत अफगाण सैनिक आणि पोलिस अमेरिकन सैनिकांना इतक्या नियमितपणे ठार मारत होते, की दोन्ही दलांना एकमेकांपासून जास्तीत जास्त दूर ठेवावे लागले.

दरम्यान, धूळ-मातीने माखलेले आणि हतोत्साहित झालेले अमेरिकन लष्कर डिसेंबर २०११ मध्ये इराकमधून बाहेर पडले. जवळ जवळ ४,५०० सैनिक घरी परतले नाहीत, तर ३२,००० सैनिक जखमी झाले. त्यांच्यापैकी अनेक जण तर गंभीर जखमी झाले होते. इराकची जीवितहानी साधारण दीड ते दहा लाख इतकी होती. वीस लाख इराकी देश सोडून पळून गेले. यातला विरोधाभास खासच होता. सुन्नी सद्दाम हुसैनला घालवण्याच्या नादात अमेरिकेने शियांचे वर्चस्व असलेला नवा इराक निर्माण केला, ज्यामुळे तो इराणचा एक मौल्यवान सहकारी देश झाला. या युद्धामध्ये अशा प्रकारे सर्वांत मोठे बक्षीस इराणलाच मिळाले.

बुश यांच्या अधिकाऱ्यांनी इराकयुद्धाचा खर्च ५० ते ६० अब्ज डॉलर्स होईल असा अंदाज केला होता. १०० अब्जपेक्षा थोडासुद्धा पुढचा आकडा ऐकला तर रम्सफेल्ड त्याला 'मूर्खपणा' म्हणाले होते. २००८ मध्ये बुश यांनी मुदतपूर्तीनंतर कार्यालय सोडले, तेव्हा अमेरिकेचा या युद्धावर ७०० अब्ज डॉलर्स खर्च झाला होता आणि यात माजी सैनिकांचा दीर्घकालीन आरोग्यखर्च समाविष्ट नाही. अर्थतज्ज्ञांच्या मते एकूण दीर्घकालीन खर्च ४ ट्रिलियन डॉलर्सपर्यंतही

सेक्रेटरी ऑफ स्टेट हिलरी क्लिंटन आणि डिफेन्स सेक्रेटरी रॉबर्ट गेट्स मंत्रिमंडळ दालनातल्या एका बैठकीमध्ये चर्चा करताना. बुश प्रशासनापासून टिकलेल्या गेट्स यांनी बहिरी ससाण्याच्या वृत्तीच्या क्लिंटन यांच्यासमवेत मिळून अमेरिकेच्या जगातल्या भूमिकेचे पुनर्मूल्यांकन करू पाहणाऱ्या लोकांचे मनसुबे उधळले.

जाऊ शकतो.

नॉर्थ कॅरोलायनाच्या फोर्ट ब्रॅग इथे ओबामांनी घरी परतलेल्या सैनिकांचे स्वागत केले आणि या युद्धाची सुरुवात जितकी अप्रामाणिक होती, तितकाच त्याचा शेवटही अप्रामाणिक ठरण्याची काळजी घेतली. ते म्हणाले, ''आपण एक सार्वभौम, स्थिर आणि स्वावलंबी इराक मागे ठेवून परतलो आहोत ... जुन्या काळच्या साम्राज्यांप्रमाणे आपण हे बलिदान कुठलाही भूप्रदेश किंवा कुठल्याही संसाधनाकरता करत नाही. आपण हे काम करतोय कारण हे योग्य आहे ... ज्यांना फॅसिझम आणि कम्युनिझम भेडसावत होते, त्या तुमच्या आजी-आजोबा आणि आईवडिलांना जे वीर आपले नायक वाटले होते, त्या दोन शतकांपासून चालत आलेल्या वीरांच्या अखंड परंपरेत तुम्ही आहात याचे विस्मरण होऊ देऊ नका.... तुम्ही ९/११ रोजी आपल्यावर ज्यांनी हल्ला केला त्यांचा न्याय केला आहे.'' अशा प्रकारे ९/११ शी इराकचा संबंध असल्याचे जे असत्य बुश यांनी मांडले होते त्याला ओबामांनी दुजोरा दिला.

त्यांचे हे भाषण त्यांच्या तोंडातून बाहेर पडते न पडते तोच इराकमध्ये भयानक अशा आत्मघातकी बॉंबहल्ल्यांची एक नवी मालिका सुरू झाली आणि इराक हादरले. इराक आजही यादवीच्या काठावर धडपडतो आहे आणि कदाचित एव्हाना (हे पुस्तक बाहेर येईपर्यंत) त्याचा कडेलोट झालाही असेल.

मार्च २०१० मध्ये काबूलच्या राष्ट्राध्यक्षीय प्रासादामध्ये भोजन घेत असताना चर्चेत मग्न असलेले ओबामा आणि अफगाणिस्तानचे अध्यक्ष हमीद करझाई. ज्यांना जास्तीत जास्त अमेरिकेचे डळमळीत मित्र म्हणता येईल अशा करझाई यांनी क्रूर आणि भ्रष्ट असे दोन्ही सिद्ध झालेले सरकार चालवले.

दोन्ही युद्धांच्या अत्यंत जहाल टीकाकारांमध्ये देशातले महापौर होते. जून २०११ मध्ये बाल्टिमोर शहरात सर्व महापौरांची एक बैठक झाली आणि त्यांनी ही दोन्ही युद्धे संपवण्याची व त्यातून वाचलेल्या १२६ अब्ज डॉलर्समधून देशातल्या सगळ्या शहरांची पुनर्बांधणी करण्याची मागणी केली. लॉस एंजल्सचे महापौर विषादाने म्हणाले, ''आपण बगदाद आणि कंदाहारमध्ये पूल बांधणार, पण बाल्टिमोर आणि कॅन्सस शहरांमध्ये मात्र नाही, या विचाराने डोके पार चक्रावून जाते.''

या युद्धांच्या बाबतीत बधिर झालेल्या अमेरिकनांकरता या परदेशी रोगट वातावरणामध्ये एक सोनेरी किरण मे २०११ मध्ये उगवला. नौदलाच्या सील गटाने एका अंधाऱ्या रात्री पाकिस्तानमध्ये घुसून कारवाई केली आणि ओसामा बिन लादेनला ठार मारले. पाकिस्तानच्या उच्च लष्करी अकादमीच्या छायेत तो मजेत राहत होता.

या कारवाईमुळे अमेरिकेत उत्साहाला एकच उधाण आले. बिन लादेनला एखाद्या सुजाण नागरिकाने कायदा हातात घेऊन स्वतःच एखाद्या गुन्हेगाराचा बंदोबस्त करावा त्या प्रकारे ठार मारून त्याचे प्रेत समुद्रात फेकून देण्यातले नेव्ही सील्सचे कौशल्य आणि सामर्थ्य यांचे सर्वत्र कौतुक होऊ लागले आणि ओबामांचे एक नवे चित्र उभे करण्यात आले. बुश यांच्या विपरीत ओबामा हा एक परिणाम साध्य करणारा युद्धकालीन राष्ट्राध्यक्ष आहे, जो आवश्यक त्या कुठल्याही

मार्गाने शत्रूला शोधून त्याची शिकार करतो, असे ते चित्र होते. आणि खरेच मेंढीचे कातडे पांघरलेल्या लांडग्याप्रमाणे राष्ट्राध्यक्षांनी अमेरिकन जनतेला सांगितले, "हातघाईची लढाई होऊन जवानांनी ओसामा बिन लादेनला ठार मारले आणि त्याचा मृतदेह ताब्यात घेतला."

'झीरो डार्क थर्टी' या लोकप्रिय चित्रपटामध्ये तर असेही सूचित करण्यात आले आहे, की बिन लादेनला शोधण्यामध्ये छळतंत्राचा मोठा हात होता. पण प्रत्यक्षात, पोलिस आणि गुप्तहेर यांच्या नेहमीच्या कामामध्येच दहा वर्षांनी एक दिवस अचानक ओसामाचा पत्ता लागला होता. ते काहीही असो, स्वत:वरच प्रेम करण्याची अमेरिकेची सवय पुन्हा एकदा उफाळून आली आणि जखमी झालेल्या बिन लादेनला परत आणून तुरुंगात ठेवणे, त्याच्यावर खटला भरणे असली अस्वस्थ करणारी चर्चा कुणीच केली नाही. न्युरेम्बर्ग खटल्यामध्ये नाझी आरोपींचे बुरखे फाडून त्यांना संपवण्यात येत होते, तेव्हा मात्र अमेरिकेने असा आवाज उठवला होता.

पण बहुतेक अमेरिकनांना खटला नकोच होता. ज्या लोकांनी छळतंत्र स्वीकारून टाकले होते, त्यांना कायदा मोडून केलेला न्याय सहज चालू शकत होता.

मग इथे खरा विजय कुणाचा झाला? अंदाजित काही ट्रिलियन डॉलर्सचा खर्च, दोन युद्धे, जगभरात लाखो लोकांचा मृत्यू, दहशतवादाच्या विरोधात अंतहीन युद्ध, नागरी हक्कांची गळचेपी, एका राष्ट्राध्यक्षावर अपयशाचा ठप्पा

ओबामा आणि त्यांची राष्ट्रीय सुरक्षा समिती व्हाइट हाऊसमधल्या सिच्युएशन रूममध्ये बसून ओसामा बिन लादेनच्या हत्येची ताजी माहिती मिळवताना.

तर एकाची अतिशय वाईट मानहानी आणि एका साम्राज्याची जवळ जवळ नष्ट झालेली आर्थिक संरचना, या सगळ्या गोष्टी पाहता असे म्हणता येईल, की अमेरिकेने असा एक विजय मिळवला होता, ज्यातले नुकसान पाहता तो निव्वळ निरर्थक होता (पिऱ्हिक व्हिक्टरी).

एका नव्या खिलाफतीचे वेडगळ स्वप्न पाहणारा ओसामा बिन लादेन तर मरण पावलाच, पण त्याने ज्या गोष्टी कदाचित केवळ स्वप्नातच पाहिल्या असतील त्याहीपेक्षा खूप काही साध्य केले. त्याने इतिहासातल्या सर्वांत मोठ्या आणि ताकदवान साम्राज्याला आपली वाईट बाजू दाखवण्यास प्रवृत्त केले आणि विझार्ड ऑफ ओझ या लहान मुलांच्या गोष्टीतल्याप्रमाणे, हे साम्राज्य तितके काही महान किंवा ताकदवान दिसले नाही.

ओसामाच्या अनुयायांच्या दृष्टीने त्याने ''हौतात्म्य'' पत्करले होते. याच हौतात्म्यामुळे जुनी जागतिक व्यवस्था डळमळीत करण्यात आणि कदाचित ती कोसळवण्यात ज्याचा हात होता, असा मनुष्य म्हणून त्याचे नाव इतिहासामध्ये कोरले गेले. काही लोक कदाचित त्याला प्राचीन रोमच्या समोर ठाकलेला हॅनिबल किंवा ॲटिला द हन, जुन्या फ्रेंच व्यवस्थेला आव्हान देणारा रॉब्सपिअर, झार-शासित रशियातला लेनिन किंवा अगदी ताजे उदाहरण म्हणजे ब्रिटिश साम्राज्य संपवणारा हिटलर, यांच्या पंगतीत बसवू इच्छितील.

बिन लादेन गेला. पण आता अमेरिका काय करणार होती? आपल्याच मनातल्या भुतांनी अजूनही त्रस्त असलेल्या अमेरिकेने एक नवा धोका म्हणून आपले सगळे लक्ष चीनकडे वळवले आणि रशियाकडे जुना धोका म्हणून पाहणे सुरूच ठेवले. त्याचबरोबर इराण, उत्तर कोरिया आणि व्हेनेझुएला या देशांना प्रादेशिक धोके म्हणून त्यांचे खलनायकीकरणही सुरू ठेवले.

युद्ध करण्याचा आणखी कार्यक्षम आणि फारशी संसाधने न वापरावी लागण्याचा मार्ग शोधत २०१४ मध्ये ओबामांनी भविष्यात पायदळाच्या संख्येमध्ये १४ टक्के कपात करण्याची घोषणा केली. त्याची भरपाई अंतराळ आणि सायबरविश्वावर जास्त भर देऊन करण्यात येणार होती.

पहिल्याप्रथम टेहळणीकरता व्हिएतनाममध्ये वापरण्यात आलेले ड्रोन हे क्षेपणास्त्रसज्ज होऊन युद्धनीतीचा एक नवा चेहरा ठरू पाहत होते आणि ओबामांची शस्त्र म्हणून त्याला जास्त पसंती होती. ठार मारण्याच्या यादीमध्ये टाकण्याकरता ते व्यक्तिश: नावे निवडू लागले. ९/११ पूर्वी इतर देशांद्वारे ठरवून करण्यात येणाऱ्या न्यायकक्षेबाहेरील हत्यांना अमेरिकेचा विरोध होता. इस्राईल पॅलेस्टिनियन व्यक्तींना याप्रकारे लक्ष्य करत असल्याबद्दल अमेरिकेने इस्राईलचा निषेधही केला होता.

पण २०१२ वर्ष येता-येता वायुदल आणि सीआयए यांनी सात हजार ड्रोन्सचा ताफा वापरायला सुरुवात केली होती. त्यांचा वापर बहुतांशी अफगाणिस्तान, इराक आणि पाकिस्तानमध्येच केला जात होता. २००९ मध्ये ओबामांनी हा वापर येमेनमध्येही सुरू केला. त्या वेळी तिथे तीनशेपेक्षाही कमी सशस्त्र बंडखोर होते. २०१२ च्या मध्यापर्यंत, अमेरिकेच्या नियमित ड्रोन हल्ल्यांमुळे संतापलेल्या येमेनी नागरिकांमुळे ही संख्या एक हजारांपर्यंत फुगली. २०१२ मध्येच ओबामांनी ड्रोन हल्ल्यांच्या यादीमध्ये लिबियातले मुअम्मर गद्दाफींचे समर्थक आणि फिलिपिन्स, तसेच सोमालिया मधले मुसलमान बंडखोर यांची भर घातली. या प्रकारच्या युद्धनीतीचे पडसाद कसे उमटतील हे अजून अनुभवाला यायचे आहे.

या हल्ल्यांमध्ये होणाऱ्या नागरी जीवितहानीच्या आकड्यांवरून अमेरिकन सरकार आणि मानवीहक्क संस्थांमध्ये जुंपली आहे. ''टाइम्स स्क्वेअर बॉंबर'' या नावाने प्रसिद्ध झालेल्या पाकिस्तानमध्ये जन्मलेल्या अमेरिकन नागरिकाला जेव्हा न्यायाधीशांनी प्रश्न केला, की निष्पाप स्त्रिया आणि लहान मुले मारले जाण्याचा धोका त्याने का पत्करला, तेव्हा त्याने उत्तर दिले, की अमेरिकन ड्रोन्स अफगाणिस्तान आणि पाकिस्तानात नित्यनेमाने स्त्रिया आणि मुलांचे जीव घेत आहेत. पाकिस्तानी जनतेच्या नजरेत बळी पडणारे हे मानवी जीव होते, तर ड्रोनचालकांच्या नजरेत ते ''किडे'' होते.

अखेर हे गुपित उघड झाले आणि २०१२ मध्ये अमेरिकेचे मित्र आणि शत्रू मिळून पन्नासहून अधिक देशांनी ड्रोन्स खरेदी केले. इस्त्राईल, रशिया, भारत आणि इराण यांनी आपण विनाशकारी ड्रोन्स निर्माण करण्यावर प्रभुत्व मिळवल्याचे दावे केले, पण सर्वांत गतिमान कार्यक्रम होता चीनचा. अणुबॉंबप्रमाणेच आता एक नवी शस्त्रास्त्रस्पर्धा सुरू झाली.

क्लिंटन यांनी नाटोचे तळ रशियाच्या अधिकाधिक जवळ नेण्याचे सुरू केलेले काम बुश यांनी पुढे चालूच ठेवले आणि त्यांच्या वडिलांनी गोर्बाचेव्हना दिलेले वचन मोडले होते. ओबामांनी नाटोचा अल्बानिया आणि क्रोएशियापर्यंत विस्तार केला. आणि इराकमधले ५०० तळ सोडूनही ओबामा प्रशासन आजमितीला खुद्द अमेरिकेत ६,००० आणि जगभरामध्ये जवळ जवळ आणखी १,००० लष्करी तळ चालवत आहे.

स्टॅनफर्ड विद्यापीठाच्या चामर्स जॉन्सन यांच्यानुसार २००७ च्या अखेरीस अमेरिकेने संयुक्त राष्ट्रसंघाच्या १९२ सदस्यदेशांपैकी १५१ देशांमध्ये आपले लष्करी अस्तित्व निर्माण केले. २००८ मध्ये जर्मनीमधल्या आफ्रिकॉम तळाला अमेरिकन लष्कराच्या सहाव्या कमांडचा दर्जा देण्यात येऊन आफ्रिका खंडामध्ये अमेरिकन लष्करी अस्तित्व वाढवण्याची जबाबदारी त्याला देण्यात आली.

एमक्यू-१ प्रीडेटर (वर) आणि एमक्यू-९ रीपर (खाली) ड्रोन्स अफगाणिस्तानच्या भूमीवर उडताना. अमेरिकन अधिकाऱ्यांनी ही मानवविरहित अस्त्रे शत्रूसैनिकांना वेचून मारण्याची अतिशय अचूक साधने आहेत असे मोठ्या अभिमानाने सांगितले, पण यांच्या वापरामुळे असंख्य सामान्य नागरिकांचे प्राण गेले आणि जगभर जिकडेतिकडे ड्रोन बोकाळण्याचे नवे युग अवतरले.

२०१० मध्ये मायामीमधल्या साऊथकॉम या तळाची पुनर्रचना केली गेली. यामागचा उद्देश होता लॅटिन अमेरिकेमध्ये आपले लष्करी अस्तित्व वाढवणे आणि त्यात लष्करी तळ व टेहळणी यंत्रणांमध्ये वाढ करण्यासोबतच अंमली पदार्थविरोधी आणि बंडखोरीविरोधी कार्यक्रमही राबवणे. बंडखोरीविरोधी कार्यक्रमाचे लक्ष्य होते व्हेनेझुएलामध्ये जो "कडवा लोकानुनय" दिसून आला होता तसल्या अभिव्यक्तीला आळा घालणे. २००८ मध्ये, दुसऱ्या महायुद्धानंतर प्रथमच, जहाजांची चौथी फ्लीट पुन्हा सुरू करण्यात आली.

आज अमेरिकेच्या नौदलाकडे आंतरराष्ट्रीय जलमार्गांवर पहारा देणारे विमानवाहू व लढाऊ जहाजांचे दहा गट आहेत. २०११ मध्ये जागतिक शस्त्रास्त्र बाजारपेठेतील एकूण विक्रीच्या तब्बल ७८ टक्के शस्त्रास्त्र विक्री एकट्या अमेरिकेने केली. २०१३ मध्ये १३४ देशांमध्ये अमेरिकेची उच्च विशेष कृती दले तैनात केली गेली.

बुश यांच्या कार्यकाळामध्ये पेंटॅगॉनचा खर्च दुपटीने वाढून ७०० अब्ज डॉलर्स झाला होता. पेंटॅगॉनचे खरे अंदाजपत्रक गोपनीय कामे आणि विविध मंत्रालयीन खात्यांमध्ये विखरून धूसर होत असते, पण तरीही २०१० मध्ये नॅशनल प्रायॉरिटीज प्रोजेक्ट या संस्थेनुसार अमेरिकेने तिच्या लष्कर, गुप्तचर खाते आणि होमलँड सिक्युरिटीसाठीच्या ३ ट्रिलियन डॉलर्सच्या अंदाजपत्रकापैकी सुमारे १.२ ट्रिलियन डॉलर्स प्रत्यक्ष खर्च केले असावेत. या तीन खात्यांमार्फत जमीन, समुद्र, आकाश, अंतराळ आणि सायबरस्पेस अशा सर्वच अवकाशांमध्ये वर्चस्व ठेवले जाते. आणि इराक युद्धाचा परिणाम तसेच काँग्रेसमध्ये अंदाजपत्रकावरून झालेल्या हाणामारीमुळे या खर्चामध्ये कपात करण्यात आली असली, तरी अमेरिकेच्या लष्करी खर्चापुढे तिच्या स्पर्धक देशांचा संरक्षण खर्च तरीही खुजाच ठरतो.

नोव्हेंबर २०११ मध्ये सेक्रेटरी ऑफ स्टेट हिलरी क्लिंटन यांनी चीनला आव्हान दिले. त्यांनी लिहिले : "इराकचे युद्ध संपुष्टात येत आहे आणि अमेरिका तिचे लष्कर अफगाणिस्तानातून काढून घेत आहे, अशा वेळी अमेरिका एका अशा बिंदूवर येऊन ठेपली आहे, जिथून ती कुठेही वळू शकते." चालू शतकाला "अमेरिकेचे प्रशांत महासागर क्षेत्रातले शतक" असे संबोधून त्यांनी चीनला शह देण्याकरता आशिया-प्रशांत महासागर क्षेत्रामध्ये अमेरिकेच्या लष्करी गुंतणुकीमध्ये मोठी वाढ करण्याचा प्रस्ताव मांडला.

एकोणिसाव्या शतकामध्ये झालेल्या अफूयुद्धापासून चीनच्या बलाढ्य शत्रूंनी त्याची वेळोवेळी मानहानी केली आहे. त्यात ब्रिटन, जपान आणि रशिया यांचा समावेश होतो. १९५० च्या दशकामध्ये चीनने कोरियामध्ये अमेरिकेच्या धाकाशी लढा दिला होता. चीन ही जगातील दुसऱ्या क्रमांकाची मोठी अर्थव्यवस्था आहे आणि तो एक स्वाभिमानी देश आहे. काही प्रमाणात सरकारी नियंत्रणे तर काही प्रमाणात भांडवलशाही अशी मिश्र व्यवस्था असलेल्या या देशाने आशिया खंडातला प्रमुख व्यापारी भागीदार म्हणून अमेरिकेचे स्थान घेतले आहे.

पण १९९६ मध्ये तैवानवरून पुन्हा एकदा झालेल्या खणाखणीत अमेरिकेने आपल्या आण्विक क्षेपणास्त्रांचा शंखनाद करून पुन्हा एकदा चिनी नेत्यांचा अपमान केला होता.

आणि आपले आर्थिक हितसंबंध, तसेच जलवाहतूक मार्ग सुरक्षित ठेवण्याकरता चीनने आपल्या लष्कराचे आधुनिकीकरण करण्याचे काम हाती घेतले. २०१२ मध्ये पेंटॅगॉनच्या अंदाजानुसार चीनने याकरता १६० अब्ज डॉलर्स खर्च केले. पण चिनी व्यवस्थेच्या गुप्ततेमुळे त्यांचे खरे अंदाजपत्रक या क्षणी जाणून घेणे अशक्य आहे. परदेशामध्ये चीनचा एकच तळ असला, तरी पूर्व आणि दक्षिण चिनी समुद्रातल्या नैसर्गिक तेल, वायू आणि खनिजांनी समृद्ध बेटे आणि क्षेत्रांच्या बाबतीत अजिबात तडजोड न करण्याच्या चीनच्या पवित्र्यामुळे त्याच्या प्रादेशिक शेजाऱ्यांसोबतचे त्याचे तणाव वाढले आहेत.

देशांतर्गत चीनचे सरकार नावाला साम्यवादी आहे आणि राजकीयदृष्ट्या मागासलेलेच आहे. वाटेल ती किंमत मोजून आधुनिकीकरण आणि जिथे त्याच्या एकपक्षीय राजवटीला विरोध होईल, तिथे तो विरोध क्रूरपणे दाबून टाकण्याची तयारी असा त्या सरकारचा खाक्या आहे. एकीकडे चीनशी व्यापार करतानाच पाश्चात्य लोकशाही देशांनी या धोरणांचा निषेध केला, परंतु त्याचा काहीही उपयोग झाला नाही. त्याहीपेक्षा धोकादायक बाब म्हणजे चीनने अमेरिकेतल्या कडव्या चीनविरोधकांचा रोष पुन्हा एकदा ओढवून घेतला आहे. त्यांचा हा चीन-द्वेष मॅकार्थी काळापासूनचा आहे. एक नवे भांडण शिजते आहे.

नवे जोडीदार शोधण्याकरता, आपल्या युद्धनौकांच्या ताफ्यामध्ये एक नवे संतुलन साधण्याकरता आणि २०१७ पर्यंत चीनपासून माऱ्याच्या टप्प्यावर असलेल्या तळांवर आपली उच्च गनिमी युद्ध विमाने नेऊन ठेवण्याच्या उद्देशाने अमेरिकेने पुन्हा एकदा आशिया खंडामध्ये प्रवेश केला आहे. विशेषत: जपान, दक्षिण कोरिया, तैवान आणि फिलिपिन्स या चीनच्या शेजारी देशांशी तिने आपल्या लष्करी युत्या आणखी मजबूत केल्या आहेत आणि अडीच हजार सैनिक ऑस्ट्रेलियामध्ये ठेवले आहेत. व्हिएतनाम युद्धानंतर आशिया खंडामध्ये दीर्घकालीन सैन्यवृद्धीची ही पहिलीच वेळ आहे.

२०१० आणि २०११ मध्ये तैवानला १२ अब्ज डॉलर्सची नवी शस्त्रास्त्रे विकल्याबद्दल चीन ओबामा प्रशासनावर कमालीचा संतापला होता. अमेरिका आम्हाला सगळीकडून घेरू पाहते आहे, असा त्याने आरोप केला.

इतर देशांना अमेरिकेची वाटणारी भीती कमी लेखता येणार नाही. दिवंगत परंपरावादी राज्यशास्त्र तज्ज्ञ सॅम्युएल हटिंग्टन यांनी १९९६ मध्ये मान्य केले होते, की पश्चिमेने जग जिंकले खरे, पण तिचे विचार किंवा मूल्ये किंवा धर्म यांच्या श्रेष्ठत्वामुळे नव्हे ... तर सुसंघटित हिंसा लादण्यातल्या तिच्या श्रेष्ठत्वाच्या जोरावर. या सत्याचा पश्चिमेकडच्या लोकांना सहसा विसर पडतो, पण पूर्वेकडचे लोक हे कधीच विसरत नाहीत.

पुरोगामी चीन तज्ज्ञांना अशी भीती वाटते आहे, की चीनला वेसण घालण्याकरता अमेरिका पुन्हा एकदा १९४६ मध्ये ट्रुमन यांनी रशियाच्या संदर्भात वापरलेले पुस्तक उघडते आहे. चीनच्या अंतर्गत धोरणांबद्दल पाश्चात्त्यांच्या मनातील घृणा पाहिली, तर पुन्हा एकदा तेव्हाचीच परिस्थिती निर्माण झाली आहे. फक्त या वेळी २ ट्रिलियन डॉलर्स किमतीचे अमेरिकेन ट्रेझरी रोखे खिशात बाळगून असलेला चीन अमेरिकेच्या अर्थव्यवस्थेला विविध प्रकारे जितक्या संकटात लोटू शकतो, तितके सोव्हिएत रशियाला कधीच शक्य नव्हते.

इतिहासतज्ज्ञ आल्फ्रेड मॅकॉय यांनी नेमके काय पणाला लागले आहे याबद्दल लिहिले आहे : "अगदी लवकरात लवकर म्हणजे २०२० मध्येच पेंटॅगॉन संपूर्ण जगभर सतत आणि जराही ढील न देता गस्त घालण्याचे स्वप्न पाहते आहे. हे काम पृथ्वीभोवतीच्या वातावरणाच्या मध्य स्तरापासून ते बाह्यस्तरापर्यंत आच्छादलेल्या तिहेरी संरक्षक कवचाद्वारे आणि वेगवान क्षेपणास्त्रे बसवलेल्या ड्रोन्सच्या बळावर केले जाईल ... हे तिहेरी आच्छादन ... जमिनीवरील दूरसंचार यंत्रणा, विमानांमधील इलेक्ट्रॉनिक उपकरणे आणि नौदलाच्या हालचाली पूर्णपणे बंद पाडून एका अख्ख्या सैन्याला आंधळे करून टाकू शकेल."

पण मॅकॉय यांच्या इशाऱ्यानुसार तंत्रज्ञानात्मक अभेद्यता आणि माहितीच्या रूपातील सर्वज्ञता इतिहासात अहंमन्य देशांच्या कामाला आलेल्या नाहीत. पहिल्या महायुद्धात जर्मनीचे आणि व्हिएतनाममध्ये अमेरिकेचे जे झाले, ते याला साक्षी आहे.

मॅकॉय आपल्याला दुर्दैवी विरोधाभासाबद्दलही सांगतात, की अमेरिकेने "जागतिक प्राणघातकपणाला नकार" दिल्यास ते "इथून पुढे आर्थिक ताकद न खालावू देणारे" ठरू शकते आणि "या शतकभराच्या चक्रामध्ये तंत्रज्ञानात्मक प्रभुत्वाच्या भ्रमापायी लष्करी वाताहत आधी होते, की अमेरिकेचे जगावरचे वर्चस्व वाढवण्याची शक्ती असलेले एक नवे तंत्रज्ञानाधिष्ठित राज्य अस्तित्वात येते, यावरून अमेरिकेचे भवितव्य ठरण्याची शक्यता आहे."

पण लोकप्रिय चित्रपटमालिका "स्टार वॉर्स"मध्ये दाखवल्याप्रमाणे तंत्रज्ञानाद्वारे जगावर वर्चस्व गाजवणारा देश लवकरच एक जुलमी देश होऊन बसेल आणि तो ज्यांच्यावर जुलूम करेल ते लोक त्याचा द्वेष करू लागतील.

या अण्वस्त्रसज्ज जगामध्ये चीन एक नवे साम्राज्य म्हणून पुढे येऊ शकले. पण अमेरिका किंवा ब्रिटनच्या धर्तीवर निर्माण झालेले साम्राज्य त्याच्या दृष्टीने अनर्थकारी ठरेल. मग त्याची महान 'हान' देशभक्ती अमेरिकेच्या एक्सेप्शनॅलिझमपेक्षा वेगळे काही ठरणार नाही. माजी संरक्षण अधिकारी जोसेफ नाय यांनी म्हटले आहे, की विसाव्या शतकातील जागतिक व्यवस्थेमध्ये जर्मनी आणि जपानची

वाढती शक्ती आपल्याशी जोडून घेण्यात प्रबळ सत्तांना आलेल्या अपयशामुळेच दोन महाविध्वंसक महायुद्धे झाली. इतिहासाची पुनरावृत्ती होऊ देता कामा नये.

चिनी लोकांनी अमेरिकेचे उदाहरण नाकारायला हवे. आणि अमेरिकेने आपला मार्ग उलट फिरवायला हवा. अमेरिका जेव्हा आर्थिक आणि लष्करीदृष्ट्या उंच लाटेवर स्वार होती, तेव्हा ती सोव्हिएत युनियनशी किती वाईट वागली ते पाहता जर आणि जेव्हा परिस्थिती याच्या बरोबर उलट होईल तेव्हा रशिया अमेरिकेचे काय करेल, याची चिंता हेन्री वॉलेस यांना पोखरत होती. तसे कधीच घडले नाही, पण त्यांना हे बरोबर कळले होते, की तळ गाठण्यासाठीच्या या स्पर्धेमध्ये कुणीही जिंकणार नाही.

हे पुस्तक संपवताना गेल्या शतकभरातल्या अमेरिकेकडे पाहत आपण स्वत:ला अतिशय नम्रतेने विचारायला हवे, की ऑक्सफॅम संस्थेच्या अहवालामध्ये म्हटल्याप्रमाणे ज्या जगामध्ये सर्वांत श्रीमंत अशा ८५ लोकांकडे सर्वांत गरीब अशा ३.५ अब्ज लोकांपेक्षा जास्त संपत्ती आहे, त्या उर्वरित जगाशी संबंधांच्या बाबतीत आपण सूज्ञपणे आणि मानवतेने वागलो आहोत का?

आपले जगावर पोलिसगिरी करणे योग्य होते का? आपण चांगली, समजून घेणारी आणि शांततेसाठी काम करणारी शक्ती म्हणून जगलो का? आपण आरशामध्ये बघणे आवश्यक आहे. आपल्या स्वप्रेमापायी आपण आपल्याच दु:खाचे दूत तर झालो नाहीत ना? दुसऱ्या महायुद्धातील विजयाचे दावे आणि जपानवर टाकलेल्या अणुबॉंबचे समर्थन या दोन्ही गोष्टी सोव्हिएत युनियनला दाखवण्याच्या असल्या तरी हीच दोन मिथके आपले वर्चस्व गाजवण्याचे प्रयत्न आणि सुरक्षिततेने झपाटलेला देश बनणे यांच्या पायाचे दगड आहेत. आणि यातून देशातल्या उच्चभ्रू लोकांचा फायदा झाला आहे. अणुबॉंबमुळे आपल्याला वाटेल त्या मार्गाने यशस्वी होणे शक्य झाले आणि अशा प्रकारे यशस्वी होत असल्यामुळे आपण योग्य ठरत आलो. आणि आपण योग्य ठरलो याचा अर्थ आपण चांगले झालो.

अशा परिस्थितीमध्ये आपण जी ठरवू त्यापेक्षा वेगळी नैतिकताच नाही. सेक्रेटरी ऑफ स्टेट मॅडेलाईन अल्ब्राईट म्हणाल्या होत्या तसे : ''आम्हाला जर बळाचा वापर करावा लागला, तर तो आम्ही अमेरिका आहोत म्हणून करावा लागतो. ज्याच्यावाचून काहीच घडणार नाही असा आमचा देश आहे.'' आपण धाक दाखवू शकतो आणि आपण मानवजातीला अणुबॉंबचा धाक दाखवला आहे, त्यामुळे आपल्या चुका माफ केल्या जातात आणि आपल्या क्रूर कृत्यांचे कुठल्याही दुष्ट हेतूविना घडलेल्या अपवादात्मक घटना असे समर्थन केले जाते.

पण वर्चस्व कायम राहत नाही. दुसऱ्या महायुद्धापूर्वी जन्मलेल्या लोकांच्या

आयुष्यभरामध्ये पाच मोठी साम्राज्ये कोसळली आहेत : ब्रिटन, फ्रान्स, जर्मनी, जपान आणि सोव्हिएत युनियन. त्याआधी विसाव्या शतकातच तीन आणखी साम्राज्ये धुळीला मिळाली आहेत : रशियन, ऑस्ट्रो-हंगेरियन आणि ऑटोमन. इतिहासाला मापदंड मानले, तर अमेरिकेचे वर्चस्वदेखील संपुष्टात येणार आहे.

वसाहतवादी साम्राज्य होण्यास नकार देणे हा आपला शहाणपणा होता आणि बहुतेक अमेरिकन लोक साम्राज्यवादी डामडौलाला नकारच देतील. आणि म्हणूनच कदाचित आपण अमेरिका एकमेवाद्वितीय आहे, अमेरिका परोपकारी आहे, अमेरिका उदार आहे या अमेरिकन अपवादात्मकतावादाच्या मिथकाला इतके घट्ट चिकटून बसलो आहोत. कुणास ठाऊक, या स्वप्नवत संकल्पनेतच अमेरिकेच्या पापक्षालनाची, १९४५ मध्ये हेन्री वॉलेस राष्ट्राध्यक्ष बनता-बनता राहिले तेव्हा किंवा १९५३ मध्ये स्टालिनचा मृत्यू झाला आणि अमेरिकेमध्ये नवे राष्ट्राध्यक्ष पदावर आले तेव्हा, किंवा १९६३ मध्ये जॉन केनेडी आणि खुश्चेव्ह यांच्या रूपात, किंवा १९८९ मध्ये बुश सिनिअर आणि गोर्बाचेव्ह असताना, किंवा २००८ मध्ये ओबामा राष्ट्राध्यक्ष झाले तेव्हा जे स्वप्न किंवा परिप्रेक्ष्य अगदी हातात आले होते त्यानुरूप अमेरिका वागू लागेल या आशेची बीजे असावीत. इतिहासाने आपल्याला दाखवून दिले आहे, की फेकलेल्या चेंडूची दिशा बदलली जाऊ शकते. असे क्षण पुन्हा वेगळ्या स्वरूपात समोर येतील - आपण तयार असू का?

जरा मागे जाऊन फ्रँकलिन रूझवेल्ट यांनी त्यांच्या जीवनाच्या अखेरच्या दिवशी चर्चिलना केलेली तार आठवा : ''मी सोव्हिएत प्रश्नाची धार शक्य तितकी कमी करीन, कारण या समस्या या ना त्या स्वरूपात रोजच समोर येताना दिसत आहेत आणि त्यातल्या बहुतेक सुटतही आहेत.''

समोर येणाऱ्या परिस्थितीमध्ये शांत राहण्याचा प्रयत्न करणे, अतिरेकी प्रतिक्रिया न देता गोष्टी घडू देणे, आपल्या शत्रूच्या दृष्टिकोनातून जगाकडे पाहणे, हा मार्ग इतर देशांच्या गरजा वाटून घेण्यामधून - खऱ्याखुऱ्या सहवेदना आणि अनुकंपेतून - जातो. येत्या काळात ही पृथ्वी टिकून राहील या सामायिक इच्छेवर विश्वास ठेवण्यातून जातो आणि आण्विक संहार, तसेच ग्लोबल वॉर्मिंगचे धोके दूर करण्यातून जातो.

आपण आपली अपवादात्मकतावादाची संकल्पना आणि आपला उद्दामपणा सोडून देऊ शकत नाही का? वर्चस्वाचे बोलणे आपण बंद करू शकत नाही का? इतर देशांऐवजी अमेरिकेला आशीर्वाद दे अशी देवाची विनवणी करणे (गॉड ब्लेस अमेरिका) आपण थांबवू शकतो का? कट्टरतावादी आणि राष्ट्रवादी लोक याला आक्षेप घेतील, पण त्यांचा मार्ग हा मार्ग नव्हे हे आता सिद्ध झाले

आहे. १९७० च्या दशकात एक तरुणी मला म्हणाली होती, ''आपल्याला पृथ्वीचे स्त्री-करण करायला हवे.'' त्या वेळी मला तिचे ते बोलणे विचित्र वाटले, पण आता मला समजते, की प्रेमामध्ये ताकद असते - खरी ताकद खऱ्या प्रेमामध्ये असते.

पुन्हा एकदा कायद्याचा आदर करायला लागूया, जंगलाच्या नव्हे, मानव संस्कृतीच्या. त्याच्याद्वारेच आपण पहिल्यांदा एकत्र आलो होतो आणि महत्त्वाच्या गोष्टींचे जतन करण्याकरता आपल्यातले मतभेद दूर सारले होते. हेरोडोटसने ख्रिस्तपूर्व पाचव्या शतकात लिहिले होते, की माणसांनी जे केले आहे त्याची स्मृती भ्रष्ट होण्यापासून वाचवण्याच्या आशेने पहिल्यांदा इतिहास लिहिला गेला.

आणि त्याचमुळे मानवी इतिहास फक्त रक्तपात आणि मृत्यूपुरता सीमित नसून गौरव, कार्यसिद्धी, दयाबुद्धी, स्मृती - आणि संस्कृतीनेही भरलेला आहे.

भूतकाळाचे स्मरण ठेवून पुढे जाणे हा मार्ग उपलब्ध आहे, म्हणजे मग आपण एखाद्या लहान बाळाप्रमाणे एक-एक पाऊल टाकत आकाशातल्या चंद्र-ताऱ्यांना गवसणी घालण्याची सुरुवात करू शकतो.

अर्ध्या शतकाहूनही जास्त काळ आधी राष्ट्राध्यक्ष केनेडी यांनी सुंदर शब्दांमध्ये आपल्याला सांगितले होते त्याप्रमाणे, 'अंतिमत:, आपल्यामधला सर्वांत मूलभूत दुवा हा आहे, की आपण सगळे या छोट्याशा ग्रहावर राहतो आहोत. आपण एकाच हवेत श्वास घेतो. आपल्या सर्वांनाच आपल्या मुलांच्या भवितव्याबद्दल खूप सुंदर आशा आहेत. आणि आपण सर्वच मर्त्य आहोत.'

◆